ஐந்து வழி மூன்று வாசல்

முதற்பதிப்பு: 2023

First Edition: 2023

Aindhu Vazhi Moondru Vaasal

ஐந்து வழி மூன்று வாசல்

Indira Soundarajan

இந்திரா சௌந்தர்ராஜன்

ISBN: 978-93-5695-652-0

Pustaka
EBooks | Audiobooks | Paperback

Pustaka Digital Media Pvt. Ltd.
#7-002, Mantri Residency,
Bannerghatta Main Road, Bengaluru - 560 076
Karnataka, India
+91 7418555884

ஐந்து வழி மூன்று வாசல்

இந்திரா செளந்தர்ராஜன்

Pustaka
EBooks | Audiobooks | Paperback

சமர்ப்பணம்

புதிய இந்த சரித்திர சமூக நாவல் முயற்சிக்கு ஆக்கமும் ஊக்கமும் அளித்து, படைப்பிலக்கியத்தில் புதுமைகளை எங்கிருந்தாலும் ஊக்கப்படுத்தும் ஆனந்த விகடன் ஆசிரியர் உயர்திரு, எஸ். பாலசுப்ரமண்யன் அவர்களுக்கு இந்நூலை சமர்ப்பிக்கின்றேன்.

- இந்திரா சௌந்தர்ராஜன்

முன்னுரை

சரித்திர நாவல் – சமூக நாவல் இந்த இரண்டும் நாவல் எழுதும் கலையின் இருவேறு பிரிவுகள், இரண்டு தனித்தனி உத்திகள், இரண்டு முனைகள் அல்லது இரண்டு துருவங்கள் என்று கருதப்படுவதுண்டு.

இன்னும் சிறிது அழுத்தமாகச் சொல்வதென்றால், சரித்திர நாவல் எழுதுபவன் ஓர் இனம் – சமூக நாவல் எழுதுபவன் ஓர் இனம் என்று இனப் பாகுபாடு செய்து பார்ப்பவர்களும் உண்டு.

இந்த இன பேதங்களை இலக்கியலத்திலாவது தகர்த்துப் பார்ப்போம் என்று எண்ணியே இந்திரா சௌந்தர்ராஜன் 'ஐந்து வழி - மூன்று வாசல்' புதினத்தை படைத்திருக்க வேண்டும் என்று எண்ணுகிறேன்.

சரித்திர நாவல் என்பதும்கூட ஒரு காலத்திய சமூகத்தின் கதைதானே? இன்றைய சமூகத்தின் பிரதிபலிப்புகளான சில படைப்புகள் ஏன் நாளைய வரலாறாக மாறக்கூடாது? எனவே, இலக்கியத்தின் எந்தப் பிரிவுப் படைப்பாயினும் அது நன்றாக – சிறப்பாக அமைந்திருக்கிறதா என்பது மட்டுமே கவனிக்கத்தக்கது. வாசகர்களும் அவ்வாறுதான் ஒரு படைப்பை நோக்குகிறார்கள்.

அந்த வகையில் 'ஐந்து வழி - மூன்று வாசல்' மிகச் சிறப்பான படைப்பு என்பதே என் கருத்து.

தண்ணீரும் எண்ணெய்யும் எப்படி ஒன்றாகக் கலக்காதோ அப்படித்தான் சரித்திரமும் சமூகமும் என்ற கருத்தை மாற்றி, ஒரு தேர்ந்த ரசவாதியின் வித்தகத்தோடு இவர் இந்த ரசக்கலவையை நிகழ்த்தியிருக்கிறார். பாலில்கலந்த சர்க்கரை போன்று இரண்டு பாணியும் இதில் இழைந்து கலந்து சுவை கூடியுள்ளது.

இந்த முன்னுரையில் நான் கதைச் சுருக்கம் சொல்லப்போவதில்லை. நெற்கட்டாஞ்செவல் பாளையக்காரரான வீரமறவர் புலித்தேவர்

காலத்துக்கதை. அப்போது நிகழ்ந்த சம்பவம் ஒன்றை இந்த இருபதாம் நூற்றாண்டுச் சம்பவம் ஒன்றுடன் இணைத்துச் செல்கிறது கதை. அதை ஓரிரு வரிகளில் சொல்ல இயலாது.

சரித்திரம் நன்கு தெரிந்திருக்கிறது இந்திரா சௌந்தர்ராஜனுக்கு, வார்த்தைகள் நன்கு வசப்படுகின்றன. கதை சொல்லும் வார்த்தைகள் நன்கு வசப்படுகின்றன. கதை சொல்லும் உத்திகளில் புதுமையும் வேகமும்போட்டியிடுகின்றன அவரது வித்தகவிரல்களில்.தேர்ந்தசிற்பி ஒருவன் மலைகளில் சிற்பம் செதுக்குவதுபோல் இவர் நம் மனங்களில் காட்சியைப் பதிவு செய்கிறார். கவித்துவம் மிக்க வர்ணனைகள் ஏராளம்.

'பசுமையான மலைவனம். அதனூடே தேவதை போல் அலையும் காற்று' எத்தனை அழகான கற்பனை பாருங்கள்.

புலித்தேவர், ஆற்காட்டு நவாப் முகம்மது அலி, மாபூஸ்கான், யூசுப்கான், விஜயரகுநாத சேதுபதி, ஹெரான் துரை போன்ற வரலாற்றுப் பாத்திரங்கள் வந்தாலும் இது ஒரு முழுமையான வரலாற்று நாவலாக அமையவில்லையே என்ற குறை இல்லாமலில்லை. கற்பனைச் சம்பவம் ஒன்றின் மீது கதை பின்னப்பட்டிருப்பதையும் மறுப்பதற்கில்லை.

ஆனாலும் இந்திரா சௌந்தர்ராஜன் எடுத்துக் கொண்டுள்ள சிறப்பான உத்தி. இந்தக் குறைகளை ஒன்றுமில்லாமல் செய்து விடுகிறது.

மீனாட்சியின் சதங்கை காதுகளில் ஒலித்துக் கொண்டேயிருக்கிறது. ராஜேந்திரனின் காதலும் வீரமும் அவனுக்கு நேர்ந்த முடிவும் கண்கசியச் செய்துவிடுகிறது. நாவலைப் படித்து முடிக்கும்வரை நாமும் அப்படியே திரிகூடமலைக்காடுகளில் சஞ்சரித்துக் கொண்டிருக்கிறோம்.

அன்புடன்,
கௌதம நீலாம்பரன்

——

மதிப்புரை

இந்திரா சௌந்தர்ராஜன் என்று தெரியாத நிலையில், சட்டென்று அவர் மீது எனக்கொரு பொறாமை வந்தது. பழைய சரித்திரமும், இன்றைய வாழ்க்கையுமாய் பின்னிப் பின்னி ஒரு தொடர்கதை எழுதப்போகிறார் என்று தெரிந்ததுமே அடடா அவர் முந்திக் கொண்டுவிட்டாரே என்கிற தாபம் எழுந்தது. பொறாமை எழுத்தாளர் மீதல்ல. எழுத்து மீது.

உலகில் கதைக்கான கருவாய் சில எண்ணிக்கைக்கு உட்பட்ட விஷயங்களே இருக்கின்றன என்று சொல்வார்கள். எல்லாக் கதைகளும் இந்த சில கருவுகளுக்குள்ளே அடக்கம் என்பார்கள். சொன்னதையே மீண்டும் மீண்டும் சொல்கிற போது நாவல் விஷயம் புதுமையைக் கொண்டிருப்பது எப்படி? சொல்லப்படும் விதம் புதுமையைக் கொண்டிருப்பின் நாவலும் புதிய ரூபம் பெறும். இந்திரா சௌந்தர்ராஜன் இங்கே ஒரு புதிய உத்தியை சொல்லப்படும் விதத்தில் கையாண்டிருக்கிறார்.

ஒரே இடத்தை, ஒரே தகவலை இரண்டு காலக்கட்டங்களில் பார்க்கிறார். ஒரு அற்புதமான வைரத்தை தனக்கெனக் கொள்ளும் ஆசை உடைய மனிதர்களைப் பற்றித்தான் கதையின் கரு. ஆனால் ஆசை இரண்டு காலக் கட்டங்களிலும் ஒரே மாதிரியாய் – பேராபத்து விளைவிக்கும் பேராசையாய் இருக்கிறது. இதேமாதிரி ஒரு கருவை என் மனசுள் சுமந்து திரிந்ததுதான் இந்திரா சௌந்தர்ராஜன் மேல் ஏற்பட்ட பொறாமைக்குக் காரணம்.

தஞ்சை மாவட்டத்தின் ஒரு பகுதி எனக்குள் இன்னமும் ஒரு வேதனையோடு கூடிய நெகிழ்ச்சியை ஏற்படுத்தும். எந்த லாஜிக்கும் அடங்காமல் இது நான் முன்னரே வெகுகாலத்திற்கு முந்தியே வாழ்ந்த இடம் என்பதாய்க் கலவரப்படுத்தும். அன்று முடிக்காமல் போன வேலையை இன்று முடிக்கும் ஆவலாய் உள்ளிருந்து ஒன்று பொங்கி என்னை உந்துதல் செய்யும்.

அதே இடம், அதே உணர்வு, அதேவித நிகழ்ச்சி. ஆனால் காலக்கட்டம் வேறு என்று யோசித்திருந்தபோது அதுவே வேறுவிதமாய் இந்த நாவலில் வரவும் அடடா நாம் செய்திருக்க வேண்டுமே என்கிற எண்ணம் கொடுத்து விட்டது.

என் பொறாமை எவரையும் காயப்படுத்தக் கூடியதல்ல. இரண்டு காலக் கட்ட நாவலை இப்பவும் நான் எழுதலாம். யாரும் தடை செய்யப் போவதில்லை.

இந்திரா சௌந்தர்ராஜன் இந்த உத்தியை மிக நேர்த்தியாகக் கொண்டிருக்கிறார் என்பது படித்துப் பார்க்கையில் தெரிகிறது. வாரப் பத்திரிகையில் தொடராய் வரும்போது சம்பவங்கள் ஒன்றன் பின் ஒன்றாய் வரும்படி அமைய எழுத்தாளர்கள் கவனம் கொள்வார்கள். அப்படி சம்பவத்தொடர் சங்கிலியாய் வரும்போதும் வாசகர் போனவாரம் என்ன என்று குழம்ப நேரிடும். இந்த நாவலோ இரண்டு காலக்கட்ட 'இன்று அன்று' என்று நானூறு ஆண்டு இடைவெளி உள்ள காலக் கட்டம். இதில் வாசகரை தொடர்போடு வைத்திருத்தல் சிரமமான காரியம். வாசகத் தொடர்பு அற்றுப் போனால் தொடர் எழுதி பிரயோஜனமில்லை. இது எழுதுபவரும் மிகுந்த சிரமமும், அதிதீவிர யோசனையும் தரும் விஷயம்.

மிக எளிதாய் இந்திரா சௌந்தர்ராஜன் இதில் இங்கே வெற்றி பெற்றிருக்கிறார். சமூகத் தொடர் நிறுத்தப்பட்ட இடமே சரித்திர தொடர் ஆரம்பம். சரித்திரத் தொடரின் வார இறுதியான இடமே சமூகத் தொடரின் சம்பவம் நிகழும் இடமாக வருகிறது. கால இடைவெளி இருப்பினும் சம்பவக் களனை அருகருகே வைத்துக் கொண்டிருக்கிறார். எங்கு சம்பவம் முடிந்ததோ அதே களத்தில் துவங்குகிறார். எனவே இடம் ஒரு பிணைப்பு விஷயமாய் வாசகருக்கு மாறிவிடுகிறது.

பீரங்கி என்கிற வஸ்து முதல்முதலில் தமிழ்நாட்டில் தெற்குப் பகுதிக்கு வருகிறது. வேல், வாள் ஏந்திய மறவர்கள் கலங்கி வேதனைப்படுகிறார்கள். 'என்ன இது கோயில் தூணை சக்கர

வண்டியில் சாய்த்த மாதிரி' என்று வியக்கிறார்கள். வெள்ளைப் பரங்கி எளிதில் உள்ளே வர, தென்திசைத் தமிழர்களின் பிளவு காரணமாய் இருப்பதை மிக நாசுக்காக கதையோடு கதையாய் சேர்க்கிறார். மலையிலிருந்து கீழிறங்கினால் கால்கள் வெட்டப்படும் என்கிற கள்ளர்கள் துணைக்கு வருகிறார்கள். எதிரி எல்லோரையும் அழிக்கும் வல்லமை உள்ளவன் என்று தெரிய, பிரிவினை மறந்து ஒன்றாகிறார்கள். கதையின் ஓட்டம் கெடாதவாறு, சரித்திரக் கட்டுரையாய் மாற்றாதபடிக்கு இந்த சொல்லும் திறன் இந்திரா சௌந்தர்ராஜனுக்கு இருக்கிறது. தகவல்கள் தெரியத் தெரிய கதையில் அதைப் புகுத்தும் வெறி எழுதுபவனுக்கு வந்துவிடும். வாசகரின் ஜீரண சக்திக்கு இடைஞ்சலாகவும் போகும். எவ்வளவு தகவல் தரலாம் என்று நிர்ணயிப்பதே பெரும் சோதனையாய்ப் போகும். இதுதவிர, திருநெல்வேலி, தென்காசி இடங்கள் இந்திரா சௌந்தர்ராஜனுக்கு அத்துப்படி என்பதும் தெரிகிறது. அநாவஸ்ய வருணனைகள் இல்லை. சூரியன் தகதகத்துக் கீழே சரிந்தான். புற்கள் நுனியில் பனித்துளிகள் மின்னின என்கிற வார்த்தை கூடுதல் ஜாலம் இல்லை. அதே சமயம் இடத்தின் செழுமை, பயங்கரம், பரபரப்பு இவை துல்லியமாய்க் காட்டப்படுகின்றன. அநேகர் பார்த்தறியாத பள்ளமும், சேறும்கூட சுருக்கமாய், தெளிவாய் விவரிக்கப்படுகின்றன.

சரித்திர சமாச்சாரம் கிடைத்தால் உட்கார்ந்து பெண்ணை வர்ணிப்பது சமீபத்திய எழுத்தாளர்களது பழக்கம். கட்டைவிரல் நுனியில் ஆரம்பித்து இடையே இறங்கி இரண்டு பக்கம் எழுதுவது ஒரு உத்தி. இந்திரா சௌந்தர்ராஜன் நல்ல வேளையாய் இதில் மாட்டிக் கொள்ளவில்லை. மீனாட்சியை, ராஜேந்திரனை சாதாரண ஆண் பெண்ணாய் சித்தரிக்கிறார். அவர்கள் காதல் பேசுவதை விடவும், நாட்டுக்கு வந்த கலக்கம் பேசுவதாய்த்தான் எழுதுகிறார். எனவே மோகக் கிறக்கம் அடியோடு தவிர்க்கப்பட்டிருக்கிறது. ராஜேந்திரனை தைரியமாய் தனியே அறைக்கு இழுத்துப் போன மீனாட்சி வெற்றித் திலகம் தான் இடுகிறாளே தவிர இன்ன பிற விஷயங்கள் ஏதும் செய்யவில்லை. இந்திரா சௌந்தர்ராஜனுக்குக்

கையில் கதை இருக்கிறது. எனவே அநாவஸ்ய கற்பனைக்குப் போகவேயில்லை.

சமூக நாவலில் இரண்டு கட்சி வருகிறது. ஒரே நோக்கம் கொண்டிருக்கிறது. இதிலும் குழப்பம் ஏற்படுத்தாது கதை நகர்த்தமுடிகிறது.

நான் வியந்தது எழுதுவதின் ஆரம்பக் கட்டத்தில் உள்ள இந்திரா சௌந்தர்ராஜன் இத்தனை கடினமான பணியை எளிதாய்ச் செய்த பாங்குதான். திட்டமிடல் மிகத் தெளிவாய் அவருக்குள் இருந்திருக்க வேண்டும். கதையின் ஆரம்பம் முதல் முடிவு வரை அவர் மனசு யோசித்திருக்க வேண்டும்.

அவரது கை நல்ல பக்குவமடைந்து விட்டது என்பது வசன ரூபங்களில் தெரிந்து விட்டது. ஒரு கட்டுரை மாதிரி நாவலை ஆரம்பிக்க வேண்டிய கட்டாயம் இருப்பினும் பின்னே நகர நகர மனிதர் பேச்சுக்களில் அவசரத்தை, ஆத்திரத்தை, வியப்பைக் காட்டியிருக்கிறார்.

நாவலாய்ப் படிக்கிறபோது கிஞ்சித்தும் விறுவிறுப்பு குறையாதிருக்கிறது. உணர்ச்சி மோதல்கள் சுவாரஸ்யம் காட்டுகின்றன. சரித்திரத் தகவல்கள், நமது தமிழ்நாடு பற்றிய விவரங்கள் தமிழர் மனோ நிலைகளைக் காட்டுகின்றன.

ஒரு இடம் இந்திரா சௌந்தர்ராஜன் அவரையும் மீறி சறுக்கியிருக்கிறார். மீனாட்சியின் உதடு வழியாய் மின் உற்பத்தி தொடங்கியது என்கிறார். மின் உற்பத்தி என்பது மின்சார உற்பத்தி என்பதின் சுருக்கம். வேறு அர்த்தம் வாசகன் எடுத்துக்கொள்ள முடியாது. சரித்திர அத்தியாத்தில் இது சரியாகப் பொருத்தவில்லை. மற்றபடி இது நல்ல நாவல்.

முழுமையான ஒரு சரித்திர நாவலோ, முழுமையான சமூக நாவலோ செய்யும் போது இன்னமும் கூடுதலாய் அழகியையும், சமூக சிந்தனையையும் இந்த ஆசிரியர் தர முடியும் என்பதை உறுதிப்படுத்தும் நாவல்.

சக எழுத்தாளர் மீது தனிப்பட்ட பொறாமை காட்டாது அவர் எழுத்து வேகம் பற்றி கவனம் கொள்வது ஒரு ஆரோக்கியம் என்று கருதுகிறேன். இது தமிழுக்கு நல்லது என்று கருதுகிறேன். இந்திரா சௌந்தர்ராஜனின் வேகம் எனக்குப் பிடித்திருக்கிறது. அவர் உழைப்பு நாவலில் தெரிகிறது. உழைக்காது உயர்வு பெற இளைஞர்கள் முயலும் காலம் இது. வெற்றி எளிதில் வேண்டும் என்கிற நேரம் இது.

இந்திரா சௌந்தர்ராஜன் உழைப்பு இதோ இந்த நாவலில் தெரிகிறது. வளரும் எழுத்தாளர்கள் படிக்க வேண்டும். வயசாளி எழுத்தாளர்கள் வாழ்த்த வேண்டும்.

என் சக எழுத்தாளருக்கு மனமுவந்த பாராட்டுதல்கள். வாழ்க வளமுடன்.

என்றென்றும் அன்புடன்,

பாலகுமாரன்
101/8A வெங்கடாசலம் தெரு,
மைலாப்பூர், சென்னை-4.

* ——— *

என்னுரை

'கோட்டைபுரத்து வீடு' என்கிற பரபரப்பான தொடரினை ஆனந்த விகடனில் எழுதின கையோடு அதன் வெற்றிக்கான ஒரு பரிசாக நான் உடனடியாகப் பெற்ற மற்றொரு தொடர் இந்த 'ஐந்து வழி - மூன்று வாசல்!'

ஆனந்த விகடனில் எழுத வாய்ப்புக் கிடைப்பதே அரிய விஷயம். அதிலும் அதன் வைர விழா ஆண்டில் வாய்ப்புக் கிடைப்பது என்பது பாக்கியமான ஒரு விஷயம்.

தான் பாக்கியம் செய்வதன் என்பது பின்பே எனக்குப் புரிந்தது. கிடைத்த சந்தர்ப்பத்தை எல்லா வகையிலும் சிறப்பாகப் பயன்படுத்தத் திட்டமிட்டு புதுமையான இந்த இரட்டைத் தொடரைப் படைத்தேன்.

யாரும் இதற்கு முன் செய்திருக்கக்கூடாது அதேசமயம் வழக்கம் போலவும் இருக்கக்கூடாது –என்கிற அடிப்படையில் இந்த சரித்திர சமூக தொடர் முயற்சிக்கு நான் முனைந்தபோது முளையிலேயே இதன் வீரியத்தைத் துல்லியமாக உணர்ந்து என்னைப் பெரிதும் ஊக்குவித்தார் விகடன் ஆசிரியர் அவர்கள்.

நடுநடுவே என் கற்பனை ரசம் கரடுமுரடுகளில் சிக்கிடாதபடி எனக்கு முன்னே ஒரு சாரதிபோல் அமர்ந்து வழிப்படுத்தியும் தந்தார்.

விகடனில் தொடர் எழுதுவது என்பது ஒரு எழுத்தாளனுக்கு பெருமைக்குரிய விஷயம் மட்டுமல்ல பயிற்சி, நுட்பம் போன்ற பல விஷயங்களுக்கு அடிப்படையான ஒன்றும்கூட.

என்னைப் பொறுத்தமட்டில் இந்த தொடர் எனக்கு மகத்தான அனுபவங்களைத் தந்தது. பேசவே இனிக்கும் இனிய தமிழில் தங்கு தடையின்றி எழுதி மகிழ சரித்திரம் வாய்ப்பளித்தது. நிகழ் காலத்தில் நான் நடைபோட சமூகம் வாய்ப்பளித்தது.

சமூகத்தைவிட சரித்திரக்கதை அனேக வாசகர்களை மிகுதியும் கவர்ந்திழுக்கவும் செய்தது.

சரித்திரக் கதையை நான் வெறும் கற்பனைச் சரக்காக்க விரும்பவில்லை. நிஜ சரித்திரம் ஒன்றின் பரபரப்பான பகுதிக்காக நூலகங்களில் தவம் கிடந்தேன். நானிருக்கிறேன் என்பதுபோல் அகப்பட்டார் புலித்தேவர். தென்றல் சிலிர்க்க மனக்கண்ணின் கொட்டி முழக்கியது அவர் வசித்த மேற்குத் தொடர்பு மலைப்புரங்கள்.

இந்த நாட்டு விடுதலைக்காகப் பாடுபட்ட இவரை விடவா ஒரு பவித்ரமான மனிதர் எனக்குக் கிட்டிவிட முடியும்? இவரோடு கூடி பல கற்பனைப் பாத்திரங்களை இணைத்தேன்... கதையை வளர்த்தேன். அவர்களில் ஜம்னாலால் என்னும் அந்த வடக்கத்தியர் வாசகர் உள்ளங்களைப் பெரிதும் கொள்ளை கொண்டுவிட்டார்.

தொடரின் சோக முடிவு பலரைப் பாதித்ததை நேரில் கடிதத்தில், தொலைபேசியில் என்னால் அறிய முடிந்தது.

புதுமை முயற்சி வெற்றிக் கொடியைப் பறக்கவிட்டதில் என் பேனா குதூகலப்பட்டது.

'ஜனரஞ்சகமான இதழ்களில் சுவாரஸ்யமாகத்தான் கதை சொல்ல முடியும். அனுபவ பூர்வமாக மிக எதார்த்தமாக வாழ்க்கையை வாழ்க்கையாக நல்ல தீர்வுகளோடு காட்டமுடியாது' என்பது இன்று பலரின் நம்பிக்கை.

நான் அதை அவ்வப்பொழுது மீற விரும்புகிறேன்.

எனது இந்த இரட்டைத் தொடரைப் போலவே ஒரு தொடரை அமரர் கல்கி அவர்கள் முன்பே எழுதியிருப்பதாக ஒரு வாசகர் எனக்குக் கூறியபோது எனக்குள் ஆச்சரியம்!

'ஆனால் அது சற்றே பூர்வ ஜென்ம வாசனையைக் கொண்டது. உங்களது முற்றிலும் சரித்திரம்! அடிப்படையில் நிறைய வேற்றுமைகள் உண்டு' என்றும் குறிப்பிட்டார்.

எனக்கு முற்றிலும் புதிய தகவல் அது. என்றோ அமரர் கல்கிக்குத் தோன்றிய ஒரு முனைப்பு இன்று எனக்கும் ஏற்பட்ட அந்த ஒற்றுமை எனக்கு மகிழ்ச்சியைத் தந்தது.

மகத்தான அந்த எழுத்தாளரின் பாதையில் நான் நடந்திருப்பது தெரிந்தபோது புளகாங்கிதமாக இருந்தது.

இதற்கு மதிப்புரை தந்திருக்கும் திரு. கௌதம நீலாம்பரனும், பாலகுமாரனும் நான் மிக மதிக்கும் எழுத்துலக வேங்கைகள். இளைய தலைமுறையில் பழுத்த அனுபவத்தோடு சரித்திரம் படைப்பதில் கௌதம நீலாம்பரன் தான் இன்று முன் நிற்பவர். முதல் சந்திப்பிலேயே எவராக இருந்தாலும் அவரிடம் நல்ல மதிப்பைச் சம்பாதித்துக் கொள்ளும் பழகும் தன்மை இவரது மிகப்பெரிய பலம். பக்குவமான சொற்கள், பரந்த பதமான உச்சரிப்பு... பத்திரிகைத் துறையில் இவர் ஒரு சிறந்த மனிதர்.

தத்துவ பூர்வமாக வாழ்க்கையை அலசும் வல்லாளர் பாலகுமாரன், கவிதைகளில்தான் இவர் முதலில் எனக்கு அறிமுகமானவர். கதைகளில் இவர் காட்டும் எதார்த்த உரையாடல்கள் பல நூற்றாண்டு வாழும் தன்மை கொண்டவை.

நுனிப்புல் மேயவே இவருக்குத் தெரியாது என்னும்படியான ஒரு அழுத்தத்தை இவரின் ஒவ்வொரு படைப்பிலும் காணமுடியும். எழுத்தின் சக்தியை இவர் மூலம் நாம் பலருக்கு அடையாளம் காட்டலாம்.

இவர்கள் இருவரின் மதிப்புரைகளுக்கு நான் நன்றிகூற கடமைப்பட்டிருக்கிறேன்.

அன்புடன்

இந்திரா சௌந்தர்ராஜன்

மதுரை-11

* ——— *

1

முன்னதாக...

கி. பி. 1755.

மே மாதம்... வெள்ளையர் எதிர்ப்புக்கு முதல் வித்து விழுந்த காலம் இது... வித்தை விதைத்து வெள்ளையனுக்கு எதிராகத் தோள்கட்டியவர், தென்மேற்குப் பாளையங்களில் நிகரற்ற தலைவராகச் சரித்திரம் காட்டும் புலித்தேவர்.

இவருக்குப் பிறகுதான் கட்டபொம்மன், மருது பாண்டியர், திப்பு சுல்தான் என்கிற வரிசையைத் தருகிறது சரித்திர ஆதாரங்கள்!

இவரது காலத்தைச் சற்றே நிஜங்களை ஒற்றி எடுத்துக் கொண்ட கற்பனைக் கண்ணோடு உற்றுப் பார்த்தபோது...

புலித்தேவரின் ஊரான நெற்கட்டும் செவல் கண்ணில் விரிகிறது.

தென்காசி சரகத்தில் மேற்குத் தொடர்ச்சி மலையின் ஓர் அடிவாரச் சரிவில் திரிகூடமலை மற்றும் பொதிகை மலைக் காற்று தாலாட்ட, அது சீரோடு கிடந்த விதமும்,வாசுதேவநல்லூர், வடகரை, பனையூர், சிவகிரி, சேத்தூர், தலைவன்கோட்டை, சொக்கம்பட்டி, ஊத்துமலை என்று சுற்றிலும் சிறுசிறு பாளையங்கள் விரிந்து கிடந்த பாங்கும் மனக்கண்ணில் ஊர்வலம் போகின்றன.

இந்தப் பாளையங்கள் இயற்கையின் நர்த்தன ராஜ்யங்கள்!

குற்றாலம் தலையணை போல் கொட்டி முழக்கும் அருவிகளோடும். பொதிகை, சதுரகிரி என்று இடவலமாய் நீண்டும், வருசநாடு வரை உயர்ந்தும், தாழ்ந்தும், அடர்ந்தும், பரந்தும்,

பொசுபொசுத்தும், வறண்டும், எல்லாமுமாயும் கிடக்கும் மேற்குத் தொடர்ச்சி மலைச் சிகரங்களோடும், அதன் வளமைகளோடும் இவை திகழ்ந்த விதத்தில் வெள்ளையனின் தனிப்பார்வை இவற்றின் மேல் விழுந்ததில் ஆச்சரியப்பட ஒன்றுமேயில்லை!

இந்தப் பாளையங்களை வசப்படுத்த அவன் பட்டபாடு ஒருபுறமென்றால், இதைக் கட்டிக்காக்க மறவர்கள் பட்டபாடு மறுபுறம்!

இந்த இரண்டுக்குமூடே ஒரு காதல் கதையும் உண்டு. அதைக் கேட்கும்போது தேன் சொட்டினாலும், அதன் முடிவில் சோகம் மட்டுமே கொட்டும்.

நல்ல காதல் இந்த உலகில் வாங்கி வந்திருக்கும் வரம் அப்படி!

இந்தப் பாதை எனது கற்பனை என்றாலும் நிஜமான சரித்திரத்தை இதன் துணையோடு புரட்டிப் பார்க்கிறேன்.

சோகம் நிறைந்த இந்தக் காதல் கதையில் ஜம்னாலால் என்னும் வைர வியாபாரி பிரதானமானவன். அவனது வைரப் பெட்டி இந்த 1991-லும் தேடப்படும் ஒரு விஷயமாகிவிடுகிறது. பொக்கிஷம் அல்லவா?

இந்தச் சரித்திரப் படைப்பை ஒட்டிப் புதுமையாகத் தொடரும் சமூகப் படைப்பில் அந்த வைரப்பெட்டியைத்தேடும் ஒரு கட்டாயம் அந்தக் கதாபாத்திரங்களுக்கு ஏற்படுகிறது. ஆசை. ஆர்வம் என்றும்கூடச் சொல்லலாம்.

ஒரே நேரத்தில் இரட்டைக் குதிரைப் பயணம்! இரட்டைக் குதிரைகளையும் எனது கற்பனை ரதத்தில் இடவலமாகப் பூட்டியுள்ளேன்.

ரதம் வேகமாக சுவாரஸ்யமாகச் செல்வதை நீங்கள் அனுபவிக்கலாம்.

அதோ வீரர் புலித்தேவர் (இவரைப் பூலித்தேவர் என்றும் சரித்திரம் விளிக்கிறது எளிமை மற்றும் கம்பீரத்தின் பொருட்டுப் புலித்தேவன் என்றே நான் விளிப்பதை ஏற்பீராக...)

வன்புறமும் திண்தோளுமாய், மார்பில் பந்தலிட்ட கருமுடிமேல் லிங்காபரணம் ஆட, இடையை வளைத்துப் பட்டுத் தார்ப்பாய்ச்சி கட்டித் தன் அடர்ந்த மீசையை நீவி என்னைப் பார்த்து அவர் சிரிப்பது தெரிகிறது. அவரைப் பிடிக்கவும், பணியவைக்கவும் படாதபாடு பட்டும் விடாமல் முட்டிய ஆங்கிலக் கிழக்கிந்திய கம்பெனியின் பிரதிநிதியான கர்னல் ஹெரானின் பூனை விழி வெறிப்பும், இவனது ஏவுகணைகளான மாபூஸ்கான், யூசுப்கான் போன்றோரின் முறைப்பும் என்னுள் மின்னி மறைகின்றன.

சகலத்தையும் விஞ்சிக் காதுகளில் ஒலிக்கிறது என் கற்பனை நாயகர் பாளையக்காரர் அம்பலத் தேவரின் அருந்தவச்செல்வி மீனாட்சியின் சதங்கை ஒலி.

திருக்குற்றாலச் சித்திரசபையில் திரிகூடராசப்பக் கவிராயரின் திருக்குற்றாலக் குறவஞ்சிப் பாடலொன்றுக்கு அவள் பிடித்த அபிநயத்தில் பிறை சூடிய அந்தச் சந்திர சேகரனே சொக்கிச் செருகும்போது இக்கதையின் நாயகன் வீரன் ராஜேந்திரன் எம்மாத்திரம்?

அவனைத் தொட்டு நான் தொடங்குகிறேன். என்னை இனி நீங்கள் தொடருங்கள்!

அன்று...

கைக்கரும்பென்ன, கணையென்ன நீயென்ன – மன்மதா – இந்தச் செக்கரும்பாவி நிலாவுமே போதாதோ மன்மதமா...?'

கவிராயரின் பாடலைத் தேர்ந்த ராகத்தில் ஒருத்தி பாட, நட்டுவனார் ஜதி சொல்ல, துள்ளிக் கொண்டிருந்தாள் இளவரசி மீனாட்சி!

குற்றாலத்தின் சித்திரசபையே வியக்கும் அற்புத நடனத்தில் அவளின் அங்கங்களின் லாவண்யங்களில், அதன் கலாவளைவு நெளிவுகளில் அவள் பரதத்தில் மிகத்தேர்ந்த கன்னி என்பதோடு. அந்தக் கலைக்காகவே அவள் அவதரித்துள்ளளோ என்கிற

கேள்வி சுற்றியிருப்போர் எல்லோர் மனங்களிலும் ஏற்பட, செருக்குடன் திகழும் அம்பலத் தேவரின் திருமுகத்தின் ஒளிவிழிகளில் சற்றுக் தூக்கலாகவே அக்கேள்வி தென்பட்டது.

கலீரிட்ட சதங்கை ஒலியினூடே, திரிகூடராசப்பக் கவியின் செந்தமிழ்ப் பாடலின் இன்ப இசைப்பதத்தினூடே அருமை மகள் மீனாட்சியை ஊடுருவும் அந்த விழிகளில் தான் எத்தனை பெருமிதம்! மெல்லத் திரும்பி, பக்கமாக அமர்ந்திருக்கும் அவரது சகதர்மிணி செண்பகநாச்சியைச் செருக்கோடு குடைந்து அந்தப் பார்வை. செண்பகத்தின் முகத்திலும் கர்வப் பிரவாகம்!

அவள் பரம்பரையில் வாளும் வேலும் மோதிக் குருதி கொப்பளித்து மட்டுமே பார்த்தவளின் நயனங்கள், முதல் தடவையாகச் சதங்கை மணிகளின் மோதலினூடே இசை கொப்பளிக்க, கூத்தனுக்கே சவால்விடும் நடனத்தைப் பார்க்கின்றன!

நடனமா அது?

நயனங்கள் தங்கள் வாழ்வில் கண்டிராத காட்சியல்லவா அது?

விநாடிகளில் கரைந்து மறையும் மின்னல் அல்லவா கைகால் கொண்டு அபிநயத்துக் கொண்டிருக்கிறது!

குற்றாலத்துப் பொங்குமாங்கடலில் தெறித்து விழும் வாளை, இரண்டு கண்ணாகி... அடேயப்பா! எத்தனை உணர்வுகளைக் காட்டிக் கொண்டிருக்கிறது! நுதலும் பிறையும் நூறு கதைகள் சொல்கின்றன. குழிக்கன்னத்தில் புன்னகை பாவம் ஆளைச் சுண்டுகிறது.

'திங்கள் சூடிய தேவன் ஒருவனே...' – பாடலின் போக்கில் வளைக்கரத்தை சிரம்மேல் தூக்கிப் பிறைபோல் விரலால் கீறி, விழியை ஓர் அலையேறும் படகாய் ஏற்றி இறக்கி, அருளும் பாவனையுடன் ஈசனை உருவகித்த அவளது அபிநயத்தில் ஒருவன் மட்டும் மிகமிக உருகிக் கொண்டிருந்தான்!

அம்பலத்தேவரின் அருகில் அரவமின்றி நிற்கும் அவன் விழிகள் இமைக்க மறந்து ஏக நேரமாகிவிட்டிருந்தது.

தென்காசி, பண்பொழியூர் பெரிய தலைக்கட்டுகள் சுற்றி நின்று ரசித்துக் கொண்டிருக்க, தேவரின் அருகில் நிற்கும் அவரது மெய்க்காவலன் தன்னிலை மறந்த நிலையில் மனத்துக்குள் மீனாட்சியின் திருமுகத்தைத் தன் இதழ்களால் ஒத்தி எடுக்கும் அளவுக்கே போய்விட்டிருந்தான்.

என்ன துணிவு?

அவனது துரதிர்ஷ்டம், கற்பனையில் மாத்திரமே நிகழ முடிந்த அதையும் ஒருவர் உணர்ந்ததுபோல் அவன் அருகே வந்து நிற்கத் தொடங்கினார். வயதான அவர் முகத்தில் அனுபவ ரேகைகளின் காய்ப்பு... பார்க்க முதிர்ந்த ஒரு படை வீரனைப் போன்ற தோற்றம்.

“ராஜேந்திரா... ராஜேந்திரா...!” என்று காதோரமாகக் கிசுகிசுத்தது அவர் உதடு.

ஊஹீம்... அவன் மீளவில்லை.

“அடேய்... ரசிக சிகாமணி...”– அவர் சற்றே கடுகடுக்க, அவன் திடுக்கிட்டுப் பிரக்ஞை மீண்டான். அவரைப் பார்த்து லேசாக மிரண்டான்.

“வாருங்கள் மாமா...” என்றான் மெலிதான வழிசலாக.

“உன் வரவேற்பு இருக்கட்டும்... என்னடா இது... தகுதிக்கு மீறிய மயக்கமும் கனவும்?”

“கனவா?”

“ஆம்... உன் கண்களில் தெரிகிற கனவைத்தான் சொல்கிறேன். மீனாட்சி பாளையக்காரர் மகள். இந்தச் சித்திரை மாதத்தின் ஈடில்லாத வெள்ளி நிலா அந்தப் பதுமை. அவளை நினைத்துக் கிறக்கமா உனக்கு?

ஏதோ போகிறது என்று மகளை இந்தக் குற்றாலத் திருச்சபையில் ஆடவிட்டு அனுபவித்துக் கொண்டிருக்கிறார் தேவர். உன்னை இப்படி ஒரு கடமை மறந்த நிலையில் பார்த்தால், உன் கண்களையே தோண்டி எடுத்து விடுவதோடு அதற்குக் காரணமான மீனாட்சியின் கலை ஆர்வத்துக்கும் முற்றுபுள்ளி விழுந்துவிடும்... இப்போது நீ தேவரின் மெய்க்காவலன். ஒரு சாதாரண ஏவலன். இந்தப் பண்பொழியூர் பாளையத்தின் அரச ஊழியன். ஞாபகத்தில் வைத்துக் கொள்."

எச்சரித்தவரைச் சோர்வாக அவன் பார்க்க, மீனாட்சியின் நாட்டியமும் முடிவுக்கு வந்துவிட்டிருந்தது. வர்ண முத்திரை ஒன்றுக்குள் கைவிரல்களை மொட்டுத் தாமரை ஆக்கி வணங்கிச் சிரம் தாழ்த்தி மேடையைச் சுற்றி வந்து தேவரின் திருமுன் நிமிர்ந்தாள்.

"இளவரசி மீனாட்சி...!" திடும்மென்று கூட்டத்தவர் அவள் பெயரைச் சொல்லி "வாழ்க" என்னும் வாழ்த்தொலியைக் கிளப்ப, தேவர் முகம் ஜோதிப் பிரகாசம் பெற்றது.

"மீனாட்சி... அற்புதமாக ஆடினாய் அம்மா! நம்ம வம்சாவளியில் யாரும் உன் போல் இப்படிக் கலையார்வம் காட்டி ஆடியதாக எனக்குத் தெரியவில்லை பரத நடனம் இந்தக் குற்றாலமூர்த்தியின் தனிப்பெரும் சொத்து. தேவதாசிகள் மட்டுமே அதை ஆடிக் காண்பித்து, மற்றையோர் அதை நெருங்கவே மிக யோசித்த வேளையில் உன் மூலமாய் அதை யாவர்க்கும் பொதுவாக நான் உணர்த்த விரும்புகிறேன். ராஜ்ய பாரம் மிகுந்த என் நெஞ்சில் இன்று உன் நடனம் தேன்மாரி பெய்தது. வாழ்க உன் கலை."

பரவசத்தோடு வாழ்த்தினார். அப்போது கூட்டத்தினூடே ஏதோ சலசலப்பு!

ஆகிருதியாய் ஒருவன் புரவிமேல் ஏறி வந்திருந்தான். வாலைக் குழைத்தபடி செருமும் புரவியைக் கூட்டத்தினூடே செலுத்தியவன் கண்ணிமைக்கும் நொடியில் கட்டாரி ஒன்றைச் சித்திரசபையின் இடப்புறத்தில், அதுகாறும் அம்பலத் தேவர்

அமர்ந்திருந்த ஆசனத்தின் மையம் நோக்கிச் செலுத்த... அது ஓர் ஓலைச் சுருளோடு ஆசனத்தின் மையத்தில் நறுக்கென்று தைத்து நிலைக்குத்தி நின்றது!

இன்று...

அதே சிலுசிலுப்பான காற்று...

ஆனால் ஊடே கம்பீரமான மணி ஓசை, குற்றாலத் திருமலை முருகன் கோயிலின் பிரகாரவெளியில் நின்று கொண்டு அந்த மலையைச் சுற்றிய இடங்களில் பார்வையை விரட்டிக் கொண்டிருந்தார் புரொபசர் ராம்நாத்.

குறிப்பாகத் தான் புதிதான விலைக்கு வாங்கியிருக்கும் அந்தப் பாழடைந்த வீடு. மேற்குத் தொடர்ச்சி மலையின் அடிவாரச் சரிவில் எங்காவது தென்படுகிறதா என்கிற எதிர்பார்ப்பில் அவரது விழிமணிகள் தட்டாமாலை சுற்றிக் கொண்டிருந்தன.

பைனாகுலர் இருந்தால் பார்க்க முடிந்த தினுசில் வெகு தொலைவில் தெரிந்தது அந்தப் பாழடைந்த வீடு. ஊஹீம்... மாளிகை! ஏறத்தாழ முந்நூறு வயதுக் கட்டடம்! சாம்பல்தட்டி, பார்க்கப் பயமூட்டினாலும் உள்ளே அத்தனை பழுதில்லை.

தேக்கு ஜன்னலும், நிலைக்காலும் இன்னமும் இளமை குன்றாமல் செல்லரிக்க விடாது வலிமை காட்டிக் கொண்டிருந்தன.

ஏனோ ஒரு மனிதனும் அங்கே வாழ்ந்து அனுபவிக்கக் கொடுத்து வைக்காதபடி அதற்குள் முனீஸ்வரன் குடியிருக்கும் நிலை! அப்படித்தான் அந்த வீட்டைத் தாண்டி வெகு தொலைவில் ஆரம்பமாகும் ஊர்க்காரர்கள் சொன்னார்கள்.

ஊர்க்காரர்கள் அதுமட்டுமா சொன்னார்கள்?

ராம்நாத்துக்கு விஷயம் தெரிய வந்து அந்த வீட்டைத் துணிந்து விலைக்கு வாங்க அவர் முனைந்தபோது அவரை ஓர் உலுக்கே உலுக்கி எடுத்துவிட்டார்கள்.

“ஆரு சாமி... பட்டணத்துல இருந்து வாரீகளா? போயும் போயும் ஒங்களுக்கு இந்தப் பாழாப்போன ஊடுதானா கிடைச்சது? வேற எடம் பாருங்க சாமி... அது விளங்காத ஊடு...”

“அட ஆமுங்க... அதுல முனீஸ்வரன் குடி இருக்காப்படி. அவரைத் தவிர வேற யார் குடிவந்தாலும் வர்றவங்க தொலைஞ்சாங்க. வாயிலேயும் மூக்கிலேயும் ரத்தம் கக்கிச் செத்தவங்க எம்புட்டுப் பேர் தெரியுமா?”

...சகட்டுமேனிக்கு மற்றவர்கள் பேசப் பேச ராம்நாத்துக்குள் பயம் கூடாமல், அந்த வீட்டை வாங்கியே தீரவேண்டிய வெறி தலைக்கே ஏறிவிட்டது. வாங்கியும் விட்டார்!

ராம்நாத் ஒரு தினுசான மனிதர். தலைக்கு வகிடு எடுப்பதில் இருந்து, கைக்குக் கடிகாரம் மாட்டுவது வரை சகலத்திலும் வெகுஜனப் போக்குக்கு நேர் எதிரான மனிதர். சகலத்திலும் அவரைத்தான் மற்றவர்கள் அனுசரித்தாக வேண்டும்.

அடிக்கடி மனிதர்களை எண்ணித் தனக்குத்தானே பெரிதாகச் சிரித்துக் கொள்வார்.

இப்போதும் மலைக்கோயில் முகட்டில் அவருக்குள் சிரிப்பு பெரிதாக உதட்டைப் பிசைந்து கொண்டிருந்தது.

சந்நிதியின் உள்ளிருக்கும் ஜெயந்தியின் காதிலும் சத்தம் விழுந்திருக்க வேண்டும்! இல்லாவிட்டால் மெல்ல எட்டிப் பார்ப்பாளா? நெற்றியில் கீறலான விபூதியும் குங்குமமும் மேவிய களையான முகம்! எண்ணெயில் விழுந்த கருந்திராட்சை போல் ஒளியான கண்கள். அதில் அப்பாவின் சிரிப்புக்குக் காரணம் கேட்கும் உணர்ச்சி.

“ஒண்ணுமில்லம்மா... நாம வாங்கியிருக்கிற வீட்டைப் பற்றி நினைச்சேன். அது சம்பந்தமா ஊர்க்காரங்க விட்ட ரீலெல்லாம் ஞாபகத்துக்கு வர... ஒரே சிரிப்பு.”

ஜெயந்தி அதைப் பொருட்படுத்தியதாகவே தெரியவில்லை.

“நீங்க இங்க வாங்க... கற்பூர ஆரத்தி காட்டப்போறாங்க...” என்றாள்.

“எனக்கு இந்த மாதிரி பக்தி, பூஜை புனஸ்காரம் எல்லாத்துலயும் நம்பிக்கை கிடையாதுங்கறது உனக்குத் தெரியும்தானே?”

“நீங்க இப்படி நாத்திகம் பேசறதுனாலதான் உங்களுக்கு எந்த நல்லதும் நடக்க மாட்டேங்குது.”

ஜெயந்தியின் பேச்சில் மரங்கொத்தி ஒன்று மனசைக் கொத்தி, துண்டுச் சதையைக் கவ்வி விழுங்கிய மாதிரி ஒரு வலி அவருக்கு... மகளையே பெரிதாக வெறித்தார்.

“ஏம்மா... நாத்திகம் பேசறவங்களுக்கு நல்லது நடக்காதா? உன் முருகனுக்கு ஜால்ரா போட்டால்தான் நல்லது நடக்குமா? என்னம்மா பெரிய நல்லது? எனக்கு இனி இந்த உலகத்துல எந்த நல்லது நடந்து என்ன ஆகணும்? திறமையை மதிக்கிற உலகமாம்மா இது? இங்க சிபாரிசுக்கும் அதிர்ஷ்டத்துக்கும் தாம்மா காலம்.”

“ஸாரி டாட்... நீங்க ஒரு ஜீனியஸ்... சரித்திரத்துல உங்களுக்கு இருக்கற அறிவும் ஆற்றலும் இந்தத் தமிழ் நாட்டுல யாருக்குமே கிடையாது. நீங்க எழுதின புத்தகங்களைவிட நீங்களே ஒரு புத்தகம். இருந்தும் உங்களுக்குச் சரியான அங்கீகாரம் கிடைக்காமல் போன வருத்தத்துலதான் அப்படிச் சொன்னேன்... சரி வாங்க போவோம்” என்றபடி படி இறங்கத் தொடங்கினாள் அவள். அவர் பின் தொடர்ந்து இறங்க ஆரம்பித்தார்.

“டாட்! இந்தச் சூழ்நிலை பிரமாதம்... சுத்தமான காற்று. கண்ணுக்கு அழகான பசுமை... மொத்தத்துல உங்களோட இந்த ஏரியா செலக்‌ஷன் ரியலி சூப்பர்ப்...” பாராட்டியபடி பத்துப்படி கீழிறங்கி அவரைப் பார்த்து “ஆனா” என்று இழுத்தாள்.

“என்னம்மா ஆனா?”

“தென்காசி டவுன்ஷிப்ல ஒரு நல்ல பங்களாவை வாங்காம இப்படி ஊருக்கு வெளியே ஆளரவமே இல்லாத இடத்துல,

போயும் போயும் ஒரு பேய் வீட்டையா வாங்குவீங்க? என்னாலே அங்கே தங்கியிருக்க முடியாது... எனக்கு மெட்ராஸ்தான் சரிப்பட்டு வரும்... இதே அபிப்பிராயம்தான் தம்பி பாஸ்கருக்கும்."

"ஏய்... நீ கூடவா அந்த வீட்டைப்பத்தின கதைகளை நம்பறே? ஸ்டுப்பிட்! எல்லாம் ஹம்பக். என் பிள்ளை பாஸ்கரைப் பற்றி எனக்குத் தெரியும். உன்னை மாதிரி பயந்தாங்கொள்ளி இல்ல அவன்."

படிகளில் இறங்க இறங்க இருவரும் மாறி மாறித் தர்க்கித்தபடியே இருந்தனர். ஒருவழியாக அடிவாரத்தை எட்டிப் பிடித்து அன்னப்பட்சி போல் டினோபால் வெளுப்பில் நிற்கும் மாருதியை ஸ்டார்ட் செய்தாள் ஜெயந்தி

"இப்ப எங்கப்பா போறோம்? தற்காலிகமா தங்கியிருக்கற லாட்ஜிக்குத்தானே?"

லாவகமாக ஸ்டிரியங்கை வளைத்தபடி கேட்டாள். இதற்குள் ஒரு பள்ளத்தில அந்த மாருதி இறங்கி ஏறி, அவள் மார்பிரண்டையும் ஒரு உண்டியல் போல் லேசாகக் குலுக்கி மாராப்பை மறித்தபடி கிடக்கும் வழவழப்பான ஹைக்கூ புடவையைச் சரியவிட்டது.

"அம்மா. பார்த்தும்மா... நேரா நாம வாங்கியிருக்கற அந்தப் பழைய வீட்டுக்குப்போம்மா..."

"எதுக்குப்பா?"

"அந்த வீட்டைச் சீர்பண்ணச் சொல்லியிருக்கேம்மா. மாரிமுத்துங்கற கொத்தனார் இந்த நேரம் டிரெய்னெஜுக்காகக் குழி வெட்டிக்கிட்டிருப்பான்!"

* * *

பயத்தோடு மாரிமுத்து குழி வெட்டிக் கொண்டிருந்தான். அந்தப் பாழடைந்த வீட்டின் பின்புறம் ஏகாண்டமாய் வளாந்துவிட்ட வாதநாராயண மரத்துக்குக் கீழே மாட்டுத்

தொழுவம் போன்ற இடிந்த ஒரு கட்டட அமைப்புக்கு முன்னே மாரிமுத்துவின் கடப்பாரை மண்பிண்டங்களைக் கெல்லிக்கெல்லி எடுத்து... ஏறத்தாழ ஐந்தடி ஆழக்குழியைத் தோண்டி முடித்திருந்தது. மாரிமுத்துவோ மனத்துக்குள் முனீஸ்வரனிடம் மண்டியிட்டிருந்தான். “சாமி! வயிற்றுப் பொழப்புக்காக இதைச் செய்துக்கிட்டிருக்கேன். என்னைத் தண்டிச்சுடாதே...” என்ற முணுமுணுப்பு வேறு.

இந்தவேளை பார்த்துக் கடப்பாரை ‘டொப்’ என்று எதையோ தூர்த்தது போல சத்தமிட, ஒரு ஓட்டாஞ்சில் தெறித்து விழுந்தது. அது விழுந்த இடத்தில் பெரிதாக பானைபோல் ஒரு தோற்றம். தீவிரமாக ‘புதையலோ’ என்ற எண்ணத்தோடு மண்ணை விலக்க விலக்க... அந்தப் பானை வளைவு மகா பெரிதாகிக் கொண்டே போய், ஒரு குதிர்போல் காட்சியளித்தது. கடப்பாரை முனை தூர்த்த இடத்தை மேலும் தூர்த்து உள்ளே எட்டிப் பார்த்தான். அவனது சப்தநாடியும் நொறுங்கிப் போனது. பயத்தில் தொண்டையில் காற்றின் தேக்கம் அவனை மூச்சுத் திணறவிட்டு ஒருவழியாக அலறிவிட்டது. ஆச்சரியமாய் உள்ளே துளியும் கெடாத நிலையில் ஒரு பிரேதம்! தலையில் கறுப்புத் தொப்பியோடும் ஷெர்வானியைப் போன்ற உடையோடும்...!

* ——— *

2

அன்று...

அத்தனை பேரும் பிரமித்து நிற்க, அந்தப் புரவி வீரன் வந்த வேகத்தைப் போல பலமடங்கு வேகத்துடன் திரும்பிச் செல்லத் தொடங்கியிருந்தான். அவனைப் பிடிப்பது எளிதல்ல எனும்படியான வேகம்! அம்பலத்தேவர் அவனைக் கவனித்தார்.

அதுவரை எதுவும் பேசாமல் தேவருக்கு அருகாமையில் அமர்ந்து மீனாட்சியின் நாட்டியத்தை ரசித்துக் கொண்டிருந்த ராஜவிசுவாசமிக்க நாராயணப்பிள்ளை அவசரமாக எழுந்து சென்று அம்பலத்தேவரின் ஆசனத்தில் நிலைக்குத்தி நின்ற கட்டாரியைப் பிடுங்கி அந்த ஓலைச் சுருளைப் பிரித்து வாசிக்கத் தொடங்கினார். அவரின் புருவம் சுருங்கியது.

தேவர் அதைப் பார்த்துப் பதறியபடி முன்வந்தார்.

"பிள்ளையவர்களே... என்ன சேதி, யார் அவன்? எதற்காக இங்கு வந்து முறையின்றி இப்படிக் கட்டாரியை வீசிச் சென்றிருக்கிறான்?" கடூரமாக வினவினார்.

நாராயணப்பிள்ளை ஈனகரத்தோடு உதடு விரித்தர்.

"தேவரே... சற்றே மனத்தைத் திடப்படுத்திக் கொள்ளுங்கள்" என்று பீடிகை போட்டார். பிள்ளையவர்களின் பீடிகை செண்பகநாச்சியையும், மீனாட்சியையும்கூட அச்சப்பட வைத்தது.

கூட்டத்தில் சலசலப்பு.

திகுதிகுக்கும் தீப்பந்த ஒளியில் மீண்டும் ஒருமுறை நாராயணப்பிள்ளை அந்த ஓலைச்சுருளை வாசித்தார்.

"பிள்ளையவர்களே... அந்த ஓலையை இப்படித் தாருங்கள்..." தேவர் பாய்ந்து அதைப் பிடுங்கி வாசிக்க, அவரின் உடல் நடுங்கியது.

ராஜேந்திரன் என்னும் அந்த மெய்க்காவல் வீரன் கைவசம் நீண்ட வேல் சகிதம் நின்றபடி இதைப் பார்த்துத்தானும் அந்தச் செய்தியை அறிய ஆவல் மிகக் கொண்ட சமயம், செண்பகநாச்சி தன் கணவரின் அருகாமையில் சென்று அவரின் தீட்சண்ய விழிகளில் தீப்பிடித்து விட்டதைப் பார்த்து கலவரமடைந்தாள்.

"என்ன சேதி என்று நாங்கள் அறியலாமா?" என்று செண்பகநாச்சி கேவலுடன் கேட்க, தேவர் சிரம் விருட்டென்று திரும்பியது.

"இந்தக் காடகராயனின் கொடுமை எல்லை மீறிக் கொண்டே போகிறது!"

அந்தப் பெயரை கேட்ட மறுவிநாடி பேயறைந்தது போல் முகம் சிவந்தாள் செண்பகநாச்சி.

"நம் அருமை மகளைச் சிறைபிடிக்கப் போகிறானாம் அந்த காடகராயன்! சிறைபிடித்த மறுகணமே திருமணமும் முடிக்கப் போகிறானாம். எச்சரித்துவிட்டுப் போயிருக்கிறான் அவனது கூட்டத்தில் கலந்துகிடக்கும் நம் ஒற்றன் ஒருவன்...!"

"என்னது! வந்தவன் நமது ஒற்றனா?" நாராயணப் பிள்ளை ஆச்சரியத்துடன் உரக்கக் கேட்டார். அவரை மெல்லப் பேசும்படி சைகையில் உத்தரவிட்டார் தேவர். பெட்டிப் பாம்பாக அடங்கினார் பிள்ளை.

"மற்ற விஷயங்களை நாம் அரண்மனைக்குச் சென்று பேசிக்கொள்ளலாம். கிளம்புங்கள்" என்றபடி தேவர் அங்கிருந்து புறப்படும் சமயம், பட்டர் ஒருவர் பணிந்து வந்து முன் நின்றார்.

"என்ன விஷயம்?"

“தேவர் பெருமானுக்குப் பரிவட்ட உபசாரம் செய்ய நடராஜர் திருச்சந்திக்கு வரப் பிரார்த்திக்கிறோம்...”

“மன்னிக்க வேண்டும். தரிசிக்கும் மனநிலையில் நான் இல்லை...”

“தேவர் அப்படிக் கூறுவது அபசாரமாகும். குற்றால நாதன் அருள் இருந்தால் எவராலும் எதையும் என்றும் செய்தல் இயலும். மாவீரரான தாங்கள் அறியாததா? இன்று தங்கள் புதல்வியார் வேறு நடனமாடி நடராஜ மூர்த்தியை மகிழ்வித்திருக்கிறார். அவனது ஐந்து சபைகளிலும் இந்தச் சித்திர சபை மகோன்னதமானது. தட்டாது அவனருள் பெற அழைக்கின்றோம்...”

இதற்குமேல் பட்டரின் கூற்றைத் தட்டத் தேவரால் இயலவில்லை. பட்டரைப் பின்தொடர்ந்தார். ராஜேந்திரன் தன் வேலினால் இடவிசாலமளித்து, சக வீரர்களுடன் தேவருக்குப் பாதுகாப்பாகச் செல்ல, பட்டு சரசரக்கச் செண்பகநாச்சி உடன் விரைகிறாள். சதங்கை சப்திக்க இருவரின் ஊடே மீனாட்சியின் அன்னநடை.

ராஜேந்திரன் அந்தச் சலசலப்பான நிலையிலும் மீனாட்சியின் உருவத்தைத் தன் மனத்தில் எழுதிக் களித்துக் கொண்டிருந்தான்.

திகுதிகுக்கும் தீப்பந்த வீரர் வரிசை...

திமுதிமுக்கும் மத்தள ஓசை!

ஊடே தேவரின் ராஜநடை. சகலத்துக்கும் மத்தியில் தன்னை ரசனையோடு கண்காணிக்கும் ராஜேந்திரனின் கள்ளப் பார்வையை மீனாட்சியும் கவனித்தே வைத்திருந்தாள்.

ராஜேந்திரனால் உணர்ச்சிகளைக் கட்டுப்படுத்த இயலவில்லை என்பதை அவனது தவிப்பால் புரிந்தும் வைத்திருந்தாள். காடகரயன் என்னும் மலைக் கள்ளன் ஒருவன் மனிதப்பிறவிக்கே களங்கம் உண்டாக்கும் வழிப்பறிக் கூட்டத்தின் ரௌத்ரன் ஒருவன் தன்னைக் கைவசப்படுத்தி மணக்கப்போகும் எச்சரிக்கையால் ஏனோ அவள் மனம் பாதிக்கப்படவில்லை.

கன்னியர் வேட்டையில் அந்தப் பிராந்தியத்தையே கலக்கிக் கொண்டிருக்கும் காடகராயனின் பெயரைக் கேட்டாலே நடுங்கும் பெண் மக்கள் நடுவில் மீனாட்சியால் மட்டும் எப்படிச் சலனப்படாமல் இருக்க முடிகிறது என்பது மிகுந்த ஆச்சிரியத்துக்குரிய ஒன்றாகவும் இருந்தது.

இதற்குள் திருச்சந்நிதி வந்துவிட்டது. ஓதுவார்களின் தமிழிசைப் பாடல்கள் பிரகாரமெங்கும் ரீங்காரம் செய்து கொண்டிருந்தன. கர்ப்பக்கிரகம் முன்னால் கைகூப்பி நின்றார் தேவர். செண்பகநாச்சியும் சேர்ந்து கொண்டாள்.

'ஐயனே வல்லமை தா! சண்டாளர்களைச் சடுதியில் சாய்க்கும் வல்லமை... இந்த இயற்கை இசைபட ஆளும் வல்லமை...' — அவரது மனத்தில் பிரார்த்தனை எண்ணங்களின் ஊர்வலம்.

லேசாகத் திரும்பி மகளைப் பார்த்தார்.

'ஒரே மகள். சித்திரத்தில் எழுதிப் பார்த்துப் பின்னர் சென்னியிலே அதை நிரப்பி, தவத்துக்கான வரம் போல வந்துதித்த வண்ணமலர்!

என் பரம்பரையின் அன்புச் சொத்து.'

அரசாங்க பணியின் நிமித்தம் கூடல் மாநகர் சென்றிருந்த வேளையில் சொக்கனையும், அங்கயற்கண்ணியையும் வழிபட்ட சமயம். அதிலும் அங்கயற்கண்ணி திருச்சந்நிதியில் மெய்மறந்த சமயம் காதோரம் அந்தச் செய்தி வந்து சேர்ந்தது.

'தேவரே... தங்களுக்குத் திருக்குமாரி ஜனித்திருக்கிறாளாம்!'

புளகாங்கிதத்துடன் அக்கணமே, பிறந்திருப்பது இதே அங்கயற்கண்ணி என்றுணர்ந்து மீனாட்சி என்று திருநாமமிட்டு அழைக்கப்பெற்றவள் மீனாட்சி. அவளை இப்போது உற்றுப் பார்த்தபோது தேவரின் மனம் பூரித்தது.

'இந்த வாசமலரை அந்தக் காடகரயான் மனத்தில் நினைத்துக்கூடப் பார்க்கக் கூடாதே! என்ன திமிர்!

மணந்துகொள்ள விருப்பமாமே? சிறை பிடிப்பானாமே! அடேய் காடகராயா...' சந்நிதி என்றும் பாராமல் உணர்ச்சிவயப்பட்டார் தேவர்.

உள்ளே கற்பூர ஆரத்தி நிகழ்ந்து, அந்த ஆரத்திச் சுடரைப் பட்டர் ஏந்தி வர...கண்களில் ஒற்றிக் கொண்டார் தேவர். லேசாக விழிகள் கலங்கிவிட்டிருந்தன.

அதைத் தொடர்ந்து பரிவட்ட உபசாரங்கள் நிகழ்ந்தன. சுவாமியின் மாலை ஒன்றை மீனாட்சியின் கழுத்தில் சாற்ற பட்டர் முற்பட்டபோது அவரைத் தடுத்து நிறுத்தினார் தேவர்.

“பட்டரே...என்ன இது? என் மகளின் திருக்கழுத்தில் ஒரு மாவீரன்தான் மாலையிட வேண்டும்!”

பட்டர் பதறிப்போய் மாலையை மீனாட்சியின் கைகளில் தர, அவள் தந்தையை வியப்போடு பார்த்தாள். அவள் அதைப் பெரிதாகக் கருதியாகத் தெரியவில்லை. ஆனால் ஏனோ ராஜேந்திரன் பெரிதாகக் கருதினான்.

'வயதுமுதிர்ந்த பட்டர்பிரான் சம்பிரதாய நிமித்தம் செய்ய முனைந்த செயல்பாட்டுக்கே இந்தத் தடை என்றால் சாதாரண படைவீரனான தனக்கெல்லாம்...?' அவனால் கேள்வியின் பாரத்தைச் சுமக்கவே முடியவில்லை.

கச்சிதமாக இந்த இறுக்கமான வேளை மீனாட்சி அவனைப் பார்த்தாள். இதழ்க்கிடையில் சிநேகமாய் அவன் மட்டும் உணரும்படியாய் ஒரு சின்னப் புன்னகை வீசினாள். பள்ளத்தில் கிடந்தவன் எதிரே ஒரு கயிறாக அந்தப் புன்னகை சென்று விழுந்தது! அவன் காலடியில் உலகம் நழுவும் பிரமை!

பலத்த பாதுகாப்பான அந்தச் சூழலில் சந்நிதியின் பிரகார மண்டபத்தூண் ஒன்றன் பின்னால் சிவந்த விழிகளோடு ஒருவன்!

இன்று...

தாழிக்குள் பிரேதத்தைப் பார்த்த கொத்தனார் மாரிமுத்துவுக்கு விதிர்ப்பு ஏற்பட்டிருந்தது. காதோரமாய் வியர்வை கும்மாளமாய் ஒழுக ஆரம்பித்தது.

மிரண்டுபோய்ப் பின்னுக்கு வந்தான்.

'முனுதேவரே!' உதட்டில் உக்ரமான முணுமுணுப்பு. அப்படியே கடப்பாரையைக் கீழே போட்டுவிட்டுப் பின்னோக்கி நடந்தான்.

திறந்து கிடக்கும் வீட்டின் தாழ்வாரப் பிசுபிசுப்பில் கால்களைச் செலுத்தி ஒருவழியாக வாசல் பக்கம் வந்தான். சிதைந்த மதில் சுவரும், துருவேறிய கம்பிக் கிராதி கதவும் 'வா வா' என்றன.

"முனீஸ்வரா..." பயத்தைத் தவிர்க்க உக்ரமாகக் கத்திக்கொண்டே வேகமாகக் கதவை தாண்டிக் கப்பிச் சாலைக்கு வந்தான். சாலையோரமாய்க் கூட்டம் கூட்டமாய்த் தும்பைச் செடிகள். ஊடேஊடே ஊமத்தை. முள்ளுருண்டைக் காயோடு ஹெச்.எம்.வி-யின் கிராம போன் குழாய் போன்ற வெள்ளைப் பூவோடு ஓணான்கள் ஊடாட, காற்றிலாடிக் கொண்டிருந்தன.

பல அடி தூரம் வரை மேடும் பள்ளமுமானா பொட்டல். அதற்கு அப்பால் சோணாசலம் செட்டியாரின் கடலை வயல். வயலின் அந்தப் பக்க முடிலில் டிராக்டர் ஒன்று புல் கட்டோடு படபடவெனத் தென்காசிக்குச் செல்வது தெரிந்தது.

முதல் காரியமாக ஓடிப்போய்விட வேண்டும் என்று விரும்பி அவன் காலெடுத்த வேளை புழுதி பறக்க மாருதியைக் கப்பிச் சாலைக்குள் இறக்கியிருந்தாள் ஜெயந்தி.

'அப்பாடா...' அவர்களைப் பார்க்கவும் அவனுக்குத் துளி தெம்பு வந்தது.

பதட்டத்துடன் ஓட்டப்பந்தயக்காரனைப் போல் தென்படும் மாரிமுத்துவை, மாருதிக்குள் இருந்த ராம்நாத் ஆச்சரியமாய்

பார்த்து ஆயாசிக்க, அவனை உரசியபடி காரை நிறுத்தினாள் ஜெயந்தி.

"என்னய்யா இங்க நின்னுக்கிட்டிருக்கே?" ஆர்வமாகக் கேட்டார்.

"இன்னும் எப்படி இங்க இருக்கேன்னு கேளுங்க?" அவன் குரலில் தந்திக்கட்டைகளின் கடகடப்பு.

"என்னய்யா சொல்றே?"

"வீட்டுக்குள்ள போய்ப் பாருங்க தெரியும்!"

"ஏன், நீ வரமாட்டியா?" அவர் கேள்வியோடு காரைவிட்டு இறங்கினார். அவன் அவரைக் கெஞ்சலாகப் பார்த்தான்.

"சார், என்னை விட்டுருங்க... உங்க பேச்சைக் கேட்டு ஒரு தைரியத்தோடதான் இந்த வீட்டுக்கு வேலை பார்க்க வந்தேன். என் கூட்டாளிங்க யாரும் வரமாட்டேன்னுட்டாங்க. 'நீ ஒருநாள் அங்கே போய் வேலை பார்த்துட்டு முழுசா திரும்பி வா. மறுநாள்ல இருந்து வர்றோம்'னாங்க. சரின்னு கிளம்பி வந்து சாமியைக் கும்பிட்டுக்கிட்டே வேலை பார்த்தும் பலனில்லாம போயிடுச்சுங்க..."

"நீ இப்படி வளவளன்னு பேசாம விஷயத்துக்கு வா... என்ன நடந்தது?" ராம்நாத் கேட்கவும்,

"நீங்களே வந்துபாருங்க" என்று அவன் கம்பிக் கிராதி கேட்டைக் கடந்து திரும்பித் திரும்பிப் பார்த்தபடி உள்ளே நடந்தான்.

ஜெயந்தியும் காரைவிட்டு இறங்கி சூழ்நிலையை அளந்தபடி ராம்நாத்தோடு பின்தொடர்ந்தாள். வாதாமரத்தில் இருந்த ஆந்தையைப் பார்த்துப் திடுக்கிட்டு அப்பாவை நெருக்கமாகச் சமீபித்து நடந்தாள்.

தரை பிசுபிசுப்பில் அவளது ஹை-ஹீல்கள் அச்சுப் போட்டன! வீட்டை அநாவசியமாகச் சுற்றாமல் நேராகப் பின்பக்கக் கொல்லைப் புறத்தை எட்டினர்.

வாதநாராயண மரம் இலைகளைத் தூவிஷ தரைப்பரப்பை வெகுவாக மூடியிருக்க, அந்தச் சருகு இலைகளில் காற்றின் கொஞ்சல் சப்தம்.

அதன் நிழல் புரளும் இடத்தில் தொழுவக் கட்டடம் முன்னால் தோண்டப்பட்ட குழி. அதில் மண் கவளங்களின் ஒட்டுதலோடு பெரிதான தாழி. அதன் வயிற்றுப் பகுதி குண்டடிப்பட்டுச் சிலுங்கிப் போனதுபோல் கடப்பாரைமுனை பட்டு உடைந்து தெரிய, அதை நோக்கி மாரிமுத்து மிரட்சியோடு ஆள்காட்டி விரலை நீட்டினான்.

அதுவழியாக உள்ளே பார்த்து ராம்நாத்துக்குத் திகைப்பு. ஜெயந்தியைத் திரும்பிப் பார்த்தார்.

"என்னப்பா?"ஜெயந்தியின் குரலில் ஈனகரம்.

"ஏதோ டெட் பாடியம்மா!"

"டெட் பாடியா?!"

"ஆமாம்மா... எனக்கு ஒண்ணும் புரியலை."

"இந்த வீடு லாயக்குப் படாதுன்னு எவ்வளவு பேர் சொன்னாங்க. கேட்டீங்களா? இப்பப் பாருங்க... என்னப்பா பண்றது?"

ஜெயந்தியின் இடிப்பைத் தொடர்ந்து மாரிமுத்து பக்கம் திரும்பினார் ராம்நாத்.

"யோவ் எப்படிய்யா இங்க வந்துச்சு இந்தப் பொணம்? பக்குவமாத் தாழிக்குள்ள போட்டு அத்தோடயே புதைச்சிருக்காங்க. எவனாவது கொலை பண்ணிட்டு இப்படிச் செய்துட்டானா?"

"அப்படித் தெரியலை சாமி!"பட்டென்று பதில் மாரிமுத்துவிடம்.

"எதை வெச்சுய்யா அப்படித் தெரியலேங்கறே?"

"சமீபமா புதைச்சிருந்தாங்கன்னா எனக்குத் தோண்ட ரொம்ப சுலபமா இருந்திருக்கும் ஆனா, தரை ரொம்ப இறுக்கமா இருந்திச்சு. அதோட கொலை செய்தவங்க உடம்பை மண்ணு தின்னு அழிஞ்சு போவட்டும்னு குழியிலதான் புதைப்பாங்க. ஒரு

தாழியை எடுத்து அதுக்குள்ற போட்டு இப்படிப் பக்குவமா ஆதிவாசிங்க மாதிரியா பொதைப்பாங்க?"

அவன் பேச்சில் தொனித்த லாஜிக்கில் ராம்நாத்துக்குள் ஒரு புது மின்னல். நெடுநேரம் எதுவும் பேசாமல் யோசித்தார். மாரிமுத்து இருவரையும் மாறி மாறி வெறித்துவிட்டுக் கேட்டான்.

"இப்படி வாயே திறக்காம இருந்தா எப்படி சார்?"

ராம்நாத் அவன் கேள்வியைத் தொடர்ந்து திரும்பவும் அந்தப் பிரேதத்தை உற்றுப் பார்க்க ஆரம்பித்தார். நன்றாகப் பார்க்கத் தோதாகத் தாழி துவாரத்தைக் கடப்பாரையால் மேலும் பெரிதாக்கினார்.

அதன் ஆடை அமைப்பு தற்கால ஆடைத் தையல் அமைப்புக்குத் துளியும் பொருந்தாமல் கைத்தையலாய்த் தெரிய, தலைக்குல்லாயும் வெளிர் கறுப்புக்கு உருமாறி விட்டிருந்தது. தொட்டால் சரிந்துவிடும் தினுசில் தாழியின் அடிப்பரப்பில் காலை நீட்டி அமர்ந்த நிலை.

உடம்பு ஏகத்துக்கும் சுருங்கியிருந்தது. நீட்டிப் படுக்க வைத்தால் மூன்றடி உயரம்கூடத் தேறாது போல் தோன்றியது. கைவிரல்கள் எலும்போடு கூடி ஒட்டிப்போய், ஏதோ மருந்து தடவப்பட்டது போல் திட்டுத்திட்டாக களிம்பு மேலே தெரிந்தது.

ஊன்றிப் பார்த்தார் ராம்நாத். லேசாக ஒருவித புதுநெடி கமழத் தொடங்கியது. மூவருமே மூக்கைச் சிந்தினர்.

ராம்நாத்தின் விழிகளில் மெர்க்குரி வெளிச்சம் மெல்ல டெவலப் ஆவது போன்ற ஒரு பரவசம்.

"ஜெயந்தி...இது இந்த நூற்றாண்டு மனுஷனோட பிரேதமில்லம்மா..." என்றபடி அவள் பக்கம் திரும்பினார்.

"என்னப்பா சொல்றீங்க?"

"ஆமாம்மா... எகிப்து பக்கம் இப்பவும் பல வருடன்களுக்கு முன் இறந்து போனவர்களின் இந்த மம்மி ரொம்ப ஃபேமஸ்.

இந்தியாவுல இந்த மாதிரி பாடி கிடைச்சுதா நான் கேள்விப்பட்டதே இல்லை. ஆனா, இப்ப கிடைச்சிருக்கு. அதுவும் ஒரு ஆர்க்கியலாஜி ஆர்வமுள்ள வரலாற்று புரொபசரான எனக்கே இது கிடைச்சது ஒரு ஆச்சரியமான விஷயம்" என்றபடி துளியும் பயமின்றி அந்த உடலின் மிக அருகாமைக்கு சென்று உற்றுப் பார்த்தார்.

கழுத்தில் ஓர் அபூர்வ ருத்திராட்ச மாலை. இடுப்பில் தளர்ந்து கிடக்கும் தோல் பெல்ட், முழுக்கை வரை மூடிய ஆடை லேசாக மேலே தூக்கிய நிலையில் தெரிய, இடது கையின் மணிக்கட்டில் ரசமணி பொருந்திய கயிறு. அந்த இடத்தில் பச்சை குத்தினது போல் ஏதோ ஒரு எழுத்து, ஆடையைப் பதவிசாகத் தூக்கிவிட்டு அந்தக் கைப்பரப்பைப் பார்த்தபோது ஜம்னாலால் என்கிற இந்தி எழுத்துக்கள் முழுவதாகத் தெரிந்தன!

வடக்கே பம்பாயில் சில காலம் புரொபசராகப் பணியாற்றிய அனுபவத்தில் கைவரப்பெற்றிருந்த இந்தி ஞானம் ராம்நாத்துக்கு மிக உதவியது.

வலது கையையும் பக்குவமாக ஆடையை விலக்கிப் பார்த்தபோது ஒரு விரலில் – கழன்றுவிழும் நிலையிலுள்ள அந்த வைரமோதிரம் சூரியக்கதிர் பட்டு ஒரு ஒளி மின்னலைச் சடாரென்று வெட்டியது.

* ——— *

3

அன்று...

அவன் விழிச்சிவப்பில் கோபத்தின் காய்ச்சல்.

தலைக்குப் பாகை அணிந்து முகத்தில் மீசை வரை அந்தப் பாகையின் எஞ்சிய பகுதியால் மறைத்துக் கொண்டிருந்தான். லேசாக அது விலகியபோது கன்னத்தில் ஒரு கத்தி கிழித்த தழும்பு!

பரந்த மைதானம் போன்ற திறந்த மார்பு. மலை முகட்டைப்போல் அதில் மேடுபள்ளங்கள். உருக்கி வார்த்த உருக்கு வார்ப்படம் போல் தென்பட்ட அவனது புஜப்பரப்பில் ஒரு சிங்கத்தையே கட்டி அணைத்துப் புரண்டவன் அவன் என்பதற்குச் சாட்சியாக வீரத் தழும்புகள்.

ஆறடிக்குக் குறைவில்லாத உயரம்.

கடூரம் ஒன்று மனிதனாகிவிட்ட மாதிரியான தோற்றம்.

அதுவே அவன்தான் காடகராயன் என்பதைச் சொல்லாமல் சொன்னது.

ஏதோ ஒரு தருணத்துக்காக அவன் காத்திருக்கின்ற மாதிரி தோன்றியது. ஓசைப்படாமல் காரியத்தைச் சாதிக்க வந்த இடத்தில் தனது வீரன் ஒருவனே புயலென வந்து... கட்டாரி எறிந்து தேவருக்கு முன்னெச்சரிக்கை செய்த அதிர்ச்சி அவனுள் அலைமோதிக் கொண்டிருந்தது!

'துரோகி... என்னுடனே இருந்துகொண்டு எனக்கே துரோகமா? வந்து உன்னைக் கவனித்துக் கொள்கிறேன்' என்கிற கொக்கரிப்பு அவனிடம்.

'யார் என்ன எச்சரித்தாலும் மீனாட்சியை நான் இன்று கவர்ந்து செல்லாமல் விடமாட்டேன்...' என்கிற சபத உணர்வில் இருந்தான் காடகராயன்.

முன்வைத்த காலைப் பின்வைக்காத அவன் வீரத்தில் அஷ்ட திக்குகளுமே அலறிப் புடைக்கும் என்றால் அதைக் கேட்கவா வேண்டும். மீனாட்சியைப் பார்க்கும் முன் வரை கிடைத்த பெண்களை எல்லாம் பெண்டாடியவன், மீனாட்சியைப் பார்த்த விநாடியே மாறிவிட்டான். கல்நெஞ்சில் காதலின் கசிவு. மெல்லக் கசிந்த அந்த ஈரம் ஓர் ஊற்றுக் கீற்றைப் போல் பீறிடவே தொடங்கிவிட்டது.

கவர்ந்து சென்று கைப்பிடித்தால்தான் ஆயிற்று.

தூக்கிலேற்றி மகிழ அம்பலத்தேவர் உட்பட, சகல பாளையத்தாரும் அவனுக்கு வலை விரித்திருக்கும் தருணத்தில் பெண் கேட்டு மாப்பிள்ளையாக எந்த யோக்கியதையில் செல்ல?

கூட்டத்தவரோடு புரிந்த வழிப்பறிகளில் பெட்டி பெட்டியாகப் பொன்னை நிரப்பிக் கொண்டாகிவிட்டது. அதற்குத் துளியும் குறையாத அவப்பெயர் அல்லவா நாடெங்கும் நிரம்பியிருக்கிறது!

எவ்வளவோ கள்வர் கூட்டங்கள்!

அதென்னவொ காடகராயன் என்றால் அநேகரக்கு உயிர்மூச்சே உபத்திரவமாகிவிடுகிறது.

அந்தக் காடகராயன் இதோ தயாராகி விட்டான். மெல்லக் கூட்டத்தின் ஊடே நுழைகிறான்.

தேவர் தன் சகதர்மிணி சகிதம் மீனாட்சியோடு தனது கோச்சு வண்டியை நோக்கி நடையிடத் தொடங்குகிறார். முன்னும் பின்னுமாக நாலும் நாலுமாக எட்டு வீரர்கள். பாதையில் பகலுக்கு நிகரான நிலவின் ஒளி!

பின்னால் ஒரு கோச்சு. அதில் நாராயணப்பிள்ளை உட்பட முக்கியஸ்தர்கள் ஏறிக்கொள்ள, குதிரைகளின் குதிதாளம் தொடருகிறது.

மீனாட்சிக்கும், செண்பகநாச்சிக்கும் விசேஷமான கோச்சு, அதற்குக் காவலாக வரும்படி அதிகப்படியாகச் சில வீரர்களை பார்வையாலேயே பணிக்கிறார் தேவர். அவர்களில் ராஜேந்திரனும் அடங்கியதில் அவனது ஊனில் தேன் துளி ஒன்றுபட்டது போன்ற இன்பம்.

மெல்லிய திரைச்சீலைக்குள் தெரியும் மீனாட்சியைப் பின்தொடரும் ஆபத்து ஒன்றைப் பற்றித் துளியும் அறியாதவனாக அடிக்கொரு பார்வை அவளை பார்த்து ரசித்தபடி குதிரைமேல் தன் பயணம் தொடர்கிறான் ராஜேந்திரன்.

அவனது குதிரையேற்றத்திலும் ஒரு கம்பீரம் இருக்கத்தான் செய்கிறது. அந்த அஷ்டமங்கலப் புரவிகூட அவனுக்கு மிகவும் கட்டுப்பட்ட தினுசில் அவன் கட்டளைகளுக்கு ஏற்பச் செயல்பட்டுக் கொண்டிருக்கிறது!

மீனாட்சி அதை ரசித்தபடி உட்கார்ந்து கொண்டிருக்கிறாள். முன்புறமாக அமர்ந்திருக்கும் ராஜேந்திரனின் மாமாவான அந்த முதிய கோச்சு ஓட்டியிடம் ஒருவகைப் பொய்க் கோபத்தோடு கேட்டும் விடுகிறாள்.

“ஆமாம்...யார் அது புதிதாக...? சதா என்னை வெறித்துக் கொண்டு?”

அதைக் கேட்டு செண்பநாச்சி திரைச்சீலை விலக்கி ராஜேந்திரனைப் பார்க்க... அந்த முதிய கோச்சு ஓட்டி பதறிப் போகிறார்.

“புதிய வீரன் இளவரசி. என் தமக்கை மகன்! மிக நல்லவன்.”

“நல்லவன் ஏன் வெறிக்கிறான்?”

“அது வந்து...” முதியவரிடம் பதறல் தொடர்கிறது. நிலவொளியோடு கலந்து வீசும் குற்றாலத் தென்றலின் குளுமை திடும்மென்று வெப்பமாகிவிட்ட மாதிரி படுகிறது அவருக்கு.

கோச்சின் போக்கில்கூட வேகம் குறைந்த தேக்கம். முன்னால் ஒரு நூறு அடிக்கு அப்பால் தேவரின் கோச்சு புழுதி கிளம்பியபடி சென்று கொண்டிருக்க, அந்த பாதையின் சாலையோர மரக்கூட்டம் ஒன்றின் பின்னாலிருந்து ஒரு புரவி மேல் திடும்மென்று தென்பட்டான் காடகராயன்! கைவசம் அதிசயமாகத் துப்பாக்கி!

கணத்தில் அதைத் துல்லியமாக இயக்க, ராஜேந்திரனும் மற்ற வீரர்களும் அடிபட்டுத் துள்ளிக் கீழ் விழ, புரவியோடு கோச்சை நெருங்குகிறான் அவன்.

சத்தம் எதிரொலித்து முன்னால் செல்லும் தேவரின் கோச்சையும் பின்னால் வரும் கோச்சையும் சிலிர்க்கவிட,திரைச்சீலையை விலக்கி மீனாட்சியைப் பற்றி வெளியே இழுத்தான் காடகராயன். மீனாட்சியின் எதிர்ப்பை மீறித் தன்மடி மேல் அவளை அள்ளிப் போட்டபடி அடர்ந்த மரக்கூட்டத்துக்குள் திரும்ப, இடக்கரத்தில் குண்டுபட்டு கீழே ரத்த ஒழுக்குடன் விழுந்து கிடந்த ராஜேந்திரனுக்கு எல்லாமே பேரதிர்ச்சியாக இருந்தது.

அருகாமையில் குண்டு சத்தம் கேட்டு மிரண்ட புரவிகளின் தேம்பலான துள்ளல் வேறு.

கோச்சின் மேல் அந்த முதிய கோச்சு ஓட்டியும் ராஜேந்திரனின் மாமனுமான அந்த மனிதன் மார்பில் குண்டுபட்டு சுவாசம் நீக்கியிருந்தார்.

செண்பகநாச்சி அலறத் தொடங்கினாள்.

நாராயணப்பிள்ளை ஏறிவந்த கோச்சு இதற்குள் அவர்களைச் சமீபிக்க பிள்ளையின் பார்வை எதிரேயே காடகராயன் புரவி காட்டுக்குள் அதி திமிறலாக ஓடுவது தெரிந்தது.

பிள்ளை பாத நரம்பு அறுந்ததுபோல் விடைத்து நிற்க... தேவரின் கோச்சும் திரும்பி வந்து அதைப் பார்த்து நெஞ்சு பதறிக் கொண்டிருந்தது.

“தேவரே... மோசம் போய்விட்டோம்”– பதறினார் பிள்ளை.

"ஐயோ என் மகள்!" – மயங்கி விழத் தொடங்கினாள் செண்பகநாச்சி.

நாலு திக்கும் விழுந்து கிடக்கும் வீரர்களைத் தேவர் ஒரு புழுவைப் போல் பார்க்க அவர்களில் பலருக்கு உயிரில்லை.

தேவரின் பார்வை வெப்பம் தாளாமல் ரத்தம் ஒழுக நிமிர்ந்தான் ராஜேந்திரன். தன் புரவியைச் சுண்டி, மிகுந்த சிரமத்தோடு அதன் மேல் ஏறினான்.

"தேவர் பெருமானே...வந்தால் தங்கள் திருமகளோடு வருவேன். அன்றேல் என் சடலம் மட்டுமே வரும்" என்றவனாகத் தன் மிதியடிக் கால்களைப் புரவியின் பின்னந்தொடை மேல் மோத, அது காடகராயன் போன பாதையில் பாயத் தொடங்கியது.

காற்றைச் சண்டைக்கு இழுக்கும் வேகம்...!

இன்று...

அந்த வெளிச்சம் கண்ணைப் பிறாண்டியது போல் மூவரையும் திகைக்கவிட, ராம்நாத் அந்த மோதிரத்தை ஒருவிதப் பயத்தோடு பார்த்தார்.

"என்னப்பா இது இப்படி ஜொலிக்குது?" கேட்டுக் கொண்டே ஜெயந்தியும் சற்றுப் பயம் நீங்கியவளாகக் குனியவும் 'ஜம்னாலால்' எனும் அந்த இந்தி எழுத்துக்கள் அவள் பார்வையில் பட்டன.

"ஜம்னாலால்..." ஒரு முறை உரக்க உச்சரித்தான்.

"ஆமாம்மா...இந்த பிரேதத்துக்குரிய நபர் பேரு ஜம்னாலால்" என்ற ராம்நாத், பார்வையாலேயே மாரிமுத்துவை அழைத்தார்.

"என்ன சார்?"அவன் நெருங்கி வந்தான்.

"இந்தத் தாழியை உடையாம அப்படியே வெளியே எடுப்போம் வா..."

"வேண்டாம் சார்...பொதைச்சு பொணத்தை வெளிய எடுத்தா செத்தவன் ஆவி சும்மா விடாதுன்னு சொல்வாங்க."

“மடையா... செத்தவன் இந்நேரம் ஏழு பிறவி எடுத்திருப்பான். ஆவியாம் ஆவி! இது எந்தக் காலத்து உடம்புன்னே தெரியலை. அபூர்வமான விஷயம்யா இது. எதையாவது உளறாம சொல்றதைக் கேளு...”

அவர் அதட்டவும் அவன் குழியில் இறங்கினான். மேலும் தோண்டிக் குழியை விட்டுத் தாழியைத் துண்டித்தான். பின் இருவரும் பக்குவமாகத் தொட்டு தூக்கி வெளியே எடுத்து வைத்தனர்.

இப்போது பிரேதத்தில் லேசாக ஈரம் பாரிக்கத் தொடங்கியிருந்தது. ஏக வருடங்களுக்கு பிறகு காற்றைச் சந்திப்பதால் நிகழும் மாறுதலோ எனும்படியான மாற்றம்.

தாழியைக் கீழே வைக்க சரிக்கும் போது உடம்பும் சரிந்தது... முதல் தடவையாக உடம்பின் பகுதிகள் தாழிப்பரப்பில் நகர்ந்து மோதவும் நெற்றித்தோல் வழண்டது போல் பிய்த்து போய்த் தொங்கத் தொடங்கியது. பதறின ராம்நாத்துக்கு உடனேயே புரிந்துவிட்டது.

“அம்மா... உடம்பு கொஞ்சம் அசந்தாலும் கூழாயிடற நிலையில் இருக்கு. உடனடியா பாதுகாப்பா வைக்க ஏற்பாடு பண்ணனும். உடம்பு முழுக்கப் பச்சிலை பூசியிருக்காங்க தெரியுதா?”

ஜெயந்தி ஆமோதிப்பதாய் ‘உம்’ கொட்டினாள். அந்த உடலையே உற்றுப் பார்த்துக் கொண்டிருந்தாள். பயம் பாதி, ஆர்வம் பாதி என்று கவலையான உணர்வுகள் கண்களில் தெரிந்தன. காற்றின் இனிமையை உணர்ந்து சிலிர்ப்படையும் அவள் தேகத்தில் லேசான வியர்வைப் பூக்கள்.

மொத்தத்தில் அரைமணியில் சகலமும் தலைகீழாக மாறிவிட்டது போல் தோன்றியது. அப்போது பார்த்து சரிந்த சடலத்தின் பக்கத்தில் துருத்திக் கொண்டு ஏதோ ஒன்று தெரிந்தது.

“அப்பா அங்க பாருங்க”ஜெயந்தி கைகாட்டவும், ராம்நாத்தும் அதைப் பார்த்துவிட்டுத் துருத்திக் கொண்டு தெரிந்ததை

வெளியே இழுக்க, தோல் பை போல் ஒன்று கைக்கு வந்தது. கையின் பிடிப்பு தாளாமல் நரநரவென்று பொலபொலத்து அதன் பகுதிகள் கொட்டத் தொடங்கின. உடனேயே பதவிசாகப் பக்குவமாக அதன் வாயைத் திறந்தார். குப்பென்ற மூலிகை வாசம் மூக்கைத் தாக்கியது. ஒரு விநாடி மயக்கம் வரும் போல் ஒரு அசதி தோன்றியது. சுதாரிக்கப் பெரிதும் சிரமப்பட்டவர் கையை உள்ளே விடவும் சரசர வென்று சத்தம்.

பொடிந்துபோன மூலிகைத் தூள் கைகளில் குழறியது. கூடவே ஓலைபோல் ஏதோ ஒன்று நிரடியது. வெளியே எடுத்தபோது பற்றி இழுத்த பகுதிகள் அப்படியே பொடிந்து போக, பொடியாத ஓலைப்பகுதியில் இந்தியில் ஏதோ எழுத்துக்கள்.

ஊன்றிப் பார்த்தார். அதன் பொருள் மனத்தில் தமிழில் அப்படியே மறுபதிவாகத் தொடங்கியது.

'மகா ஸ்ரீ பிதாஜி!

பாத கமலத்தில் ரத்தன்லாலின் பணிவான...' அதன் பிந்தைய எழுத்துக்கள் பொடிந்துவிட்டிருந்தன. திரும்பவும் அடுத்த வரி அரைகுறையாகத் தெரிந்தது. 'திருவிதாங்கூரில் வைர வியாபாரம் கனஜோராக நடக்க உள்ளது. உங்கள் அருமை மிக...'

“சை...” சலித்துக் கொண்டார் ராம்நாத்.

“என்னப்பா எழுதியிருக்கு...?” ஜெயந்தியின் கேள்விக்குப் பதில் சொல்லாமல் தொடர்ந்து படிக்க ஆரம்பித்தார்.

'ராஜேந்திர தேவனையும், மீனாட்சியையும் நமது வீட்டுக்கு அதாவது புனாவுக்கு விருந்துக்கு...' அதன் பிறகு சொற்கள் இல்லை. அடுத்த ஓலையைப் படிக்கும் பதட்டத்தில் மடமடவென்று தொட்டவர் அது பொடிப்பொடியாகிப் போன அழிவில் தன்னையே நொந்து கொண்டார்.

மாரிமுத்துவுக்கு எல்லாமே அதிசயமாக இருந்தது. தலையைச் சொறிந்தபடி அனைத்தையும் வேடிக்கை பார்த்தவனின் காதுகளில் ராம்நாத்தின் அந்தக் கடைசிச் சொற்கள் பாய்ந்தபோது நிமிர்ந்தான்.

“அடடா... கவனமா பார்க்க வேண்டிய விஷயத்தை அவசரப்பட்டுக் கெடுத்துட்டேன்” என்று சலித்துக் கொண்டார்.

மாரிமுத்து இடை வெட்டினான்:

“சார், ராஜேந்திர தேவன் மீனாட்சின்னு என்னவோ படிச்சீங்களே...?” – கேட்டான்.

“ஆமா... அதுல எழுதியிருந்ததைப் படிச்சேன்...”

“அவங்களைப்பத்தி நான் கேள்விப்பட்டிருக்கேன் சார். ரெண்டு பேரும் லைலா-மஜ்னு, அம்பிகாபதி-அமராவதி மாதிரி இணைபிரியாத காதலர்கள். அதுமட்டுமல்ல. அவங்க என்ன ஆனாங்க. எப்படிச் செத்தாங்கன்னே யாருக்கும் தெரியாது. அது ஒரு பெரிய கதை சார்...!”

“நிஜமாவா? நீ சொல்றது எப்ப நடந்த கதை?”

“அதெல்லாம் தெரியாது. தலைமுறை தலைமுறையா இவங்க கதை எங்க ஊர்ல பிரசித்தம். மீனாட்சி இந்த ஊர்ப் பொண்ணு. அவங்கப்பா அப்ப பெரிய ராஜா. பாளையங்காரர்னு சொல்வோம். அந்த ராஜோவோட படையில சாதாரண காவல் வீரன் ராஜேந்திர வல்லான். அவனை அவ லவ் பண்ணினா. அது அவங்க அப்பாவுக்குப் பிடிக்கலை. அதானல ராஜேந்திரனை அவர் இந்த மலைமேல ஒரு மரத்துல நிர்வாணமா கட்டிப் போட்டுச் சூடுபோட்டுச் சித்ரவதை பண்ணினாராம். மீனாட்சி வந்து தடுத்து, ராஜேந்திரனோட ஓடிட்டதா சொல்வாங்க. எனக்குச் சரியா தெரியாது. ஆனா, ஒரு விஷயம் நல்லா தெரியும்...”

“என்ன?”

“இந்த மலை மேல எங்கேயோ ஒரு இடத்துல பல கோடி மதிப்பு பெறும் வைரங்கள் உள்ள பெட்டி இருக்கறதா சொல்வாங்க. அது நிஜமா பொய்யான்னு எனக்குத் தெரியாது. நிறைய பேர் அந்தப் பெட்டியைத் தேடிப் போய் உயிரோட திரும்பினதில்லை. அதுமட்டும் நல்லா தெரியும்...”

“வைரப் பெட்டிக்கும் இந்த ராஜேந்திரன்-மீனாட்சி காதல் கதைக்கும் என்னய்யா சம்பந்தம்?”

“இருக்கு சார்...ஒரு வடநாட்டன். ஒண்ணா நம்பர் வைர வியாபாரி அவன்! அவன் இவங்க காதலுக்குப் பயங்கர ஹெல்ப்பாம். அவனோடதுதான் அந்தப் பெட்டி...”

மாரிமுத்துவின் விளக்கம் ராம்நாத்தை லேசாகக் குழப்பியது. ‘இவன் ஏதோ ஒரு சரித்திரத்தின் நிஜங்களைத் தன் பாணியில் துண்டு துண்டாகக் கூறுகிறான். ஆனால், முழுமையான அதன் பின்புலம் வேறு.

மொத்தத்தில் ஆராய வேண்டிய ஒரு அதிசயமும் அவசியமும் இங்கே இருக்கிறது.’

அந்தச் சரித்திரப் பேராசிரியரின் முகம் புது ஒளி பெற்று எதையோ சாதிக்கப் போகிற பாவனையைக் காட்டியது. அந்தப் பாவனை கலையாமல் பிரேதத்தைப் பார்த்தார். இந்தச் சரீரமே மாரிமுத்து சொன்ன வைர வியாபாரியின் சடலமாக ஏன் இருக்கக்கூடாது? ஜம்னாலால் என்கிற பெயரும் வடநாட்டுப் பெயர்! கேள்விக்குள் நுழைந்தவர் குனிந்து அந்த மோதிரத்தை விரலில் இருந்து மெல்ல எடுத்து ஒளியில் வைத்துப் பார்த்தார்.

மின்னல் கண்ணைத் தாக்கிய மாதிரி ஒரு ஜொலிப்பு! மாரிமுத்துவும் எட்டிப் பார்த்துவிட்டு வாய் பிளந்தான். “மலை அடிவாரத்துலேயே உங்களுக்கு இந்த வைர மோதிரம் கிடைச்சிருக்கறதைப் பார்த்தா, மலைமேலகூட வைரங்கள் இருக்குங்கறதை நம்பாம இருக்கமுடியலை சார். எவ்வளவு விலை சார் போகும் இது?” – தன் பிச்சைக்காரப் புத்தியை இறுதியாகக் காட்டி ராம்நாத்தை ஆசையாகப் பார்த்தான்.

ராம்நாத்துக்கு எச்சரிக்கைப் பூச்சிகளின் நெளிசல்.

* ——— *

4

அன்று...

ராஜேந்திரன் வீரமாகப் பேசிவிட்டுக் குதிரையில் ஒரு மின்னலைப் போல் காடகராயனைப் பின்தொடர்ந்தது கண்டு அதிர்ச்சியும், ஆச்சரியமும் அடைந்தார் அம்பலத்தேவர், அவரது அருமைப் பத்தினி கண்ணீரோடு அவரை நெருக்கினாள்.

“எத்தனை அடாத செயல்... அந்தச் சண்டாளனைப் பின் தொடர்ந்து சென்று வளைக்க இந்த மண்ணில் ஒரே ஒரு வீரன்தான் இருக்கிறானா?”

“அவனாவது செத்து விழாமல் உயிரோடு இருக்கிறானே!” நாராயணப்பிள்ளையிடம் இருந்து கவலை ததும்பும் பதில் வந்தது. உடனேயே தேவரின் பார்வை அவரைச் சுட்டது.

“மன்னிக்க வேண்டும் தேவரே... தவறு நம் மீதுதான் உள்ளது! எச்சரிக்கை ஓலையைப் படித்தும், போதிய பாதுகாப்பின்றி நாம் இப்படி வந்து இளவரசியை நழுவவிட்டது நம் குற்றம் தான். இதில் காடகராயனை எண்ணிப் பொருமுதல் இயலாமையான ஒன்று...”

இரவின் பிடியில், நிலவொழுக்கில், மரங்களை நீவி வரும் தென்றலின் நடுவிலும் நாராயணப்பிள்ளை பேசிய பேச்சு தேவரை வெம்மையில் தூக்கிப்போட்டது!

பெருமூச்சு உஷ்ணம் மீசை முடிகளைப் பொசுக்கும் போல் தோன்றியது. கோச்சுக் குதிரைகள் கனைத்துக் கழுத்து

மணிகளைச் சப்திக்கவிட்டு அவர் கவனத்தைத் திருப்பப் பார்த்தன. பாதையோரமாகக் குண்டுபட்டுக் கிடக்கும் வீரர்களின் சடலங்கள் 'வா வா' என்றன.

"எல்லாம் புதிதாக நுழைந்திருக்கும் வெள்ளையர் கலாசாரத்தின் எதிரொலி. துப்பாக்கி என்ற சொல்லே நமக்குப் புதிதல்லவா? பீரங்கிகளோடு வந்து நம்மை வளைக்கத் துடிக்கும் வெள்ளையரின் அந்த ஆயுதம் இந்தக் கொடும்பாவி காடகராயனின் கைக்கு எப்படி வந்தது என்பதுதான் தெரியவில்லை... அதையும் அவர்களிடம் இருந்து கொள்ளையடித்தானோ என்னவோ?"

"பிள்ளை அவர்களே... மீனாட்சியை மீட்க காடகராயனைப் பின்தொடர்ந்த அந்த வீரன் யார்?"

"இதோ இப்போது உயிர் துறந்து கிடக்கும் இந்தக் கிழட்டு கோச்சு ஓட்டி காவேரியப்பனின் தமக்கை மகன்தான் அவன். பெயர் ராஜேந்திரன்!"

வீரர்களின் சடலங்களைப் பார்த்தபடி நாராயணப்பிள்ளை பேசிய பேச்சில் கரைந்த தேவர், குண்டுபட்ட சடலங்களின் அருகே சென்று அமர்ந்து நோக்கினார். நிலவொளி இருந்தும்கூட குறிப்பறிந்து, கோச்சிலிருந்த தீபந்தாங்கியைத் தூக்கிவந்து வெளிச்சம் சொட்ட பக்கம் நின்றான் அவரது கோச்சு ஓட்டி.

தேவரின் விழிகளில் ஈரக்கசிவு.

மனத்தில் திரும்பவும் அருமை மகள் பற்றிய நினைப்பின் விரிவு.

"சென்றவன் வல்லமை மிக்கவனா?"

"மலை ஏறுவதில், மாடு பிடிப்பதில், மூச்சடக்குவதில் மகா சூரன் என்று கேள்விப்பட்டிருக்கிறேன்."

"வெற்றியோடு திரும்புவானா?"

"திரும்ப வேண்டும் என்று இறைவனைப் பிரார்த்திப்போம். அதேசமயம் இனியும் தாமதியாது காடகராயனை வளைக்க

தளபதி வஜ்ரநாராயண தேவனின் தலைமையில் நமது படைகளை அனுப்பியும் வைப்போம்."

"நல்லது... நமது கோச்சுகள் தாமதியாது கிளம்பட்டும். இந்தச் சடலங்களைப் பாதுகாப்பாக எடுத்து வாருங்கள். இவர்களை நல்லடக்கம் செய்தல் வேண்டும்."

* * *

ஏக காதம் ஓடிய களைப்பில் காடகராயனின் புரவி இளைப்பாறத் தொடங்கியது. அதன் வீர நடையில் களைப்பில் சுணக்கம். வாயண்ணங்களில் நுரைப் பூக்களின் ததும்பல்!

ஒருவருக்கு இருவராகத் தன்மேல் இருக்கும் பாரந்தாளாத பரிதவிப்பில் அது ஒரு கட்டத்தில் சோர்ந்து நின்றுவிட்டிருந்தது. எதிரே அரக்கன் போல் நிமிர்ந்து நிற்கும் மேற்கு மலைத்தொடரின் ஓர் அடர்ந்த பகுதி... நந்திமேடு என்று அழைக்கப்படுவதற்குத் தோதாக ஒரு நந்திபோல் காட்சி தர, அதன்மேல் ஆங்காங்கே மரங்களின்மேல் அமர்ந்திருக்கும் கள்வர்களின் தீப்பந்தங்கள் சிறு வெளிச்சப் புள்ளிகளாய் தெரிந்து கொண்டிருந்தன!

புரவியைவிட்டு இறங்கிய காடகராயன் மயக்கத்தில் கிடக்கும் மீனாட்சியை ஒரு விநாடி பார்த்தான். நிலவொளியில், மயக்கத்திலும் மதுரமாகத் தென்பட்டாள். சிமிழ் போன்ற நாசியில் வைரம் ஜொலிக்கும் அந்த மூக்குத்தி 'இவளால்தான் எனக்கே பெருமை' என்று ஜொலிக்க... அவளைப் பரவசத்தோடு பார்த்தபடியே வலது தோளில் அந்தக் குழல் பொருந்திய நீண்ட புதிய துப்பாக்கியை அணிந்து கொண்டான். அப்போது சற்றும் எதிர்பாராத விதமாக அந்தத் துப்பாக்கியை யாரோ பற்றி இழுக்க, ஆக்ரோஷத்துடன் திரும்பினான் காடகராயன்.

நிலவொளிக்கினூடே மரச்சாரலில் துளியும் அசைவின்றி ஒரு கழுமரம் போல் ஆடாமலும் அசையாமலும் அதேசமயம் வெப்பம் கக்கும் விழிப்புலத்தில் இமைப் படபடப்புகூட இல்லாமல்

'நான் அச்சம் தவிர்த்த ஆண்மை வல்லான்' எனும் பாவிப்பில் கம்பீரமாகத் தென்பட்ட ராஜேந்திரனைப் பார்க்க காடகராயனுக்கு முதலில் அதிர்ச்சியாகவும், பின்னர் அதுவே ஆச்சரியமாகவும் உருமாறிப் போயிற்று.

"யாரடா நீ...?" குரலில் ரௌத்ரம் கலந்து அந்த ஆச்சரியத்தை அவன் வினாப்படுத்த, பதில் பேசாமல் நின்றான் ராஜேந்திரன்.

தோட்டா துளைத்த கைப்புறத்தில் குருதியின் பாம்புத்தனமான நெளிசல். அதன்மேல் சிலீர் என்று காற்றுபட, எரிச்சல் கலந்த ஒரு சிலுசிலுப்பு.

வலி கண்டங்கண்டமாகப் பிசையும் போதிலும் மீனாட்சியின் மேலுள்ள தனித்த ஈடுபாட்டில் அதைப் பொருட்படுத்தாத ஒரு உக்ர நோக்கம் அவனுள் கொழுந்துவிட, காடகராயனுக்கோ அதன்பொருட்டு எரிச்சல் எல்லை மீறும் போல் இருந்தது.

"உன்னை யாரென்று கேட்டேன். பாளையத்தான் அம்பலத்தேவனின் குட்டிப்படையின் குஞ்சு வீரனா நீ? எப்படி என்னை விடாது பின்தொடர்ந்தாய்? உங்கள் ஒருவரைக்கூட என் துப்பாக்கி விட்டுவிடவில்லையே..."

கேள்வியும் பதிலுமாய் அதனூடே கருத்தும் செருக்குமாய் பேசிய காடகராயன், குதிரை மீதிருந்த இளவரசியைக் கீழே இறக்க முற்பட்டபோது...

"தொடாதே இளவரசியை...எங்கள் இளவரசி ஒரு அருள் தேவதை. நீயோ கவந்தன்...உன் நிழல்கூட அவர்கள்மேல் பட நான் அனுமதிக்கமாட்டேன்."

ராஜேந்திரன் பேச்சில் கவந்தன் என்று அவன் பயன்படுத்திய பதம் காடகராயனைக் கீறியது.

"உன் நா அறுபடப்போகிறது. நான் யாரென்று தெரிந்துமா என்னிடம் தோள் தட்டுகிறாய்?" கேள்வியோடு இடைக்கச்சிலிருந்து கட்டாரியை உருவி ஒரு மீன்வெட்டும் கால அளவுக்குள் ராஜேந்திரனை நோக்கி வீசியெறிந்தான் காடகராயன்.

நல்லவேளையாக அது ராஜேந்திரனின் திறந்த மார்பு கவசத்தின் மேல் பட்டுக் கணீர் என்ற ஓசையோடு எகிறிக் கீழே விழ, பதில் வேகம் காட்டியது ராஜேந்திரனின் கட்டாரி.

அது காடகராயனின் நெற்றிப் பொட்டுக்குச் சற்றுத் தள்ளி இடது விழியைக் கெல்லியபடி தன் கூர்முனையைச் செருகி நிற்க, ஒரு புழுவைப் போல் கீழே விழுந்து துடிக்க ஆரம்பித்தான் காடகராயன்!

உதட்டில் உக்ரமான அலறல். அது மலை மீது பட்டு எதிரொலிக்கத் தொடங்கியது. அண்ணாந்தான் ராஜேந்திரன். உடனேயே தீப்பந்தப் புள்ளிகள் அசைந்தபடி ஒன்றுகூடி கீழே வருவது தெரிந்தது.

ஏகமான தீப்பந்தங்கள்! அவர்கள் காடகராயனின் கள்வர் கூட்டத்தவர்கள் என்பது உடனேயே தெரிந்து போயிற்று. இனியும் தாமதிப்பது அபாயம் என்று அறிவித்தது உள்ளுணர்வு. தாமதியாமல் மீனாட்சியைத் தன் தோள்மீது சுமந்தபடி தொலைவில் ஒரு மரத்தின் பின் மறைவாக நிற்கும் தன் புரவியை அண்டி, பக்குவமாய் அதன் முதுகில் அவளைச் சரித்துவிட்டு தானும் ஏறி அதைச் சீண்டினான்.

காடகராயனின் அலறல் சத்தம் காதுகளில் அறவே தேய்ந்து, இப்போது தன் புரவியின் குளம்படிச் சத்தம் மட்டுமே கேட்கும் நிலை.

எதற்கும் யாரும் பின்தொடர்ந்து வரலாம் என்கிற அமானுஷ்ய உணர்வால், வந்த பாதையில் திரும்பாமல் அந்த மலைச்சாரலில் தனக்குப் பரிச்சயமான பாதை ஒன்றில் புரவியைச் செலுத்த, அது அவனுக்கு ஒத்துழைப்பதுபோல் பக்குவமாக ஓடத் தொடங்கியது. எங்கும் தங்குதடையில்லாத சந்திரப் பிரகாசம்!

இன்று...

பளபளக்கும் மோதிரம் ஒருபுறம்! பிரமித்து விரிந்து கிடக்கும் மூவரின் விழிகளும் மறுபுறம்! சுண்டிச் சுருங்கிக் கிடக்கும் ஜம்னாலாவின் பிரேதம் இன்னொரு புறம்!

இவை எதைப் பற்றியும் எனக்குக் கவலை இல்லை என்பதுபோல் பக்கத்து மரத்தின் மேல் இரண்டு அணில்கள் ஓடி விளையாடிக் கொண்டிருந்தன. பறந்தது போதும் என்று சிறகு சுருங்க வந்தமர்ந்திருக்கும் இரண்டு மஞ்சள் கழுத்து மைனாக்கள் மட்டும் ‘அடடே யாரது இங்கே?’ என்று ஆச்சரியமாய்ப் பார்க்க, கீழே ராம்நாத் துரிதமாகச் செயல்படத் தயாரானார்.

“ஜெயந்தி... பாடியைப் பாதுகாப்பா வைக்க உடனடியா ஏற்பாடு பண்ணனும். இந்தச் சுவடிகளையும் ஜாக்கிரதையா எடுத்து வெச்சு ஜெராக்ஸ் எடுக்கணும். ரெஸ்ட் எடுக்கலாம்னு வந்த இடத்துல ஒரு அருமையான வேலை மாட்டியிருக்கு. இதை விட்டுடக்கூடாது...” படபடத்தபடி கொத்தனார் பக்கம் திரும்பவும், அவன் அவரை மனசுக்குள் லேசாக மிரட்டினான்.

“யோவ், இங்க பார்த்த விஷயத்தை நீ வெளியில் மூச்சு விடக்கூடாது. என்ன?” அதட்டலாகச் சொன்னார் ராம்நாத்.

அவன் அரை மனத்தோடு அதற்காகத் தலையசைப்பது போல் பட்டது. ‘சார், என்னாலதானே உங்களுக்கு இதெல்லாம் தெரியவந்தது... அதுக்காக...’– கண்களில் தேங்கிய எண்ணத்தோடு திரும்ப வெறித்தான்.

“என்னய்யா மசமசப்பு...? தொடர்ந்து வீட்டு மராமத்து வேலைகளைக் கவனி. நல்ல கூலியா போட்டுத்தரேன். நீ நினைக்கிற மாதிரி பேய் பிசாசு எல்லாம் இங்கே ஒண்ணும் கிடையாது. தைரியமா வேலையப் பார்...” ராம்நாத் பேசப்பேச அவன் கவனம் அந்த வைர மோதிரம் மேலேயே சென்றது.

“பல லட்சம் போகுமா சார் இது?” என்ற கேள்வியை வேறு கேட்கச் சொன்னது.

“புரியதய்யா... ’பூமியைத் தோண்டிப் பொணத்தேட பொதையல் எடுத்துத் தந்திருக்கேன். அதைப்பத்திப் பேசாம... அதுக்கு சன்மானம் தராம எதை எதையோ பேசறானே’ன்னு பார்க்கிறியா?”

அவன் ஆமோதிப்பாய்த் தலை அசைத்தான்.

"இது வந்து எனக்கு விடியப்போறதில்லய்யா. நாலு தலைமுறைக்கு எனக்குச் சொத்து இருக்கு. பூமிக்குக் கீழே கிடைக்கிற எதுவும் அரசாங்கத்துக்குத் தான் சொந்தம். ஆகையால், இதை நான் கவர்மென்ட்கிட்ட ஒப்படைக்கப் போறேன் ஆனா, இப்ப இல்லை.

செத்துப்போன இந்த உடம்பை வெச்சும். நீ சொன்னியே 'ராஜேந்திரன்மீனாட்சி காதல் கதை' இதை வெச்சும் நிறைய ஆராய்ச்சி பண்ண வேண்டி இருக்கு.

அந்த ஆராய்ச்சி வெற்றிகரமா முடிஞ்சா இதே மலைப்பகுதியில் நீ வதந்தின்னும் கதைன்னும் சொன்ன அந்த வைரப்பெட்டி நிஜமாலுமே என் கைக்குக் கிடைக்கலாம்... அப்படிக் கிடைக்கட்டும். அப்ப உனக்கு நீ கேக்கறதைத் தரேன். நடுவே யார்க்கிட்டேயாவது எதையாவது உளறி வைக்காதே."

அவரின் நீண்ட பேச்சில், அவன் சலவை செய்த சட்டை திரும்பக் கசங்கின மாதிரி ஆகிவிட்டிருந்தான். உற்சாகமே இல்லாமல் தலையை அசைத்தான்.

"அப்பா" இடையில் ஜெயந்தியின் ஊடுவல்.

"ஒரு நூறு ரூபா கொடுங்க" என்று கேட்டு வாங்கி அவன் கைகளில் திணித்தாள். அவன் முகத்தில் பிளாட்டிங்தாளில் சிதறின இங்க் போல் பரவசத்தின் பரவல்.

"அப்பா, நீங்க பெரிய ஹிஸ்டரி ஸ்காலர். கிரேட் புரொபசர். ஆகவே, எல்லா தகுதியும் உடையவர்தான். ஆனா, புவர் சைகாலஜிஸ்ட்! மத்தவங்க மனசை உங்களாலே புரிஞ்சுக்க முடியலே... யார்கிட்ட என்ன பேசணும், என்ன செய்யணும்னு இன்னும் தெரியலை. இவ்வளவு விவரங்கள் அவனுக்குத் தெரிய தேவையே இல்லை. அவனுக்குத் தேவை பாராட்டற அளவுக்கு ஒரு சின்ன அன்பளிப்பு. தட்ஸ் ஆல்!" என்று ஆங்கிலத்தில் கூறியவள், அவன் பக்கம் திரும்பினாள்.

"ஹலோ... இனி நீங்க என்னையெ எல்லாத்துக்கும் காண்டாக்ட் பண்ணுங்க அண்ணே! வேலை ஜரூரா நடக்கட்டும். நான் உங்களை என் அண்ணன் மாதிரி நினைக்கிறேன். இந்தக் தங்கச்சி சொல்றேன்... இதைப்பத்தி நீங்க யார்கிட்டேயும் டிஸ்கஸ் பண்ணக்கூடாது. அதேசமயம் அந்த மீனாட்சிராஜேந்திரன் காதல் கதையை முழுசா கேட்டு வந்து தெளிவா சொல்றீங்க. பேசிக்கிறாங்க, வெச்சுக்கறாங்கன்னு ரீலெல்லாம் உடக்கூடாது என்ன?"

இப்போது அவன் அனைத்துக்கும் கோயில் மாட்டை விட பெரிதாகத் தலையை ஆட்டினான். ஜெயந்தி சர்வ சாதாரணமாக அவனை வளைத்துப் போட்டது கண்டு உற்சாகம் அடைந்தார் ராம்நாத்.

"சரி, இப்ப இந்த பாடியை என்ன பண்றது?" கேட்டாள்.

ராம்நாத் உடனேயே பெரிதாக யோசித்தார். அந்தக் கொத்தனார் குறுக்கே நுழைந்தான்.

"சார், பேசாம பழையபடி தாழியிலேயே போட்டு மூடிவெச்சுடுவோம். இவ்வளவு நாளா இதுல கெடாம இருந்த உடம்பு இனிதானா கெட்டுடப்போகுது?"

யதார்த்தமாகக் கேட்டாலும், அதில் ஏக பொருள்படும்படி கேட்டவனைச் சிமிட்டலாகப் பார்த்தார் ராம்நாத்.

"இப்போதைக்கு அதுதான் வழி. ஆனா, தாழி உடைஞ்சுபோச்சே?"

"அதனால என்ன சார்... பக்கத்துல தென்காசி செங்கோட்டையில நூறு நெல்தாழி விலைக்குக் கிடைக்கும். தங்கச்சிகூட கார்ல போய் வாங்கிட்டு வந்திடவா?"

அவன் ஜெயந்தியின் பேச்சால் மிகமிக சிநேக வசப்பட்டு விட்டது தெரிந்தது.

"சீக்கிரம்... உடனே கிளம்புங்க. நான் இங்கேயே இருக்கேன்."

ஜெயந்தியும் தீப்பிடித்த மத்தாப்பு போல் பரபரப்பானாள். அவனோடு காரை நோக்கி நடந்தாள். ஒரு பந்தயக் குதிரையைச் செலுத்தும் பாவனையோடு காரை வளைத்துத் திருப்பி புழுதிச்சாலையில் புதுவேகம் காட்டினாள்.

பிரமாண்டமான அந்த வீட்டின் முன்புறம் விறைப்பாக நின்றபடி சகலத்தையும் பார்த்த ராம்நாத்துக்குப் பெருமை ஒருபுறம். களைப்பு மறுபுறம்!

'ராம்நாத்... அடுத்த வைஸ் சான்ஸ்லர் நீங்கதான்! உங்களை விட்டா யாரு இருக்கா அந்த போஸ்ட்டுக்கு? கவர்னருக்கு ரிப்போர்ட் போயிருக்கு. நேற்றைக்கு புரொபசர். இன்னிக்கு பிரின்ஸ்பால். நாளைக்கு வைஸ்சான்ஸ்லர். மை அட்வான்ஸ் கங்கிராஜீலேஷன்ஸ்..."

"சார்... உங்களாலதான் நான் இந்த பி.எச்.டி-யை சக்சஸ்ஃபுல்லா முடிச்சேன். 'களப்பிரர்கள்' பற்றிய அந்த இருண்ட காலத்தை நீங்க விவரிச்ச விதம் பிரமாதம். ஏன் சார் நீங்க ஒரு சரித்திர நாவலாசிரியர் ஆகலை?'

"சார், உங்க 'அந்த நாளில் தமிழகம்'கற புத்தகம் சூப்பர். சேர சோழ பாண்டியர்களை நேரில் பார்த்துப் பேட்டி கண்டு எழுதினது மாதிரி ஒரு ரியாலிடியை நாங்க ஃபீல் பண்றோம்.

அடுத்த வைஸ் சான்ஸரலர் நீங்களானா ரியலி ஐ வில் பிரௌட் ஆஃப் யூ!"

போன மாதத்தில் யூனிவர்சிட்டி கட்டட வளாகங்களில் அவர் காதுகளில் விழுந்த பேச்சும் அதனால் தான் வைஸ் சான்ஸ்லர் ஆகிவிட்டது போல் உணர்ந்த விதமும், பின்னர் யாரும் எதிர்பாராத விதமாக ஓர் அரசியல்வாதியின் உறவுக்காரனுக்கு தனக்கு இணையான தகுதிகள் துளியும் இல்லாதவனுக்கு அந்தப் பதவி போய்ச் சேரவும் வெறுத்துப் போனார். வெறுப்போடு வேலையைதத் தூக்கி எறிந்துவிட்டு அக்கடா என்று இயற்கையோடு இயற்கையாகக் கிடக்கலாம்

என்று வந்தால், வந்த இடத்தில் சரித்திரம் அவரை மறுபடி தன் முகத்தைக் காட்டி அழைக்கிறது.

'பெட்டி நிறைய வைரம்... அதோ அந்தப் பரந்த மலையில் ஏதோ ஓரிடத்தில் சுத்தமான வைரம். அந்தக் காலத்து வைரம். விலைமதிக்க இந்தியாவில் வல்லுநர்களே கிடையாது. வா ராம்நாத்! வா...' என்கிறது.

"வந்து என்னை எடுத்துச் செல். உனக்காகத்தான் நான் காலங்காலமாகக் காத்துக் கொண்டிருக்கிறேன். கொத்தனார் பேச்சு வெறும் கட்டுக்கதை இல்லை. நிஜம்! பல கோடி ரூபாய் நிஜம் வா, ராம்நாத்.

வைஸ் சான்ஸ்லரானால் கோட்டும் சூட்டுமாய் நீ ஏ.ஸி. அறைவாசியாகி சாதாரண புகழைத்தான் பெறுவாய்.

நான் உனக்கு அகில இந்திய புகழ் வாங்கித் தருகிறேன். கமான்..."

பரந்த அந்த மலைப்பிராந்தியம் அப்படிப் பேசித் தன்னை அழைப்பதாக ஒரு பிரமை அவருக்குள்.

பின்பக்கம் திரும்பி மலையை ஏறிட்ட அவரை, ஆளரவமே இல்லாத அந்தப் பிராந்தியத்தில் ஒரு மரத்தின் பின்னாலிருந்து ஒருவன் மட்டும் கூர்ந்து கவனித்துக் கொண்டிருந்தான்!

* ——— *

5

அன்று...

புரவிமேல் மீனாட்சியின் தேகம் குலுங்கிக் கொண்டிருந்தது. அந்தக் குலுங்களால் மார்புக்கச்சு அவிழ்ந்து விழுந்துவிடுவதுபோல் ஒட்டிக்கொண்டிருக்க, கழுத்தை வளைந்த அணிகளும் இடையாபரணங்களும் ஒன்றுடன் ஒன்று சிக்கிக் கொண்டிருந்தன.

எதிர்பாராமல் அவற்றைப் பார்த்த ராஜேந்திரனுக்குள் நா வறளுவது போல் ஒரு பிரமை.

மயில் ஒன்றை தோகையை வளைத்து அடக்கி அதன் கழுத்தை நீவிக்கொண்டு கட்டிப்பிடித்து மகிழ்வதுபோல் மடிமேல் கிடந்தவளின் அந்த மார்பழகில் செருமாந்தவன், விநாடியில் சுதாரித்துப் பார்வையை மீட்டுக்கொண்டான்.

வீரனுக்கு அழகு, அழகை முறையான அனுமதியோடு ரசிப்பதில்தான் இருப்பதாக உள்ளுணர்வு சொன்ன போதிலும், பார்வை காந்த அலை வந்து இழுப்பதாக உணர்ந்து திரும்பத் தன் மடிமேல் கிடக்கும் மீனாட்சியின் அந்த ஜீவ பாகம் மேலேயே செல்லப் பார்த்தது.

‘அலை புரளும் கூந்தல் தரை உரச, அவள் மயக்கத்தில் கிடப்பது, தான் இப்படிப் பார்த்து மகிழ்ந்து மனத்தில் அவள் அழகை மாந்தி மாந்திக் குடிக்கத்தானோ?

எட்டாத உயரத்து வட்ட நிலவு எப்படி இப்படி மடியில் வந்து கிடக்கிறது? இந்த வாழ்வில்தான் எத்தனை அதிசயங்கள்...’

கேள்விகள் மனத்தில் பந்தடித்து உருள, புரவிமேல் ஒருவகைச் சலனத்தோடு சென்று கொண்டிருந்த ராஜேந்திரன் தன்னையே மறந்துவிட்டிருந்தான்.

அந்தப் புரவியின் முன்னிரண்டு கால்களின் அசைவில் மேடு பள்ளங்களில் அது ஏறி இறங்கும் நேர்த்தியில் மீனாட்சிக்கு மயக்கம் மெல்லக் கலையத் தொடங்கி விட்டது. ஆனால், விழித்துப் பார்த்துக் கூக்குரலிட அச்சமாக இருந்தது. தான் கிடப்பது காடகராயனின் மடிதான் என்கிற எண்ணம் அவளை விட்டு நீங்கின மாதிரி தெரியவில்லை.

அவிழ்ந்து கிடந்த அவள் கச்சையை இறுக்கிக் கட்ட முனைந்த ராஜேந்திரன் வேறு திசையில் தன் பார்வையைச் செலுத்தியபடி தன் கரத்தை அந்தப் பிராந்தியத்தில் கொண்டு செல்ல, தீயை மிதித்ததுபோல் துள்ளிப் படபடத்தாள் மீனாட்சி. படபடத்து வேகத்தில் புரவி முதுகிலிருந்து சரிந்து கீழே விழுந்துவிட்டாள்!

விழுந்த வேகத்தில் புரவியின் சேணத்திலேயே கச்சை சிக்கிக் கொண்டுவிட, முடிந்தவரை மார்பைக் கரங்களால் மூடியபடி ஒரு குறுமரத்தின் பின்னால் ஓடி நின்றவள், “வராதே...வராதே...” என்று கத்தத் தொடங்கினாள்.

ராஜேந்திரனுக்குள் நரம்பில் நாலைந்து முடிச்சுகள் விழுந்துவிட்டது போல் ஒரு பதட்டமான உணர்வு.

புரவியை விட்டு வேகமாக இறங்கியவன் சேணத்தில் சிக்கிய மார்புக்கச்சையை எடுத்துக்கொண்டு அந்த மரத்தை நோக்கி நடந்து மண்டியிட்டுத் தலை குனிந்து, “இந்த ஏழையை மன்னியுங்கள் இளவரசி. காடகராயனிடமிருந்து உங்களை மீட்டு வரும் சமயம் இப்படி எதிர்பாராமல் நிகழ்ந்துவிட்டது. அருள்கூர்ந்து உங்கள் ஆடையைப் பெற்றுக்கொள்ளுங்கள். நான் சத்தியமாய் நிமிரமாட்டேன். இது என் கண்ணியத்தின் மேல் ஆணை” என்று கச்சையை இளவரசி இருக்கும் இடம் நோக்கி வீசினான்.

மீனாட்சி அந்தக் குரல் கேட்டு மரத்தின் பின்னாலிருந்து மெல்லத் திரும்பிப் பார்த்தாள். தலைகுனிந்து மண்டியிட்டுக் கிடக்கும் ராஜேந்திரன், அவள் முகத்தில் வியப்பைக் கொளுத்திப் போட்டிருந்தான். பதட்டத்தில் அதில் அந்த ஜோதி முகம் ஏகப் பிரகாசம் காட்டியது!

“செண்பகம்... கவலை கொள்ளாதே! அரச வாழ்வே எப்போதும் இப்படித்தான். ராணியான நீ உறுதி மிக்கவளாக இருக்க வேண்டும். மனத்தைத் திடப்படுத்திக் கொள். எவருக்கும் இளைத்தவர்கள் அல்ல நம் வீரர்கள். மீனாட்சியும் வீர மங்கை. அந்தச் சண்டாளனை சளைத்தெடுத்து அவன் சடலத்தோடு நம் மகள் வருவாள்! கவலை கொள்ளாதே...”

அரண்மனையை நோக்கி வேகமாகப் போய்க் கொண்டிருந்த கோச்சில் அமர்ந்தபடி மனைவியைத் தேற்றப் பார்த்தார் தேவர். செண்பநாச்சி உழுத நிலம் போல் கிளர்ந்துபோய் தேவரின் பரந்த மார்பில் முகம் சாய்ந்தாள்.

“நீங்கள் சொல்லும் சமாதானங்களை எனக்குப் புதியதில்லை. ஆயினும் மீனாட்சி நமது அரும்பெரும் சொத்து. அவனோ பஞ்சமாபாதகன். நடுவே விதி விளையாடிவிட்டால் என்னாவது என்று பதைக்கிறது மனது” கேவினாள் செண்பகநாச்சி.

“என் மனம் நம் மகளை நினைத்துப் பதைப்பதைவிட அதிகமாக வேறு ஒன்றை நினைத்துத்தான் பதைக்கிறது.

“என்ன சொல்கிறீர்கள்?”

“ஆம் செண்பகம்... புதிதாக நம்மை ஆளப் புறப்பட்டிருக்கும் வெள்ளைப் பரங்கியர்களை நினைத்தே அதிகம் பதைக்கிறேன் நான்.

நான் மட்டுமா?

நெல்கட்டும் செவலின் அருமை நண்பரும், நமது மறவர் குலத்தின் மாணிக்கமுமான புலித்தேவரே இதுகுறித்து பதைப்பதாகவும் கேள்விப்பட்டேன்.”

"புலித்தேவரே பதைக்கும்படியான விஷயமா அது?"

"ஆமாம்... இது நம்ம பூமி. நமது பரம்பரையினரின் வியர்வையால் சீர்பட்ட ராஜ்யம் இது. மணம் வீசும் கலாசாரமும்... இயல், இசை, நாட்டியமென வகைப்படுத்தி வளர்ந்திருக்கும் மொழி மாண்பும், ஆழமான பக்தியும், அதில் அர்த்தமும் மிக்க பழக்கவழக்கங்களும், உலகிலேயே மற்றவர்கள் நம்மைப் பொறாமையோடு நோக்கும் நிலைக்குக் கொண்டு சென்றிருக்கும் விஷயங்கள்!

நம்மை ஒரு வெள்ளையன் கைக்கொள்வது என்பது நினைத்தும் பார்க்க முடியாத ஒன்றல்லவா? எங்கிருந்தோ வந்த அந்த நாய்கள் புலிகளைப் பார்த்துக் குரைப்பதையும், புலிகள் அந்த நாய்களை எண்ணி பதைப்பதையும் என்னால் ஜீரணிக்கவே முடியவில்லை..."

"புலிகள் என்றால் ஏன் நாய்களை எண்ணிப் பதைக்க வேண்டும். அதன் குருதியைக் குடிக்க வேண்டியதுதானே?"

"உவமானத்துக்குச் சொன்னது நடைமுறைக்குச் சாத்தியமாகாது செண்பகம். நவீன ஆயுதங்களோடும், சூதுவாதை முதலாகப் போட்டும், நம்மவர்களைக் கொண்டே நம் கண்ணைக் குத்தும் தந்திரத்தோடும் அவர்கள் விசுவரூபமெடுத்துக் கொண்டிருக்கிறார்கள். ஹீரான் என்பவன்தான் இப்போது இவர்களது நாயகன். யூசுப் என்பவன் இவனது வலதுகை போன்ற வீரனாம். இவர்களால் கிழக்கில் நாயக்கர்களின் பாளையங்கள் சில பணிந்துவிட்டன. பல பணிந்துவிடும் நிலை. இங்கே நமது புலித்தேவரால் நாம் இதுவரை தலைகுனியாமல் இருந்து வருகிறோம். இவற்றையெல்லாம் விட எனக்கு நம் மகள் இழப்பு பெரிதாகத் தெரியவில்லை."

"உங்களது பொதுநோக்கை நான் மெச்சுகிறேன். அதற்காக மகளின் இழப்புக்கு இப்படி ஒரு சமாதானம் எனக்குத் தேவையில்லை. ஆண் வாரிசற்ற நமக்கு அவள்தானே எல்லாம்?"

“சராசரி பெண்மணியாகப் புலம்பாதே செண்பகம். உனக்கு ஆறுதல் சொல்வது போல் நான் எனக்கே சொல்லிக்கொள்ளத்தான் அத்தனை நீளம் பேசினேன். சற்று பொறு. தம் அரண்மனைகூட வந்துவிட்டது.

வஜ்ரநாராயணனுடன் நானும் புறப்படப் போகிறேன். நரியைப் பிடிக்க சிங்கம் எதற்கு என்று கௌரவம் பார்த்தேன். இனி பார்ப்பதாயில்லை. காடகராயனுக்கு என் கட்டாரிதான் எமன். என் திருமகளைத் தொட்டுத் தூக்கிய அவன் கைவிரல்களை நறுக்கி எறிவேன். இந்தப் பிராந்தியத்தைவிட்டே அந்த வழிப்பறிக் கள்வர்களை ஒழித்துக் கட்டுவேன்!”

இன்று...

ஒளிந்திருந்து பார்க்கும் அவன் பார்வையில் லீக்கோ கரியில் தீப்பிடித்த மாதிரி ஒரு சிவப்பு.

அறுவடையான சோள வயலைப் போல் தாடை முடிகள் தாறுமாறான வளர்ச்சியில் கிடந்தன. கலைத்துப் போட்ட குருவிக்கூட்டை போல் தலைமுடி.

கண்மாய் மேட்டைப்போல் கறுத்த உதடுகள்.

அவை சிகரெட்டைச் சாம்பலாக்கிக் கொண்டு புகையைக் கக்கிக் கொண்டிருந்தன.

‘யார் இந்த பெரிய மனுஷன்?’ கேள்வி அவன் நெற்றியைப் பிறாண்டிக் கொண்டிருப்பது தெரிந்தது.

அழுக்கு பாண்ட்டை முட்டிக்கால் வரை மடித்துவிட்டிருந்தான். முழுக்கை சட்டைக்கும் அதே நிலை. மார்பு மட்டும் திறந்து கிடந்தது. அதில் ஆச்சரியமாய்ப் புலிப்பல் பதித்த தங்கச் சங்கிலி!

பாண்ட்டின் இடுப்புச் சருக்கத்தில் கத்தியும், கைத் துப்பாக்கியும் செருகப்பட்டிருந்தன.

அவன் ஒரு விவகாரமான மனிதன் என்று சொல்லாமல் சொல்லும் அவன் கால்மாட்டில் ஒரு மூட்டை! அதில் அழுகிப்போன பல பொருட்கள். கள்ளச் சாராயத்துக்கு பயன்படும் பல பொருள்கள்.

திடுமென்று அவன் தோளை யாரோ தொடவும் திடுக்கிட்டுத் திரும்பினான். மேலும் கறுப்பாய் அவனைப் போலவே இன்னொருவன்.

"என்னவே... சோலியைப் பாக்காம மரம் மாதிரி நின்னுக்கிட்டு?" தோளைத் தொட்டவனிடமிருந்து கேள்வி வேறு.

"அங்க பாருலே! நம்ம பாழடைஞ்ச வூட்டுக்கும் ஒருத்தன் குடி வந்திருக்கறதை..."

"அட யாருப்பா அது...? பார்த்தா படிச்ச முகரையா தெரியுது. இந்தியாவுல வூடு வாங்க வேற இடமே இவனுக்கு கிடைக்கலியாமா?"

அவர்கள் சலனத்தோடு விவாதிக்க ஆரம்பித்தார்கள்.

"காரணமாகத்தான் இந்த வூட்டுக்கு அந்த ஆளு வந்திருக்கிறதா கேள்விப்பட்டேன். பேயி, பிசாசு பயந்துக்கெல்லாம் தண்ணி காட்டற டைப் வேறயாம்! இனி நம்ம பொழைப்பு தில்லானாதான்! மலையில சாராயம் காச்சற நேரம் போக கீழே இந்த வூட்டு மறைவில் சீட்டு விளையாடி தண்ணி போட்டுக் கும்மாளம் போட இனி முடியாது அப்பு."

"கவலைப்படாதே... நாலு நாள்ல பய துண்டைக் காணோம் துணியைக் காணோம்னு ஓடிடுவான். அந்த வூட்டு ராசி நமக்குத் தெரியாதா?"

"சரி, சரி... நீ சரக்கோட மேல ஏறு. எவனோ புது ஃபாரஸ்டர் ஒருத்தன் வந்திருக்கானாம். சுத்த அகராதியாம்! நேர்மை. நியாயம்கற காந்தி டைப்பாம். முதலாளி ஜாக்கிரதையா போகச் சொன்னாரு. ஜாதிக்கா பொறுக்கறேன்... பட்டை, சோம்பு வெட்டறேன்னு நீ பாட்டுக்கு மலைப் பக்கம் பொறுக்கப்

போயிடாதே. பளிங்கக் குட்டிகளைக் கண்டா பல்லிளிக்காதே! பத்து டின்னு சாராயத்துக்கு அட்வான்ஸ் வாங்கியாச்சு. வேலை தலைக்கு மேல இருக்கு."

அவர்கள் இருவரில் ஒருவன் வந்த வழி திரும்ப, மூட்டையோடு வந்தவன் மறுபடியும் மேலேற... இதையெல்லாம் எதையும் கவனிக்கும் மனநிலையில் ராம்நாத் இல்லை.

திரும்பவும் வீட்டின் பின்பக்கத்துக்கு வந்து ஜம்னாலாலின் சடலத்தைப் பார்க்கத் தொடங்கியிருந்தார்.

சுண்டிச் சுருங்கி சிவந்து பழுத்துப் பாகற்காய் போல தேகமெங்கும் ஒருவகை திரட்சி. நல்ல தீர்க்கமான நாசி! ஆச்சரியப்படும்படியாய்த் துளிகூட சிதிலமின்றி ஹலோ சொன்ன அந்தச் சடலம், ராம்நாத்தைக் குடைகுடையென்று குடைந்து கொண்டிருந்தது.

"யாருப்பா நீ? எந்த நூற்றாண்டு ஆளு? எப்படி இப்படி நீ சிதைஞ்சு போகாம இருக்கே... உன்மேல இருக்கற மூலிகைகளுக்கு அவ்வளவு சக்தியா?"

உன் மூலமா எனக்கொரு புது சரித்திரம் தெரிய வந்தா எவ்வளவு நல்லா இருக்கும் தெரியுமா? உன்னை விடமாட்டேன் ஜம்னாலால்.

நர்மதை ஆத்தங்கரையில, பல்லாயிரக்கணக்கான வருஷத்துக்கு முந்திய மண்டை ஓடு கிடைச்சதுக்கே 'ஆ... ஊ...'ங்கற பத்திரிக்கைகள், உன்னைக் கண்டா என்ன சொல்லும்?

இந்தியாவுலயும் ஒரு மம்மி!

வாவ்... நினைச்சுப் பார்க்கும்போதே எக்ஸலண்டா இருக்கு எனக்கு.

ஜம்னாலால், 'நீ தான் என்னோட புதையல்!'

ராம்நாத்தின் மன ஓட்டத்தில் நினைவலைகள். ஆமோதிப்பது போல் வாயிற்புறம் மாருதியின் கீய்ங்... கீய்ங்...!

அதன் உலோகக் கூரைமேல் பாந்தமாகக் கட்டிய நிலையில் ஒரு மாபெரும் குதிர் தாழி.

புன்னகையோடு இறங்கினாள் ஜெயந்தி.

“டாட்... ரொம்ப அலையாம உடனேயே கிடைச்சிடுச்சு” என்று குழைவாய் பேச, கொத்தனார் அதை இறக்கத் தொடங்கியிருந்தான்.

ராம்நாத்தும் உடன் சேர்ந்து இறக்கினார்.

பதவிசாக உள்ளே கொண்டு சென்றனர்.

பக்குவமாக ஜம்னாலாலை அதன் உள்ளே கிடத்தி தாழியை மூடவும் ஒரு அறை மூலையில் நிறுத்தவும் செய்தனர்.

“ஜெயந்தி... நாம இனி லாட்ஜீல தங்கவேண்டாம். இங்கேயே தங்குவோம். போய் லாட்ஜைக் காலி பண்ணிக்கிட்டு வந்திடு. மெட்ராஸீக்கு போன் பண்ணி பாஸ்கருக்குத் தகவல் தந்து அங்க இருக்கற வீட்டுச் சாமான்களை பேக் பண்ணி இங்க அனுப்பச் சொல்லு...” தூசு தட்டியபடி பேசின ராம்நாத்தை அந்த கொத்தனார் வியப்போடு பார்த்தான்.

அதைக் கேட்ட ஜெயந்தியின் முகம் லேசாக இருண்டது.

“ஏன் உனக்குப் பிடிக்கலையா?” அவர் கேட்கவும் கொத்தனார் இடை வெட்டினான்.

“சார், ஒரு பொணத்தை கூட வெச்சுகிட்டு இந்த வீட்டுல இருக்க ஆசைப்படறீங்களே...?”

“நீ சும்மா இருய்யா... நான் காரணமாதான் சொல்றேன். ஜெயந்தி... எனக்கு இங்கே ஆராய்ச்சி செய்யணும்... அதுக்கு எனக்கு ஹெல்ப் பண்ணு நீ. பொணம், ஆவி எல்லாம் கப்ஸா! கட்டுக்கட்டான கப்ஸா. டு யூ நோ மை சைல்ட். காரணமில்லாம நான் சொல்லமாட்டேன். நீ இதைப் புரிஞ்சிக்கணும்.”

உதட்டில் இறுக்கத்தோடு பேசியவர், மிகவும் டென்ஷனாகிவிட்டிருந்தார். உடனேயே காரில் இருக்கும் ப்ரீஃப்

கேஸைத் திறந்து அந்த சிகரெட் பாக்கெட்டை வெளியே எடுத்தார்.

ஜெயந்தி உடனேயே முறைத்தாள்.

“டாட்... திரும்ப இந்தச் சனியனை எதுக்கு எடுத்துக்கிட்டு... நீங்க இதை விட்டுவிட்டதா நான் நினைச்சுக்கிட்டிருக்கேன்.”

அவள் பேசப் பேச சிகரெட்டை உதட்டில் செருகிப்பற்ற வைத்து அக்னிக் கங்கு சிவக்க புகையை உறிஞ்சி மார்பின் பாரத்தை அதில் கரைத்தமாதிரி ஊதி விட்டபடியே...

“ஸாரிம்மா... இதை என்னால விடமுடியாது. நாலு நாளா பிடிக்காம இருந்ததே பெரிய விஷயம். வேணும்னா குறைச்சுக்கிறேன். நான் திங்க் பண்ணனும். நான் சொன்னதை நீ செய், பாஸ்கருக்கு போன் பண்ணு. போ... கமான், க்விக்.”

என் போக்கை இனி யாரும் மாற்ற முடியாது எனும் அழுத்தத்தோடு லாவகமாக சிகரெட்டைச் சிமிண்டியவரை இருவரும் உற்றுப் பார்த்தார்.

“யோவ், நீ வேலையைக் கவனி. வீடு சும்மா பளபளன்னு ஜிலுஜிலுன்னு உருமாறணும் என்ன?”

கொத்தனாரைப் பார்த்து அதட்டலாகப் பேசிவிட்டு வாசற்பக்கம் பார்க்கவும், புழுதியைக் கிளப்பியபடி ஒரு ஜீப் வந்து நின்றிருந்தது.

அதில் நச்சென்ற காக்கி உடுப்பில் அதிசயமாய் ஓர் இளைஞன்!

* ——— *

6

அன்று...

காடகராயன் பிடியில் தான் சிக்கிச் சீர்குலையப் போவதாகப் படபடத்து விதிர்த்துப் போய்க் கிடந்த மீனாட்சி அதிலிருந்து அதிர்ஷ்டவசமாய் மீண்டு இப்போது ராஜேந்திரன் அருகில் மார்க்கச்சை இழந்து மறைந்து நிற்பதை நினைத்தபோது வெட்கத்துக்கும் பலதரப்பட்ட சிந்தனைக்கும் ஆளானாள்.

வானில் சந்திரன் மேகங்களூடே பயணித்துக் கொண்டிருந்தான். அவனது குளுமையான ஒளியில் காற்று தோய்ந்து நெகிழ்ந்து கொண்டிருந்தது.

அருகாமை மரங்களில் பட்சிகளின் ஜாலக் குரல்கள். மதுரமான வேளையாகத்தான் தோன்றியது. காடகராயன் உருவில் வந்த இன்னல் இத்தனை சீக்கிரம் விலகி ஓர் ஆடவன் எதிரே நிற்கக்கூடாத விதத்தில் காலம் தன்னை நிறுத்தும் என்று அவள் எண்ணிக்கூடப் பார்க்கவில்லை.

அடுத்து நடப்பதை யாரறிவார்?

வாழ்வின் ஜாலப் போக்கில் எதுவும் எப்போதும் நிகழும் சாத்தியம் அவளுக்குள் ஒருவகை ஞான நெகிழ்வூட்டியது. ஒரு யோகியைப்போல் - சமாதி நிலை கொண்டவள்போல் நின்றுவிட்டவளை நிமிர்ந்து பார்க்க ராஜேந்திரனுக்கும் அச்சமாக இருந்தது.

‘இளவரசியின் மனத்தில் ஏதும் கோபக்கொந்தளிப்போ?’ – ராஜேந்திரன் குமையலானான். ‘தன் சமாதானம் இளவரசிக்குத் திருப்தி தரவில்லையோ...? மயக்கத்தில் கிடந்த தன்னிடத்தில் நான் தவறாக நடந்துகொண்டிருக்கும் சாத்தியமிருப்பதாக கருதிச் சலனப்பட்டுக் கொண்டிருக்கிறாரோ?’

அடுக்கடுக்காய் வினா பந்தடித்து விடை கிட்டாத சலிப்பில் இறுகிக்கொண்டே வந்தவன் இறுதியில் வாய் திறந்தான்.

“இளவரசியார் என்னைத் தவறாகக் கருதுவதாக உணருகிறேன். தங்களை மீட்கும் சமயம் ஒரு காவலனாய்த் தங்களைத் தீண்டினேனேயல்லாது இந்த விநாடி வரை துளியும் கண்ணியக் குறைவாக நான் நடக்கவில்லை.

இதை, இதோ இந்தக் குருதிமேல் ஆணையாகக் கூறிக்கொள்ள விரும்புகிறேன்” என்றவன் புரவியின் சேணத்தில் செருகப்பட்டிருந்த வஜ்ராயுதக் கட்டாரி ஒன்றை வெளியே எடுத்துக் கணமும் தாமதியாமல் மணிக்கட்டைக் கீறி, பெருக்கெடுக்கும் குருதியைத் தரைமீது சொட்டியபடி தலைகுனிந்து நின்றான். ஏற்கனவே தோளில் குண்டுபட்டுக் கொப்பளித்த குருதியின் காய்ந்துபோன திப்பிகள்!

மீனாட்சி அது கண்டு திடுக்கிட்டுப் போனாள், வெட்கத்தின் பொருட்டு நாண வயப்பட்டுத் தேகம் கூனிக்குறுகும் சமயம், ராஜேந்திரன் அவ்வாறு செயல்பட்டதில் அவளுக்குள் வருத்தம் பெருக்கெடுத்தாலும், அவன் தன் நேர்மையைச் சொல்லில் கொட்டி அதை மெய்ப்பிக்க, குருதியையே துணைக்கு அழைத்த வேகம் கண்டு பரவசப்பட்டுப்போனாள்.

இனியும் தாமதிக்கக்கூடாது எனும் முடிவோடு முன்வந்து அவன் தன் அருகில் வீசிய கச்சையை எடுத்துக் கொண்டு திரும்ப மரத்தின் பின் சென்றவள், சென்ற வேகத்தில் அதை அணிந்துகொண்டு திரும்ப வந்தாள்.

வருத்தம் தோய்ந்த முகத்தோடு சட்டென்று எட்டி ராஜேந்திரனின் குருதி ஒழுகும் கரத்தைப் பிடித்தாள்.

ராஜேந்திரன் அந்தப் பிடிப்பில் சிலிர்த்துப் போனான். பேச இயலாத ஸ்தம்பிப்பைக் காட்டினான்.

"எனது நாணத்தைப் புரிந்து கொள்ளாமல் இப்படி அவசரப்படலாமா?" அவள் கொஞ்சும் குரலில் இதழ்களைப் பிரித்தாள்.

அந்தக் குரலின் இனிமையில் அவன் கரைந்து விட்டிருந்தான். குருதி பெருகிக் கொண்டேயிருந்தது.

"அடடா... குருதி இப்படிக் கொப்பளிக்கிறதே! உங்களுக்கு வலிக்கவில்லையா?" அவள் பேச்சில் வருத்தம் விஸ்தாரமாக வெளிப்பட்டது. அதைக் கட்ட துணி ஏதும் கிட்டாதா எனும் தவிப்பு விழிகளின் தேடலில் தென்பட்டது.

ஆனால், ராஜேந்திரன் சலனமே இல்லாமல் அவளையே பார்த்துக் கொண்டிருந்தான்.

"அன்பரே... என் பேச்சு உங்கள் காதுகளில் விழுகிறதா இல்லையா?" அவனது புசுபுசுத்த மார்பைத் தொட்டுக் கரத்தை மேலேற்றிப் புஜத்தில் குத்தியவளை வெடுக்கென்று பிரக்ஞை மீண்டு பார்த்தான் ராஜேந்திரன்.

"உங்கள் செய்கை எனக்கு வியப்பளிக்கிறது. பேசினால் ஆவேசம். பேசவிட்டால் இறுகின மௌனம்! இதுதானா உங்கள் குணச்சித்திரம்...?"

மீனாட்சியின் அந்தக் கேள்வி முன் மெல்லப் புன்னகை வயப்பட்டான் ராஜேந்திரன்.

"மன்னிக்க வேண்டும் இளவரசி..." என்றான்.

"எதற்கு?"

"உங்களைத் தர்மச்சங்கடப்படுத்தி விட்டேன்..."

"எப்படி?"

"நடந்ததை நீங்களே நினைத்துக் கொள்ளுங்கள். திரும்ப வார்த்தைகளில் அதை வர்ணிக்கும் வல்லமை எனக்குக் கிடையாது."

சாமர்த்தியமான அவன் பதிலை எண்ணி வியந்தவள் அவனை ஊன்றிப் பார்த்தாள். நிலவொளியில் அவள் மனத்தில் அவன் கவர்ச்சியானவனாகவே தென்பட்டான். அவயங்கள் அனைத்திலும் திருத்தமான நிலை!

“முதலில் உங்களுக்கு என் நன்றி. ஆமாம்...உங்கள் பெயரை நான் தெரிந்து கொள்ளலாமா?” - இதமாகக் கேட்டாள்.

“ராஜேந்திர வல்லான். சகலரும் ராஜேந்திரன் என்றே அழைப்பார்கள்.”

“ஓ... தஞ்சை சோழச் சக்ரவர்த்தியின் பெயரோ?”

ஆனால் நான் சக்ரவர்த்தி இல்லை இளவரசி. சாதாரணப் படை வீரன். தங்கள் தந்தையார் பாளையக்கால அம்பலத்தேவரின் அருகாமை மெய்க்காவலன். மாதம் இருபது சம்பளம் பெறும் சாதாரண ஏவலன்.”

“அதனால் என்ன? எனக்குக்கூட அந்த அங்கயற்கண்ணியின் திருப்பெயரை எனது தந்தையார் சூட்டியுள்ளார். அதற்காக நான் அந்தப் பரமனின் பக்கத்துணையாகி விட முடியுமா என்ன? வாழ்வில் எது எப்போது நடக்கும் என்று யாராலும் கூற முடியாது. இன்றைய ஏவலர் நாளைய அரசராவதும், இன்றைய அரசர் நாளைய ஏவலராவதும் காலம் விளையாட விரும்பினால் ஈடேறப் போகும் விஷயங்கள்.”

“இந்தப் பீடிகை எதற்கு இளவரசி?”

“இது பீடிகை இல்லை... இன்றைய அனுபவத்தில் நான் உணர்ந்த நிஜம். நீங்கள் உங்களை ஏவலன் என்று நினைப்பதை மாற்றிக் கொள்ளுங்கள். வீரம்மிக்க ஆண்மக்கள் ஒவ்வொருவரும் சக்ரவர்த்திகளே! நல்லது, நாம் கிளம்பலாமா?”

“நீங்கள் புரவிமேல் ஏறிக் கொள்ளுங்கள்... நான் தொடர்ந்து நடந்து வருகிறேன்.”

“ஏன் நீங்களும் உடன் ஏறிக் கொள்ளக்கூடாதா?”

"அது முறையில்லை..."

"நான் மயங்கிக் கிடந்தபோது முறையாகக் கருதப்பட்ட ஒரு செயல் இப்போது எப்படி முறையற்றதாகும்?"

பதில் சொல்ல இயலாத தவிப்பு ராஜேந்திரனிடம் பெருக்கெடுத்த சமயம். தொலைவில் புரவிக்கூட்டம் அணி திரண்டு வரும் 'திபுதிபு' அரவம் காதில் விழுந்தது.

'ஐயையோ... காடகராயன் கூட்டத்தவர் இனம் கண்டுகொண்டு நெருங்கிவிட்டனரா?'

ராஜேந்திரன் துணுக்குற்ற அந்த விநாடியில் தீப்பந்தங்கள் திகுதிகுக்கச் சுற்றிலும் ஒரு புரவிக் கூட்டம் வந்து அவர்களை வளைத்து வட்டம் கட்டி நின்றது.

இன்று...

பார்க்க படுமிடுக்காகத் தெரிந்த அவன், இருபத்தைந்து வயது இளமைக்குள் மிடுக்கையும் துடிப்பையும் ஒட்டுமொத்தமாகக் குத்தகைக்கு எடுத்துவிட்டிருக்கும் பாவனை காட்டியபடி அந்த ஜீப்பைவிட்டு இறங்கி உள்ளே வந்தான்.

ராம்நாத் ஒரு விநாடி திணறிப் போனார்.

ஜெயந்திக்கோ வெந்நீரில் பாதம் பட்ட மாதிரி ஒரு துடிப்பு.

உள்ளே நுழைந்த அவன், ராம்நாத்தைப் பார்த்து ஆச்சரியமாய் விழிகளை விரித்தான்.

"சார், நீங்களா?" என்றான் வியப்புடன்.

"யாருப்பா நீ?" ராம்நாத் சுதாரித்தபடி கேட்கவும், அவன் முகம் குத்துப்பட்ட மாதிரி சிதைந்து போனது.

"சார், நான்தான் கலாதரன்! உங்க ஸ்டூடண்ட்... மூணு வருஷத்துக்கு முந்தின செட் சார்..."

அவன் பேசப்பேச, ராம்நாத் முகத்தில் சுருக்கம் விலக ஆரம்பித்திருந்தது. ஊதிப் பருக்கும் பலூன் போல் கன்னங்கள் கும்மென்று புடைப்பெடுத்தன.

"டேய் கலாதரன்... நீயாடா? இதென்னடா போலீஸ் கோலம்?"

"சார், நான் இப்ப இந்தப் பகுதியோட ஃபாரஸ்டர்... ஆமா, நீங்க எங்க சார் இங்க? அதிலேயும் இந்தப் பாழாப்போன வீட்டுக்குள்ளாற?"

அவர்கள் தங்கள் பேச்சில் இன்ஜினும் பெட்டியுமாக இணைந்து கொண்டுவிட்ட நேர்த்தியில், ஜெயந்தி மெல்லப் பெருமூச்சு விட்டபடி அந்த இளைஞனை அளக்கும் முகமாகப் பார்க்க, அந்தக் கொத்தனாரும் அங்கிருந்து விலகித் தன் வேலையைப் பார்க்கவேண்டி நழுவிக்கொள்ள... கலாதரனின் அந்தக் கேள்வியின் முன் தன் நெற்றியை ஏகமாகச் சுருக்கினார் ராம்நாத்.

"உன் கேள்விக்கு நான் அப்புறமா பதில் சொல்றேன். முதல்ல உன்னை உட்காரக்கூடச் சொல்ல முடியாத நிலையிலே இருக்கேன். நாங்களே இன்னிக்குத்தான் இங்க வந்து நுழைஞ்சிருக்கோம். ஃபர்னிச்சர் எல்லாம் இனிமேதான் லாரியில் வரணும்..."

அவர் பதிலில் கலாதரன் மேலும் அதிர்ந்த மாதிரியானான். அவனது அழகிய சின்னக் கண்களிலே அந்த அதிர்வு நன்றாகவே தெரிந்தது.

"சார், என்ன சார் இது... இங்கேயே வாழப்போற மாதிரி பேசறீங்க?"

"மாதிரி இல்ல கலாதரன்...முடிவே பண்ணிட்டேன்..."

"அப்ப, இப்ப நீங்க காலேஜ்ல இல்லையா?"

"அந்தப் பொறுப்பைத் தலைமுழுகிட்டேன். என்னை மதிக்காத இடத்துல என்னால இருக்க முடியாது..."

நறுக்கென்று உள்ளே நுழைந்தாள் ஜெயந்தி.

“ப்ளீஸ்! அந்த சப்ஜெக்ட் வேண்டாம்... அப்பா டென்ஷனாயிடுவார்...”

“நீங்க?” கலாதரனின் பார்வை ஜெயந்தியைக் கவ்வியது.

“நான் உங்க சாரோட டாட்டர்...”

“க்ளாட் டு மீட் யூ... உங்களுக்கு இங்க தங்கறதுல உடன்பாடா?”

“அப்பாவோட மனத்திருப்திதான் இப்ப எனக்கு முக்கியம்...” நறுக்குத்தெறித்த அந்தப் பதில் கலாதரனை மிகவும் சலனப்படுத்தியது.

“ஆமா, நான் இங்க இருக்கறது உனக்கு எப்படித் தெரியும்?” ராம்நாத் இடைவெட்டினார்.

“வழக்கமா ரெய்டு போனேன்... இந்த பங்களாவுல எப்பவும் ஒரு திருட்டுக் கோஷ்டி சீட்டு விளையாடிக்கிட்டிருக்கும், கள்ளச்சாராயம், விறகுத் திருட்டுக்குப் பேர் போன கோஷ்டிகள் டேரா போடற இடம் இது. ஆகையினால் எட்டிப்பார்ப்பேன். ஆனா, அவங்ககூட ராத்திரியானா இடத்தைக் காலி பண்ணிடுவாங்க. அவ்வளவு மோசமான இந்த இடத்துல உங்களை நான் எதிர்ப்பார்க்கவே இல்லை சார்...”

அவன் பதில் ஜெயந்தியை வதக்கியது. முகம் கல்லடிப்பட்ட தேன்கூடு போல் சுணங்கிப் போனது.

“அப்படி என்ன சார் இந்த வீட்டுல இருக்கு?” தயக்கத்தோடு கேட்டாள்.

“வேண்டாம்... நான் உங்களைப் பயமுறுத்த விரும்பலை. நீங்க இப்பதான் வந்திருக்கீங்க. பட், பீ கேர்ஃபுல்... நான் அப்புறமா வரேன். விலாவாரியா பேசறேன். இப்ப என்னோட சீஃப் எனக்காகக் காத்துக்கிட்டிருப்பார். நான் ரிப்போர்ட் சப்மிட் பண்ணணும்... வரட்டுமா?”

வந்த வேகத்தில் திரும்பக் கிளம்பினான். ஜீப்பை அம்பாய்ச் செலுத்தினான். ஜெயந்தி அந்த நிலையிலும் அதை ரசித்தாள். ஜீப்

மறையவும் மனத்தில் திரும்பவும் பீதி காளவாசல் புகைபோல மண்டத் தொடங்கியது.

பின்பக்கத்தில் கொத்தனார் கொத்திக் கிளறிக் கொண்டிருந்தான். ராம்நாத் அந்தத் தாழி அருகே சென்று நின்று கொண்டிருந்தார்.

"அப்பா, அந்தக் கலாதரன் சொன்னதைக் கேட்டீங்களா?"

"அதுக்கென்ன இப்போ?"

"ஒரு எனர்ஜெடிக் ஃபாரஸ்டரே பயப்படற இடத்துல நாம இருக்கணுமா?"

"உனக்குப் பிரியமில்லேன்னா நீ மெட்ராஸ் போய்க்கோ... நான் வர்ற மாதிரி இல்லை. இங்க எனக்குப் பெரிய வேலை காத்திரு..."

"உங்களுக்கு அந்த வைரப்பெட்டி மேல ஆசை வந்திடுச்சன்னு நினைக்கிறேன்..."

"யெஸ்... சாதாரண வைஸ் சான்ஸலர் போஸ்ட்டுக்கு என்னைத் தகுதியில்லாம பண்ணினவங்க எதிரே நான் விஸ்வரூபமெடுக்க விரும்பறேன். இந்தியன் ஆர்க்கியாலஜியில ஐ வான்ட் டு க்ரியேட் கிரேட் ஹிஸ்டரி..."

"எல்லாம் பொய்யா இருந்தா?"

"இருக்கச் சந்தர்ப்பமே இல்லை... இதோ, இந்த ஜம்னாலால் சாட்சி. அழியாத அவன் உடம்பு சாட்சி...அவன் கைவசமுள்ள மோதிரம் சாட்சி... அந்த ஓலைகள் சாட்சி..."

ஜெயந்தி அப்படியே அதைக் கேட்டுத் துவண்டு போனாள்.

***

அந்த மலைப்பாதை வகிடு எடுத்த மாதிரி நீண்டு கிடக்க, இருபக்கமும் அடர்த்தியாய் மரக்கூட்டம். குப்பியைத் தலையில் செருகிக்கொண்ட தினுசில் முள் கொண்டை ஓணான்கள்

வெறித்துப் பார்க்க, கழுத்தில் காமிரா ஊஞ்சலாட, வாக்கிங் ஸ்டிக் சகிதம் மேலேறிக் கொண்டிருந்தார் ராம்நாத்.

சற்றுத் தள்ளி அடிவாரப் பொட்டல்! அதில் ஆடுமாடுகள் மேய்ச்சல். முந்திரிக்கொட்டை போல் ஒரு சிறிய பாறை மேடு. அதன்மேல் காக்கி அரைடிராயர் உடுப்போடு, கைவசம் ஒரு மரக்கிளைக் கொம்போடு பத்து வயதுச் சிறுவன் மல்லாக்கப் படுத்துக் காலாட்டிக் கொண்டிருந்தான். வைகுண்டத்தில் மகாவிஷ்ணுகூட அவ்வளவு சந்தோஷமாகப் படுத்துக் கிடப்பதாகச் சொல்ல முடியாத பாவனை.

எதேச்சையாகத் திரும்பியவன், மலைப்பாதையில் ஏறும் ராம்நாத்தைப் பார்த்து மூக்கைச் சிலுப்பி கொண்டான். துள்ளி எழுந்து அவரை நோக்கி ஓடினான்.

“யாருங்க அது?” கேள்வியை எறிந்தபடி மெல்ல நெருங்கினான். அவர் அவனை வித்தியாசமாப் பார்த்தார்.

“யார் தம்பி நீ... மாடு மேய்க்கற பையனா?” கேட்டார்.

“ஆமா... நீங்க எங்க இந்தப் பக்கம் போறீங்க? போகாதீங்க...”

“ஏம்ப்பா...?!”

“இந்தப் பக்கம் மேல போற யாரும் உசிரோட திரும்ப மாட்டாங்க!”

* ——— *

7

அன்று...

சுற்றி வளைத்து நிற்கும் அந்தப் புரவி கூட்டத்தின் மத்தியில் பாளையக்காரர் அம்பலத்தேவர்! அவருக்கு அருகில் தளபதி வஜ்ரநாராயணன் மார்பில் உலோகப்பதாகை எல்லாம் தரித்து ஒரு பெரும் யுத்தத்துக்குக் கிளம்பி வந்தவன் போல் தெரிந்தான்.

அவர்களைப் பார்த்த ராஜேந்திரன் கணத்தில் புன்னகை பூர்வமானான்.

“அப்பா...” மீனாட்சி உற்சாகமாகக் கூவியபடி அவரை நோக்கிச் சென்றாள்.

“மகளே... எப்படியம்மா இருக்கிறாய்? உன்னை மீட்கத்தான் வந்து கொண்டிருக்கிறோம். உனக்கு ஒன்றும் ஆகிவிடவில்லையே...?”

குரலில் சந்தோஷப் பரவசங்களைக் கொட்டி தெளித்தார் அம்பலத்தேவர். சூழ்ந்திருக்கும் வீரர்களின் முகங்களில் கூடப் பரவசத் தெளிவு.

தீப்பந்தத் திகுதிகுப்பில் அது பொன்னிறமாய்த் தெரிய மீனாட்சி வெட்கத்துடன் ராஜேந்திரனைப் பார்த்தபடியே பேசினான்.

“அப்பா! இவரால்தான் நான் தப்பினேன். இவர் மட்டும் வரவில்லையென்றால்...” சிறிய இடைவெளி விட்டுத் தந்தையைப் பார்க்கவும், ராஜேந்திரனை உடனேயே பார்த்தான் வஜ்ரநாராயணன்.

"புதிதாகச் சேர்ந்த வீரன்தானே நீ?" சற்று திடமான குரலில் கேட்டான்.

"ஆமாம்... தளபதி அவர்களே!"

"அது என்ன கையில் குருதிக் கொப்பளிப்பு? தோளில் கூட காயம்...?" அம்பலத்தேவர் சற்றுப் பதட்டமான குரலில் கேட்கவும், மீனாட்சியே வேகமாக அதற்குப் பதில் தந்தாள்.

"எல்லாம் அந்தக் காடகராயனால் வந்த வினை. இவர் தன்னுயிரைப் பார்க்காமல் அவனோடு மோதியதால் ஏற்பட்ட விளைவு" என்றாள்.

"இப்போது எங்கே அந்தக் கள்வன்?"

"அவனைப் பற்றி இப்பொது எதற்குப் பேசிக் கொண்டு, நாம் கிளம்பலாமா அப்பா?"– குழைந்தாள் மீனாட்சி.

"தேவர்பிரானே... நீங்கள் இளவரசியாருடன் செல்லுங்கள்... நான் அந்தக் காடகராயன் சிரத்தைக் கொய்யாமல் வரமாட்டேன்" என்று திடுமென்று பொய்க்கோபம் காட்டினான் வஜ்ரநாராயணன்.

"அவனைப் பற்றி இனி யாரும் கவலை கொள்ளவேண்டாம். ஒரு கண்ணை இழந்த நிலையில் அவன் இப்போது துடித்துக் கொண்டிருப்பான். இனி நமது பாளையத்தின் பக்கமே தலை வைத்துக்கூடப் படுக்க மாட்டான்..." என்று இடையில் நுழைந்து பதில் சொன்ன ராஜேந்திரனை அம்பலத்தேவர் அதிசயமாகப் பார்த்தார். அதற்குள் அவர் பார்வையாலேயே கட்டளையிட, அதைப் புரிந்து கொண்ட ஒரு வீரன் ராஜேந்திரன் காயத்துக்குக் கட்டுப்போடத் தொடங்கியிருந்தான்.

"நீ என்ன சொல்கிறாய் ராஜேந்திரா?"

"ஆம் தேவர்பிரானே... என் கட்டாரி அவன் விழியைக் கெல்லி எடுத்துவிட்டது. நான் மார்புக்குத் தான் குறி வைத்தேன். துள்ளிக் குதித்துக் தப்பிக்கப் பார்த்துக் கண்ணுக்கு அந்தக் கட்டாரியை வாங்கிக் கொண்டுவிட்டான் அந்தக் கள்வன்!"

“சரி...சரி நீ சில நாட்களுக்கு அரண்மனைப் பணிக்கு வர அவசியமில்லை. நல்ல ஓய்வில் இருந்துகொள்” என்ற தேவர் அவனைச் சற்று சோகமாய்ப் பார்த்தார்.

“தேவர்பிரான் ஏதோ கூற விரும்புவதாகத் தெரிகிறதே...” குறிப்பறிந்து ராஜேந்திரனும் கேட்டான்.

“ஆம், ராஜேந்திரா... உன் மாமா காவேரியப்பன் இறந்துவிட்டார். பண்பொழியூர் பாளையத்தின் விசுவாசமான ஊழியர். சண்டாளன் காடகராயனின் துப்பாக்கிக் குண்டுக்கு இரையாகி விட்டார். பல வீரர்களையும் பலி கொடுத்துவிட்டேன்.”

“என்னது.... மாமா இறந்துவிட்டாரா?” திடுக்கிட்டுப் போனான் ராஜேந்திரன். மீனாட்சிக்குக்கூட அந்தப் பதில் துக்கத்தைத் தந்தது. தனது கோச்சு ஓட்டிக்கு இப்படியொரு முடிவா?

அவள் ராஜேந்திரனை பார்த்தாள். அவன் நிலை குலைந்து போயிருந்தான்.

“என் தாய் தந்தையரைவிட மேலானவர் என் மாமா...” என்று விம்மினான்.

ஒருவழியாக எல்லோருமாக அங்கிருந்து கிளம்பினர். கிளம்பிச் செல்லும் சமயம் வஜ்ரநாராயணன் அம்பலத்தேவரிடம் கிசுகிசுத்தான்.

“தேவர்பிரானே... நமது படை வலிவு வெள்ளையனை எதிர்க்கும் அளவுக்குப் போதுமானதில்லை. ஒரு சாதாரண காடகராயனை எதிர்க்கவே நிறையப் பாடுபட வேண்டிய நிலையில் நாம் இருக்கிறோம். அவன் வசம் உள்ளதுபோல் நிறையத் துப்பாக்கிகள் நமக்கும் வேண்டும்.”

“ஆம்... வேலும் வாளும் பிசுபிசுத்து வரும் காலம் இது. பண்டைய போர் முறைகளைப் பின்பற்றினால் நாம் அழியத்தான் வேண்டியிருக்கும். புதிய அந்தக் கொள்முதலுக்கு நாம் தயாராக வேண்டும்.”

பக்கத்தில் அதைக் கேட்டபடி மீனாட்சி புரவியில் வந்து கொண்டிருந்தாள். அவளுக்குப் பின்னாலே ராஜேந்திரன் மிகவும் சோர்ந்த நிலையில் வந்து கொண்டிருந்தான்.

அவன் மேலேயே அவள் பார்வை அடிக்கொருமுறை திரும்பிக் கொண்டிருந்தது.

அவனுக்கு ஆறுதல் சொல்ல வேண்டும் போல் மனத்தில் ஒரு நெருடல் தோன்றியது.

எப்படிச் சொல்வது?

* * *

பச்சிலைக் கட்டுடன் படுத்துக் கிடந்தவன் எதிரே சலங்கை கலீரிடப் பிரசன்னமாகியிருந்தாள் மீனாட்சி. சிறிய அந்தக் குடிசை முகப்பில் சாணி மெழுகிய திண்ணைப் பரப்பில் அவளை அவன் சற்றும் எதிர்பார்த்திருக்கவில்லை. திடுக்கிட்டுத் துள்ளி எழுந்தான்.

"இளவரசி... தாங்களா இங்கே?" பதட்டமான குரலில் கேட்டான்.

"நானேதான்... எப்படி இருக்கிறது தேக உபாதை?"

அவனிடம் கலவரமான மௌனம்.

"என்ன பதிலைக் காணோம்?"

"இளவரசி... எனக்கொன்றுமில்லை. நீங்கள் இந்த ஏழையின் குடிசைக்கு வந்ததை நினைத்தால்தான் வியப்பாகவும் அதிர்ச்சியாகவும் உள்ளது."

"என்னை மீட்டவர்க்கு நான் இன்னும் முறையாக நன்றிகூடச் சொல்லவில்லையே...?"

"கடமைக்கு நன்றி எதற்கு?"

"ஆனால், உள்ளன்புக்கு அது தெரியவில்லையே..."

“உள்ளன்பா... என் பெயரிலா? நான் தகுதியில்லாதவன்!”

“தகுதிகளை அடுத்தவர்கள்தான் தீர்மானிக்க வேண்டும்.”

“உங்களோடு வாதிட்டு ஜெயிக்க முடியாது. நீங்கள் நாட்டியத் தாரகை மட்டுமல்ல. நல்ல பிரசங்கியும்கூட!”

“நன்றி! என் தந்தையிடம் சொல்லி உங்களுக்கு நான் ஒரு பரிசு தர விரும்புகிறேன்.”

“எதற்கு?”

“அந்தக் காடகராயனிடமிருந்து என்னைக் காப்பாற்றியதற்கு.”

“பரிசுக்காக நான் அதைச் செய்யவில்லை.”

“வேறு எதற்காகச் செய்தீர்கள்?”

“எனக்குச் சொல்லத் தெரியாது.”

“விழுங்குவது போல் பார்க்க மட்டும் தெரியுமோ? மனசுக்குள்ளே என்னைப் பூட்டி வைத்து உருக மட்டும் தெரியுமோ?”

“இளவரசி! இதெல்லாம் உங்களுக்கு எப்படி...?”

“நான்தான் நாட்டியமாடும் சமயம் பார்த்துக் கொண்டே இருந்தேனே...”

“அடேயப்பா... உங்களுக்கு இத்தனை தீட்சண்யமா?”

“எனக்கும் கூடத்தான்!”

கூரைக்கு வெளியே இருந்து புதிதாக ஒரு குரல் வந்தது. வந்த திக்கில் தளபதி வஜ்ரநாராயணன்.

இன்று...

ஓர் ஊசிக் குத்துப்போல் அந்தச் சிறுவன் சொன்ன பதிலில் ராம்நாத் திடுக்கிட, அவன் தொடர்ந்தான்.

"ரொம்ப மோசமான பாதைங்க இது. சமயத்துல நரி, கரடிகூட ஊடால வரும்! அத்தோட முனுசாமி குதிரை ஏறி இந்தப் பாதையில உலாப் போவாராம். இடையில் ஒரு பெரிய பள்ளம் இருக்கு. வுழுந்தா எமன் கோயில்தான்!"

அவன் பேசப் பேச அவருக்கு வியப்பு அதிகமாகிக் கொண்டே போனது. கழுத்தில் தொங்கும் காமிராவின் தோள்பட்டையை நீவியபடி அவனுக்கு பதில் தந்தார்.

"சரி நான் பாத்துக்கறேன்...நீ கவலைப்படாமல் போய் மாடு மேய்! போ" – அவர் பேசிவிட்டு அப்படியே மேலே ஏறினார்.

"வேணாம்ங்க..." அவன் பேச்சு அவர் காதில் விழவேயில்லை. இப்படிப்பட்ட பாதையில்தான் கட்டாயம் செல்ல வேண்டும்.

காற்று வாங்க வந்த இடத்தில் இப்படி ஒரு மர்மமா?

பாதை பாம்பைப் போல் வளைந்து நெளிந்து பிரண்டைச் செடியுடனும், அடர்ந்த புதர்க் கூட்டத்துடனும் கிடந்தது.

தலைக்கு மேலே அருகாமை மரங்களின் வளைசல் நெளிசலான கிளைகள். அது தரை உருட்டும் நிழலில் மலை அணில்களின் சடுகுடு!

கடிகாரம் மணி நான்கு என்றது.

சூரியன் சோர்ந்து மேற்கில் தூங்கப் போய்க் கொண்டிருந்தான்.

இட வலமாய் எல்லையில்லாத மலையின் விஸ்தரிப்பு. அங்கங்கே மேகக் கூட்டம் வழி தெரியாத பயணிபோல் பம்மிக் கொண்டிருந்தது.

அசுரத்தனமாய்த் திண்டு திண்டாய்ப் பாறையும் கற்களும் பிரமாண்டம் காட்டின, அதில் சில குரங்குகள் பாண்டி விளையாட்டு வேறு.

ஒரு கட்டத்தில் பாதை சுருங்கிப் போயிருந்தது. அருகில் வன இலாகாவின் சரிந்து கிடக்கும் எச்சரிக்கைப் பலகை.

'இந்தப் பாதை வழியாக யாரும் செல்ல வேண்டாம். பாதாள மரணப்பள்ளம் உள்ள தடம் இது!'

அதைப் படித்த ராம்நாத் மிடறு விழுங்கினார். பாக்கெட்டை நீவி சிகரெட்டை உருவி இதழில் கொளுத்தி மூக்குத்துவாரம் வழியே புகையை அனுப்பி, கண்ணாடி பிரேமை நெகிழ்த்திச் சில விநாடி யோசித்துவிட்டு அந்த அபாயப் பாதையில் காலடி எடுத்து வைத்தார்.

'செய்யவேண்டாம்' என்றால் 'செய்தாக வேண்டும்.'

'தப்பு' என்றால் 'சரி'

'ஆமாம்' என்றால் 'இல்லை' எனும் அவரது இயல்பான எதிர்மறைச் சிந்தனை 'போய்ப் பார் ராம்நாத்!' என்று ஊக்குவித்தது.

பாதையின் நெருஞ்சி முட்களை அவரது, ஷூக்கள் துவம்சித்தன. 'ஐயையோ' என்றபடி மண்டையைத் தூக்கியது பக்கத்துப் பாறை ஓணான்.

"ஏய்! பைத்தியம் போகாதே!" என்றபடி சிலிர்ப்பிக் கொண்டு வானம் ஏறிப் பறந்தது பக்கத்து மரத்து வாலைச் சிட்டான்.

பாதை நீண்டு கொண்டே போனது.

வழியில் ஐந்து விதமான கிளைகள்.

எதில் போக...? எதை விட....? யோசித்து யோசித்து ஆடு விழுங்கிய மலைப் பாம்பாக அரவமின்றிக் கிடக்கும் ஒரு பாதையில் முன்னேறினார் ராம்நாத். லேசான துர்வாடை வந்தது.

பார்வையை விரட்டியபோது ஒரு புதருக்குள் ஒரு விலங்கின் நைந்த சடலம். பார்க்க ஒரு மலை ஆடு போல் தோன்றியது. ஈக்கூட்டம் சுற்றி வளைத்திருந்தது.

பயத்துக்குப் பதிலாக இரக்கம் நெஞ்சில் இறங்கியது. பெருமூச்சில் அது தெரிந்தது. தொடர்ந்து நடை ஒரு கட்டத்தில் அது முடிந்தபோக, பாதையின் அந்த முடிவில் மாபெரும் சரிவு. சரிவுக்குக் கீழே என்ன இருக்கிறதென்றே தெரிந்துகொள்ள முடியாதபடி பள்ளம்.

அந்தப் பள்ளத்தைக்கூட சரியாகப் பார்க்க முடியாதபடி சரிவின் மரக்கிளைகள் மூடிக்கொண்டிருக்க, சூரியனின் மேற்குக் கதிர்கள் மட்டும் தடையின்றி உள்ளே பிரவேசித்துக் கொண்டிருந்தன.

பக்கத்துப் பாறை மேல் கையை ஊன்றியபடி அந்தப் பள்ளத்தை வெறித்த ராம்நாத் சிந்தனை வயத்தோடு பாறை மேல் விரல்களைத் தாளமிட...விரல்களை ஏதோ ஒன்று நெருடியது. எதேச்சையாக பாறையை ஊன்றிப் பார்த்தால் ஒரு லிங்கக் குறி.

வேலைக் மெனக்கெட்டு இந்தப் பாறையில் அதைச் செதுக்கிய மனிதன் யார்? எதற்கு இந்தக் குறி? யோசனையுடன் இருந்தவர் திடீரென்று ஒரு காட்டு மாட்டின் பிரவேசத்தால் திடுக்கிட்டுப் போனார்.

அது அவரை ஒரு மரத்தின் பின்னாலிருந்து வெறித்துப் பார்க்க... 'ஐயையோ...' ராம்நாத் மனத்தில் அலறியபடி கண்களை அகட்டி விரித்துப் பீதியை கிலோ கணக்கில் காட்டிக் கொண்டு அப்படியே காலைப் பின்னால் வைக்க சரிவின் சரளைக்கற்கள் 'ஹலோ' சொல்லி அவரைப் பிடித்து இழுக்க விநாடியில் அவர் தேகம் அந்தச் சரிவில் திபுதிபுதிபு... ஊடாடிய செடி கொடி கிளைகளில் சடசட சடசட....சட்டை, பாண்ட்டை எல்லாம் முட்செடிகள் கிழித்துக் குதற ஒருவழியாக ஒரு பந்தைப் போல் எந்தத் தடையும் இன்றி விழத் தொடங்கியவர். 'தொபேர்' என்று ஒரு நீர்த் தேக்கம் போன்ற பரப்பில் விழ, காமிரா மட்டும் பதவிசாக நழுவி எச்சரிக்கையாக ஒரு பிரண்டைச் செடிக் கூட்டத்தில் மாட்டிக் கொண்டு தொங்கத் தொடங்கியது!

தண்ணீரில் மூழ்கியவர் ஜில்லென்ற அந்த நீரில் சிலிர்ப்புத் தாளாது தனக்குத் தெரிந்த நீச்சலால் மேலே வர, மாலை நேரத்து மஞ்சள் வெயிலின் ஊடுருவலில் குகை போன்ற அந்தப் பள்ளம் அவர் பார்வையில் பிரமிப்பாய் விரிந்தது. மலைக் குடைவில் குற்றாலத்துக்குப் போகும் அருவிப் பாதை ஒன்று இப்படி ஊடே நுழைந்து செல்வது உடனேயே தெரிந்து போனது.

பாசி படிந்த பாறையைப் பிடித்துச் சிரமப்பட்டு மேலேறியவர் முதல் காரியமாக காமிராவைத்தான் தேடினார்.

பதிலுக்கு ஒரு எலும்பு மலைதான் தென்பட்டது. இவரைப்போல் சரியாக நீர்ப்பரப்பில் விழாமல் பாறைமேல் விழுந்து செத்துப்போன ஆடுமாடுகளின் எலும்புக்கூடுகள்!

ஊடே பல மனித மண்டை ஓடுகளும் 'ஹிஹிஹீ' என்றன!

அண்ணாந்தபோது வானமே தெரியவில்லை. செடி கொடிகள் மறித்துக் கொண்டிருக்க சூரியக் கதிர்கள் மட்டும் எப்படியோ ஊடுவியிருந்தன. ராம்நாத்துக்குப் பயம் நெஞ்சில் தன் முதல் ஊசியைக் குத்தியது.

'கக்கரச் விச்...' என்கிற விநோத சப்தத்தோடு ஒரு முறத்தைப் போல் இரண்டொரு வௌவால்கள் வேறு இடையில பறந்து இருண்ட மேற்பரப்பில் எப்படியோ காணாமல் போயின.

அங்கங்கே லேசான மாலைச் சூரியக் கதிர்களின் சிதறல். அதிலும்கூட ஒளித்தேய்வு!

'டேய் ராம்நாத்! எச்சரிக்கையைப் பொருட்படுத்தாம இப்படியா வந்து மாட்டுவே?' அவர் மனதே அவரைக் கேள்வி கேட்க, சுற்றிச் சுற்றிப் பார்த்தார்.

நல்லவேளையாக காமிரா பிரண்டைச் செடிக் கூட்டத்தில் தென்பட, எட்டிப் பிடித்துக் கைவசப்படுத்திக்கொண்டார். கால்களைப் பாறைகள் நிரடிவிட்டன. ஷூவில் ஒன்று சுழன்று காணாமல் போயிருந்தது. இன்னொன்று துணையை இழந்த துக்கத்தில் கிடக்க அதையும் கழற்றி எறிந்துவிட்டுத் திரும்பவும் சுற்றிப் பார்த்தார். காதில் அருவி நீரின் சலசல சத்தம். அவ்வப்பொழுது மிரட்டும் வௌவாலின் கக்கரச் விச் சத்தம்!

ஊடே மேற்கில் சரியும் சூரியனின் புதிய கதிர்வீச்சு ஒன்றின் முப்பது டிகிரி கோணப்பாய்ச்சலில் பாறைமேல் அமர்ந்த நிலையில் துளியும் சிதையாத மனித எலும்புக்கூடு ஒன்று!

* ——— *

8

அன்று...

சற்றும் எதிர்பாராதவிதமாகத் தளபதி வஜ்ரநாரயணனை அங்கு பார்த்த அதிர்ச்சியில் மீனாட்சியின் நயனங்கள் படபடத்தன. ராஜேந்திரனும் ஒரு நடு கல்லைப் போலாகி விட்டிருந்தான்.

பல விநாடிப் பொழுது ஒருவகை இறுக்கத்துடன் கழிய, வஜ்ரநாராயணனின் இடையாபரண சலங்கைக் கச்சு அவன் அசைந்ததன் நிமித்தம் 'போதும் மௌனம்' என்பதுபோல் லேசாகச் சிணுங்கியது.

"இளவரசியாரின் செயலில் சற்றும் ஏற்றம் இல்லை" என்று மெல்ல வாய் திறக்கத் தொடங்கினான். மீனாட்சியும் படபடப்பு நீங்கி ஒருவகை உறுதிக்குள் நிலைப்படத் தொடங்கியிருந்தாள்.

"எப்படி?" அவனை நோக்கி எதிர்க் கேள்வி கேட்டாள் மீனாட்சி.

"இப்படி ஒரு சாதாரண வீரனைக் காணத் தன்னந்தனியாக வருவது எந்த வகையில் சேர்த்தி?"

"அதைப் பின்தொடர்ந்து வந்து கண்காணிப்பது மட்டும் எந்த வகையில் சேர்த்தி?" அழகாக அவனை மடக்கினாள்.

"நான் இந்தப் பாளையத்தின் தளபதி. சந்தேகப்படும் சகலத்தையும் கண்காணிக்கவும், அரசன் மகளைப் பாதுகாக்கவும் எனக்குக் கடமை உண்டு."

“உங்கள் பாதுகாப்பின் லட்சணத்தைத்தான் அனுபவித்தேனே... தயவுசெய்து என் சொந்த விஷயத்தில் தலையிடாமல் இருக்கிறீர்களா?”

“எது உங்கள் சொந்த விஷயம்?”

“இவரை நான் சந்திக்க வந்தது, பேச விரும்புவது எல்லாம்தான்!”

“இவனை அரண்மனைக்கு அழைத்து அதைச் செய்தால் என்ன?”

“உதவியர்களைத் தேடிச்சென்று நன்றி பாராட்டுவதே தமிழர் பண்பு என்று எனது தமிழாசான் சொல்லிக் கொடுத்ததை நான் மறக்கவில்லை.”

“கலசம் கோபுரத்தை விட்டுக் கீழே இறங்கக் கூடாது என்றும் சொல்லியிருப்பாரோ?”

“அதைச் சில கலயங்கள் விளக்கத் தேவையில்லை!”

இருவரினூடே வாக்குவாதம் நீண்டு கொண்டே செல்ல. ராஜேந்திரனுக்குள் பயக் குமிழ்கள் குவிந்து வெடிக்கத் தொடங்கின.

அவர்கள் விவாதத்தினுள் தலைநீட்டவும் தயக்கமாக இருந்தது.

ஒருவழியாக மீனாட்சியின் பேச்சுக்கு ஈடுகாடுக்க முடியாமல் வஜ்ரநாரயணன் திரும்பிச் செல்லத் தொடங்கினான். செல்வதற்கு முன் ராஜேந்திரனை ஒருமுறை முறைத்துப் பார்த்தான்.

ராஜேந்திரன் நெஞ்சு அந்தப் பார்வையில் அப்படியே கூம்பிச் சுருங்கியது.

“அவர் கிடக்கிறார்... ஆமாம் இப்போது எப்படி இருக்கிறது உடல்நிலை?”சட்டென்று திரும்பி ராஜேந்திரனிடம் நலம் விசாரிக்கத் தொடங்கினாள் மீனாட்சி.

அவன் பயத்திலிருந்து மீண்டதாகவே தெரியவில்லை.

மெல்ல வாய் திறந்தான்:

"இளவரசி! உங்கள் வருகையை நான் சற்றும் எதிர்பார்க்கவில்லை. தளபதியார் பின்தொடாந்து வந்தது மேலும் ஆச்சரியம் தருகிறது. அதைவிடப் பெரிய ஆச்சரியம் என் பொருட்டு நிகழ்த்திய உங்களின் வாதப்பிரதிவாதங்களே! அருள்கூர்ந்து ஒரு விண்ணப்பம்... ஏழைகளான நாங்கள் ஒரு மண் கலயம் போன்றவர்கள். ராஜாங்க மோதலுக்கு ஈடுகொடுக்க இயலாதவர்கள். ஒரு மண்கலயம் தானாக மோதினாலும் உடையும், யாரும் வந்து மோதினாலும் உடையும். எப்போதும் இழப்பு கலயத்துக்குத்தான். எனவே..."

"எனவே?"

"அருள்கூர்ந்து தாங்கள் அரண்மனை திரும்புங்கள்! தளபதியார் தங்கள் தந்தைவசம் சென்று பழியாக ஏதும் கூறும்முன் நீங்கள் அதைச் செய்வது நலம்..."

மீனாட்சி அதைக் கேட்டு உடனே பெரிதாகச் சிரித்தாள்: "உங்களை நான் பெரிய வீரர் என்று நினைத்தேன்... இப்படி கலயம் அது இது என்று உளறுகிறீர்களே..." என்று கூறி மேலும் சிரித்தாள். அப்படியே அவனது குடிலை ஒருமுறை பார்த்தாள்.

வீச்சரிவாள்களும் வேல் கம்புகளும் செருகப்பட்டிருக்கும் கூரைச்சரிவும், வஜ்ரசோளம்தொங்கும் மண் சுவரும், தரைப் பரப்பில் ஓர் ஓரமாகக் கிடக்கும் வாளும், கேடயங்களும் அவளுக்குள் மேலும் மேலும் சிரிப்பை வளர்த்தன.

"உங்கள் சிரிப்பின் பொருள் எனக்குப் புரிகிறது இளவரசி. என் வீரத்தில் என்றைக்குமே எனக்குச் சந்தேகம் இருந்ததில்லை. விவேகம் இல்லாத வீரம் விழலுக்கு இறைத்த நீர் என்பது உங்களுக்குத் தெரியாதா?"

"உண்மைதான். நீங்கள் கூற விரும்புவது என்ன? சுருக்கமாகச் சொல்லுங்கள்."

“உங்களை எண்ணி நான் கிறங்கியது நிஜம். ஆனால், நீங்கள் கைக்கெட்டாத வான் நிலா. நிலவை ரசிக்கலாம். பறிக்க இயலாது. முயலுதலும் முட்டாள்தனம்.”

“நிலவைப் பறித்துக் காதலியின் கூந்தலில் சூடத்துடிக்கும் காதலர்கள் பற்றிக் கேள்விப்பட்டதில்லையா நீங்கள்”

“கற்பனை வேறு... நிஜம் வேறு.”

“நானும் அதைத்தான் சொல்கிறேன். கற்பனை வேறு, நிஜம் வேறுதான்.”

“பிறகென்ன... தேவர்பிரான் கோபத்துடன் வருமுன் கிளம்புங்கள்.”

“ஆனால், ஒரு சிறு திருத்தம்... எது கற்பனை எது நிஜம் என்பதில் உங்களுக்குள் குழப்பம் இருப்பதாகக் கருதுகிறேன்.”

“நீங்கள் சொல்வது எனக்குப் புரியவில்லை.”

“நான் நிலவல்ல. சாதாரணப் பெண்! குறிப்பாகக் கற்பை உயிராக எண்ணும் பாண்டிய நாட்டின் தமிழ்ப் பெண்! அதைக் காக்க எதையும் இழக்கச் சித்தம் கொண்டுள்ள வீர மறவர் கூட்டத்துப் பெண்மணி.”

“உங்கள் இனப்பற்றை எண்ணி மகிழ்றேன். ஆனால், இன்னமும் உங்கள் பேச்சு எனக்கு விளங்கவில்லை.”

“பூங்கொத்துப் போல் மடியிலும் தோளிலும் சுமந்து வந்ததை எண்ணிப் பாருங்கள்... புரியும். என்னுடைய அப்போதைய கோலம் மேலும் பல புரிய வைக்கும். பெண் என்பவள் மனத்தால் ஒருவனை நினைத்தாலே கற்பிழந்து விட்டதாக நமது முன்னோர்கள் கூறும் விஷயத்தைப் புனிதமாக நினைப்பவள் நான்.

இந்த நிலையில் என் பொருட்டு உயிரைத் துச்சமாகக் கருதி தொட்டுக் தூக்கி வந்த உங்களை ஒரு சாதாரண வீரனாக மட்டும் கருதும் சராசரி இளவரசியாக நான் இருக்க

விரும்பவில்லை. சாதாரண வீரனை இளவரசனாக்கிப் பார்க்கும் ஆக்கமுள்ளவளாக மாற விரும்புகிறேன்!"

"இளவரசி..."

"மீனாட்சி என்று விளியுங்கள். நீங்கள் தவிர்க்க நினைத்தாலும் நான் உங்கள் மனைவிக்கு ஒப்பானவள்."

அவன் உதட்டில் எப்படியோ அந்தப் பெயர் வந்து விட்டது.

"மீனாட்சி..."

அவள் அதைக் கேட்டு நெகிழ்ந்தாள். மார்பைத் தூளியாக்கிச் சந்தோஷப் பெருமூச்செறித்து முகத்தில் கோடி உணர்வு காட்டினாள்.

"பார்த்தீர்களா? உங்களுக்குள் புதைந்திருக்கும் என் பெயர் உங்களையும் அறியாமல் வந்துவிட்டதை!"

அவன் அதைக் கேட்டு நெகிழ்ந்து போனான்.

"உண்மைதான் மீனாட்சி. நீ என்னைக் கவர்ந்தது இன்று நேற்றல்ல! பல ஆண்டுகளாகவே! உன்னை நித்தமும் காணத்தான் அரண்மனை ஊழியனானேன். வயற்காட்டில் கலப்பை பிடிக்க வேண்டிய கரங்கள் வேல் பிடிக்கக் காரணம் உன் வேல் விழியில் நான் பிடிபடத்தானோ?" என்றான்.

"இருக்கலாம். தெய்வ சித்தம் எப்படியும் செல்லும்."

"செல்லட்டும். ஆனால், இப்போது தேவர்பிரான் சித்தம் எப்படிச் செல்லும் என்று என்னால் கணிக்க முடியவில்லையே?"

"நிச்சயம் அது கோபப் பாதையில்தான் செல்லும். அதிலும் அந்த வஜ்ரநாராயணன் மகா கர்வி. அவன் கதைப்புகளில் என் தந்தை கர்ணகடூரம் ஆகுமுன் நான் அரண்மனை திரும்புகிறேன். கேட்டால் 'நன்றி காட்டச் சென்றேன்' என்று சாதாரணமாகச் சமாளித்து விடுகிறேன். நம் விஷயத்தை ஒரு பக்குவமான கட்டத்தில் சொல்லிச் சாதிப்பேன். வரட்டுமா?"

கிளம்ப ஆயத்தமானாள் மீனாட்சி. குடிலுக்கு வெளியே அடர்ந்த மரநிழலில் இளைப்பாறிக் கொண்டிருந்த அவளது புரவி அவள் வருகைக் கண்டு தான், தயாராகி விட்டதுபோல் அவள் எதிரே வந்து நின்றது.

லாவகமாக ஏறி அமர்ந்தாள். ராஜேந்திரன் அதுகண்டு அதிசயப்பட... அவன் கரத்தில் தன் உதட்டைக் குவித்தாள். ஜீவ சுகத்துக்குப் பொருள் உடனேயே அவனுக்குப் புரிந்து போனது. மெய்மறந்தான். புரவி பாயத் தொடங்கிவிட்டிருந்தது.

அதேசமயம் இன்னொரு புரவி கேரளத்தின் மலைப்பயணம் நீக்கி செங்கோட்டை எல்லையைத் தீண்டியிருந்தது. புரவியின் மேல் திருவிதாங்கூர் சமஸ்தானத்தின் ஏவலாள் ஒருவன். மலையாள தேசத்தைச் சேர்ந்தவன். என்பதற்குத் தோதாக களபச் சந்தனம் தரித்துக் கண்ணுக்கு லேசாக மையும் பூசியிருந்தான்.

மலைநாட்டு வாரியார் குடும்பங்களைச் சேர்ந்தவன் என்பதுபோல் தோற்றம். புரவியின் சேணக்கட்டில் சில மருந்து புட்டிகளும் தென்பட்டன. ஊடே குறிப்பாக அந்த ஓலை பிரதானமாகத் தெரிந்தது!

இன்று...

அமர்ந்திருக்கும் நிலையில் அந்த மனித எலும்புக்கூட்டைப் பார்த்த மாத்திரத்தில் ராம்நாத்தின் மூச்சில் உஷ்ணம் பரவியது.

மெல்ல நெருங்கி உற்றுப் பார்த்தபோது அந்த எலும்புக்கூடு அமர்ந்திருந்த பாறை மேல் கட்டாரி ஒன்றும் கிடந்தது. இற்றுத் துருவேறிய அந்தக் கட்டாரியின் மரக்கைபிடி மட்டும் துளியும் பழுதில்லாமல் அப்படியே இருந்தது.

ராம்நாத் சற்றே பயத்தோடு உற்றுப் பார்த்தார்.

'சலசலசல...' நீரோட்டத்தின் லயமான சத்தம் மட்டும் காதில் விழ மேற்குச்சூரியன் அடிவானத்தில் முற்றிலுமாகப் புதைந்து போய், கதிர்க்கரங்களை உள்ளிழுத்துக் கொண்டு விட்டிருந்தான்.

அந்தக் குகைப் பரப்பில் இப்போது கறுப்பு வர்ணம் அடித்த மாதிரி இருட்டின் ஆக்கிரமிப்பு.

ராம்நாத் புத்திசாலித்தனமாகத் தன் காமிராவை இயக்க ஆரம்பித்தார்.

ஃபிளாஷில் பிடிபட்டது அந்த எலும்புக்கூடு. ஃபிளாஷ் வெளிச்சம் எட்டிய தொலைவு பாய, அந்தச் சத்தத்தால் தாக்கப்பட்ட மாதிரி சில வண்டுகள் ரீங்காரமிட்டபடி வட்டமடிக்கத் தொடங்கின.

அதுமட்டுமல்ல, ஃபிளாஷ் வெளிச்சம் குகையின் உட்பரப்பில் ஒரு சமதளம் இருப்பதையும் காட்டியது.

மிக மெதுவாக அங்கே போய் குனிந்து பார்த்தபோது ஒன்றும் பிடிபடவில்லை. ஃபிளாஷ், இயக்கியபோது காமிரா சுருளில் வந்து ஒட்டிக் கொண்டது அந்த நொறுங்கிப்போன எலும்புக்கூடு.

ராம்நாத் முகம் வெளிற ஆரம்பித்து விட்டிருந்தது.

'என்னை போல் இங்கே விழுந்து மீள முடியாமல் இறந்து போனவர்களா இவர்கள்?'

கேள்வியில் ஊஞ்சல் கட்டிக் கிழக்கு மேற்காய் ஆடிவிட்டுச் சுற்றிச் சுற்றிப் பார்த்தார்.

கும்மிருட்டு!

சோர்வு இதயத்தைப் பிசைந்தது.

'இனி என்ன செய்வது?' - கேள்வி விசுவரூபம் எடுத்தது.

"ஹேய்..." முடிந்த மட்டும் தொண்டை கிழியக் கத்தினார். சத்தம் உள்ளேயே சுற்றிச் சுற்றி வந்து எதிரொலித்தது.

"ஹேய்... ஹேய்... ஹேய்..." மென்மையாகத் தேய்ந்தும் முடிந்தது. அந்தச் சத்தத்துக்கு வெளவால்கள் தங்கள் எதிர்ப்பைக் காட்டுவதுபோல் அந்த குகை முழுக்க குறுக்கு நெடுக்காகப் பறந்து ராம்நாத்தின் முகத்தில் தங்கள் ஸ்கைடர் போன்ற சிறகை உரசி எடுத்தன.

✲ ✲ ✲

சென்னையிலிருந்து எடுத்து வரப்பட்ட ஃபர்னிச்சர்களில் அந்தப் பெரிய சோபாவும் ஒன்று. அதில் உட்கார்ந்தபடியே இரவு தூங்கிப் போயிருந்தாள் ஜெயந்தி. காலைச் சூரியனின் நீண்ட கை ஒன்று சாளரக் கண்ணாடியைக் குடைந்து நீண்டு ஜெயந்தியின் கன்னத்தில் பட்டபோது அவளுக்குத் தூக்கிவாரிப் போட்டது.

விழித்தவள் கடிகாரத்தைப் பார்த்தாள். காலை மணி ஆறேமுக்கால்!

இரவு தனக்குத் துணையாகத் தங்கிவிட்ட மாரிமுத்துவைப் பார்த்தாள். வாசல் நிலைக்காலைத் தலையணையாய்க் கருதி, குறட்டையில் ரயில் விட்டுக் கொண்டிருந்தான்.

மனசில் மறுகலோடு சுற்றிச் சுற்றிப் பார்த்தாள்.

எழுந்து சென்று மாரிமுத்துவை எழுப்பினாள்.

அவன் வாரிச் சுருட்டிக் கொண்டு எழுந்து கண்களைக் கசக்கினான். மிச்சக் கொட்டாவியைக விட்டபடி "இன்னும் அப்பா வரலையாம்மா?" என்று கேட்டான்.

ஜெயந்தி அந்தக் கேள்வி முன் ஓடிந்தே போனாள். "வரலை மாரிமுத்து..." என்று வாசல் பக்கம் நடந்தாள். மனசுக்குள்ளே 'அப்பா அப்பா...' என்கிற குழந்தைத்தனமான கேவல். அப்போது பார்த்து உற்சாகமாய் 'ஜெயந்தி' என்கிற அழைப்பு!

எதிரே கலாதரன்!

கலாதரன் நட்போடு தன்னைப் பெயர் சொல்லி அழைத்ததில் துளி சந்தோஷம் ஆச்சரியமும் ஜெயந்திக்குள் நெளிசல் எடுக்க அவனைப் பார்த்துச் சோர்வோடு "ஹலோ" என்றாள்.

ஹோம்லியாக இறுக்கமின்ற அணிந்திருந்த பிளவுஸீம், புடவை மராப்பும் பொற்காசு மூட்டை போல் தென்பட... பிளவுஸின் அந்த வி கட்டிங்கில ஒரு பட்டுப்பூச்சி லாக்கெட் சிணுங்கிக் கொண்டிருந்தது.

'நோ... இது ரசிக்கும் நேரமில்லை!' – கலாதரனின் மனம் சுதாரித்து நிமிர்ந்தது.

“என்ன குரல்ல சுரத்தே இல்லை...?” - இது அவன்.

“அப்பாவைக் காணோம் மிஸ்டர் கலாதரன்” சட்டென்று ஜெயந்தி விஷயத்துக்கு வந்தாள்.

“எங்க போனார்?” கேட்டான்.

“சொல்லிட்டுப் போகலீங்க... எங்கேன்னே தெரியல்லை. தனியா இருக்காங்களேன்னு இவங்களுக்குத் துணையாகத் தங்கிட்டேன்” என்றான் மாரிமுத்து.

“அப்ப நேற்றிலிருந்தே காணோமா?”

“ஆமாம் கலாதரன். நேத்து மத்தியானம் கிளம்பிப்போனவர், இன்னும் காணோம்” ஜெயந்தி சொல்லும்போதே இரண்டு சொட்டுக் கண்ணீர் கன்னக் கதுப்பில் உருண்டது!

கலாதரனுக்கு என்னவோ போல் ஆனது. அவன் வந்திருந்த ஜீப், தொலைவில் தென்பட்டது. பானட்டின் மேல் சில குரங்குகளின் குதியாட்டம் வேறு.

“சரி... நீ என் கூட வர்றியாப்பா? எந்தப் பக்கம் போனாரோ அந்தப் பக்கம் போய்ப் பார்க்கலாம்” மாரிமுத்துவின் பக்கம் திரும்பிக் கேட்டான்.

“நானும் வரேன் கலாதரன்” ஜெயந்தி துள்ளிக்கொண்டு முன்னால் வந்தாள்.

“வேண்டாம். இந்த மலைப்பகுதி ரொம்பவும் கரடு முரடானது. அது ரொம்ப ஆபத்தானது...”

“நோ! நான் வருவேன்! என் மனசு படறபாடு உங்களுக்குத் தெரியாது.”

அவள் விடுவதாக இல்லை. பின்னர் ஒருவழியாக அவளும் அவனும் மட்டும் கிளம்பினார்கள். மாரிமுத்து வீட்டுக்குக் காவலாக உட்கார்ந்து கொண்டான்.

* ——— *

9

அன்று...

மலைக்காற்றின் குளுமையை உற்சாகமாக அனுபவிக்கும் பாவனையை முகத்தில் காட்டி, சுற்றிலும் பார்வையைச் செலுத்தினான் அந்த ஏவலாளி.

பசுமை ராஜ்யம் அவனைப் பசேல் என்று பார்த்தது. அரக்கன்போல் தெரியும் திரிகூடமலை, அப்பால் விரியும் பொதிகை எல்லாம் அவனது இணக்கம்மிக்க நாடான கேரளத்துக்கு நாங்களும் சளைத்தவர்கள் அல்ல என்று காட்டின.

ஒரு கட்டத்தில் திருமலை முருகன் கோயில் தென்பட்டது. அதன் அடிவாரம் கழனி செழிக்கக் கிடந்தது. நடுவில் பண்பொழியூர்! பார்க்கப் பெரிதான ஊராக இல்லாவிட்டாலும், ஒரு வளம்மிக்க பாளையத்துக்கான இலக்கணங்கள் தெரிந்தன.

சகலத்தையும் ரசித்தபடி அந்தச் சத்திர வாசலை எட்டினான் அவன். சத்திரத்துக்கு வெளியே வில்வண்டிகள் சில நின்று கொண்டிருந்தன. உள்ளே உள்ளூர், வெளியூர்க்காரர்கள் முகாமிட்டிருப்பது தெரிந்தது. கள் கலயங்களோடு கொந்தளிப்பான சிரிப்பு அவர்கள் முகத்தில!

எல்லோரும் காடகராயனைப் பற்றியே பிரதானமாகப் பேசிக் கொண்டிருந்தார்கள். உள்ளே நுழைந்தவன் அந்தப் பேச்சைக் கேட்டு ஆச்சரியப்படத் தொடங்கினான்.

“ஆனானப்பட்ட காடகராயனையே நமது ராஜேந்திரன் வீழ்த்திவிட்டான் என்றால் சும்மாவா? நமது பாளையத்தின் மானம் பிழைத்தது...”

“அந்தக் காடகராயன் பரம சண்டாளன். ராஜேந்திரனைப் பழிவாங்காமல் விடமாட்டான். நமது இளவரசியார் மீது அவன் பார்வை விழுந்துவிட்டது. அவன் ஒன்றை நினைத்தால் அடையாமல் விடமாட்டான் என்று கேள்விப் பட்டிருக்கிறேன்...”

“நமது அம்பலத்தார் மட்டும் என்ன சளைத்தவரா? மாவீரர் புலித்தேவரே நம் அம்பலத்தாரை ஒரு சிறந்த ராஜதந்திரியாகக் கருதுகிறார் என்றால் பார்த்துக் கொள்ளுங்களேன்..”

“போகட்டும்... புலித்தேவர் வெள்ளையனுக்குக் கப்பம் கட்ட மறுத்துத் தோள் தட்டுவதாகக் கேள்விப்பட்டேனே... உண்மையா அது?”

“ஆமாம்... இந்தக் காடகராயன் ஒருபுறம் என்றால், வெள்ளையர் மறுபுறம், இவன் பொருளைத் திருடுகிறான். வெள்ளையர்களோ நாட்டையே திருடப் பார்க்கிறார்கள். இது எதில் போய் முடியுமோ?”

பேச்சுக்கள் சுவாரஸ்யமாகப் பலவாறாகப் பெருகிக் கொண்டிருக்க, உள்ளே நுழைந்த அந்த ஏவலாளியைப் பார்த்து ஒருவன் கேட்டான்:

“ஏய், நீ யார்?”

“ஞானொரு வைத்தியன். பெயர் கோபாலன். திருவிதாங்கூர் சமஸ்தானாதிபதி வைத்தியனாக்கும்!”

“உனக்கு வைத்தியம் நன்கு தெரியும் என்றால், இந்த வெட்டுக்காயத்துக்கு என்ன மருந்து?”

கேட்டவன், தன் கரத்தின் வெட்டுக்காயம் ஒன்றைக் காட்டியபடி “நானொரு அரண்மனை ஊழியன். பாழாய்ப்போன வெள்ளையர்களை எப்போதும் எதிர்க்கத் தயாராக இன்று

விசேஷப் போர்ப் பயிற்சி நடந்தது. அப்போது ஏற்பட்டது இந்தக் காயம்...” என்றான்.

அவன் சொல்லி முடிப்பதற்குள் ஒரு முதிய மரப்பட்டையை அதன்மேல் வைத்து ஒரு பட்டு வஸ்திரத்தால் கட்டிவிட்டு, “ஒரு முக்கிய சேதி என் வசமுண்டு... அதை நான் நிங்கள ராஜனிடம் பறையணும்...” என்றான் வைத்தியன்.

“என்ன சேதி அது?”

“ராஜாங்க ரகஸ்யம்!”

“என்றால் இப்போதே என்னுடன் அரண்மனைக்குக் கிளம்பு!”

அவர்கள் புரவியேறி உடனே கிளம்பினார்கள். அந்த வீரனுக்குக் காயம்பட்ட இடத்தில் சுத்தமாக வலி மறைந்து போயிருந்தது.

“ஏய், நீ என்ன மாயம் செய்தாய்? வலியே இல்லையே...” என்றான். அவன் இதழ்க் கடையில் ஒரு புன்னகை.

“என்ட வைத்தியம் சாதாரணம். என்டே குருவின் வைத்தியம் இ லோகப் பிரசித்தம்...” என்றான் அவன்.

“யார் உன் குரு?”

‘ஜம்னாலால்!’ – அவன் மனத்தில் அந்தப் பெயர் தோன்றி, நாவின் ஒலியில் தோயாமல் உடனே அடங்கியது!

பண்மொழி ஆற்றின் மலை நீரில் வாளைகள் துள்ளிக் கொண்டிருந்தன. கதிரவன் தன் கதிர்க் கரங்களை நீர்ப்போக்கில் கழுவிக் கொண்டிருந்தான்.

சிலுசிலு சீதளக் காற்று வேறு. அரண்மனையின் பின்புறத்தில் திமிராய் ஓடும் அந்த ஆற்றின் கரைமேல் கைகட்டி நின்று கொண்டிருந்தார் அம்பலத்தேவர். ராஜேந்திரனை அருமை மகள் மீனாட்சி சந்தித்து வந்ததைத் தளபதி வஜ்ரநாராயணன் மிகைபடச் சொன்ன சேதியில் குழம்பிப் போய் இருந்தது அவர் மனம்.

"தேவர்பிரானுக்குப் பணிவான வந்தனங்கள்!" என்று மெய்க்காவலர் அவருக்கு அருகில் சென்று வணங்கி நிற்க, தேவரின் பார்வை அவர் பக்கம் திரும்பியது. 'என்ன விஷயம்?' என்று நயனங்கள் கேட்கவும், அவர் வந்த விஷயத்தைக் கூறத் தொடங்கினார்.

"திருவிதாங்கூர் சமஸ்தானத்திலிருந்து சேதி ஒன்று வந்துள்ளது. ஒருவர் அதைக் கொண்டு வந்துள்ளார். பெயர் கோபாலன் என்கிறார். ஒற்றனைப் போல் கருதவும் இடமிருக்கிறது. தங்கள் திருமுன் அழைத்துவரச் சம்மதம் தேவை..."

தேவர் பார்வையாலேயே சம்மத சமிக்ஞையைத் தரவும், அந்த மெய்க்காவலர் சற்றே பின் சென்று, பின்னர் அந்த வைத்தியனோடு அங்கு வந்தார்.

அவன் வசம் அந்த ஓலை!

தேவர்பிரானைப் பார்த்த மாத்திரத்தில் பணிவாக வணங்கிவிட்டு, ஓலையை அவர் எதிரே நீட்டினான் கோபாலன்.

விரித்து வாசிக்க, தேவர் முகத்தில் ஏகஜொலிப்பு.

'பண்பொழியூர்ப் பாளையத்து அரசர் அம்பலத்தேவர் சந்நிதானத்துக்கு,

தங்கள் நண்பன் ஜம்னாலால் வரையும் மடல். நலம்தானே? நலம் விளைய அந்த ஹரித்வாரத்து மூர்த்தி அருள்வானாக.

தாங்கள் வேண்டி விரும்பிய தசகண்ட வைரம் சகிதம் வியாபார நிமித்தம் என் திருக்குமாரனுடன் நான் திருவிதாங்கூர் வந்திருக்கிறேன்.

தங்களைச் சந்தித்து வைரத்தையும் தந்து அகம் மகிழ ஆசை. கூடவே ஒரு உதவியும் புரிதல் அவசியம்.

அதை நேரில் கேட்பேன். என் வருகை யாருக்கும்

தெரிய வேண்டாம்.

தசகண்ட வைரத்தைப் பெற நான் இமாலயம் வரை சென்று வந்தேன். சீன வியாபாரி ஒருவர் மானசரோவரில் இதை எனக்கு விற்றார். விலை மதிப்பே இல்லாத இதை உங்கள் வசம் பாதுகாப்பாகச் சேர்க்கும் பொறுப்பு எனக்கு உண்டு.

தங்கள் பகுதியில் கள்வர் பயம் அதிகம் என அறிந்தேன். அச்சன் கோவில் வழியாக மலையைக் கடந்து வரும் சமயம் தகுந்த பாதுகாப்புடன் ரகசியமாக என்னை அழைத்துச் செல்ல ஏற்பாடு செய்யவும். என் கைவசம் மேலும் வைரங்கள் உண்டு. எனவே, பாதுகாப்பு மிக முக்கியம். வரும் பௌர்ணமி நாளில் என் வருகை நிகழும். அன்று அதிகாலையிலேயே காத்திருக்கச் சொல்லவும்.'

தங்கள் அன்பை மறவா
ஜம்னாலால்

சேதியைத் திரும்பவும் வாசித்த அம்பலத்தேவர் புதையலை எடுத்ததுபோல் புளகாங்கிதப்பட்டுப் போனார்.

"நல்ல சேதி கொண்டு வந்தாயப்பா" என்று கூறியபடியே, தன் கழுத்திலிருந்த மணிமாலையைக் கழற்றி கோபாலன் வசம் நீட்டினார். அவன் மகிழ்வோடு அதைப் பெற்றுக் கொண்டான்.

இன்று...

ஜெயந்தியையும் அழைத்துக் கொண்டு பரிச்சயப்பட்ட மலைப்பாதையில் நடைபோடத் தொடங்கினான் கலாதரன். பாம்பாய் நெளிந்தபடி கிடக்கும் செம்மண் சாலை. ஒரு கட்டத்தில் பச்சைக் கிடக்கும் அடிவாரமலைச்சரிவைக் கீறிக்கொண்டு மேலேற, ஊதல் காற்று வரவேற்பு சொன்னது.

'தாதா... தாதா...' அந்த மாட்டுக்கார சிறுவன், அடிவாரத்தைவிட்டு அதே பாதையில் மேலேறப் பார்த்த மாடு ஒன்றைத் திருப்பிவிடும் சமயம் எதிர்ப்பட்ட கலாதரனையும் ஜெயந்தியையும் பார்த்தான்.

"என்ன... கோட்டு சூட்டு போட்டவங்களா இந்தப் பக்கம் வாரீக?" கேட்டான்.

"கோட்டு சூட்டு போட்டவங்களாவா?"

"ஆமா... நேத்துக்கூட ஒருத்தர் இந்தப் பக்கம் போனாரு சார்... புதைகுழிப் பள்ளம் பக்கமா..."

"மை காட்!" கைகளைக் குத்திக் கொண்டவனை ஜெயந்தி விதிர்ப்போடு பார்த்தாள்.

"என்ன கலாதரன்?" பதட்டம் பல்லாங்குழி விளையாட எதிர்க்கேள்வி கேட்டாள்.

"ஜெயந்தி, புரொபசர் எக்குத்தப்பா போய் மாட்டிக்கிட்டாரோன்னு நெனக்கிறேன்..."

"என்ன சொல்றீங்க?"

"இந்த மலை ஒரு மர்ம ராஜ்யம் ஜெயந்தி...பல இடங்களை இன்னும் யாரும் எட்டிக்கூடப் பார்த்ததில்லை. புதைகுழிப் பள்ளம்கற மரணப் பள்ளம் அதுல ஒண்ணு... அதுல விழுந்து செத்த ஆடு மாடுகள் எண்ணிக்கை நூத்துக்கும் மேல..."

"ஐயையோ... அப்பா அதுல விழுந்திருப்பாரோ?"

"அப்படி எதுவும் நடந்திருக்கக் கூடாது. வாங்க, போய்ப் பார்க்கலாம்..."

இருவரும் வேகமாக நடக்கத் தொடங்கினார்கள். திண்டு திண்டாய்ப் பாறைகள். அதிகப்பிரசங்கித்தனமாய்க் குறுக்கே நீண்ட மரக்கிளைகள். 'ஆர்ராது?' என்று அலறிப்புடைத்து ஓடும் மலை அணில்கள் என்று சகலத்தையும் எதிர்கொண்டு நடந்து முக்கியமான அந்த மேட்டு வளைவை எட்டியபோது, முந்தைய

தினம் ராம்நாத் குடித்துவிட்டுப் போட்ட சிகரெட்டின் மிச்சத்தைப் பார்த்தான் கலாதரன்.

விறுவிறுவென்று எச்சரிக்கைப் பலகையைத் தாண்டி நம்பிக்கையோடு நடந்தான். அந்த அபாயச் சரிவு 'வா... வா...' என்று தழைத்துக் கிடந்த பிரண்டக் கொடி மேல் தாறுமாறாகக் கிடந்தது ராம்நாத்தின் வாக்கிங் ஸ்டிக்!

சந்தேகமே இல்லை... ராம்நாத் உள்ளே விழுந்து விட்டது நிச்சயம் என்றது மூளை.

ஜெயந்தி பக்கத்தில் ரத்தப் பூ பூத்தது.

"கலாதரன்..." என்று ஈனஸ்வரத்தில் அழைத்து அவனைப் பார்த்தாள். அவன் புரிந்துகொண்டு அவள் தோளை வாஞ்சையாகத் தட்டினார். எச்சரிக்கையாக சரிவின் மேல் நின்றுகொண்டு கைகளை உதட்டோரம் குவித்து "ராம்நாத் சார்..." என்று ஏக சக்தியோடு கத்தினான்.

மலையெங்கும் மோதி மோதித் திரும்பியது அந்த வார்த்தை.

'ராம்நாத் சார்... புரொபசர் சார்...'

அவன் திரும்பத் திரும்பக் கத்தினான். ஊஹீம்... பதில் சத்தம் வரவேயில்லை. ஜெயந்தியைக் கிலி கவ்விக் கொண்டது.

"அப்பா..." வாய்விட்டு விசும்பினாள். அந்தச் சத்தங்களால் ஈர்க்கப்பட்டது போல் ஆவேசமாக ஒரு மரத்தின் பின்னாலிருந்து வெளிப்பட்டது அந்தக் காட்டு மாடு.

ராட்சத உடலோடு மிரண்ட விழிகளோடு கலாதரனையும் அந்தப் பள்ளத்துக்குள் தள்ளினால்தான் தன் ஆத்திரம் தீரும் என்னும் பாங்கில் ஓடிவந்த அந்தக் காட்டு மாட்டைப் பார்த்த கலாதரனுக்கு முதலில் ஐஸில் உறைந்ததுபோல் இருந்தது. உடனே சுதாரித்துக் கொண்டு ஜெயந்தியையும் பிடித்து இழுத்துக் கொண்டு பள்ளத்துக்கு எதிரான நிலப்பரப்பில் ஓடத் தொடங்கினான்.

சரளைக் கற்கள் ஜெயந்தியின் ஹை ஹீல் செருப்பை இடறிவிடப் பார்த்தன.

அவள் சேலையை உயர்த்தியபடி செருப்பை வேக வேகமாக உதறிவிட்டு அவனுடன் கையைப் பிடித்தபடி சேர்ந்து ஓடத் தொடங்க, அதற்குள் அந்தக் காட்டுமாடு இருவரையும் சமீபித்துவிட்டது.

திடும்மென்று ஏக சத்தம்!

மலைப் பளிங்கர்கள் சிலர் முரசுகளை வேகமாகக் கொட்டியபடி இருவரையும் பார்த்துவிட்டு ஓடிவந்து கொண்டிருந்தார்கள்.

'தபதப' என்று விரல்கள் முரசில் காட்டுச் சத்தம் எழுப்பின. சத்தம் கேட்டு மாடு பயந்து மிரண்டது.

வந்த வழியே ஓடத் தொடங்கியது.

கலாதரனிடம் ஆசுவாசப் பெருமூச்சு!'

ஜெயந்தி தன் மார்பைத் தூளி ஆக்கியிருந்தாள். சேலை முந்தானையால் தன் கழுத்து வியர்வையை ஒத்தி எடுக்கும் சமயம் அப்படியே கலாதரனுக்கும் செய்ய ஆசைப்பட்டாள். ஏனோ கூச்சத்தோடு முடங்கிப் போனாள்.

"ரொம்ப நன்றி உங்களுக்கு..." கலாதரன் வாய்திறந்தான்.

"சார்...எப்படி இந்தப் பக்கம் வந்து சிக்கினீங்க? இது ரொம்ப மோசமான இடமாச்சே..." அந்தப் பளிங்கன் விடுவதாக இல்லை.

"எல்லாம் காரணமாகத்தான். ஆமா, நீங்க எங்க?"

"தேன் எடுக்க வந்தோம். அப்படியே எதாவது மிருகம் கிடைச்சா பிடிக்கலம்னு..."

"வெறும் கையாலயா?"

"இல்லை... வேல், கொம்பு, கவுறு எல்லாம் கொண்டாந்துருக்கோம்..."

"எங்க? எங்க?"

ஒருவன் ஓடிப்போய் ஒரு மரத்தடியிலிருந்து சகலத்தையும் சுமந்து வந்தான். ஆலம் விழுதினை நறுக்கிப் பிணைத்து உருட்டித் திரிக்க உறுதியான கயிறு, உறுதியான மூங்கில்கள் எல்லாவற்றையும் மிக ஆர்வமாகப் பார்த்தான் கலாதரன்.

“உங்களால எனக்கு ஒரு உதவியாகணும்” அவர்களை நோக்கி வாய்திறந்தான்.

“என்ன சார்?”

“இந்தப் பக்கம் இருக்கற மரணப் பள்ளத்துல ஒருத்தர் விழுந்துட்டாரு! அவரை மீட்டாகணும்...”

“செத்துப்போன அவர் உடம்பையா?”

ஒரு பளிங்கனின் அந்தக் கேள்வி முன் அப்படியே ஒடிந்து போனாள் ஜெயந்தி.

“அதுல விழறவங்க எல்லாம் சாகணும்கற கட்டாயமில்லை. வாங்க, போய்ப் பார்ப்போம்...”

“சார்... வேண்டாம், ரொம்ப ஆபத்து...”

“பேசிக்கிட்டிருக்க நேரமில்லை. நீங்க எனக்கு உதவுங்க. நான் உள்ளே இறங்கறேன்...”

அவர்கள் அதற்குமேல் பேசப் பிரியமில்லாமல் உடனேயே காரியத்தில் இறங்க ஆயத்தமானார்கள். ஆலங்கயிறு தன் சுருளலை நீக்கி நீளத்தொடங்கியது.

பள்ளத்தை ஒட்டிய நொணா மரத்து அடிப்பரப்பில் கயிற்றை இழுத்துக் கட்டினார்கள். மூங்கில்கள் ஏணிபோல் உருமாறத் தொடங்கின. ஒடிந்த சில மரக்கிளைகள் மேலும் பயன்பட்டன.

கயிற்றின் முனையில் ஒரு மூங்கிலைக் கட்டி அந்த மூங்கிலைப் பள்ளத்தை நோக்கி வீச, அது கீழே விழுந்து இடையில் மறித்துக் கொண்டு கிடக்கும் செடி கொடிக் கிளைகளைத் தூர்த்துக் கொண்டு உள்ளே இறங்கியது.

பள்ளத்தின் விளிம்பில் அதைப் பிடித்துக் கொண்டு மெல்லக் கீழே இறங்கத் தொடங்கினான் கலாதரன்.

பளிங்கர்கள் பயத்துடன் அதைப் பார்க்க, ஜெயந்தி பரிதவிப்போடு "பார்த்து... பார்த்து" என்று கூவ, மெல்ல மெல்லக் கீழே இறங்கி மேலிருப்பவர்களின் பார்வையை விட்டு மறைந்தே போனான்.

"புரொபசர்... ராம்நாத் சார்..." பள்ளத்தில் இறங்கும்போது குரல் கொடுத்துக் கொண்டே இறங்கினான் கலாதரன். சத்தம் கேட்டு "கீச்சு வீச்சு..." என்று எதிர்க் குரல் கொடுத்தன வெளவால்கள்.

அங்கங்கே ஒளிக்கோடு, மற்ற இடத்தில் பாறைத் திண்டுகள். மெல்ல காதைச் சீண்டியது பாயும் அருவிப் பாதையின் சலசலப்பு சத்தம்.

ஒருவழியாகக் கீழே இறங்கிக் காலை நனைத்த நீரோட்டத்தால் லேசாகச் சிலிர்த்து உள்ளே உற்று நோக்கியபோது ஒரு பாறை மேல் சரியாக அந்த எலும்புக்கூடு!

கலாதரனுக்கு நாக்கில் அமிலம் பட்ட மாதிரி ஆனது.

"புரொபசர்... புரொபசர்..."குரல் கொடுத்தான், பதில் சத்தமே இல்லை. ஒரு பாறைச் சுவர் மேல் கையை வைத்தபடி கண்களைக் கசக்கிக் கொண்டு சுற்றிச் சுற்றிப் பார்த்தான்.

மேலே சூரியனை உச்சிப் பிரவேசம் நிகழ்ந்து கொண்டிருந்தது. உள்ளே நுழைந்தது ஒரு வெளிச்சக் கற்றை. ஒரு பாறைச் சுவர்மேல் முட்டி மோதியது. அங்கு ஏதோ கல்வெட்டு எழுத்துக்கள்! ஊன்றிப் படித்தான் கலாதரன்.

'வில்வ நிழலின் லிங்கப் பாறைக்குத் தெற்கில் ஏழுகல் பாறை மேல் ஏறி வந்தால் மீதம் சொல்வேன்...'

* ——— *

10

அன்று...

மனத்தை ஆக்கிரமித்திருந்த சோர்வின் மேல் ஒரு புதிய சூரியன் உதித்துவிட்டது போல் பட்டது அம்பலத்தேவருக்கு.

புதிய பலம் பெற்றவர் போல் அங்கிருந்து அரண்மனைக்குள் நுழையத் தலைப்பட்டார் அவர். நந்தவனத்தில் தென்பட்ட சகதர்மிணி செண்பகநாச்சியைப் பார்த்து புன்முறுவலுடன் மீசையை நீவி “செண்பகா! நல்ல காலம் பிறந்துவிட்டது” என்றார்.

“எப்போது கெட்ட காலம் பிறந்தது, இனி நல்ல காலம் பிறக்க?”

“புரியாமல் கேள்வி கேட்காதே. வெள்ளையர் ஆக்கிரமிப்பை எண்ணியும், கள்வர் கூட்டத்தவரின் அடாத செயலாலும் நான் பட்டுக் கொண்டிருக்கும் வேதனை உனக்கு நன்கு தெரியும். அதிலிருந்து மீள ஒரு நல்ல வாய்ப்பு வந்துள்ளது.”

“எப்படி?”

“எதிரிகளைப் பொடிபொடியாக்கும் ராசி மிகுந்த தசகண்ட வைரம் எனக்குக் கிடைக்கப் போகிறது.”

“தசகண்ட வைரமா?”

“ஆமாம்... அது இருக்கும் இடத்தில் என்றும் அதைரியத்துக்கு இடமேயில்லை. அது ஜொலிக்கும் இடத்தில் செல்வம் செழிக்கும்.”

“இதையெல்லாம் யார் சொன்னது?”

“எனது வடக்கத்திய நண்பர் ஜம்னாலால்! தீராத வியாதி தீர்க்கும் நிகழ்கால சித்தர் அவர். அவர் சொல்லித்தான் எனக்கு அந்த வைரம் பற்றியே தெரியும்.”

“ஒரு ஜடப்பொருளுக்கு அத்தனை சக்தியா?”

“கோயில் விக்ரங்கள் எல்லாம்கூட ஜடப்பொருள்கள் தானே. அங்கு மட்டும் சக்தியில்லையா?”

“வழிபடும் ஒன்றுக்கும் விலை தரும் ஒன்றுக்கும் வித்தியாசம் உள்ளதல்லவா?”

“செண்பகா, இதென்ன எதிர்வாதம்? நம்பிக்கைதான் வாழ்க்கை! வாழ்வில் எவ்வளவோ சூட்சமங்கள் உள்ளன. சொன்னால் உனக்குப் புரியாது. புரிந்தவர்களால் சொல்லவும் இயலாது. நீ பேசாமல் இரு.”

சற்றுக் கடுப்பாகத் தேவர் பேசவும் செண்பகநாச்சி உடனேயே அடங்கிப் போக தேவர் நெடுநேரம் யோசிக்கத் தொடங்கினார். பிறகு,

“யாரோங்க...?” கைதட்டி அழைக்கவும் இரண்டு காவலர்கள் ஓடிவந்தனர். “அந்த ராஜேந்திரனை உடன் அழைத்து வாருங்கள்” என்றார் சற்றே அதிசயமாக!

✲ ✲ ✲

ராஜேந்திரனை அழைத்து வருமாறு அம்பலத்தேவர் சொன்ன சேதி மிக வேகமாக அரண்மனை முழுக்கப் பரவத் தொடங்கியது.

“தேவர்பிரான் ராஜேந்திரனை அழைத்து வரச்சொல்லியிருக்கிறாராம். அவனைத் தேவரின் செல்வ மகள் மீனாட்சி தேவியார் சிநேகிப்பதாகக் கருதுகிறாராம் நமது தளபதியார். எல்லாம் அதனுடைய எதிரொலியாக இருக்கக் கூடும் என்று கருதப்படுகிறது.”

"இருக்கலாம். ஆனாலும் ராஜேந்திரனுக்குத் தகுதிக்கு மீறிய ஆசைதான்."

"நிச்சயம் ராஜேந்திரனுக்குக் கடுமையான தண்டனை உண்டு. தளபதியார் கொக்கரித்துக் கொண்டிருக்கிறார். அமைச்சரைப் போன்ற நாராயணப்பிள்ளை, கணக்காயர் வீரணத்தேவர், தேவர்பிரானின் சிற்றன்னை புதல்வர் பெரிய பாண்டியார் உட்படச் சகலரும் தேவர் பிரானை எச்சரித்ததாகக் கேள்விப்பட்டோம்..."

விஷயம் விஸ்வரூபமெடுத்துக் கொண்டிருந்தது. எந்தக் காலகட்டத்திலும் உண்மை ஒன்றாக இருக்க, அவை 'அலர் தூற்றுவார்' வசம் சிக்குமாயின் அதன் வடிவம் சிதைக்கப்பட்டு வதந்தியாக உருமாறிப் பருந்தாகப் பறக்கும் என்பது நிரூப்பிக்கப்பட்டுக் கொண்டிருந்தது.

***

இரண்டு வீரர்கள் ராஜேந்திரனைத் தேவருக்கு மிக சமீபமாக விட்டுவிட்டு விலகிக் கொண்டார்கள்.

ராஜேந்திரன் கைகட்டி நிற்கத் தொடங்கினான். தேவர் முகத்திலோ சூட்சுமமான ஒரு புன்னகை.

"நலமாக இருக்கிறாயா ராஜேந்திரா...? "இதமாக விசாரிக்கத் தொடங்குகிறார். ராஜேந்திரனுக்குள் ஆச்சரியம் ஓடிப்பிடித்து விளையாடத் தொடங்குகிறது.

"நலம் தேவர்பிரானே..."

"உனக்கொரு ஊழியம் தரப்போகிறேன்."

"எதுவானாலும் செய்யச் சித்தமாக உள்ளேன்."

"சற்று ரகசியமான விஷயம்."

"நான் உண்மையாக இருப்பேன்."

“எனக்கு அந்த நம்பிக்கை உள்ளது. வரும் பௌர்ணமி அன்று எனது வடநாட்டு நண்பர் ஒருவர் திருவிதாங்கூரிலிருந்து நமது பண்பொழியூருக்கு வருகிறார்.

அவர் வசம் விலைமதிக்க இயலாத வைரங்கள் உள்ளன. காடகராயனால் அவை வழிப்பறி செய்யப்படும் சாத்தியமும் உள்ளது.

எனது நண்பரை நீதான் பாதுகாப்பாக அழைத்து வந்து சேர்க்க வேண்டும். அச்சன்கோவில் வழியாக மலைப்பாதையைக் கடந்து வருகிறார். இது யாருக்கும் தெரியாது. அவரது பெயர் ஜம்னாலால்.

உனக்கு நம்பிக்கையான சில வீரர்களுடன் நீ அவரைப் பாதுகாப்பாக அழைத்து வரலாம்.”

“ஆகட்டும் தேவர்பிரானே... உங்கள் விருப்பத்தைத் துளியும் பிணக்கின்றி நிறைவேற்றுவேன்.”

“பிசகின்றியும் நிறைவேற்ற வேண்டும்.”

“நிச்சயமாக!”

“சரி, நீ செல்லலாம்...”

அவன் கரை மணல் மேல் பாதம் பதித்து நடக்கிறான். விதான வாயிலைக் கடந்து நந்தவனத்தை எட்டிப் பிடிக்கிறான். அடுத்து அரண்மனை வளாகம்தான். அதன் உட்புறம் தர்பார் மண்டபங்களும், கலைக்கூடங்களும், கம்பீர மாடங்களும் கண்சிமிட்டிக் கொண்டிருந்தன. இருபுறமும் வெகு நீண்ட நூறு தூண்கள் தாங்கிய உலாவெளி சதுரக்கூடம் அடுத்து வரும்... அதையும் கடந்தால் வாயில் வெளி. அதன் இருபது படிச்சரிவில் பரந்து மைதானம் ஆரம்பம்.

அந்த மைதானத்தின் இடவலமாகத்தான் கோச்சுகளும் புரவிகளும் குவிந்திருந்தன. ராஜேந்திரன் ஒரு கோச்சினைக் கடந்த சமயம் உள்ளிருந்து யாரோ அழைப்பது போல் அரவம்.

சந்தேகத்துடன் எட்டிப் பார்த்தவனுக்குத் தூக்கிவாரிப் போட்டது. ஒரு சாதாரணப் பணிப்பெண் வேடத்தில் மீனாட்சி!

தன்னை அடையாளம் கண்டு கொண்ட மாத்திரத்தில் விண்ணில் மிதக்கும் பாவனை பெற்றவனை அவள் புன்னகையோடு எதிர்கொண்டாள்.

"ம்... தாமதியாமல் கோச்சில் புரவியைப் பூட்டிக் கொண்டு கிளம்புங்கள்" என்றாள்.

"எங்கே மீனாட்சி?"

"அதைப் போகும்போது சொல்கிறேன். காதலர்கள் என்றால் பறவைகள் என்று பொருள். பறவைகள் என்றால் பறந்து மகிழ வேண்டும்."

"அப்படியா?" கேள்விக்குப் பின் சில விநாடிகளில் அந்தக் கோச்சு புதிய புரவியின் இணைப்போடு சீறத் தொடங்கியது.

"அப்பா கண்டித்தாரா?" சீறத் தொடங்கிய கோச்சுக்குள் சற்றுப் பயத்தோடு கேட்டாள் மீனாட்சி.

"ஒரு வார்த்தைகூட நம் விஷயம் பற்றிப் பேசவில்லை."

"நிஜமாகவா?"

"என்னாலேயே நம்ப முடியவில்லை மீனாட்சி. தேவர்பிரான் எண்ணத்தைப் புரிந்துகொள்ளவும் முடியவில்லை."

"அப்பா அழுத்தக்காரர். உள்ளும் புறமும் அவர் வரையில் வேறு வேறு...கவனமாக இருங்கள்."

மீனாட்சி அப்படிச் சொன்ன விநாடியில் ஒரு கறுப்பு நிறப் புரவி வாயுவேகம் மனோவேகத்தைச் சண்டைக்கு இழுக்கும் வேகத்துடன் வந்து கொண்டிருந்தது.

அதன்மேல் அமர்ந்திருந்த வீரன் காவித் தலைப்பாகை தரித்திருந்தான். அவனைப் பார்த்த உடனேயே ராஜேந்திரனுக்குப் புரிந்து போயிற்று.

“மீனாட்சி... நெல்கட்டும் செவலில் இருந்து மாவீரர் புலித்தேவரின் படைவீரன் ஒருவன் நமது பண்பொழியூருக்க வந்து கொண்டிருக்கிறான். அவன் வரும் வேகத்தைப் பார்த்தால் ஏதோ நடக்கக் கூடாதது நடந்துவிட்டதைப் போல் தோன்றுகிறது” என்றான்.

“என்னவாக இருக்கும்?”

இன்று...

புதிதாக தென்பட்ட அந்த எழுத்துக்களின் பொருள் ஒரு விநாடி கலாதரனுக்குப் புரியவேயில்லை. ‘என்ன இது? இங்கே யார் நுழைந்து இதைச் செதுக்கியது?’ கேள்விப் பொறி சிதறியது. அதேசமயம் வந்த வேலையை விட்டுவிட்டுக் கவனம் தடுமாறுவதும் புரிந்து போனது. சட்டென்று சுதாரித்து “புரொபசர்...” என்றான் உக்ரமாக.

ஊஹீம்... பதிலில்லை.

‘ஒருவேளை புரொபசர் இந்தப் பள்ளத்தில் விழவேயில்லையா... நாம்தான் தேவையில்லாமல் அலட்டிக் கொள்கிறோமா? கேள்விப் பிடுங்கலுக்கு நடுவில் மெல்லக் கால்களை அசைத்தவன் கொழுகொழுவென்று காலை நெருடிய ஒன்றைக் குனிந்து பார்த்து விதிர்த்துப் போனான்.

மதர்த்த மண்ணுளிப் பாம்பு ஈர நிலப்பரப்பில் நெளிந்து கொண்டிருந்தது.

வாவ்! கண்டச் சதை துடிதுடிக்க ஒரு காலை எட்டி வைத்தான்.

லேசான வெளிச்சத்தில் புதிதாக ஒரு பாதை.

மெல்ல, பயந்து பயந்து உள்ளே நுழைந்தவனுக்கு ‘ஹலோ’ சொன்னது புதிதாக ஓர் எலும்புக் கூடு!

இவர்கள் விழுந்து செத்தவர்களா?

இல்லை இங்கே வாழ்ந்து செத்தவர்களா?

ஆராய்ச்சி சிறகு அவனுக்குள் மெல்ல விரிய, 'புரொப்சர் எங்கே?' என்ற அலைபாய்வில் மேலும் ஒரு புதிய பாதை உள்ளே தட்டுப்பட்டது. எட்டிப் பார்த்தபோது ஈரக்குலையில் அக்னித் திராவகம் சுரந்தது. ராட்சத சிலந்தியும், பந்துபோன்ற வண்டுகளும் கொஞ்சி விளையாடும் அந்த இடத்துக்குள் தலைகுப்புறக் கிடந்தார் ராம்நாத்!

முதுகின் மேல் ஒரு சிலந்தி உட்கார்ந்தபடி ரத்தத்தை உறிஞ்சத் தயாராகிக் கொண்டிருந்தது.

காலால் சிலந்தியை ஒரு எத்து எத்த, அது கால்களால் ஒரு எம்பு எம்பியது. மேலே சூரியன் மேலும் புதிய வெளிச்சக் கதிர்களை உள்ளே செலுத்த, ராம்நாத்தைத் திருப்பிப் போட்டு சுவாசத்தைத் தொட்டுப் பார்த்தான்.

'நான் இன்னும் சாகலை' என்றது சுவாசம்.

அவரைத் தொட்டுத் தூக்கி விக்ரமாதித்தன் வேதாளத்தைச் சுமந்தது போல் சுமந்தபடி பின்னோக்கி நடக்க ராம்நாத்தின் கழுத்தில் கீழே விழாமல் தூளி ஆடியது அந்தக் காமிரா!

கயிற்றோடு மூங்கிலைக் கட்டிவிட்ட இடத்தை நெருங்கி அண்ணாந்து "ஜெயந்தி..." என்றான் உற்சாகமாக. "கலாதரன்..." என்று அவள் பதிலுக்குக் கத்துவது காதில் விழுந்தது.

"அப்பா கிடைச்சுட்டாரு..." என்றான்.

"தாங்க்ஸ் கலாதரன்..." அவளிடமிருந்து மேலும் பலமான குரல்.

"சார் பலே ஆளு..." என்று கருத்து சொல்லிக் கொண்டார்கள் பளிங்கர்கள்.

பக்குவமாக ராம்நாத்தைத் தோளில் போட்டுக் கொண்டு, மலை ஏறும் வீரனைப் போல் மூங்கில் ஏணியில் மெல்ல ஏற... பளிங்கர்களும் மூங்கில் ஏணியை மேலிழுக்க ஏறத்தாழ ஒரு மணி நேரக் கடின முயற்சியின் முடிவில் பள்ளத்தின் மேல் விளிம்பில் பிரக்ஞையற்றவராக, ரத்த விளாரியாக வீங்கிப் போன

கைக கால் சதைகளோடு ஜெயந்தியின் கண்களில் படிந்தார் புரொபசர் ராம்நாத்.

அவள் கட்டிக் கொண்டு கதறத் தொடங்கிவிட்டாள். பளிங்கர்கள் நெகிழ்ந்து போய்க் குனிந்து பார்த்துவிட்டு "மலை வண்டுங்க கடிச்சிருக்கு" என்றபடி எங்கேயோ போய் சில பச்சிலைகளைப் பறித்து வந்து அவசர அவசரமாகக் கடிபட்ட இடங்களில் கசக்கிப் பிழிந்தார்கள்.

குறிப்பாக மூக்கின் மேல் ஒருவன் பிழிந்த பச்சிலை ராம்நாத்தை வாய்விட்டு முனக வைத்துக் கண்களைத் திறந்த பார்க்கச் செய்தது.

ராம்நாத்தின் கன்னச் சதை ஆச்சரியத்தில் மோர்சிங்காய்த் துடித்தது.

"ஜெயந்தி..." நிமிர்ந்தபடி கூவினார். அவள் கண்ணீரோடு அவரை வெறித்தாள். சட்டென்று மண்டியிட்டு அமர்ந்து இரண்டு கைகளாலும் அவர் மார்பை வேகவேகமாகக் குத்தத் தொடங்கினாள்.

"நீங்க ரொம்ப மோசம் டாடி... என்னை அநியாயத்துக்குத் தவிக்க விட்டுட்டு இப்படியா வந்து விழுவீங்க. நான் துடிச்சுப் போயிட்டேன்."

பேசும்போதே கரகரவென்று கண்ணீர். கலாதரன் சட்டென்று எட்டி ஜெயந்தியின் கைகளை உரிமையோடு பிடித்தான்.

"ஜெயந்தி! என்னது இது குழந்தை மாதிரி. அவர் பயங்கர டயர்டா இருக்காரு" என்றான்.

ராம்நாத்திடமோ அந்த களைப்புக்கு நடுவிலும் உற்சாகமான புன்னகை.

"எனக்கு களைப்பே இல்லை. நான் இப்ப எவ்வளவு சந்தோஷமா இருக்கேன் தெரியுமா? என் ஐம்பத்திரண்டு வருஷ வாழ்க்கையில் இங்க நான் கழிக்கிற நாட்கள்தான் அர்த்தமுள்ள நாட்கள்."

"என்ன அர்த்தமோ... இந்தப் பளிங்கர்கள் வந்ததால தப்பிச்சீங்க. இல்லேன்னா?"

"இல்லேன்னா?"

"நான், நீங்க, ஜெயந்தி எல்லாரும் இந்நேரம் பரலோக வாசிகளோ ஆகியிருப்போம்."

"அப்படியா... அது சரி... இவங்க யாரு?"

"இந்த மலையோட ஆதி ஜனங்க. சூதுவாது தெரியாத அப்பாவிங்க... பளிங்கர்ள்னு கூப்பிடுவோம்."

"ஆமுங்க..." என்றான் ஒரு பளிங்கன் உடனே.

"இவங்க ஊர் எது?"

"ஊர்னு ஒரு குறிப்பிட்ட இடம் கிடையாது. இது ஒரு அடர்ந்த மலை. இவங்க இந்த மலைக்குள் மரங்கள் மேல குடிசை கட்டி கூட்டம் கூட்டமா வசிக்கிறவங்க. சீஸனுக்குத் தகுந்த மாதிரி இடம் மாறிக்கிட்டே இருப்பாங்க."

"எனிவே... உங்க உதவிக்கு ரொம்ப நன்றி. அடிவாரம் வந்தா வீட்டுக்கு வாங்க..."

ராம்நாத்தின் பேச்சில் குளிர்ந்து போய் அவர்கள் விடைபெற்றுக் கொண்டார்கள்.

ராம்நாத்தும் ஜெயந்தியின் தோளில் சாய்ந்தபடி கீழிறங்கத் தொடங்கினார். ஒருபுறம் கலாதரன் துணை செய்யத் தொடங்கினான்.

அடிவாரம் வந்த அவர்கள் ஜீப்பை அடைந்தபோது இவர்களைப் பார்த்து பருத்த மருத மரத்தின் பின்னால் ஒருவன் மறைந்து கொண்டான்.

அவனது சிறிய தாடி அவன் விரல்களின் வசம் சிக்கிப் பிரமாதமாக நீவிக் கொண்டது. பாக்கெட்டைத் தொட்டுப் பார்த்தான். கடிதம் ஒன்று தட்டுப்பட்டது. எடுத்து விரித்தான்.

'மலையில் வைரம் இருப்பது நிச்சயமான உண்மை. உன் பூனை விழிகளால் அதைத் தேடு. நிச்சயம் கிடைக்கும். ஏதாவது தடை வந்தால், வரும் போலிருந்தால் தெரிவி! இம்மட்டில் யார் குறுக்கே வந்தாலும் விடக்கூடாது. தொல்பொருள் இலாகா யூகமாகச் சொல்லும் விஷயம் மட்டுமில்லை இது. நான் பல பழைய கிழங்களைக் கேட்டுத் தீர்மானித்து வைத்திருக்கும் நிஜம் இது. இன்னும் பத்து நாளில் மேலும் பல அதிசயத் தகவல்களோடு நான் அங்கு வந்து சேர்வேன்.

அதுவரை ஏழுகல் பாறை எங்கிருக்கிறது என்று தேடிக் கண்டறிந்து வை. துணைக்கு திவாகர், ராபர்ட் இவர்களை அழைத்துக்கொள்.

சளைத்துவிடாதே சம்பத்! வைரம் நமக்குத்தான்... கிடைத்தால் நாற்பது கோடி கிடைத்துவிட்டதாக அர்த்தம். விடக்கூடாது!'

இப்படிக்கு,
தங்க. மாணிக்கம்

கடிதத்தைப் படித்துவிட்டுக் கண்ணில் வெறியோடு நிமிர்ந்தபோது ஜீப் ஏக தூரம் போய்விட்டிருந்தது.

'அடுத்து இவர் நம் வழியில் குறுக்கிட்டால் மரணப் பள்ளத்தில் தள்ளிவிட வேண்டியதுதான்.' சம்பத் என்னும் அவன் தனக்குள் சொல்லிக் கொண்டான்.

'அதேசமயம் ராம்நாத் கலாதரனிடம் சொல்லிக் கொண்டிருந்தார்.'

"கலாதரன்.. அந்தக் குகையில் பல அரிய விஷயங்கள் கிடைச்சது. போட்டோகூட எடுத்திருக்கேன்! இந்த மலையில் எங்கேயோ வைரம் இருக்கறது சத்தியமான உண்மை. அதை நான் திரும்ப இந்த மலைமேல ஏறி எடுக்கப் போறதும் உண்மையாகப் போகுது பார்.." என்றார்.

* ——— *

11

அன்று...

'**எ**ன்னவாக இருக்கும்?

நெல்கட்டும் செவலிருந்து வந்து கொண்டிருக்கும் அந்த வீரன் எதன் பொருட்டுப் பண்பொழியூருக்குள் அப்படிப் புயலென நுழைய விரும்புகிறான்?

புலித்தேவர் ஏதும் முக்கிய சேதி அனுப்பியிருப்பாரோ?'

ராஜேந்திரனின் முகத்தில் சிந்தனை மின்னல் பந்தல் போட்டது.

காதலி சகிதம் சுகமான எண்ணங்களோடு ஒரு தனியிடம் தேடிப்போகும் வேளையில் அவன் மனத்தில் அந்த நெல்கட்டும் செவல் வீரனின் புரவிப் பிரவேசம் லேசான சலனத்தை ஏற்படுத்திவிட்டிருந்தது. இதை மீனாட்சியும் கவனித்தாள்.

கோச்சின் குதிரைகளோ எதையும் சட்டை செய்யாமல் விரைந்து கொண்டிருந்தன.

"அன்பரே... புலித்தேவரிடமிருந்து செய்தி கொண்டு வரும் வீரனைப் பார்த்து முகத்தில் ஏன் இந்தச் சலனம்?"

"அவனது வேகம் என்னை அரவப்படுத்துகிறது. நமது பாளையங்களுக்கு ஏதும் ஆபத்தோ...?"

"ஏகாந்த எண்ணங்கள் அலைபாய வேண்டிய வேளையில் ராஜாங்க நினைப்பா உங்களுக்கு?"

“ராஜாங்கம் நன்றாக இருந்தால் தானே ஏகாந்த எண்ணங்கள் வரும்...!”

“போதும்... சகலத்தையும் மறந்துவிட்டுச் சற்று என்னைக் கவனியுங்கள். கோச்சை நிறுத்துங்கள்.”

அவள் கட்டளையைத் தொடர்ந்து கோச்சை ஒரு வயல் வெளித் தடாகம் ஓரமாக நிறுத்தத் தொடங்கினான் ராஜேந்திரன்.

புரவிகளையே கிறங்க அடிக்கும் சுற்றுச்சூழல்! வயலை மீறி முழங்கால் உயரக் கோரைப்புற்கள் முடிந்த இடத்தில் எல்லாம் முளைவிட்டிருந்தன. பாத்திகளில் தவளைகளின் கரகாட்டம்.

செங்குழம்பாய்த் தடாக நீர். அதில் மதர்ப்பாய் மத்தாப்பாய் அல்லிகள்... தாமரைகள். தட்டுத்தட்டாக இலைகள். முத்து முத்தாக அதில் நீர்த்துளிகள்.

சகலத்தையும் சிலாகித்தபடி மீனாட்சியைப் பார்க்க கோச்சின் பக்கம் திரும்பினான் ராஜேந்திரன்.

சலங்கை கொஞ்ச அவள் கீழே இறங்கத் தொடங்கியிருந்தாள். மேகத்தை விலக்கி ஓர் அரைவட்ட அளவே காட்டும் நிலவைப் போல், திரைச்சீலை விலக்கி அவள் தென்பட்ட கோலத்தில் ராஜேந்திரன் செருமாந்து போனான்.

“சகலத்தையும் மறந்துவிட்டு சற்று உன்னைக் கவனிக்கச் சொன்னாயே... அப்படியென்றால்?”– பொடி வைத்துப் பேசினான்.

“என்னைப் பொருட்படுத்தச் சொன்னேன்.”

“பொருட்படுத்தாமலா இத்தனை தொலைவு வந்தேன்?”

“ஒரு பெண்ணை இப்படித்தான் பொருட்படுத்துவார்களா?”

“புரியவில்லை எனக்கு...”

“எனக்கு ஒன்றுமட்டும் புரிகிறது. நீங்கள் பெரிய பாசாங்குக்காரர்...” – மீனாட்சி தன் செவ்விய உதட்டை ஒரு சுழி சுழித்தாள். இழுத்துப் பெருமூச்சு விட்டாள்.

“விம்மாதே மீனாட்சி... நான் வழிந்து விடுவேன்” என்றான் உடனேயே ராஜேந்திரன்.

“வழிய நீங்கள் என்ன பாலா இல்லை மோரா?”

எகத்தாளமாய்க் கேட்டாள் மீனாட்சி.

“இரண்டுமில்லை... அதனுள்ளிருந்து கிட்டும் வெண்ணையைப் போல் உருகும் கலைஞன் நான். உன்னால் தளும்பும் என் ரசனை வழிந்துவிடப் போகிறதே என்று அவ்வாறு சொன்னேன்...”

“உங்களுக்கு ரசனைகூட உண்டா?”

“என்னை ஆழம் பார்க்கிறியா மீனாட்சி?”

“என்றால் நீங்கள் சமுத்திரமோ?”

“ஆம்! உன்னைக் கண்டால் என் நினைவு சமுத்திரம் தான்.”

“நான் நம்பமாட்டேன். உங்களிடம் இருப்பது வெறும் சொல் திறம்தான்.”

மீனாட்சி அவனை நன்றாகவே ஊக்கினாள். அவள் உள்நோக்கு அவனுக்கும் புரிந்துபோனது. செயல்திறம் காட்டச் சொல்கிறாளோ? என்றால் கட்டி அணைத்து முத்தம் கொண்டு மகிழ்ந்து... நினைக்கும்போது திணறினான் அவன்.

“மீனாட்சி! என்னைச் சூடேற்றாதே! நான் சாதாரண வீரன். உனது காதலன் என்கிற இந்த அந்தஸ்தே பாரமாய்ப் பல சமயம் என்னை அழுத்துகிறது. நாம் இப்படித் தனிமைப்பட்டுச் சந்திப்பதும், சிந்திப்பதும்கூட ஆபத்தாகுமோ என்று அஞ்சுகிறது என் மனது...”

“வீரமிக்க உங்களுக்குள்ளும் இப்படி ஒரு கோழைத் தனமான தாழ்வு மனப்பான்மையா?”

“தவிர்க்க முடியவில்லை. நான் தங்கத் தொட்டிலில் புரண்டு, வெள்ளிக் கிண்ணத்தில் பாலருந்தி, தாதியர் சூழத் தத்தி நடந்து ஜோதிச் சுடராய் வளர்ந்தவன் இல்லையே... ஒரு பாதசாரியின் மடிமேல் எதிர்பாராமல் விழுந்த வான் நிலவைப் போல் எனக்குக்

கிட்டிய உன்னை ரசனை ஏற்கிறது. தகுதியோ எச்சரித்துத் தடுக்கிறது...”

அவனது தகிப்பான விளக்கம் மீனாட்சிக்கும் தெளிவாகப் புரிந்தது.

“அன்பரே! தகுதிகளை மனிதன்தான் தீர்மானிக்கிறான். ஆனால், காதலை ஆழ்மனம் தீர்மானிக்கிறது. அழகினால் மட்டும் பிறந்துவிடுவதில்லை காதல். அதற்கப்பால் கண்ணுக்குப் புலனாகாத, கருத்துக்கும் அடங்காத சூட்சும உணர்வுகளால் அது உருவாகிறது.

அந்த உணர்வுகளை நம்மை அறியாமல் நாம் ஒவ்வொருவரும் பூட்டி வைத்திருக்கிறோம். உரியவர் வரும்போது தானாகத் திறக்கிறது மனக்கதவு. சிறகை விரிக்கிறது காதல்.

என் காதல் அப்படிப்பட்டதே. நமக்கு முந்தைய ஜென்மத் தொடர்பும் உண்டு என்றே கருதுகிறேன். அந்த விட்ட குறை தொட்ட குறையை இப்பிறவியில் நாம் ஈடுசெய்யப் போவதாகக் கருதுகின்றன.

அதன் பொருட்டு உங்கள் தகுதிக்கு நான் இறங்கி வரவும் சித்தமே! அரண்மனை ஆடம்பரங்கள் வெறும் மின்னல். ஆனால், உங்கள் அருகாமையோ எனக்கு அழியாத சூரியச் சுடரொளி...”

மீனாட்சியின் நீண்ட விளக்கத்தில் மெழுகாய் உருகிப்போயிருந்தான் ராஜேந்திரன்.

அவள் மெல்ல அவனை அண்டி அவன் மார்பில் முகம் புதைத்தாள். அவனுக்குள் ரத்தக் கும்மாளம்! அவளை முதல் முறையாக உருக்குப் போன்ற கரத்தால் இறுக்கி வளைத்தான்.

அவள் இழைந்து கொடுத்தாள்.

‘பெண்ணாய்ப் பிறந்த பயன் இந்த விநாடியே புரிந்தது’ என்பதுபோல் கண்கள் சிவந்தாள். இடையாபரணம் கசங்கியது.

உதடு வழியாய் மின் உற்பத்தி தொடங்கியது. நரம்புகளில் அது தலைதெறிக்க ஓடியது.

தடாகத்தில் நீந்தும் பட்சி ஒன்று ஏக்கமாய்ப் பார்த்தது. ஆலமரத்து நாகணவாய் 'குக்குக்கூவ்வ்...' என்று தன் துணைக்கு அழைப்பு விடுத்தது.

கூட்டமாய்ச சிறகசைத்துக் கொண்டிருந்த நாரைக் கூட்டம் திக்கு மறந்து கீழே சரிந்தது. வானில்கூட மேகங்களில் அணித்திரளல். அதன் உரசலாய் இடி முழக்கம்.

எதுவுமே இந்த இளம் காதலர் காதுகளில் விழவில்லை. 'நான் போய்க் கலைத்துப் பார்க்கிறேன்' என்று கீழே இறங்கத் தொடங்கியது மழை நீர். இருவரின் ஊடே நுழையப் பார்த்த காற்றே கடுகி நிற்கும்போது நீருக்கு ஏது இடம்?

மின்னல் தன் பங்குக்கு வாளைச் சுழற்றியது. கண்ணைப் பறிக்கும் வெளிச்சம். நல்லவேளையாக அது பலன் தந்தது.

கூசிப்போனான் ராஜேந்திரன். வானம் பார்த்தான். திமுதிமுத்த மேகக் கூட்டமும், மழையும் ஆச்சரியப்படுத்தின. திரும்பவும் ஒரு மின்னல். பக்கத்து மலை மீது இறங்கியது அது.

அதனால் பயந்து மேலும் தன் பிடியை இறுக்கிக் கொண்டாள் மீனாட்சி. "முருகா..." என்றாள் உதட்டோரமாய்.

"என் பெயர் ராஜேந்திரன்" என்றான் அவன் மழையில் நனைந்தபடியே.

"நான் அந்தத் தமிழவேலைச் சொன்னேன்" மெல்ல விலகிப் பதிலைச் சொன்னாள்.

"யார்... அந்த மலை ஆண்டியையா?"

"ஆண்டி அல்ல அவன். அரசன்! நமக்கு அருளப்போகும் அரசன்!"

"நீ முருக பக்தையா?"

"ஆம்... நீங்கள்?"

அவள் கோச்சை நோக்கி நடையிட்டபடி கேட்க, அவனும் மெல்ல நடந்து ஏறி அமர்ந்தபடி சொன்னான்:

"நான் முருகனுக்கு மட்டுமல்ல... இந்தத் திருமலை மேல் கொலுவிருக்கும் காளிக்கும் பக்தன்" என்றான்.

"இன்னொரு காளிதாசனோ?" அவளிடம் செல்லக் கேள்வி.

"அப்படித்தான் வைத்துக்கொள்ளேன். அந்தக் காளி இல்லாவிட்டால் நான் இல்லை. இதோ மின்னல் எட்டிப் பிடித்த இந்த மலை ஒரு மர்ம பூமி! இங்குள்ள பள்ளம் மேடுகளைப் பரமனும்கூட அறியச் சிரமப்பட வேண்டும்.

என் நண்பர்களோடு நான் இங்குதான் வேட்டைக்குச் செல்வேன். சென்ற இடத்தில் வழிதவறி எங்கெங்கோ சென்று ஒரு மரணப்பள்ளத்தில் விழுந்தேன். எலும்புக் குவியலில் மிதந்தேன். இனி நம் வாழ்வு முடிந்ததென்று கருதிக் காளியை தியானித்தேன்.

இதேபோல் மழை பெய்து மின்னல் வெட்டியது. வெட்டிய மின்னலில் தென்பட்டது ஐந்து வழிகள்... அதில் மூன்றுக்கு தான் வாசல்கள்!

இன்று...

ராம்நாத்தின் உற்சாகமான அந்தப் பேச்சு கலாதரன், ஜெயந்தி இருவரையும் நெருப்பாகச் சுட்டது.

"சார்... வேண்டாம் சார்! கடவுள் புண்ணியத்துல இப்ப பிழைச்சே பெரும்பாடு..." என்றான் கலாதரன் உடனே.

"கடவுள் புண்ணியத்துலயா... உன்னாலேன்னு சொல்லு கலாதரன். இல்லாததைப்பத்திப் பேசாதே..."

உடல் தளர்ந்த அந்த நிலையிலும் மனத்தில் செருக்கு அகலாத பேச்சு ராம்நாத்திடம்.

"கல்யாணம் பண்ற வயசுல வீட்டுல பெண் தனியா இருக்கறச்சே, மலையில நீங்க ஆராய்ச்சின்னு அலையறதை யாரும் விரும்பமாட்டாங்க..."

"நான் மத்தவங்களுக்காக வாழலை கலாதரன். எனக்காக... என் நோக்கத்துக்காக வாழறவன். எனக்கு ஒரு குறிக்கோள் உண்டு... அதை அடைந்தே தீருவேன். என்னை டிஸ்கரேஜ் பண்ணாதே. தனக்குக் கல்யாணம் பண்ணிக்கணும்னு தோணினா ஜெயந்தி சொல்லட்டும்... சிறப்பா செஞ்சு வைக்கிறேன். அதுக்கும் இந்த ஆராய்ச்சிக்கும் சம்பந்தமில்லை..."

அவர் பிடித்தால் பிடித்ததுதான் என்பது நன்றாகத் தெரிந்து போயிற்று. சோர்ந்து போனான் கலாதரன் ஜெயந்தி இறுகிவிட்டாள்.

✲ ✲ ✲

ஒருவழியாக வீட்டை எட்டியபோது ஆச்சரியம். வீட்டு வாசலில் ஒரு வேன். அதனுள்ளிருந்து சாமான் செட்டுகளை இறக்கிக் கொண்டிருந்தான் பாஸ்கர்.

தம்பியைப் பார்த்த மாத்திரத்தில் ஓடிவந்து கட்டிக் கொண்டாள் ஜெயந்தி.

"ஹாய் பாஸ்... எப்படா வந்தே?"

"ஜஸ்ட் கம்மிங் ஜெயந்தி... ஆமா, அப்பாவுக்கு என்ன? இங்க இருக்கற மாரிமுத்துங்கறவன் என்னைக் காபரா படுத்திட்டான்..."

"அதை ஏன் கேக்கறே... வா உள்ளே போய்ப் பேசுவோம்..." ராம்நாத் உள்ளே செல்ல, தம்பியை இழுத்துக்கொண்டு உள்ளே ஓடினாள் ஜெயந்தி. சட்டென்று வாசலிலேயே நின்றுவிட்ட கலாதரனைத் திரும்பிப் பார்த்தாள்.

"நான் கூப்பிட்டாத்தான் வரணுமா? இது உங்க வீடு மாதிரி..." என்றாள். தம்பியைப் பார்த்த சந்தோஷத்தில் அவள் லேசாகிவிட்டது கலாதரனுக்குப் புரிந்துபோனது.

"என்ன டாட்... எப்படி இருக்கீங்க?" என்றான் பாஸ்கர்.

"எனக்கு என்ன? க்ரேட்,.. ஆமாம், என்ன திடீர்னு கிளம்பி வந்திருக்கே?"

"காலேஜ்ல ஸ்டிரைக்... பார்த்தேன், மீதமிருந்த சாமான்களை அள்ளிப் போட்டுகிட்டு வந்துட்டேன்..."

"என்ன ஸ்டிரைக்?"

"எக்ஸாம் சிஸ்டத்தை மாத்தச் சொல்லி..."

"ஏன், எக்ஸாம் எழுதாமலேயே பாஸ் போடச் சொல்லி ஸ்டிரைக் பண்ணுங்களேன்?"

"அது நெக்ஸ்ட டைம்!"

"உங்களுக்கெல்லாம் கொழுப்புடா..." என்றாள் ஜெயந்தி.

"டா போடாதே... அப்புறம் நான் டீ போடுவேன்..."

"மொதல்ல எனக்கு சூடா 'டீ' போட்டுத் தர்றீங்களா?" ராம்நாத் இடையிட்டார். கலாதரன் சிரித்தான்.

ஜெயந்தி சட்டென்று நினைவு வந்தவள் போல, "பாஸ்கர், இவர் பேர் கலாதரன்! இந்த ஏரியா ஃபாரஸ்ட் ரேஞ்ச் ஆபிஸர். நம்ம அப்பாவோட ஸ்டூடண்ட் கூட...."

அறிமுகம் முடிந்தது.

"எனக்கு இங்கே நடந்த விவரம் தெரிஞ்சக்கணும். ஏதோ டெட் பாடி ஓலைச்சுவடி வைரப்பெட்டி மலைமேலன்னு இந்தக் கொத்தனார் பிச்சுக் கொதறினான்... புரியும்படி சொல்லு..." என்றான் பாஸ்கர்.

அவள் சொல்லத் தொடங்கினாள். அவன் விழிகளில் அநியாய விஸ்தரிப்பு. ராம்நாத் தன் செல்வங்கள் இருவரின் வாதப் பிரதிவாதத்தில் தன்னை மறந்திருந்தார்.

கிழிந்த சட்டை பாண்ட்டைக் கழற்றி எறிந்துவிட்டு ஒரு லுங்கி சகிதம் வந்த ராம்நாத். கையிலிருந்த காமிராவைப் பதவிசாகப் பக்கத்து ஜன்னல் ஓரமாக, அதன் கதவின் கூர்மையான விளிம்பில் தொங்கவிட்டார்.

ஜெயந்தி சொல்லிக் கொண்டிருக்கும் நிகழ்ச்சியில் கால், இடுப்பு, வயிறு என்று பாகம் பாகமாக மூழ்கிக் கொண்டிருந்தான் பாஸ்கர்.

கதை சொல்லும் ஜெயந்தியின் வாகான உடம்பில் லயித்துப் போய் உட்கார்ந்திருந்தான் கலாதரன்!

காமிரா தொங்கும் ஜன்னலுக்குப் பின்னால் ஒருவன் உதயமாகியிருந்தான்! கழுத்தில் சிலுவை. மிகக் கூர்மையான பார்வையைக் கொண்டிருந்தன.

"ராபர்ட் பாழடைஞ்ச வீட்டுக்குக் குடிவந்திருக்கற நபர் ஒரு தொல்பொருள் ஆராய்ச்சியாளரா இருக்கலாம். மரணப் பள்ளத்துல விழுந்து பிழைச்சிருக்கான்! காமிராவால் நிறைய போட்டோகூட எடுத்திருக்கலாம். எடுத்தது இயற்கைக் காட்சிகளையா... இல்லை, நாம் தேடற விஷயங்களையான்னு தெரியலை. போ... போய் அந்த காமிராவை எப்படியாவது கடத்திக்கிட்டு வா... விஷயம் தெரிஞ்சு போயிடும்..."

மலையடிவாரத்தில் ராம்நாத்தைப் பார்த்த அந்தத் தாடிக்காரன் சம்பத் சொன்ன விஷயம் ராபர்ட் என்னும் அவன் காதோரம் ஊர்வலமாகப் போக, ஜன்னல் வழியே சாமர்த்தியமாக காமிராவை நோக்கி அவனது கை நீண்டது.

அப்போது வேனிலிருந்து ஒரு நாற்காலியைக் கொண்டு வந்து உள்ளே போட்டுவிட்டு நிமிர்ந்த டிரைவர், ஜன்னல் ஆசாமியைப் பார்த்து "டேய், யார்ராது?" என்று குரல் கொடுக்க... காமிராவை எடுக்க முடியாமல் சட்டென்று ஓட ஆரம்பித்தான் ராபர்ட்.

வீட்டின் பின்பக்க வழியாக அவனைப் பிடிக்க ஓடிய கலாதரனை ராம்நாத் உட்பட சகலரும் பின்தொடர்ந்தனர். ஆனால், அவனைக் காணாமல் அதிசயப்பட்டுப் போனார்கள்.

"பாவி... சிட்டா தப்பிச்சுட்டானே" என்றான் மாரிமுத்து பெருமூச்சுடன்.

"யார் கலாதரன் இவன்?" ஜெயந்தியிடம் பெருமூச்சு கலந்த கேள்வி.

"யாரோ கேடி... சீட்டாடலம்னு வந்திருப்பான். காமிராவைப் பார்த்ததும் சுருட்டத் தோணியிருக்கும்..." இது கலாதரன்.

இதற்குள் ராம்நாத் உள்ளே ஓடியிருந்தார். ஒரு புறாக்குஞ்சைப் போல அந்த காமிராவை எடுத்து மடிமேல் வைத்துக் கொண்டு வெறிக்க வெறிக்கப் பார்த்தார்.

"சார், காமிராவுக்கு ஒண்ணும் ஆகலையே?" உள்ளே வந்த கலாதரன் கேட்டான்.

"நத்திங்... என் பொக்கிஷத்துக்கு ஒண்ணும் ஆகலை..."

"அப்படி என்ன சார் அதுல இருக்கு?"

"எல்லாம் இருக்கு கலாதரன்... அந்தக் குகையில நான் பார்த்த எல்லாம் இதுல இருக்கு..."

"நானும் சில விஷயங்கர்ளைப் பார்த்தேன்... இந்த மலையில வைரம் இருந்தாலும் இருக்குமோங்கற எண்ணம் எனக்கும் ஏற்படுது சார்..."

"அவநம்பிக்கை வேண்டாம் கலாதரன்... இருக்கு! நிச்சயமா இருக்கு... நான் விடப்போறதில்லை அதை..."

இதைக் கேட்டு ராபர்ட் அப்படியே ஸ்தம்பித்துவிட்டிருந்தான்.

ஓடினால் மாட்டிக் கொள்வோம் என்று பயந்து, எல்லோரும் தன்னைத் தேடிப் பின்பக்கம் சென்றபோது முன்வாசல் பக்கம் சென்று ஜம்னாலாலோடு கூடிய தாழி வைக்கப்பட்டிருக்கும் அறைக்குள் பதுங்கிவிட்டிருந்தான் அவன்.

பதட்டம் பளிஞ்சடுகுடு ஆடிக்கொண்டிருக்கும் அந்த விநாடியிலும் அந்தப் பேச்சு அவனை நிமிர்த்தியது. முதல் காரியமாகச் சிலுவையை அவன் முத்தமிட்டான்.

* ——— *

12

அன்று...

'**வ**ழிகள் ஐந்து... ஆனால், வாசல்கள் மூன்று!'

"புதிராக இருக்கிறதே உங்கள் பேச்சு" மீனாட்சி அவனுக்கு கேள்வியோடு ஊன்றத் தொடங்கினாள்.

"ஆம்... இந்த விரிந்த மலையில் மாவும் பலாவும் கீழ்ச் சரிவிலும், தேக்கும் மருதும் நடுவிலும், வேங்கையும் தூங்கை மரங்களும் மேலேயும், ஊடே ஊடே சந்தனமும், ஏலமும் கொழித்துக் கிடக்கும். இந்த மலையில் எனக்குத் தெரிந்து ஐந்து வழித் தடங்கள்தான் முழுமையானவை. அதில் தடையே இல்லாமல் குடைந்த குகை வழிப்பாதையோடு கிழக்கு மேற்கு தெற்காய் மூன்று பாதைகள். வடக்கிலும் வடமேற்கிலும் மற்ற இரண்டு.

இந்த வடக்குப் பாதைக்கும், வடமேற்குப் பாதைக்கும் துவக்கமே கிடையாது. நடுவே ஆள் தாண்ட முடியாத மாபெரும் மலை விரிசல் ஒன்று உண்டு. ஆனால், அந்த விரிசலைத் தாண்டிக் கடந்தால் மலையின் மறு சரிவைச் சுலபமாக அடைந்துவிடலாம். கேரள மலைநாட்டையும் அடைந்துவிடலாம்.

ஆனால், வாசல் உள்ள இந்த மூன்று வழிகள் இருக்கிறதே - இவை உயிர் தின்னும் வழிகள்!

ஒன்று மரணப் பள்ளத்தில் சாய்க்கும். மற்றொன்று புதைகுழிக்குள் போட்டு மூழ்கடிக்கும். மற்றொன்றோ நம்மைக் கொடிய மிருகங்களுக்கு விருந்தாக்கும்..."

“ஐந்து வழித் தடங்களிலும் போய் வந்தவர் போல் பேசகின்றீரே?”

“போய் மட்டுமா வந்தேன். எத்தனை மிளாமான்களை வேட்டையாடியிருப்பேன் தெரியுமா? அந்த வழிகள் என் சடுகுடுக்களம். அநேகமாக நான் ஒருவனே அதை அறிந்தவன் புரிந்தவனாக இருக்கலாம்...”

“இனி அங்கெல்லாம் போகக்கூடாது...”

“ஏன்?”

“என் கதி என்னாவது?”

“அரசன் மகளுக்கு என்றும் நற்கதியே...”

“நான் அரசன் மகளல்ல. வீரமற்றவன் மனைவி. அவன் மூலம் ஆணும் பெண்ணுமாய்ச் சிறார்களைப் பெற்றுச் சீராட்ட துடிக்கிறேன்.”

“அதெற்கென்ன... சீராட்டினாள் போகிறது...”

“எனக்கு உத்தரவாதம் தாருங்கள் ‘இனி ஆபத்தான அந்தப் பாதைகள் பக்கம் செல்ல மாட்டேன்’ என்று...”

“ஆபத்தை எதிர்நோக்கித்தான் என் பணியே நடந்து கொண்டிருக்கிறது...”

“குதர்க்கம் வேண்டாம். எனக்கு உறுதி அளியுங்கள்.”

“பைத்தியக்காரத்தனமான வாக்குறுதி இது. சிலருடைய மனப்பாதையில் இடிபாடின்றிச் சென்று திரும்புவதுதான் கடினம். இந்த மலைப்பாதை அப்படி அல்ல...”

“உவமானம் நன்றாக இருக்கிறது. நீங்கள் வாக்குறுதி அளிக்கப் போகிறீர்களா, இல்லையா?”

அவள் தன் மருதாணிச் சிவப்பு விரல்களை விரித்துப் பசுங்கையை நீட்டினாள். அவன் கரம் அதன் மேல் பதிந்து எழுந்தது.

அவள் சிலிர்த்துப் போனாள்.

"சரி.... மழையோடு மழையாக கிளம்பிய இடத்துக்கே திரும்புவோமா?" - அவன் கேட்டுவிட்டு கோச்சை சீண்டினான்.

குளுகுளுத்த புரவிகள் கால்களைச் சிரமத்துடன் அசைக்கத் தொடங்கின.

"நம்மை ஊருக்குள் யாரும் பார்த்தால் என்னாவது?"

"நமக்கு விவாகம் சீக்கிரம் நடக்க அது வழி வகுக்கலாம்..." என்றாள் மெல்ல.

"எனக்குச் சிரேச்சேதம் நடக்க வழி வகுக்கலாம் என்று சொல்..."

"அபத்தமாகப் பேசாதீர்கள். என் தந்தையை நான் அறிவேன். வீரர்களிடம் அவர் அந்தஸ்து பார்க்காதவர்."

"காடகராயனிடமிருந்து உன்னை மீட்ட ஒரே செயலில் நான் வீரனாகி விட்டதாகக் கருதினால் அது மடமை மீனாட்சி."

"வெள்ளையர்களிடமிருந்து நமது பண்மொழியூரையும் மீட்க வழி பாருங்கள். உங்கள் வீரம் ஊர்ஜிதம் ஆகட்டும். நம் திருமணமும் சிறப்பாக நடக்கட்டும்."

"அற்புதமாகச் சொன்னாய். உனக்காக மட்டுமல்ல... நம் நாட்டுக்காக எனது ராஜ விசுவாசத்துக்காக அந்த வெள்ளரிப் பழக் கள்ள நரிகளை நான் வாலறுக்கத்தான் வேண்டும்."

ஓட்டமும் பேச்சுமாய் அந்த கோச்சு ஊர் எல்லையை தீண்டியபோது "மீனாட்சி... நீ எப்படி இந்த கோச்சிலிருந்து இறங்கி அரண்மனைக்குள் செல்வாய்? உன்னை யாரும் பார்த்துவிட்டால்...?" அவன் கேள்வியோடு கோச்சை அரண்மனை வாயிலைத் தாண்டிச் செலுத்தினான்.

"உங்களுக்கு அந்தக் கவலையே வேண்டாம். முகத்தை மூடும் என் சிவப்பு அங்கியால் நான் ஒரு தாதிப் பெண் போல் உள் சென்றுவிடுவேன்..."

"எச்சரிக்கையாகச் செல்..." அவன் சொல்லி நிறுத்திய மறுவிநாடி திமுதிமுவென்று சில வீரர்கள் குறுக்கும்நெடுக்குமாக ஓடித் தங்கள் புரவிகளுக்குச் சேணம் பூட்டிப் புறப்படத் தயாராயினர்.

ராஜேந்திரன் கோச்சை நிறுத்திவிட்டு மீனாட்சியிடமும் ரகசியமாகச் சொல்லிக் கொண்டு கீழிறங்கி அவர்களை நோக்கிச் செல்லத் தொடங்கினான்.

அந்த வீரர்களின் பரபரப்பு அவனைக் கிள்ளியது. "நண்பர்களே... எதன் பொருட்டு இந்தப் பரபரப்பு?" என்று அவர்களில் ஒருவனை நெருங்கினான்.

"நெல்கட்டும் செவல் செய்தி உனக்குத் தெரியாதா?" என்று அவன் எதிர்க்கேள்வி கேட்டான்.

"தெரியாது. என்ன செய்தி?"

"நமது பாளையங்களைப் பலியிட நாம் தயாராக வேண்டுமாம். கப்பம் கட்ட மறுத்த செயலுக்காக நம்மை வளைக்க வெள்ளையர் படை பாளையங்கோட்டையிலிருந்து வந்து கொண்டிருக்கிறது."

"நிஜமாகவா?"

"பொய் பேச வேண்டிய அவசியம்?"

"புலித்தேவர் அதன் பொருட்டு என்ன செய்யப் போகிறார்?"

"போர்தான்! போரிட்டு மாய்ந்தாலும் மாயலாம் ஆனால், கப்பம் செலுத்தக்கூடாது என்பது அவர் கட்டளை. நமது பாளையத்திடமிருந்து ஆயிரம் வீரர்களைக் கேட்டிருக்கிறார். அம்பலத்தேவரும் சம்மதித்துவிட்டார்."

"கிழக்குப் பாளையங்கள் பணிந்துவிட்டனவா?"

"பணிய வைக்கப்பட்டுள்ளன. பொல்லாப் பாண்டியரான ஜெகவீரபாண்டியர் விருப்பமின்றிப் பணிந்துவிட்டார். காரணம்... போதுமான பலம் இல்லை. வரிக்கட்டப் பணமும் இல்லை. அதைவிடக் கொடுமை... வரிக்கு அடமானமாகப் பதினைந்து உறவினர்களை அவர் வெள்ளையன் வசம் ஒப்புவித்திருப்பதுதான்!

ஒவ்வொரு பீரங்கியிலும் ஒவ்வொருவரைக் கட்டி இழுத்து வருகிறான் அந்த ஹெரான் எனும் வெள்ளையன். அவனுக்கு உற்ற துணை முகம்மது யூசுப் என்பவனாம். போர்க்களத்தில் அவன் புலியாம்..."

"வரட்டும் வரட்டும்... யார் புலி, யார் பூனை என்று பார்த்துவிடுவோம்..."

"நன்றாகச் சொன்னாய்... வேண்டா வெறுப்பாக ஆற்காட்டு நவாப்புக்குத்தான் நாம் கப்பம் செலுத்தி வந்தோம். இடையே அவருக்கும் ஹைதராபாத் நிஜாம் சந்தாசாகிபுக்கும் ஏற்பட்ட பகைமையை இந்த வெள்ளையன் நன்றாகப் பயன்படுத்தப் பார்க்கிறான். ஆற்காட்டு நவாபுக்கு இவன்தான் இனி எல்லாமாம். ஒண்ட வந்த பிடாரி இந்த வெள்ளையன்! ஊர்ப்பிடாரி அந்த ஆற்காட்டு நவாபு!

இது அந்த நவாபுக்குத் தெரியவில்லை. வெள்ளையனின் நவீனமான படையைப் பார்த்துப் பல்லிளித்தோ, இல்லை பயந்தோ நம்மிடம் வரி வசூலிக்கும் பொறுப்பை ஹெரானிடம் விட்டிருக்கிறான்.

இவர்களுக்கு வரிகட்ட நாம் இளிச்சவாயர்கள் அல்ல. வரி வசூலிக்க இவர்கள் உரிமைப்பட்டவர்களும் அல்ல. வரட்டும், பார்ப்போம் ஒரு கை."

"நமக்குள் மட்டும் ஒற்றுமை இருந்திருந்தால் இப்போது கிழக்குப் பாளையங்கள்கூடப் பிடிபட்டிருக்காது..."

"வாஸ்தவம்தான்! இது நமக்கு ஒரு பாடம். இனியாவது எதிர்காலத்தில் நமது பாளையங்கள் ஒற்றுமையுடன் திகழ இது வழிகாட்டட்டும்..."

"அது சரி... ஆற்காட்டு நவாபுக்கு, சந்தா சாகிபுக்கும் என்ன பகை? இந்த வெள்ளையன் எப்படி உள்ளே நுழைந்தான்....?"

"விவரமாகப் பேச நேரமில்லை நண்பா. அம்பலத்தார் உள்ளே கலவரத்தோடு இருக்கிறார். தளபதியார் காட்டுக்கும் மேட்டுக்குமாய் அலைமோதுகிறார்.

அமைச்சரைப் போன்ற செல்லக்கருப்பர், நாராயணப்பிள்ளை, கணக்காயர் வீரணத்தேவர், கஜானா காப்பாளர் சிதம்பர தேசிகர். அம்பலத்தாரின் சிற்றன்னை புதல்வர் பெரிய பாண்டியர் என்று சகலரும் எதிரிப்படையின் வலிமையை எப்படி அறிவது என்பதில் சிந்தனையாக உள்ளனர்.

நாங்கள் வீரர்களைத் திரட்டி வர பணிக்கப்பட்டுள்ளோம். வீட்டுக்கு ஒருவர் வந்தாக வேண்டிய நிலை."

பேசிய வீரன் அப்பால் அகலவும் ராஜேந்திரன் மனது நிலை கொள்ளாமல் தவிக்கத் தொடங்கியது. 'எதிரிப்படையின் வலிமையை அறிய அம்பலத்தேவர் சிந்தனையாக இருக்கிறாரா? அப்படி என்றால் அவர் சிந்தனை முற்றுப்பெற்றுச் செயல் வடிவம் பெறுமுன் நாம் முந்திக் கொள்வோம். நம்மால் ஆகட்டும் அந்தக் காரியம். அம்பலத்தாரை அசர வைப்போம்.

மீனாட்சி... உன் காதலுக்கு அருகதையான ஒரு செயலைச் செய்ய இத்தனை சீக்கிரம் தருணம் வாய்க்கும் என்று நான் கருதவில்லை...'

ராஜேந்திரன் தன் புரவியை அண்டிச் சீண்டினான். வெள்ளையன் படை அணிதிரண்டு வரும் பாதையில் அதைச் செலுத்தத் தொடங்கினான்.

இன்று...

"ஹேய் ஜெயந்தி... எனக்கு அந்த டெட் பாடியைப் பார்க்கணும்..." என்று பாஸ்கர் பேசுவது ராபர்ட் காதில் விழுந்தது.

"இப்ப வேண்டாம். அப்புறமாக பாக்கலாம். நீ ஊரிலிருந்து வந்த களைப்பு முதல்ல நீங்கட்டும். பின்பக்கம் ஒரு கிணறு இருக்கு. முடிஞ்சா அதுல இறங்கி குளி. பாத்ரூம்ல சிமெண்ட பூச்சு இன்னும் காயலை..." ஜெயந்தி தொடர்ந்து பதில் சொல்லியதில் அந்த 'டெட்பாடி' என்ற வார்த்தை மட்டும் ராபர்ட்டின் மனதில் இடிபட்டது.

'எந்த டெட் பாடி' கேள்வியுடன் திரும்பினாள். மெல்லிய வெளிச்சத்தில் தாழி தட்டுப்பட்டது.

'இது என்ன தாழி?' மெல்ல எட்டி மேல் மூடியை விலக்கினான். மூக்கை சிலும்பியது அவன் நுகர்ந்திராத மூலிகை வாசம்.

உள்ளே சரிந்து கிடந்த ஜம்னாலாலின் பிரேதம் இருட்டில் சரியாகத் தெரியவில்லை. பாக்கெட் தீப்பெட்டியை எடுத்து உரசினான். பளீரிட்ட சுடர் வெளிச்சத்தில் ஜம்னாலால் உடல் தென்பட்டது. சுண்டிச் சுருங்கிய அந்த தேகம் அவனுள்ளும் 'நான் பழமையானவன் தம்பி' என்றது.

உடனேயே அவன் உள்ளுக்குள் கத்தினான்.

'சம்பத்... பெரிய மர்மம் அகப்பட்டிருக்குடா. அவ்வளவுக்கும் வேல்யூ பல கோடிடா...!' தீக்குச்சியின் தீச்சுடர் விரலைச் சுட்டு அவனைப் பிடித்து இழுத்தது.

'இதோ அகப்பட்டுவிட்டான் ஒரு மூளையுள்ள புரொபசர்! அசகாயன்!

விடமாட்டேன்டா ராம்நாத் உன்னை

நீ முன்னே தேடிப் போ! உன்னை பின்தொடர்வது தான் எங்க வேலை.'

அவன் கைகளைப் பிசைந்து கொண்டே எப்படி வெளியே போவது என்று யோசித்துக் கொண்டிருந்தான். மெல்ல எட்டிப் பார்த்தான். ஜெயந்தி தலைவாரிக்கொண்டிருந்தாள். பாஸ்கர் அவள் முன் கண்ணாடி பிடித்துக் கொண்டிருந்தான்.

கலாதரன் ரசித்துக் கொண்டிருக்க, வாகாக முன்னால் இருந்த சோபாவின் மறைவான பின்பகுதி ராபர்ட்டை 'குனிந்து வா' என்றது.

குனிந்து பூனையைப் போல் அதன் பின்புறத்தில் ஊர்ந்து வாசலை நோக்கி வெகு வேகமாக ஓடினான். அவன் ஓட்டம் கண்ணாடி வழியாக ஜெயந்திக்குத் தெரியும்வரை, திடுக்கிட்டுத்

திரும்பி வீறிட்டாள். அவன் அதால் பாதிக்கப்பட்டு மேலும் வேகமெடுத்து எகிற வாசல் நிலைக்கால் மேல் மோதி "அம்மா..." என்று அலறலோடு கீழே விழுந்து மயங்கினான்.

அவனை நோக்கி எல்லோரும் ஓடி வர அவனது கறுப்புத் தலைமுடி ரத்தத்தால் சிகப்பாக தரையில் புரண்டு சுருண்டிருந்தது.

"ராஸ்கல்... இங்கதான் ஒளிஞ்சிருந்திருக்கான்..."

கலாதரனின் பேச்சுக்கு ஜெயந்தி பதில் ஏதும் சொல்லவில்லை. அடிப்பட்டவனின் துடிப்பு அவளுக்குப் பரிதாபத்தை தந்து கொண்டிருந்தது. முதலுதவி செய்ய வேண்டும் என்கிற எண்ணம் அனிச்சையாக ஏற்பட்டது.

"மாரிமுத்து... ஒரு பழைய துணி..." என்று அலறினாள். உடனே தலைத்துண்டை அவிழ்த்து நீட்டினான் மாரிமுத்து. வேகவேகமாகக் கட்டத் தொடங்கினாள்.

"ஏய் ஜெயந்தி... நீ விடு, மாரிமுத்து கட்டட்டும்" என்றான் பாஸ்கர்.

"இந்த மாதிரி சமயத்துல எல்லாம் பாகுபாடு பார்க்கக் கூடாது பாஸ்கர்" என்றபடி அடிப்பட்டவனின் முகத்தைத் திருப்பினாள் ஜெயந்தி. நெற்றியில் வெட்டுக் காயம் ஆழமாக இருந்தது.

தலைக்கட்டை இறுக்கிக் கட்டிவிட்டு, "பலத்த அடி... ஆஸ்பத்திரியிலதான் அட்மிட் பண்ணனும்" என்றாள்.

"நோ...வெளியே வீசி எறியுங்க" அலறினான் பாஸ்கர்.

"பாஸ்கர்... அப்படிச் சொல்லக்கூடாது. இவனை நான் கொண்டு போறேன். இவன் மூலமா காட்டுக்குள்ள யார் யார், எங்க கைவரிசையைக் காட்டாறாங்கங்கறது தெரிய வரலாம்? என்ற கலாதரன் கீழே கிடந்தவனைத் தொட்டுத் தூக்கினான்.

"கேர்ஃபுல், கேர்ஃபுல்..." கூவினாள் ஜெயந்தி.

மாரிமுத்து ஓடிச்சென்று ராபர்ட்டைத் தாக்கிக் கொள்ள, இருவருமாக ஜீப்பை நோக்கிச் செல்லத் தொடங்கினார்.

“கலாதரன்! அப்புறமா எப்ப வருவீங்க?” ஜெயந்தி ஏதோ ஒரு வேகத்தில் அப்படிக் கேட்டுவிட்டாள். அவளுக்கே அது ஆச்சரியமாய் இருந்தது.

“எப்ப வரட்டும்?”

“நாளைக்கு மதியம் லஞ்சுக்கு... ஓகே?”

“ஓகே!”

ஜெயந்திக்குள் சந்தோஷப் பறவைகள் எழுந்து பறப்பதைப் பாஸ்கரால் துல்லியமாக உணர முடிந்தது.

ஏதோ ஒரு நினைப்பில் கலாதரனை லஞ்சுக்கு வரச்சொல்லியாகிவிட்டது. ஆனால், நல்ல அயிட்டங்களைத் தயாரிப்பதற்குள் போதும் போதுமென்றாகிவிட்டது ஜெயந்திக்கு.

குமுட்டி அடுப்பும் விறகடுப்பும் அவளைத் துவம்சப்படுத்திவிட்டன. கண்கள் பழுத்துவிட்டிருந்தன.

மாரிமுத்துவின் உதவி.

பாஸ்கர் சகலத்தையும் வேடிக்கை பார்த்தபடி வாக்மேன் கேட்டுக் கொண்டிருக்க, ராம்நாத் மட்டும் பாஸ்கர் ரெஸ்ட் எடுத்துக்கொள்ளச் சொன்னதையும் மீறி எதை எதையோ எழுதி வரைபடம் போல எதையோ வரைந்து பின் அந்தக் காகிதத்தைக் கசக்கிவிட்டு அடுத்த காகிதத்தை எடுத்து எதையோ வரைந்தவர், உடனேயெ மெர்க்குரி விளக்கானார்.

“கண்டுபிடிச்சுட்டேன்... கண்டுபிடிச்சுட்டேன்...”

“எதை டாட்?”– பாஸ்கர் நெருங்கி விசாரித்தான்.

“எல்லாத்தையும்தான்...”

“புரியும்படி சொல்லுங்கோ...”

“நோ... சொல்லிப் புரிய வைக்கற விஷயமில்ல இது. பார்த்துப் புரிஞ்சிக்கற விஷயம் இது.”

“அப்ப மறுபடியும் நீங்க அந்த மலைக்குப் போகப் போறீங்களா?” - இது ஜெயந்தி.

“ஆமாம்...”

“இப்ப வேண்டாம்.”

“எப்ப போகணும்னு எனக்குத் தெரியும்” என்று ராம்நாத் சொல்ல, இடைவெட்டினாள் ஜெயந்தி.

“போங்க... இப்பவே போங்க. போய்ச் சாவுங்க!” - ஈரக்கையைப் புடவைத் தலைப்பில் துடைத்தபடி அவள் அப்படிப் பேசியிருக்க வேண்டாம்.

ராம்நாத்துக்குள் அந்த வார்த்தை புயலையே கிளப்பியது. உடம்பில் சால்வை போர்த்தியிருந்தார். அப்படியே உடனேயே எழுந்து கொண்டார்.

மறக்காமல் குறிப்புகள் எழுதிய தாள்களைக் கையில் எடுத்துக் கொண்டார்.

வாசலைத் தாண்டி நடக்கத் தொடங்கிவிட்டார்.

எதிர்பட்டான் லஞ்சுக்கு வருவதாகச் சொல்லியிருந்த கலாதரன்.

“சார், எங்க கிளம்பிட்டீங்க?” – அவன் கேள்விக்குப் பதில் இல்லை. வாசலில் நின்று கொண்டிருந்த ஜெயந்தி அவனுக்குப் பதில் சொன்னாள்.

“போகட்டும் கலாதரன்... விட்டுடுங்க. அவர் எங்க வேணும்னா போகட்டும்...”

ராம்நாத் நடையில் வேகம் கூடியது.

கலாதரன் ஓடிவந்து பாஸ்கரைப் பிடித்து விசாரித்தான்.

“என்ன பாஸ்கர் நடந்தது?”

“அப்பா கோவிச்சுக்கிட்டுப் போறார். வந்துடுவார்? நீங்க உள்ளே வாங்க.”

கலாதரன் உள்ளே நுழைந்தான். ராம்நாத்தோ திரும்பவும் மலைப்பாதையில் நுழைந்திருந்தார்.

* ——— *

13

அன்று...

லேசாய்ச் சாம்பல் பூக்கத் தொடங்கியிருந்தது வானம். கோடை மழை கொட்டப் போவதற்குத் தோதாக திரிகூடமலையின் முகட்டில் அடர்த்தியாக கார்மேகங்களின் மகாநாடு!

பாவூர் சத்திரம், ஆலங்குளம் வழியாகத் தனது புரவியைச் செலுத்தும் முன் குற்றாலத்தைக் கடக்கும் சமயம் ராஜேந்திரன் அந்த நீர்வீழ்ச்சியைப் பார்த்தான்.

இந்த முறை நீர் விழும் தருணம் சற்று முன்கூட்டி வந்துவிட்டதை அவனால் உணர முடிந்தது.

சாலையில் பாதசாரிகள் இருவரின் பேச்சு காதில் விழுந்தது.

“அருவிப் பெருக்கு இம்முறை எத்தனை சீக்கிரம் வந்து விட்டது பார்த்தீர்களா? வழக்கமாய் வைகாசியின் மையத்தில் விசாகத்தில் தான் இந்தக் குற்றாலம் கொட்டி முழக்கும். இந்த முறை சித்திரையின் முடிவிலேயே வந்து விட்டதே!”

“எல்லாம் இயற்கையின் திருவிளையாட்டு... நீரில் மூலிகை வாசம் மிகுந்து வருவதை அனுபவித்தீரா? வெயிலில் வதங்கி விழுந்த தாவரங்களை மழைநீர் அணைத்து மகிழ்ந்து, அதன் தாவரச் சத்துக்களை உறிஞ்சிக் கொண்டு இது கொட்டுவது போல் உலகில். எந்த அருவியாவது கொட்டுமா?”

“எத்தனை பிராந்தர்கள் இந்த அருவியால் தெளிவு பெற்றிருக்கிறார்கள். அடேயப்பா! நமது அருவிக்கு ஈடுசொல்ல எதுவுமே இல்லை...”

“அதனால்தானோ என்னவோ, நம்மை வளைக்க வரும் வெள்ளையர் கூட்டம் இந்த மலையடி வாரத்தில் அடிவாரத்தை ஒட்டி முகாமிடப் போகிறது...”

“என்னது... இந்தக் குற்றாலச் சாரலில் வெள்ளையன் முகாமா?”

“ஆம்... நாயக்கர் பாளையங்களில் வரிவசூல் முடித்து, நமது மறவர் பாளையங்களை என்னவென்று கேட்க வந்து கொண்டிருக்கிறதாம் வெள்ளையர் படை...”

இடையில் ஆலங்குளத்தை ஒட்டிய மைதானத்தில் அவர்கள் இரண்டு நாள் முகாமிடலாம். மாபெரும் குதிரைப் படை, பீரங்கிகள் சகிதம் காலாட்படையின் ஒரு பிரிவோடு வெகுவேகமாக வந்து கொண்டிருக்கிறது. ஒவ்வொருநாளும் பத்து கல் தொலைவைச் சாதாரணமாகக் கடந்து விடுகிறதாம்...”

“நமது பாளையக்காரரர் என்ன பதில் நடவடிக்கை எடுக்கப் போகிறார்?”

“யாருக்குத் தெரியும்? மண்டியிடுவதுதான் இறுதி முடிவாக இருக்கும்.எதிர்காலத்தில் நாம் நவாபுகளுக்கோ அல்லது வெள்ளையர்களுக்கோ அடிமைகளே என்பதில் எனக்குச் சந்தேகம் இல்லை. ஆனால், நெல்கட்டும் செவலைச் சேர்ந்த மாவீரர் புலித்தேவரோ, ‘வருபவனை விரட்ட வேண்டும்.’ என்கிறார் சாத்தியமா, என்ன?”

“படையின் வலிமை தெரிந்தால் சாத்தியம்தான்...”

“அதுதான் தெரியமாட்டேன் என்கிறதே...”

“ஒற்றர்கள் என்ன தூங்குகிறார்களா?”

“அவர்களுக்குத் தலைகளை எண்ணி வரத்தான் தெரியும். அந்தத் தலைகளுக்குள் புதைந்து கிடக்கும் திறன் பற்றித்

தெரியாது. குறிப்பாக, அந்த நவீன ஆயுதங்களான பீரங்கிகள், துப்பாக்கிகள் பற்றி..."

பாதசாரிகளே இத்தனை பேசிக் கொண்டதில் ராஜேந்திரனுக்கு ஆச்சரியப் புனல். அதேசமயம், அசுர வடிவம் எடுத்து அணைக்க வரும் ஆபத்தின் தன்மை அவனை மிரட்டியது.

வஜ்ரநாராயணன் எள்ளி நகையாடியதும் எலும்பில் ஊசியேற்றியது. 'எதிரிப்படையின் வலுவைத் துல்லியமாகக் கணக்கிட்டு, அதைத் தேவருக்குத் தெரிவிக்க வேண்டும், அதுமட்டுமல்ல... எப்படி எதிர்த்தால் வெள்ளையன் நடுங்கிப் போவான் என்பதையும் கண்டுபிடித்தாக வேண்டும்...'

மனத்தில் நினைப்போடு புரவியின் பின்னந்தொடையில் தன் மிதியடிக்காலை ஒரு உரசு உரசி எடுக்க, அது சீறிக் கிளம்பியது.

ஏக காத தூரத்தைக் கடந்தாயிற்று. புரவியின் வாயண்ணங்களில்கூட நுரை ததும்பும் நிலை... 'இனி இயலாது' என்று புரவி சோர்ந்து போய்விட்டிருந்தது.

மெல்ல ஒரு புளியமர நிழலில் மண்டியிட்டுக் கீழே சரிந்து விழாத குறையாக நின்றது. அவனுக்கும் களைப்பாக இருந்தது. புரவியைவிட்டுக் கீழே இறங்கினான்.

சுற்றிச் சுற்றிப் பார்த்தான். தொலைவில் ஓரிடத்தில் ஏதோ பற்றியெரிவது போல் தோற்றம். மேகக் குழம்பாய்ப் புகை, வானம் ஏறிக் கொண்டிருந்தது.

சற்று நடந்து சென்று உற்றுப் பார்த்தபோது, அது ஒரு சமையல் அடுப்பின் புகை என்பது தெரிந்து போனது. ராட்சத மண்பானை ஒன்று அடுப்பின்மேல் இருக்க, அதனுள் அகப்பைகளின் கிண்டுதல்...

அந்த அடுப்பை ஒட்டி ஒரு பெரிய நிலச்சரிவு. அந்தச் சரிவைப் பார்த்த ராஜேந்திரனின் விழிகள் வைரமாக ஜொலிக்கத் தொடங்கின.

யாரை எதிர்பார்த்து வந்தானோ அவர்கள் முகாமிட்டிருந்தார்கள்!

ஹெரானின் தலைமையிலான வெள்ளையர் படை அங்கே மல்லாந்திருந்தது.

வாலைக் குழைந்தபடி நிற்கும் செம்புரவிக் கூட்டம் ஒருபுறம். சிவப்பு மேலங்கியும், அரக்குக் குழாய் உடுப்புமாய் அலைமோதும் கூட்டம் மறுபுறம்...

நடுநடுவே கிராம தேவதைகளின் கோயில் கோபுரங்கள் அளவுக்கு வெண்ணிறக் கூடாரங்கள்.

கூடாரத்தைச் சுற்றித் துப்பாக்கி ஏந்திய வீரர்கள்! அவர்கள் பானை உணவை வாங்கி உறிஞ்சிக் கொண்டிருந்தார்கள். ஆங்காங்கே அழகாய்ச் சில கோச்சுகள். தேவரின் கோச்சைப் போல் அல்லாமல், மிக ஆடம்பரமாகத் தெரிந்தன. கோச்சுக் குதிரையின் முகத்துக்குக்கூட வெள்ளிப்பதாகை. இரண்டு காதுக்கும் நடுவே கிண்ணென்று நிற்கும் பட்டுக் குஞ்சரமரம். படை வீரர்களின் எண்ணிக்கை இரண்டாயிரத்தைத் தாண்டும்போல் தோன்றியது. இவர்களல்லாத வெண்ணிறப் பூனைவிழி ஐரோப்பிய வீரர்கள் வேறு தனியாகத் தெரிந்தார்கள்.

“கறுப்பாய்க் குட்டித் தேர் போன்று சக்கரக் கால்களோடு, கோயில் தூண்போன்ற குழாயை நடுவே கொண்டு கிடக்கும் இதுதான் பீரங்கியா?”

ராஜேந்திரன் படையை அளக்கத் தொடங்கிய சமயம். ‘ஜல்... ஜல்...’ என்ற சத்தத்தோடு வில்வண்டி ஒன்று அவனைக் கடந்து சென்றது. அதனுள் மூட்டை மூட்டையாக உணவுப் பொருட்கள், காய்கறிகள்!

அந்த வில்வண்டி ஒரு கட்டத்தில் நின்றது! அதை ஓட்டி வந்தவன் திரும்பிப் பார்த்து, ராஜேந்திரனை வெறித்துவிட்டு வாய் திறந்தான்.

“துரைதான் உங்களை அனுப்பினாரா?” என்று வேறு கேட்டான். ராஜேந்திரனுக்கு ஒன்றும் புரியவில்லை.

"தெரிகிறது... நீங்கள் மௌனம் சாதிக்கும்போதே தெரிகிறது. கோபிக்காதீர்கள்! படை வீரர்களுக்காக உணவுப் பொருட்களைப் பக்கத்து கிராமங்களின் தலையாரிகளிடமிருந்து வசூலித்து வரத் தாமதமாகிவிட்டது. இன்னமும்கூட ஒரு வண்டி உணவுப் பொருள் இருக்கிறது. கொண்டுவரத்தான் ஆளில்லை. அதில்தான் துரைமார்களுக்கான ஆட்டு மாமிசமும், மீன்களும் உள்ளன. ருசியான தாமிரபரணிக் கெண்டைகள்!"

ராஜேந்திரனுக்கு அவன் பேச்சு புரிந்து போனது மூளை சமயோசிதமாக உடனே துரிதப்பட்டது. வேகமாகத் தன் புரவியை அருகாமை மரத்தில் இழுத்துக் கட்டிவிட்டு அவனை நெருங்கினான்.

"நல்லது... நான் இந்த வண்டியை ஓட்டிச் செல்கிறேன்... நீ பின்னால் வேறு வண்டியில் வா" என்றபடி, அவனை அந்த வண்டியிலிருந்து இறக்கிவிட்டுத் தான் ஏறிக் கொண்டான்.

அந்தத் திருமலைக் காளியே வண்டியோட்டியாக வந்து, படைக்குள் நுழைந்து வலிமையை அறிந்து திரும்பிவரச் சந்தர்ப்பம் அளித்ததுபோல் தோன்றியது ராஜேந்திரனுக்கு. மாடுகளை வெகுவேகமாக முடுக்கிவிட்டான்.

'ஜல்... ஜல்... ஜல்...' கலீரிட்ட நடை.

ஒருவழியாகப் படைவாசலை நெருங்கியபோது, ஒரு பூனைவிழி ஐரோப்பியன் சந்தேகப் பார்வையோடு ராஜேந்திரனை நெருங்கினான்.

அவனது கத்தித் துப்பாக்கி ராஜேந்திரனின் மார்புக்கு நேராக நிமிரத் தொடங்கியது.

இன்று...

மலைப் பாதையில் நுழைந்துவிட்டிருந்த ராம்நாத்தை சிலுசிலு தென்றல் இருகரம் நீட்டி வரவேற்றது.

கண்ணாடி ஃபிரேமை நெகிழ்த்தியபடி, போர்த்தியிருக்கும், ஷாலை உசுப்பிக் கொண்டு கைகளைக் கட்டிக்கொண்டு நடக்கிறார் ராம்நாத்.

பாண்ட் பாக்கெட்டில் மிக முக்கியமான அந்தக் குறிப்புகள்!

மனசிலோ இனம் காணமாட்டாத ஒருவகை எரிச்சல்.

வயதாகிவிட்டாலே அவர்கள் 'கிருஷ்ணா, ராமா' தான் சொல்ல வேண்டும் என்கிற சமூக மனோபாவம்தான் தன் வீட்டிலும் எதிரொலிப்பதுபோல் தோன்றியது.

எந்த ஒரு விஷயத்திலும் தான் தட்டிக் கொடுக்கப்படுவதேயில்லை என்கிற நினைப்பு வேறு ஒரு பெரிய சோர்வுக் கவளத்தை அவருக்குள் உருட்டியது.

இலை தழை சருகுகள் வதங்க நடக்கிறார்.

ஒரு பெரிய சாதனை நிகழ்த்தப் போகிறோம் என்கிற நம்பிக்கைச் சுடர் மட்டும் அணையவேயில்லை.

கரடு முரடான மலைப்பாதை. அதில் வெகுநீள நடை! உடம்பு களைத்தாலும் மனசு சளைக்காத நடை.

கன்னாபின்னாவென்று மரங்கள்!

மனசுக்குள்ளே அந்த லிங்கப்பாறை எங்கிருக்கும் என்கிற ஆராய்ச்சி. தென்படும் பாறைகளையெல்லாம் அவரது விழிகள் ஆராய்ந்தன. அதே சமயம் கால்கள் தவறுதலாக - போகக் கூடாத பாதை ஒன்றில் போகத் தொடங்கி விட்டன.

"வேண்டாங்க..." என்று எச்சரிக்கையாக இழைந்து கொடுத்து ஒரு பில்லமரக் கிளை.

வெகு தொலைவில்...

அந்தப் பாறை மூன்று கூறாக ஒரு திரிசூலம் போல பிரியும் இடத்தில் சொதசொதவென்று ஆள்விழுங்கிச் சேறு! எதிர்பாராமல் அதில் விழுந்துவிட்ட ஒரு கிளைமான் தன் முழு உடலை அதற்குள் மூழ்கக் கொடுத்துவிட்டு கழுத்தையும் இழந்து தன்

முகத்தையும் மூழ்கக் கொடுக்கும் மரண பீதியில் காது விடைக்க கத்திக் கொண்டிருந்தது.

அதன் காதும்கூட மூழ்கி, தாடை,.. முகமத்தகம்... அந்தக் கண்கள்... ப்ளக், ப்ளக்!

முற்றிலுமாக மூழ்கிவிட்ட அது இறுதியாக விட்ட சுவாசம் சேற்றின் மேல் பரப்பில், பாப்கான் பாக்கெட்டை ஊதி உடைப்பது போல் சத்தமாக உடைபட்டுக் கிளம்ப, மிகச் சரியாக அந்தத் தருணமாகப் பார்த்து அங்கு வந்து சேர்ந்தார் ராம்நாத்.

ஏதும் நடவாததுபோல் சாதுவாகத் தென்பட்ட அந்த சேற்றுப் படுகையைப் பார்த்தார். அதன் பசி தெரியாமல் அதை நோக்கி நடக்கத் தொடங்கினார்...!

✻✻✻

சந்தன மரத்தின் அந்த தண்டுப்பகுதி ஏறத்தாழ முந்நூறு மில்லி மீட்டர் டயா சைஸில் இருந்தது. முந்நூற்று அறுபது கோணமும் கிளைகள் பரவியிருந்தன. அதன் பசும் இலைகளைக் காற்று கோதிவிட்டுக் கொண்டிருந்தது.

ஒரு கூழைக்கிடா அதிசயமாக உச்சிக் கிளையில் உட்கார்ந்து கொண்டிருந்தது. கீழே தாடியை நீவியபடி அந்த மரத்தின் எடையைக் கணிதப்படுத்திக் கொண்டிருக்கும் தாடிக்கார சம்பத்தைப் படு வெறிப்பான ஒரு பார்வை வேறு பார்த்துக் கொண்டிருந்தது அது.

அவனுக்குப் பக்கத்தில் காக்கி அரை டிராயரில் ஒருவன். அவன் கைவசம் ரம்பமும், அரிவாளும், நைலான் கயிறுகளும்!

.என்னா சார்... போட்டுத் தள்ளிடவா?" – திவாகர் என்னும் அவன் கேட்கிறான்.

"நூத்தியிருவது கிலோ தேறினா ஜாஸ்தி... அதான் பாக்கறேன்" என்கிறான் சம்பத்.

“உங்க கண் கணக்கு. எடைத் தராசைவிட துல்லியம்கறது எங்களுக்கு நல்லா தெரியும். சரி, என்ன பண்ணலாம்?”

“தண்டுப் பகுதி மட்டும் ஐம்பது கிலோ தேறணும். செதுக்கிச் சீவி சிலை செஞ்சு முடிச்சப்புறம் அது முப்பது கிலோ தேறணும். இதான் பாஸ் தங்கமாணிக்கத்தோட எஸ்டிமேட். அதுக்கு தோதா மரம் ஆப்பட மாட்டேங்குதேடா.”

“என்னங்க இது கதையா இருக்கு… இந்த மலைப்பகுதியில் உங்களுக்குத் தெரியாத மரமா?”

“என்னைக் காட்டிலும் இந்தச் சந்தன மரங்களைக் கண்காணிக்கிறதுல அந்த ராபர்ட் பெரிய கில்லாடி! அவன் இப்ப இங்க இருந்தா நான் ஏன் தாடியைத் தடவறேன்…”

“ஏங்க… எங்கங்க ராபர்ட்?”

“அடிவாரத்துல அவனுக்கு ஒரு முக்கிய வேலை கொடுத்திருக்கேன்.”

“இதை விடவா முக்கிய வேலை?”

“ஆமா… அவன் மட்டும் நல்ல தகவலோட வந்துட்டா இப்படிப் பதுங்கி பதுங்கி மரம் வெட்ட வேண்டாம்.”

“நீங்க என்ன சொல்றீங்க…?”

“அப்புறமா விவரமா சொல்றேன். நீ மரத்தைப் போட்டுத் தள்ளு. சிக்கின ஸ்ரீதேவியை விடவேண்டாம். இந்த ஃபாரஸ்ட் ஆபீஸ் பயலுக வந்துடப் போறாங்க…”

திவாகர் அரிவாளுடன் மேலேறினான். மெல்லிய இலைக்கரங்களைச் சரசரவென வெட்டத் தொடங்கினான்.

கூழைக்கிடா பயத்துடன் வானம் ஏறியது.

சற்றைக்கெல்லாம் ஒரு பட்ட மரம் போல் மொட்டைக் கிளையோடு அது தென்படத் தொடங்கியது. அண்டை மரங்கள் ‘நல்லவேளை, நாங்கள் சந்தன மரமாகப் பிறக்கவில்லை’ என்று பெருமூச்சு விட்டன.

மெல்லிய கிளைப் பகுதிகள் முதலில் வெட்டி வீழ்த்த ஆரம்பித்தான் திவாகர். கீழே சம்பத் வேகவேகமாக அதை எடுத்துக் குவிக்கத் தொடங்கினான்.

“சீக்கிரம்... பெரிய கிளைகளை வெட்ட ஆரம்பி திவாகர்... ஒரு மீட்டர் நீளத்துக்கு நாலு துண்டு வேணும். அதுக்குத் தகுந்த மாதிரி வெட்டு...” கீழிலிருந்து சம்பத் கட்டளையிட, அவன் கரங்கள் செயலில் இறங்க... எங்கிருந்தோ துர்வாடை இப்போது காற்றில் கலந்து வரத்தொடங்கியிருந்தது.

“என்னடா... பக்கத்துல ஏதாவது மிருகங்கள் செத்துக் கிடக்குதா?”

“தெரியலையே...”

“எங்கேருந்து வருது இந்த நாத்தம்?”

“உயரமான பக்கத்து மரத்து மேல ஏறிப் பார்க்கவா?”

“நேரமில்லை... நீ வெட்டு...”

அவன் வேகவேகமாகச் செயல்படத் தொடங்கினான். ஒருவழியாக மரத்தின் அடிப்பரப்பில் ரம்பத்தை வைத்து இருவரும் இழுக்கத் தொடங்கினார்கள்.

செழித்து நிமிர்ந்திருந்த அந்த மரத்தின் சொச்ச மிச்சமும் ஒருவழியாகச் சரிந்து விழுந்தது.

சம்பத் நைலான் கயிற்றில் அவற்றை இழுத்துக் கட்டத் தொடங்கினான்.

“தூக்கிட்டுப் போகணுமே... ஆளுங்களுக்குச் சொல்லியிருக்கியா?”

“வழக்கம்போல இலை, தழை போட்டுச் சிலுவைக் குறி வெச்சுப் பதுக்கிடுவோம். ரவையில பளிங்கக்குட்டி சிகப்பி வந்து அடிவாரத்துக்குத் தூக்கிக்கிட்டு வந்துடுவா... நான் ஏன் நாறுதுன்னு எட்டிப் பார்த்துடறேன்...”

பேச்சும்செயலுமாய்ப் பக்கத்து மரம் ஏறப்போனவன், சம்பத் வசமிருந்த பைனாகுலரை உரிமையுடன் வாங்கிக் கொண்டு மேலேறத் தொடங்கினான்.

மர உச்சியில் வாகாய் நின்றுகொண்டு சுற்றிச் சுற்றிப் பார்த்தவன், பைனாகுலரை ஒரு திக்கில் திருப்பியபோது காட்டு மாடு ஒன்று செத்துக் கிடக்க, அதைச் சுற்றி

நரிகளின் மாமிச வேட்டை.... அதற்கும் அப்பால் யதார்த்தமாகப் பார்த்தபோது, கடிபட்டது போல் கத்தினான்.

"அண்ணே...சேத்துப் பள்ளத்துல ஒருத்தன் விழுந்து அல்லாடிகிட்டு இருக்காப்பல தெரியுது..."

கீழிருந்த சம்பத்துக்குத் தூக்கிவாரிப் போட்டது. விறுவிறுவென மேலேறி பைனாகுலரை வாங்கி திவாகர் காட்டிய திக்கில் நோக்கியபோது, ராம்நாத் சேற்றுப் பள்ளத்தில் முட்டிக்கால் அளவு மூழ்கியிருந்தார்!

"இந்தக் கிழவன் இங்க எங்க வந்து சிக்கினான்? இவனை வேவு பார்க்கத்தான் நான் ராபர்ட்டை அனுப்பியிருந்தேன். அவனைக் காணோம். இவன் என்னடான்னா, இங்க வந்து சிக்கிக்கிட்டிருக்கானே..."

சம்பத்திடம் சற்றுக் கடூரமான பதறல்.

"என்னங்க சொல்றீங்க?"

"திவாகர்... இவன் சாதாரணமாக ஆள் இல்லே...நாம தேடற வைரப்பெட்டியை இவனும் தேடி வந்தவன்னு நினைக்கிறேன். ராபர்ட் வந்தா சந்தேகம் க்ளியர் ஆயிடும்."

"அப்ப நாம இவனை எப்படியாவது காப்பாத்தப் பார்ப்போம். நேரா இவன்கிட்டயே நம்ம பாணியில அவனைப்பத்தி தெரிஞ்சுக்க முயற்சி செய்வோம்..."

"இதுவும் நல்ல ஐடியாதான்... இறங்கு. வேகமா போனாக்கூட அங்க போக இருபது நிமிஷமாகும். முக்குப் பாதையை எட்டிப்

பிடிச்சு, புலிப்பள்ளம் வழியா போவோம். அதுவரைக்கும் கிழவன் மூழ்காம இருந்தா அவன் அதிர்ஷ்டம்..."

இருபது நிமிஷத்துக்குள்ளாகவே அவர்கள் அந்தப் புதைகுழிச் சேற்றின் அருகே சென்றபோது ராம்நாத்தைக் காணோம்! பதிலுக்கு அவர் போர்த்தியிருந்த ஷால் மட்டும் சேற்றுப் படுகையின் மேல் அநாதையாக மிதந்து கொண்டிருந்தது!

* ——— *

14

அன்று...

மார்புக்கு நேராக நிமிர்ந்த அந்தக் கத்தித் துப்பாக்கி ராஜேந்திரனை ஒரு விநாடி துணுக்கற வைத்துவிட்டது.

"ஏய்...யார் நீ?" துப்பாக்கியைக் குறி வைத்த பூனை விழி ஐரோப்பியன் வினவினான்.

"நான்... நான்... படைகளுக்கு உணவு கொண்டு வந்திருப்பவன்" ராஜேந்திரன் சுதாரிக்கத் தொடங்கினான்.

"உன் பெயர்?"

"வீரபாண்டியன்!"

அருகில் இருந்த ஒரு படை வீரன் பெரிதாகச் சிரிக்கத் தொடங்கினான்.

"ஏன் சிரிக்கிறாய்?" ராஜேந்திரன் சற்று கோபத்தோடு கேட்டான்.

"இனி பாண்டியன், சோழன் என்றெல்லாம் இந்த தேசத்தில் யாரும் பெயர் வைத்துக் கொள்ளாதீர்கள். அதிலும் வீரபாண்டியன், சூரபாண்டியன் என்றெல்லாம் மூச்சுவிடக்கூடாது.

இனி இந்த தேசத்தின் மூச்சுக் காற்றில் கும்பினிக் காற்று சுவாசப்பட வேண்டும். துரைமார்களின் லட்சியப் பிடிக்குள் வந்து கொண்டிருக்கிறது இந்தப் பூமி.

யாரும் கேட்டால் வீரபாண்டியன் என்று உளறி வைக்காதே... மண்ணாங்கட்டி, காளையன் என்று ஏதாவது பெயரைச் சொல்லிக் கொள்..."

கெக்கலிப்பாகப் பேசிய அந்தப் படைவீரனின் பேச்சில் ராஜேந்திரன் மிகவும் உணர்ச்சிவசப்பட்டுப் போனான்.

"என்ன... பேயறைந்து போல் ஆகிவிட்டாய்... போ... போ..."

அந்த மாட்டு வண்டி மெல்ல உள்ளே பிரவேசிக்கத் தொடங்கியது. அங்கங்கே தரைப்படை வீரர்கள் குவிந்திருந்தார்கள். நடுநடுவே பெரிதாக குடையை விரித்துப் பிடித்த மாதிரி ஏகமாய்க் கூடாரங்கள்.

குதிரைப் படை ஓர் ஓரமாய் ஒதுங்கியிருந்தது. சில குதிரைகளின் பிடரியில் கொறுக்குப் பூச்சிகள் பெருகிவிட்டிருந்தன. அதை சிக்கெடுத்துக் கொண்டிருந்தனர் சில வீரர்கள்.

உணவுக் குளியலோடு வண்டி உள்ளே நுழைந்ததைப் பார்த்து வீரர்கள் விழிகளில் விளக்கெரிந்தது. அவர்கள் ஏக பட்டினியில் இருப்பதை உணர முடிந்தது. சிலர் அவனை அணுகி வண்டியை தங்கள் கட்டுப்பாட்டுக்குள் எடுத்துக் கொண்டார்கள். ராஜேந்திரன் ஒரு போலியான பணிவோடு ஓரமாய் நினறான். ஒரு கட்டுப்பாட்டுக்கு உட்பட்டு வீரர்களும் நின்று கொண்டிருப்பது ராஜேந்திரனுக்குப் புரிந்து போயிற்று. விழிகளை நான்குபுறமும் விரட்டினான் ஐரோப்பிய வீரர்கள் மட்டும் தனி தினுசாக தெரிந்தார்கள். அவர்களின் பூனைக்கண்ணும், செம்பட்டை முடியும், அதையும்கூட பின் முதுகு வரை குடுமி போல் வளரவிட்டிருக்காமல், பின்னங்கழுத்தோடு அவர்கள் வெட்டி விட்டுக்கொண்டு தலைக்கு வெள்ளையாய் ஒரு தொப்பியை வேறு தரித்தபடி நிற்பதில் அவன் அதிசயப்பட்டுப் போனான்.

ஆடைகளில்கூட வேறுபட்டிருந்தார்கள். கம்பளச் சிவப்பில் மார்பை இறுக்கி கழுத்தைகூடக் காட்டாதபடிக்கு அவர்கள் மேலாடை அணிந்திருந்தார்கள். இரண்டு கால்களிலும் இறுக்கமாய் குழாய் போல் அணிந்திருந்த அந்த கால்சராய் அவனை அதிசயப்படுத்தியது.

ஒவ்வொருவர் கைவசமும் ஒரு துப்பாக்கி. துப்பாக்கியின் முனையில் கூரிய கத்தி.

'ஒரே ஆயுதம் இரண்டு விதமாக பயன்படுமா என்ன?' அவன் தனக்குள் கேட்டுக் கொண்ட சமயம் காட்டுப்பன்றி ஒன்று பக்கத்து மலைப்பாறைகள் ஊடே தலைகாட்டியது.

ஒரு ஐரோப்பிய வீரன் அதைப் பார்த்துவிட்டு, தன் துப்பாக்கியைத் தூக்கியபடி அதை நோக்கிச் சுட்டான்.

பன்றி அலறலோடு துள்ளத் தொடங்கியது.

அப்போது ஒரு பெரிய கூடாரத்திலிருந்து யாரோ வெளியே வருவது தெரிந்தது.

அந்த நபரின் வருகையைத் தொடர்ந்து எங்கும் அமைதி! எல்லோரும் விறைப்படைந்தார்கள். பறங்கிப் பழத்துக்குக் கண், காது, மூக்கு வைத்த மாதிரி ஒரு முக அமைப்பு... தலையின் செம்பை முடியில் கடல் அலைபோல் மினுமினுப்பான வளைவு நெளிவுகள். கண்களோ கடுமையைக் காட்டி நின்றன.

"யார் இப்போது சுட்டது?"

துப்பாக்கியை இயக்கிய ஐரோப்பியன், பன்றியின் சடலத்தோடு அந்தப் பறங்கியின் முன் சென்று நின்றான்.

"அறிவிருக்கிறதா உனக்கு...? இங்கே மனிதர்களை வேட்டையாடத்தான் துப்பாக்கி. மிருகங்களுக்கு அல்ல! முட்டாள்!" – அந்தப் பறங்கியன் கத்தத் தொடங்கினான்.

உடனேயே தாடியை நீவியபடி இந்தியனைப் போன்ற ஒருவன் அவன் அருகே வந்து நின்றான்.

"ஹெரான் துரை அவர்களே... கவலை வேண்டாம். படைக்குத் தேவையான அளவு தோட்டாக்கள் கைவசம் உண்டு. மேலும் தேவைப்படும் தோட்டாக்களுக்கும் கந்தகத்துக்கும் ஒரு தளவாடப்படை மதுரை சென்றுள்ளது" என்றான் நைச்சியமாக அவன்.

"இல்லை யூசுப்... ஒவ்வொரு குண்டும் நமக்கு மிக முக்கியம்" என்றான் அந்தப் பறங்கியன்.

“ஹெரான் துரை அவர்களே... அது நமக்கும் தெரியும். கவலை வேண்டாம். நம் கைவசமுள்ள தோட்டாக்களுக்கு இந்தப் பாளையக்காரர்கள் பதில் சொன்னால் போதும். இதைக் கொண்டே ஏழு பாளையங்களை வெல்லலாம். எல்லோருமே பொல்லாப் பாண்டியரைப் போல கைகட்டி முன் விழப் போகிறவர்கள்தான்” என்றான் சற்று கித்தாப்பாக,

அதைக் கேட்ட ஹெரான் என்னும் அந்த துரை முகத்தில் இறுக்கம் தளர்ந்தது போல் ஓர் உணர்வு.

அவர்களின் அந்த உரையாடல் ராஜேந்திரனை ஓர் உசுப்பு உசுப்பியது.

பக்கமாய்ப் புற்களை வெட்டி, கட்டாகக் கட்டிப் போட்டிருந்தார்கள். அதில் ஒன்றைத் தூக்கிச் சுமந்தபடி ஒரு வேலைக்காரனைப் போல் பீரங்கிகள் உள்ள படை வரிசைக்குச் சென்றான். புல்கட்டைப் பக்கத்துப் புரவிக்கு உணவாகப் போட்டுவிட்டு, ஒரு பீரங்கியைப் பார்க்கத் தொடங்கினான்.

அந்த பருத்த ஆயுதம் அவனை வெறித்தது.

அதன் தலை மேல் உள்ள அந்தத் தீக்குழித் துவாரமும் அதன் நீண்ட முகமும் அவனை லேசாக அச்சுறுத்தியது, பக்கத்து வீரன் ஒருவன் அதைப் பார்த்துவிட்டு ராஜேந்திரனை நெருங்கி வந்தான்.

“என்ன வெறிக்கிறாய்... யார் நீ?” என்றான் கோபமாக.

“ஐயா என் பெயர் வீரபா...ண்..டி. பக்கத்துக் கிராமத்தவன். உங்களுக்கெல்லாம் உணவெடுத்து வந்தேன். இப்படி ஒரு ஆயுதத்தை நாங்கள் பார்த்ததில்லை. அதான்...” என்றான்.

அந்த வீரன் முகத்தில் இறுக்கம் தளர்ந்தது.

“இதன் பெயர் பீரங்கி...” என்றான் சற்று பெருமையாக.

“என்றால்...?”

"எனக்கு விளக்கத் தெரியாது. ஆனால், ஒரே நேரத்தில் இருபது பேர் எலும்பைப் பொடிப்பொடியாய் ஆக்கிவிடும். மலையையே கூட இதைக் கொண்டு தகர்த்து விடலாம்..."

"எப்படி இது செயல்படுகிறது?"

"இதை தெரிந்து கொண்டு எதுவும் உனக்கு ஆகப் போவதில்லை. போய் வேலையைப் பார். எனக்கு இங்கே பசி காதை அடைத்துக் கொண்டிருக்கிறது" என்றான் சலிப்புடன் அந்த வீரன்.

"அதெல்லாம் இல்லை... உங்களுக்குத் சொல்லத் தெரியவில்லை."

"அப்படித்தான் வைத்துக் கொள்ளேன். மதுரையிலிருந்து விருதுபட்டி, கோவில்பட்டி என்று பாளையங்கோட்டை வரை ஒரு நடை நடந்து பார், அப்போது தெரியும் உனக்கு..."

"இத்தனை சலித்துக் கொள்பவர் எதற்குப் படையில் சேரவேண்டும்?"

"இவர்கள் தரும் சம்பளம் யாரும் தருவதில்லை. அதுமட்டுமல்ல, எதிர்காலம் வெள்ளையர்களுக்குத்தான் சொந்தம். அதனால்தான் நவாபுகளே அவர்களை அண்டி சலாமிடத் தொடங்கிவிட்டார்கள்..."

"நவாபுகளே... என்று இழுக்காதீர்கள். நவாபுகள் என்ன பெரிய வீரர்களா? அவர்கள் இங்குள்ள புலித்தேவருக்கு இணையானவர்களா, என்ன?"

"சத்தம் போட்டு பேசாதே... உன்குரல் நவாப் யூசுப்கான் காதில் விழுந்தால் தொலைந்தாய் நீ..."

"இந்த யூசுப்கான் என்ன பெரிய சிங்கமோ?"

"முட்டாளே! பெரிய சிங்கத்தைக்கூட சிறு நரி வீழ்த்திய கதைகள் பல உண்டு. இவன் அதிலும் கேடு கெட்ட நரி.

கிழக்குப் பாளய அதிபதி பொல்லாப் பாண்டியரே நடுநடுங்கிச் சலாமிட்டு, பணயமாகத் தன் உயிரினும் மேலானவர்களை இவன் வசம் தந்துள்ளார்.

அவர்களை இவன் படுத்தும்பாட்டை போய்ப் பார். அப்போது யூசுப்கான் பற்றித் தெரிந்து கொள்வாய்."

"எங்கே அவர்கள்?"

"இந்த குட்டிக்கரட்டின் உச்சிக்குப் போயிருக்கிறார்கள்."

"எதற்கு?"

"வெறும் உடம்புடன் பாறை வெளியில் படுத்துக் கிடக்க வேண்டும். கரட்டைப் பிடித்து ஏறிப் பார். அவர்கள் யார் உடம்பிலாவது தோல் இருந்தால் வந்து சொல்."

கேட்கும்போதே எலும்பை கண்டு துளையிடுவதுபோல் ஒரு வேதனை ராஜேந்திரனுக்குள். ஒரு குறுமலை போன்ற அந்த கரட்டுப் பக்கம் திரும்பினான்.

***

அம்பலத்தேவர் ஆழ்ந்த யோசனையில் இருப்பது அவரது முகச்சுருக்கங்களில் தெரிந்தது. அரியணை ஒன்றில் அமர்ந்திருந்தார்.

அப்போது சலங்கைச் சத்தம் அவர் காதைத் தீண்டியது.

அடர்ந்த புருவத்தை வளைத்து விழிகளைச் சத்தம் வந்த திக்கில் செலுத்தியவர் ஓர் அலங்கார தேவதையாக மீனாட்சி வந்து நிற்பது கண்டு உடனேயே லேசானார்.

"அப்பா... உங்களை இதுபோல் ஒரு ஆழ்ந்த மௌனத்தில் நான் பார்த்ததே இல்லை" என்று பேச்சைத் துவக்கினாள் மீனாட்சி.

வாஸ்தவம்தான். எதிரிகள் பொருட்டு நாம் எவ்வளவோ யோசிக்கத்தானே வேண்டியிருக்கிறது" என்றார் தேவர்.

"யார்? அந்தக் காடகராயனைப் பற்றிச் சொல்கிறீர்களா?"

"'ப்ச்ச்... அவன் இப்போது சுண்டெலி. புலிகள் என்று சொல்லிக் கொண்டு ஒரு வெள்ளையர் படை வந்து கொண்டிருக்கிறது மகளே!"

அந்த சமயம் தளபதி வஜ்ரநாராயணன் தோரணையாக அங்கு வந்த சேர்ந்தான்.

"என்ன வஜ்ரா?" – தேவர் வினவுகிறார்.

"நெல்கட்டும் செவல் செல்ல நம் படை தயாராகி விட்டது. ஆனால், இந்த அதிகப்பிரசங்கி ராஜேந்திரனைத்தான் காணவில்லை.

"அவன் எதற்கு?"

"குதிரைப் படைக்கு நான் தலைமை தாங்க உள்ளேன். தரைப்படையை அவன் தலைமை தாங்கி அழைத்துச் சென்றால் சிறப்பாக இருக்கும். அந்த வகை போர்த் தந்திரங்களில் அவனும் அவன் சகாக்களும் நாளுக்கு நான் படுசுட்டியாக ஆகி வருகிறார்கள்..."

"நல்ல யோசனைதான்! ஆனால் ராஜேந்திரனுக்கு நான் வேறு பணி தந்திருக்கிறேன். நீ அழைத்துச் செல்லதோதான நபரை நாராயணப்பிள்ளை கூறுவார்" என்று தேவர் கூறியதைக் கேட்டதும், வஜ்ரநாராயணன் முகம் உடனேயே லேசாக வெளிறியது. அதே சமயத்தில் மீனாட்சி முகத்தில் சற்றுப் பெருமிதம்.

இன்று...

அந்தச் சேற்றுப் படுக்கையின்மேல் மிதக்கும் சால்வை சம்பத்துக்குள் நெருப்பைக் கொளுத்திப் போட்டது. திவாகர் வாய்விட்டு அலறினான்.

"சார், கிழவன் மூழ்கிட்டான் போலிருக்கு... அடப்பாவி!"

நெடுநேரம் வரை சம்பத் வாயே திறக்கவில்லை. அந்தச் சேற்றுப் படுகையையே பார்த்துக் கொண்டிருந்தான்.

"என்ன சார், எதுவும் பேசமாட்டேங்கறீங்க? யார் சார் இந்தக் கிழவன்?"

"தெளிவா தெரியலை திவாகர். தெரிஞ்சுக்கத்தான் ராபர்ட்டை அனுப்பினேன். அவனை இன்னும் காணோம். இவன் நிச்சயம் பெரிய ஆர்க்கியாலஜிஸ்டா இருக்கணும். நாம தேடற வைரப்பெட்டியை குறி வெச்சுத்தான் வந்திருக்கணும்..."

"நமக்கு போட்டியா வந்தவனை இந்த மலைக்கே பிடிக்கலை போலிருக்கு. அதான் இந்தச் சேத்துக்குப் பசி எடுத்துச் சாப்பிட்டுடுச்சு..."

திவாகர் சொல்லி வாய் மூடிய மறுவிநாடி அவர்கள் காதுகளைத் தாரை தப்பட்டம் சத்தம் வந்து இடித்தது. சத்தம் மிக சமீபமாகக் கேட்டது. உடனேயே சம்பத்துக்குப் புரிந்து போனது.

"டேய், பளிங்கனுங்க ஏதோ மிருகத்தை வளைச்சுத் துரத்திக்கிட்டு வர்ற மாதிரி தெரியுது..." சொல்லி வாய்மூடு முன்பே அவர்கள் நிற்கும் பாதையின் துவக்கத்தில் நாலைந்து மிளாமான்கள் மிரண்டு ஓடின.

இப்போது பளிங்கர்களும் இவர்களை நெருங்கிவிட்டார்கள். தப்பட்டை கொட்டுவதை விட்டுவிட்டு பளிங்கர்கள் இருவரையும் நெருங்கினார்கள்.

"கும்புட்றோங்க... ஐயாவும் வேட்டைக்குத்தான் வந்தீங்களா?"

"பச்ச்... நான் வேட்டையாடினா இந்த மாதிரி மானையா ஆடுவேன்... நம்ம அந்தஸ்த்துக்கு சிறுத்தை, புலிதான் சரிப்படும். ஆமா, இப்பல்லாம் ஏண்டா விறகு தூக்க வரமாட்டேங்கறீங்க?"

அந்த மலையின் மக்களாகிய அவர்கள் சம்பத்துக்கும் மிகப் பரிச்சயமானவர்களாகவே இருந்தார்கள். நகரத்துச் சூது தெரியாத அவர்களின் கடின உழைப்பு சம்பத் போன்றவர்களுக்கு

அறுத்துக் கொடுக்கும் அல்வா போல் பயன்பட்டது. பயன்பட்டுக் கொண்டிருக்கிறது!

"எங்கேங்க... விறகுக்கூலி கட்டுப்படியாகுது... அதோட ஆபீஸருங்க கெடுபிடி வேற..."

சொல்லும்போதே ஒருவன் சேற்றுப் படுகையைப் பார்த்தான். அதன் மேல் கிடந்த சால்வை அவனைக் கலவரப்படுத்தியது.

"என்னங்க இது... சேத்துக்குழி மேல துணி..." பதட்டமாகக் கேட்டான்.

"அடிவாரத்துல குடிவந்திருக்கானே ஒரு கிழவன்..."

"யாருங்க...?"

"அதான்... அந்தப் பாழடைஞ்ச வீட்டுக்கு வந்திருக்கிற கிழவன்..."

"ஐயையோ... அவருங்களா? அவரோட உடுப்புங்களா இது... அப்படின்னா அவரு?"

"சேத்துக்குள்ளாற பொணமா கிடக்கறான்யா... காப்பாத்தத்தான் ஓடி வந்தோம். கிழவனுக்கு அதிர்ஷ்டமில்லே...

"நேத்தோ முந்தாநாளோ தாங்க அவரை எங்காளுங்க சாவுப் பள்ளத்துலேருந்து காப்பாத்தினதா சொன்னாங்க... அதுக்குள்ளாற இங்க வந்து இதுல விழுந்துட்டாருங்களா?"

"விதி யாரைய்யா விட்டது?" சம்பத் சலிப்போடு பதில் சொல்லிவிட்டு அங்கிருந்து அகலத் தொடங்கினான்.

அவர்கள் முகம் வெளிறிப் போயிருந்தன.

"ஏங்க... இவர்கூட ஒரு பொண்ணு இருந்துச்சுங்களோ?"

"பொண்ணை யாருய்யா பார்த்தா... இந்த ஆளுதான் இடுப்பு வரை சேத்துல மாட்டிக்கிட்டு அலறிக்கிட்டிருந்தான். காப்பாத்த ஓடிவந்தோம்... முடியாமப் போயிடுச்சு. சரி, சரி... போய் வேலையைப் பாருங்க..."

இந்தப பக்கத்துப் பாதையை என்னதான் முள் போட்டு மூடி வெச்சாலும் மிருகங்களால ஒரு பலனும் இல்லாமப் போயிடுது...” – திவாகரிடம் பலமான சலிப்பு.

“ஏய், அந்த ஃபாரஸ்டரைப் பார்த்தா விஷயத்தைச் சொல்லுங்க... நேத்து வேலை மெனக்கெட்டுக் காப்பாத்தினதுக்காகக் கவலைப்படுவான்...”

நடக்கும்போதே சம்பத்திடம் கிண்டலான பேச்சு. ஒரு மனிதனின் மரணம் உண்டாக்கும் எந்தவித நெகிழ்ச்சியும் இல்லாத பேச்சு அது.

“பாவம் அந்தப் பொண்ணு... டேய் அம்மாசி, அடிவாரம்வரை போய் அந்தப் பொண்ணைப் பார்த்து விஷயத்தைச் சொல்லிட்டு வாடா நீ... நாங்க கிழக்கே தேன் எடுக்கப் போய்க்கிட்டிருக்கோம்...” – அவர்களில் ஒருவன் கத்த...

அம்மாசி என்பவன் கட்டளைக்குக் கட்டுப்பட்டவன் போல் உடனேயே அடிவாரம் நோக்கி ஓட ஆரம்பித்தான்.

கொட்டக் கொட்ட விழித்துக் கொண்டிருந்தான் ராபர்ட். தலையில் டிஞ்சர் டெட்டால் நெடியோடு பெரிய கட்டு. அதையும் மீறி ரத்தக் கசிவு...

எதிரே மௌனமாக கலாதரன்.

டியூட்டி டிரஸ்ஸில் பார்க்க படு ஸ்மார்ட்டாகத் தெரிந்தவன், மிகக் கடுமையானவன்கூட என்பதற்குத் தோதாகக் கைகளில் குத்துச்சண்டை வீரர்களைப் போல் உறை தரித்திருந்தான்.

வழக்கமாக அப்படிச் கையுறை அணிந்துகொண்டு மணல் மூட்டையைக் குத்தி பிராக்டிஸ் செய்யும் வழக்கம் அன்று சற்று வித்தியாசப்பட்டு போயிருந்தது.

“ராபர்ட் அண்ணே... நீங்க யாரு? உங்க வேலை என்ன? எதுக்காக காமிராவைத் திருட வந்தீங்கறதை ஒளிவு மறைவு இல்லாம இப்ப என்கிட்ட சொல்லணும். இல்லேண்ணா உங்க

மூஞ்சிதான் எனக்கு மணல் மூட்டை. உங்க பல்லுதான் நான் குலுக்கி ஆடப்போற சோழிங்க...”

பேச்சோடு பேச்சாகக் கையை உயர்த்திக் குத்த ஓங்கியவன் முன்னால் ராபர்ட் அலறினான்.

“சார் நான் சாதாரணக் கேடி சார்... எப்பவும் அந்தப் பாழடைஞ்ச வீட்டுப் பக்கம் குடிச்சுட்டுப் படுக்க வருவேன். அப்படித்தான் வந்தேன்... வந்த இடத்துல காமிராவைப் பார்த்ததும் திருடணும்னு தோணிச்சு... அதான்...”

“நிஜமா?”

“நிஜமா சார்...”

“சத்தியமா?”

“சத்தியமா சார்...”

அப்போது கலாதரனின் அந்த ஃபாரஸ்ட் ரேஞ்ச் அலுவலகக் கட்டட வாசலில் ஜெயந்தியின் மாருதி படுவேகமாக நுழைந்திருந்தது.

உள்ளிருந்து அழுகையும் கேவலுமாக ஜெயந்தி இறங்கி ஓடி வந்தாள். ஓடி வரும்போதே வெடித்துவிட்டாள். “கலாதரன்... அப்பா நம்மளையெல்லாம் விட்டுட்டுப் போயிட்டார் கலாதரன். மலையிலே ஏதோ சேத்துப் பள்ளமாம்... அதுல விழுந்து செத்துட்டாராம்!”

கலாதரனுக்கு கால்களுக்குக் கீழே பூமி நழுவியது.

“என்ன ஜெயந்தி சொல்றே... யார் சொன்னது?” பதட்டத்தோடு அவளை நெருங்கி உரிமையோடு தோளைப் பற்றிக்கொண்டு கேட்டான்.

காரின் பின்புறம் இருந்த பாஸ்கரும், அந்த அம்மாசி என்னும் பளிங்கனும் இப்போது சோகமாக இறங்கினார்கள்.

ராபர்ட்டுக்கும் அதைக் கேட்டுத் தூக்கிவாரிப் போட்டது.

'ஏய் கிழவா... போயிட்டியா நீ? அடப்பாவி... உன்னை வெச்சே வைரத்தை அடையமுடியும்னு நெனைச்சேனே...' தன் மனத்துக்குள் விக்கித்துப் போனான் ராபர்ட். எல்லோரும் ஸ்தம்பித்துப் போயிருக்கும் இந்தத் தருணம்தான் தான் தப்பிக்கவும் ஏற்ற தருணம் என்று கருதி, அவன் ஓடுவதற்கு காலெடுக்க...

* ——— *

15

அன்று...

ராஜேந்திரனுக்கு வேறு பணி தந்திருப்பதாகத் தான் சொல்லிய உடனேயே தளபதி வஜ்ரநாராயணன் முகம் போனவிதம் அம்பலத்தேவருக்குள் மிக்க கவனத்தோடு பதிவாகத் தொடங்கியது.

தேவரைப் பணிவாக வணங்கி பின் நகர்ந்தான் வஜ்ரநாராயணன்.

அம்பலத்தார் அவனை நிற்கும்படி பணித்துவிட்டு ஓலை ஒன்றை எடுத்து வந்து அவன் வசம் தந்தார்.

“இதைப் புலித்தேவர் வசம் சேர்ப்பித்துவிடு. வெற்றி வீரர்களாக நீங்கள் திரும்ப வேண்டும். புலித்தேவர் அக மகிழ்ந்து எனக்கு வெற்றி லிகிதம் அனுப்ப வேண்டும். மறவன் வாளெடுத்தால் அது ரத்தம் தோயாமல் கீழே விழாது எனும் இலக்கணம் காப்பாற்றப்பட வேண்டும். தென்கிழக்குப் பாளையங்களுக்கும் சேர்த்து நாம் வெள்ளையனுக்குப் பதிலடி தந்தாக வேண்டும்...”

“வெற்றி நிச்சயம் தேவர்பிரானே... ஒற்றர் தகவல்கள் நம்மை நிச்சயம் வலுவுள்ளதாகவே காட்டுகின்றன...”

“வலு... ஆயுதங்களின் பலத்தைப் பொறுத்தது மட்டுமன்று. வியூகம் வகுக்கும் மூளை பலத்தையும் பொறுத்த விஷயம்... புலித்தேவர் சிறந்த மதியூகி. மிகச் சிறப்பாக வியூகம் வகுப்பார். அவருக்கு உங்கள் ஒத்துழைப்பை மிகச் சிறப்பாகத் தாருங்கள்.

பண்பொழி வீரர்கள் பண்பட்ட வீரர்கள் என்று பெயர் வாங்க வேண்டும்."

"அப்படியே ஆகட்டும் தேவர்பிரானே அவர்களே. முதல் படை இன்று புறப்படுகிறது. ஊடே ஏதும் ஒற்றர் தகவல் வந்தால் உங்களைத் திரும்பவும் சந்திக்கிறேன்..."

"நம் ஒற்றர்கள் எதிரிப் படைகளை எந்த அளவு கணித்துள்ளார்கள்?"

"படையின் விஸ்தீரணம், வீரர்கள் எண்ணிக்கை எல்லாம் தெரிந்துவிட்டன."

"எதிரிப் படைக்குள் யாரும் நுழைந்து பார்க்கவில்லையா?"

"அது அத்தனை சுலபமில்லை..."

வஜ்ரநாராயணன் பதிலைத் தொடர்ந்து தேவர் சிறிதுநேரம் மௌனம் சாதித்தார். பின் 'சரி, நீ புறப்படு' என்றார். வெளியே கொம்புகள் ஊதப்படும் அரவம்! முரசுகள் கொட்டப்படும் முழக்கம்!

"வீரன் ராஜேந்திரனுக்கு வேறு பணி இருக்கிறது என்றீர்களே... என்ன பணி அப்பா?"

"ராஜாங்க விஷயங்களில் நீ தலையிடுவது உனக்கு நல்லதல்ல மீனாட்சி, அதிலும் அந்த ராஜேந்திரன் போன்ற மூன்றாவது மனிதனைப் பற்றியெல்லாம் தெரிந்து நீ என்ன செய்யப் போகிறாய்?"– தேவர் ஒருவகை சூட்சுமத்தோடு தான் அப்படிக் கேட்டார்.

"என்ன செய்ய இயலாது?"

"வீண் வாதம் எதற்கு...?" ராஜாங்க விஷயங்கள் குருதி மயமானவை. அதிலும் தற்போதைய நிலை மிக கவலைக்குரியது. நாம் அரசர்களாக நீடிப்போமா இல்லை வெள்ளையன் வசப்பட்டு ஆண்டியாகி விடுவோமா என்கிற அளவுக்குக் கவலையான நிலை..."

"வாஸ்தவம்தான்... இப்படிப்பட்ட நேரத்தில்தான் உங்களுக்கு பக்க பலம் மிக அவசியம். அதனால்தான் நான் கேட்டேன்..."

"என் வரையில் நீ செல்லக்குழந்தை. கலைகளில் விளையாடும் கலாதேவி. என் மனத்தில் நித்ய சுடராய் நிற்கும் பேரின்ப ஒளி."

"கூடவே சிறந்த மதியூகியாய், மந்திரிபோல் செயல்படக்கூடியவள் என்பதை நிரூபிக்க விரும்புகிறேன்."

"மீனாட்சி... உன் பேச்சு எனக்கு மகிழ்ச்சி தருகிறது. அதுபோதும் எனக்கு போய் வேலையைப் பார்..."

"அப்பா... நீங்கள் என்னை ஆனாலும் சிறு பிள்ளையாக நினைக்கிறீர்கள். நம் சுதந்திரம் குறித்து உங்களைவிட நான் அதிகம் கவலைப்படுகிறேன். நீங்கள் மெச்சும் அளவு எதிர்வரும் வெள்ளையர்களை விரட்ட வழி கூற விரும்புகிறேன்."

"எப்படி?"

"அந்த ராஜேந்திரனை என் வசம் ஒப்படையுங்கள்... செய்து காட்டுகிறேன்..."

"புலித்தேவரே திணறும் விஷயம் இது..."

"ராஜேந்திரன் புலித்தேவரையும் விஞ்ச முடிந்த வீரர்."

"அவனைப் பற்றி உனக்கு அத்தனை கணிப்பா?"

"ஆம்... அதில் என்ன தப்பா?"

"தப்பு, சரி இரண்டும் செயலில்தானே தெரியும்."

"அதனால்தான் கூறுகிறேன்... செயலுக்கு வழி விடுங்கள்."

"உன்னால் இயலாவிட்டால்..."

"உங்கள் பேச்சுக்கு மறுபேச்சு பேசமாட்டேன். ஆனால் இயன்றுவிட்டால்?"

"அந்த ராஜேந்திரனை இன்னொரு தளபதியாகவே ஆக்கிவிட்டுப் போகிறேன்!"

“ஒரு பெரிய சாதனைக்கு வள்ளல் அம்பலத்தேவர் தரும் இந்த விலை மிகச் சிறியது...”

“சரி, நீ கேட்பதைத் தருகிறேன். நீ என்ன கேட்பாய் என்றும் எனக்குத் தெரியும்.”

பொடி வைத்துப் பதில் சொன்ன அம்பலத்தேவரை மீனாட்சி பூடகமாகச் சிரித்தபடி பார்த்தாள்.

“சரி... அவருக்கு தாங்கள் அளித்திருக்கும் முக்கிய பணி என்ன இப்போதாவது சொல்வீரா?” என்று மீனாட்சி கேட்டாள்.

“என் ஆத்ம நண்பர் ஜம்னாலால் வடக்கிலிருந்து வந்திருக்கிறார். விலை மதிப்பே இல்லாத தசகண்ட வைரம் சகிதம் வரும் அவரைப் பாதுகாப்பாக அழைத்து வரும் பணி...”

“நல்லது... அதை முதலில் அந்த வீரர் செய்து முடிக்கட்டும். பின்னர் நான் வெள்ளையர்களை வளைக்கும் பணிக்கு அவரை அழைத்துக் கொள்கிறேன்...”

“ஆமாம்... ஜம்னாலால் வரும் செய்தியை உங்கள் தடாக சந்திப்பில் உன்னிடம் கூறவில்லையா ராஜேந்திரன்?”

மீனாட்சி அந்தக் கேள்வியை சற்றும் எதிர்பார்க்கவில்லை. ‘யாருக்கும் தெரியாத ரகசிய சந்திப்பு எப்படி இவருக்குத் தெரிந்து போனது?’ மனத்துக்குள் மான்கள் சண்டையிடுவது போல் உணர்வு. அவளால் உடனடியாகப் பதில் பேச முடியவில்லை. அதே வேளையில் அத்தனை ஆத்மார்த்தமான சந்திப்பிலும் தேவர் இட்ட பணி குறித்து ராஜேந்திரன் தன் வசம் கூறாததில் அவன்பால் ஒரு தனிப்பெருமை அவளுக்குள் முளைத்துவிட்டது. பயத்துடன் வாய் திறந்தாள்.

“உங்களது ரகசியக் கட்டளையை அவர் தன் காதலியிடம்கூட பிரஸ்தாபிக்க தயாராக இல்லாதவர் என்றால் அவரது நேர்மையின் அழுத்தத்தை நான் கூறாமலே தாங்கள் புரிந்து கொள்ளலாம்.”

தவிப்புக்கு நடுவிலும் பெருமிதமாகப் பதில் சொன்னவளைத் தேவர் சற்று பிரமிப்போடு பார்த்தார். அதேசமயம் சற்று அழுத்தத்தோடு சொன்னார்:

"அவன் தன் வீரத்தை நிரூபித்தால்தான் உங்கள் காதல் செல்லும்படியாகும். அருமை மகளே... அதற்குள் காதலை ஒரு மரமாய் வளர்த்துக் கொண்டு விடாதே..."

✲ ✲ ✲

"**ரா**ஜேந்திரன் இப்போது அந்தக் கரட்டின் மேல் இருந்தான். அந்தக் கரட்டின் மேல்புறம் ஒரு நீண்டபாறைச் சரிவு! அதில் செதில் செதிலாய் மேடுகள். சூரியனின் கதிர்கள் கொஞ்சிக் குலாவும் அந்தக் கல்மேடுகளில் பிறந்த மேனியாய் தென்கிழக்குப் பாளைய பணயக் கைதிகள் படுத்துக் கிடந்தார்கள்.

ஒரு புழுவைப் போன்ற நெளிசல் அவர்கள் உடம்பில் முதுகுப்புறம் தோல் செக்கச்சிவந்த அப்படியே கையோடு வந்துவிடும் நிலை!

சுற்றிலும் கிழக்கிந்திய கம்பெனியின் துப்பாக்கி ஏந்திய படை வீரர்கள்! நடுவே ஒரு பட்டுக்குடையின் நிழலில் தாடியை நீவியபடி முகத்தில் மந்தகாசப் புன்னகையோடு நின்று கொண்டிருந்தான் யூசுப்கான் என்னும் நவாபின் பிரதிநிதி.

சகலத்தையும் ஒரு முனையிலிருந்து பார்த்த ராஜேந்திரனுக்குள் குருதி கொப்பளித்தது. இதற்குள் ஒருவன் யூசுப்கானை நெருங்கி காதைக் கடித்தான். அவன் முகம் உடனேயே உருமாறியது. அதற்குத் தோதாக ஒரு வெள்ளையன் அந்தக் கரட்டின் மேலேறி யூசுப்பை நெருங்கினான்.

"பணயக் கைதிகளைக் கௌரவமாக நடத்த வேண்டும் என்பது எங்கள் நாட்டு வழக்கம். இப்படிச் சித்ரவதை செய்வது சரியல்ல. அவர்களைப் பிரபு கௌரவமாக நடத்தச் சொல்கிறார்..."

ஆங்கிலத்தையும் தமிழையும் கடித்துத் துப்பி அவன் கூறியதை கேட்ட யூசுப் முகம் மேலும் சிவந்தது.

“யாரை எப்படி நடத்த வேண்டும் என்பது எனக்குத் தெரியும். இருந்தாலும் பிரபுவுக்காக நான் இவர்களை விட்டு விடுகிறேன்.

தென்மேற்கு பாளையத்தவர்கள் இந்த மாதிரி கொடுமைகளைப் பார்த்தால்தான் பணிவார்கள்.

மறவர்கள் சரியான மிடுக்கர்கள். அவர்களைப் பற்றி உங்களுக்குத் தெரியாது. போகப் போகத் தெரிந்து கொள்வீர்கள்.”

யூசுப்கானின் பேச்சு ராஜேந்திரனை வெகுவாக உசுப்பிவிட்டது. மனிதனில் மிகுதியும் மிருகத்தன்மை கலந்துவிட்டவன் யூசுப்கான் என்பது புரிந்துபோனது.

‘யூசுப்... உன்னை ஓட ஓட விரட்டுகிறேனா இல்லையா பார்...’ என்கிற மனக் கொதிப்பு அவனுக்குள் ஏற்பட்ட வேளை அவன் தோளை ஒரு பூனைக்கண் வெள்ளையன் தொட்டான்.

திரும்பியவனை “நீ ராஜேந்திரன் தானே...?” என்று நிதானமாகக் கேட்டான்!

இன்று...

ராபர்ட்டின் ஓட்டம் கலாதரனின் கவனத்தைக் கவருமுன் வெகு தூரத்தை எட்டிவிட்டது.

கலாதரன் கைகளைக் குத்திப் பிசைந்து கொண்டான்.

ஜெயந்தி சொன்ன செய்திக்காக கவலைப்படுவதா, இல்லை இப்படி அகப்பட்ட திருடனை இழந்துவிட்டதற்காகக் கவலைப்படுவதா என்பது புரியாமல் திகைக்கத் தொடங்கினான்.

“என்ன கலாதரன்... இதுதான் சாக்குன்னு திருடன் தப்பிச்சிட்டானே... அவனை...” பாஸ்கர் பேச்சை முடிப்பதற்குள் கலாதரன் இடை வெட்டினான்.

"பரவாயில்லை பாஸ்கர்... எங்கே போயிடுவான்? என்கிட்ட மாட்டாம மட்டும் போகமாட்டான். நாம நம்ம விஷயத்துக்கு வருவோம். அப்பா இறந்துட்டார்னு எப்படி அவ்வளவு ஊர்ஜிதமா சொல்றீங்க?"

"இதோ, இந்தப் பளிங்கன் சொல்றதைக் கேளுங்க..."

"இங்கேவாப்பா... புரொபசர் சாரை நீ பார்த்திருக்கியா?" கலாதரன், பளிங்கன் பக்கம் ஊன்றினான்.

"இல்லே சார், ஆனா கேள்விப்பட்டிருக்கேன்..."

"அவர் எப்படிச் சேத்துப் பள்ளத்துல விழுந்து செத்துட்டார்னு சொல்றே?"

"பள்ளத்து மேல சாரோட துப்பட்டி மிதக்குதே?"

"துப்பட்டியா!"

"சால்வையைச் சொல்றான் கலாதரன்..." இடையிட்டான் பாஸ்கர்.

"ஏன்.. அது எங்கிருந்தாவது காத்துல பறந்து வந்துகூட விழுந்திருக்கலாமில்லையா?"

"இடுப்புமுட்டம் மூழ்கிட்ட நிலையில் அவர் உசுருக்குப் பயந்து கத்தியிருக்காரு... அதைப் பார்த்துட்டுச் சிலர் காப்பாத்த வருமுன்னே மூழ்கிட்டாரு. மிஞ்சினது துப்பட்டிதான்..."

"யார் அந்தச் சிலர்?"

"ஐயா... அவங்களை எங்களுக்கு நல்லாத் தெரியும். ஆனா, பேரு விவரமெல்லாம் தெரியாது. அவங்க கொஞ்சம் மலைக் களவாணிங்க... அதுமட்டும் தெரியும்..."

கலாதரன் அந்த நீண்ட விசாரணைக்குப் பின் தாடையை அழுந்த வருடிக் கொண்டான்.

பாண்ட்டுக்குள் கையை விட்டுக்கொண்டு மார்பை நிமிர்த்தியபடியே அந்தப் பளிங்கனைப் பார்த்தான். அவன்

முகத்தில் எந்தச் சலனமும் இல்லை. வெளுத்ததெல்லாம் பால் என்று பேசும்படியான முகம்!

ஜெயந்தியோ விசும்பின் வெடிப்புக்கே போய்விட்டாள். பாஸ்கருக்கும் ஏறத்தாழ பித்துப் பிடித்த நிலை.

"ப்ளீஸ், கவலைப்படாதீங்க! மேலே போய்ப் பார்த்துட்டு முடிவு பண்ணுவோம்.. கமான்!"

ஜீப்பை நோக்கி நடந்தபடி அவர்களை அழைத்தான். இதற்குள் ஒரு டீ டம்ளருடன் வாட்ச்சர் ஒருவன் தலையில் மஃப்ளர் சகிதம் அங்கு நுழைந்தான்.

"தம்புசாமி... நான் ஒரு முக்கிய வேலையா சேத்துப் பள்ளம் பக்கம் போறேன். வர டயமாகலாம்... ரேஞ்சர் ரமேஷ் வந்தா விவரத்தைச் சொல்லிடு. இன்னிக்கு ரெய்டு வேண்டாம்னு சொன்னேன்னும் சொல்லிடு."

தம்புசாமி என்னும் அந்தப் பூனைக்கண் வாட்ச்சர், கோயில் மாடுபோல் தலையை ஆட்ட... ஜீப் கிளம்பியது.

ஜெயந்தியைத் தேற்ற முடியாமல் தேற்றுக் கொண்டிருந்தான் பாஸ்கர்.

"அப்பா வெளியே போகறச்சே, கோபமா அப்படியே போயிடுங்க. வர்றாதீங்க'னு சொன்னேன். அது அப்படியே பலிச்சிடுச்சே பாஸ்கர்..." பாஸ்கர் மார்பில் முகம் புதைத்தபடி அலறினாள் ஜெயந்தி.

"அவர் வீம்புக்கு அவர் பலியாகிவிட்டார். வயசுக்கு மீறிய ஆசை, பிடிவாதம், விவேகமில்லாத அணுகுமுறை... இதெல்லாம்தானே நம்ம அப்பா! பெரிய ஸ்காலராயிருந்து என்ன பிரயோஜனம்? தன்னையே புரிஞ்சிக்காத மனிதர்..."

பாஸ்கர் சோகத்துக்கு நடுவிலும் கோபத்தோடு புலம்பினான்.

"நீங்க முடிவே பண்ணிட்டீங்களா? ஆளாளுக்கு இப்படிப் புலம்புறீங்களே... அங்கே போய்ப் பார்த்துட்டு முடிவு

பண்ணுவோம்..." ஜீப்பை இயக்கும் கலாதரனின் கேள்விக்கு, விரக்தியான சிரிப்பு பாஸ்கரிடம்.

மலைக்காற்றில் வகிடு எடுத்தது அந்த ஜீப்!

அடர்ந்த மலைக்குள் பரிச்சயமான வழிகளில், செயற்கையாக உருவாக்கியிருக்கும் முட்புதர்களைப் பக்குவமாகத் தாண்டி, ஒரு குடை போன்ற புன்னைமர நிழல் ஒன்றை ராபர்ட் சமீபித்தபோது, கையிலிருந்த சிகரெட்டில் பாதியைச் சாம்பலாக்கிவிட்டிருந்தான் சம்பத்.

வந்து நிற்கும் ராபர்ட்டைப் பார்த்து உற்சாகமாகக் கத்தினான்.

"வா மாப்ளே வா... உனக்காகத்தான் காத்துக்கிட்டிருக்கேன். என்ன ஆச்சு உனக்கு? எங்கே காமிரா?"

"அதையேம்பா கேக்றே... விவகாரம் எக்குத்தப்பா பூடுச்சு... வகையா அவங்க கையில மாட்டிக்கிட்டேன்..."

"அவங்க கையிலன்னா... யார் கிட்டே?"

"எல்லார்க்கிட்டயும்தான்... குறிப்பா, அந்த ஆபிஸர் பய கலாதரன்கிட்ட... எப்படியோ தப்பி வந்துட்டேன்... ஆமா, அந்தக் கிழவன் ராம்நாத் பூட்டானா?"

"அவன் பேரு ராம்நாத்தா?"

"ஆமாம்ப்பா... ஆள் பூட்டதா தகவல் வந்துச்சே...?"

"கிழவன் சரியான துரதிர்ஷ்டசாலி ராபர்ட்... சேத்துப் பள்ளத்துல சிக்கிச் செத்துட்டான்!"

"நிஜமாவா?"

நாங்கதானே அந்தக் கண்றாவியைக் கண்ணால பார்த்தவங்க..."

"ஐயோ போச்சேப்பா..."

"என்ன சொல்றே ராபர்ட்?"

"நீ வைரம்பத்திச் சொன்னது எதுவும் கப்ஸா இல்லை. இந்த மலையில வைரம் இருக்கறது உண்மைதான். அது எங்கே

இருக்கு, எப்படி இருக்குங்கற எல்லா உண்மையையும் அந்தக் கிழவன் கண்டுபிடிச்சுட்டான். ஆனா, அவன் செத்துட்டதா சொல்றீங்களே?”

“எதை வெச்சு சொல்றே?”

ராபர்ட் நடந்ததை அவனிடம் விவரிக்கத் தொடங்கிய துல்லியமான அந்த விநாடிகளில் சேற்றுப் படுகைமேல் கிடந்த சால்வை, கலாதரனின் சாமர்த்தியமான செயலால் குச்சி ஒன்றின் மூலம் அவன் கைக்கு வந்திருந்தது.

அதை ஜெயந்தி எதிரே விரித்தான்.

“ஐயோ, இதே சால்வைதான் கலாதரன்...” என்று அவள் ஓங்கலாக அழத் தொடங்கினாள்.

கலாதரனுக்குள்ளும் இந்தமுறை சோகம் ஒரு குத்து விட்டது.

“ஓ மை குட்னெஸ்...” கூட வந்த பளிங்கனிடமிருந்து வேல்கம்பை வாங்கி, சேற்றுப் பள்ளக் கரையில் நின்றுகொண்டு. அழுத்தமாக முடிந்த அளவு அதை உள்ளே நுழைந்தான்.

ஒரு கட்டத்தில் வேல்கம்பு எதன்மேலோ குத்தி நின்றது. திரும்ப வெளியே இழுத்தான். வேல்கம்பின் முனை ரத்தச் சிவப்பான சேற்றுக் கட்டிகளோடு ஈரம் சொட்ட அவனை வெறித்தது.

உள்ளே ஓர் உயிர் மூழ்கிவிட்டதை அந்த ரத்தம் ஊர்ஜிதப்படுத்தியது. அதைப் பார்த்த ஜெயந்தி மெல்ல மயங்கத் தொடங்கினாள்.

* ——— *

16

அன்று...

'நீ ராஜேந்திரன்தானே...?' என்னும் அந்தப் பூனைக்கண்ணன் வெள்ளையனின் கேள்வி ஒரு விநாடி ராஜேந்திரனைக் கலவரப்படுத்தியே விட்டது. அவன் விழி மணிகளில் அதன் பொருட்டு மருட்சி.

"கவலைப்படாதே... நான் வெள்ளையனில்லை! வா, நாம் முதலில் தனிமைப்படுவோம்..." தோளில் கை வைத்து அவனைத் தனியாக அழைத்தான்.

"ஆமாம், எப்படி நீ இந்தப் படைக்குள் நுழைந்தாய்?" கரட்டின் சரிவில் பாறைகளைத் தாண்டி நடந்தபடி கேட்டான்.

"நீ யார்...? அதை முதலில் சொல்..." ராஜேந்திரனிடம் சற்று தினவான கேள்வி.

"உன்னைப் போல்தான் நானும்..." என்றான் அவன்.

"புரியவில்லை நீ சொல்வது..."

"நான் நெல்கட்டும் செவலில் இருந்து படை பலம் அறிய வந்தவன். நீயோ பண்பொழியூர்வாசி. சரிதானே?"

ராஜேந்திரனிடம் திகைப்பு. 'ஒரு வெள்ளையன் எப்படி நெல்கட்டும் செவல்வாசியாக இருக்க முடியும்?'

"இது எனது மாறுவேடம் நண்பனே. எனது பெயரே பூனைக்கண்ணன் என்பதுதான். நல்ல வெளுத்த தேகம் உடைய

நான். முடியிலும் உடையிலும் மாறுதலைச் செய்து கொண்டேன். 'டொனால்டு' என்று எனக்குப் புதிய பெயரைச் சூட்டி வாழ்த்தி அனுப்பி வைத்தார் என் தலைவர் புலித்தேவர்..."

"அசாத்யம் உன் துணிச்சல். இதுவரை நீ அவர்களிடம் சிக்காந்து ஆச்சரியம் தருகிறது. உன்னை வேற்று மனிதனாக அவர்கள் உணராதது மிகுந்த அதிசயம்..."

"ஆம் நண்பனே! அந்த அதிசயம்தான் நம் பலம். வெள்ளையன் வசம் பணமும் படையும் மிகுதியாக இருக்கின்றன. ஆனால், மூளை நம்மில் கால் பங்கு இல்லை.

மிகவும் மெத்தனம் அவர்களுக்கு! நவீன ஆயுதங்களைக் காட்டியே எதிரிகளைப் பணிய வைத்துவிடுகின்றார்கள்..."

"உண்மைதான்! ஆயுதங்கள் போடும் சத்தத்திலேயே நம்மவர்கள் நாடி ஒடுங்கிப் போய்விடுகின்றனர்..."

"இவர்களின் படையின் சகல பலவீனங்களையும் நான் கணக்கிட்டு விட்டேன். இங்கிருந்து அவற்றைச் சேதியாகக்கொண்டு சென்று நீ உதவ வேண்டும். அதற்காகவே அந்த சங்கரநாராயணப் பெருமாள் உன்னை அனுப்பி வைத்ததாகக் கருதுகிறேன்..."

அவர்கள் இருவரும் இப்போது புரவிகளின் கூட்டத்தில் நின்று கொண்டிருந்தார்கள்.

"கும்பிடப்போன தெய்வம் இப்படித்தான் குறுக்கே வருமா என்ன? அதுசரி... நான்தான் ராஜேந்திரன் என்று உனக்கு எப்படித் தெரியும்...?"

"நீ இப்போது நமது பாளையங்களில் மிகப் பிரசித்தம். எப்போது நீ அந்த காடகராயனிடமிருந்து உங்கள் இளவரசியைக் காப்பாற்றினாயோ அப்போதே நீ பெரிய மனிதானகிவிட்டாய். உன் அங்க அடையாளம்கூட எங்களுக்கு அத்துபடி. என் தலைவர் புலித்தேவர்கூட,'பலே! யார் அந்த சிங்கக்குட்டி?' என்று கேட்டு உன் பொருட்டுப் பெருமிதப்பட்டார்."

"நிஜமாகவா? புலித்தேவர் என்னை அறிவாரா?"

“அவர் அறியாதது ஒன்றுமில்லை. மண்ணுக்கும் விண்ணுக்கும் பாலம் கட்டி அதில் இந்திரனின் ஐராவதத்தின் மேல் வலம் வரக்கூட அவரால் இயலும்!”

“சரி...சேதிகளைக் கூறு. நான் அதைப் புலித்தேவர் வசம் சேர்ப்பித்து விடுகிறேன்...”

“சேர்ப்பிப்பது பெரிதில்லை. உனது பாளையத்துப்படைக்கு நீயே தலைமையும் தாங்கவேண்டும். யுத்தம் தற்சமயம் நடப்பதாகத் தெரியவில்லை.

நாம் வெள்ளையனை நோட்டமிடுவதுபோல் வெள்ளையனும் நம்மை நோட்டமிட நெல்கட்டும் செவலுக்கு சிலரை அனுப்பியுள்ளான்.

அவர்கள் மூலம் நம்மைப் பற்றி தகவல்கள் கிடைக்கும் வரை வெள்ளையன் ‘இதோ அதோ’ என்று பூச்சி மட்டுமே காட்டுவான். அதற்குள் ஒரு முக்கிய திட்டத்தை நாம் செயல்படுத்தினால் வெள்ளையனை வீழ்த்துவது சுலபம்...”

“என்ன அது?”

“காதைக் கொண்டு வா... சொல்கிறேன்...”

அந்தப் பூனைக்கண்ணன் பேச்சு ராஜேந்திரனின் விழிகளில் விளக்கேற்றியது.

அப்போது ஒரு நிஜமான வெள்ளையன், பூனைக்கண்ணனை அணுகி “இந்தப் பன்றியோடு உனக்கென்ன பேச்சு?” என்று கேட்டான். அவன் ஆங்கிலத்தில் கேட்கவும், பூனைக்கண்ணனுக்குச் சற்று தவிப்பாகிப் போனது. மறுமொழி கூறாமல் சிரித்தே சமாளித்தான். அவனுக்குள் சந்தேகம் பொறி தட்டியது.

‘இவன் மட்டும் சமீப காலமாக எதுவும் பேசுவதில்லை. எதைக் கேட்டாலும் சிரிக்கிறான்’ அவனுக்குள் சந்தேகப்பூச்சி சரசரவென்று நெளியத் தொடங்கியது.

அதை அந்தப் பூனைக்கண்ணனும் புரிந்துகொண்டு விட்டான்.

“நண்பா, நீ சட்டென்று கிளம்பு. அநேகமாக நான் அடையாளம் கண்டு கொள்ளப்படலாம்...” ராஜேந்திரன் காதோரமாகக் கிசுகிசுத்தான்.

“என்றால், நீயும் கிளம்பு என்னுடன்...”

“முதலில் நீ படைக்களத்தை விட்டு வெளியேறிப் புரவியுடன் தயாராக இரு. நான் மறுவேடம் களைந்து வருகிறேன். வேகமாகச் செல்...”

ராஜேந்திரன் புயலென செயல்படத் தொடங்கினான். உணவைச் சுமந்து வந்த மாட்டு வண்டி ஓரிடத்தில் அநாதையாகத் தென்பட்டது. எட்டிப் பிடித்து ஏறி அமர்ந்தான். வேகமாக அதைச் செலுத்தித் தன் புரவியை விட்டுச் சென்ற இடத்தை அடைந்தான்.

மனத்தில் பெருமிதம் கலந்த பரபரப்போடு புரவி மீது ஏறி அமர்ந்தான். சற்றைக்கெல்லாம் மடித்துக் கட்டிய தார்ப்பாய்ச்சு சகிதம் இடுப்பில் ஒரு துப்பாக்கியோடு ஓடிவந்து அந்தப் புரவியை நெருங்கினான் பூனைக்கண்ணன்.

“நண்பா... உடன் புரவியைக் கிளப்பு. வெள்ளையனுக்கு என்னை அடையாளம் தெரிந்துவிட்டது. பிடிக்க வருகிறார்கள்...”

சொல்லி வாய் மூடுமுன் புரவி சீறிக் கிளம்பியது. பின்னாலேயே வெள்ளையர்களின் புரவிக் கூட்டம்.

“நண்பா, நம் எதிர்காலம் இந்த ஒற்றைப் புரவியின்வசம்தான் இருக்கிறது. அந்த யூசுப்கான் பின்தொடர்வதாகக் கருதுகிறேன். மாற்றுப் பாதை தெரிந்தால் உடனே அதில் செல்...”

சட்டென்று ராஜேந்திரன் இடப்பக்கம் பார்த்தான். பொதிகைச் சரிவு ‘வா வா’ என்றது. அவனுக்குப் பிடித்த மலை நாடு! அந்தகாரம் சூழ்ந்த அடர்ந்த மலை என்ற போதிலும் அவனுக்கு மட்டும் மறுக்காமல் பாதை காட்டும் மலை!

சட்டென்று புரவியை அந்தப் பக்கம் செலுத்தத் தொடங்கினான் ராஜேந்திரன்.

பின்தொடர்பவர்கள் விடுவதாக இல்லை...பன்னிரெண்டு வீரர்கள் துப்பாக்கி சகிதம் துரத்த நடுவில் புயலென யூசுப்கான்!

* * *

திருவிதாங்கூர் சமஸ்தானத்து ஏவலாள் ஒருவன் புரவியில் மெல்ல முன்னே செல்ல, ஒரே ஒரு ஆள் அமர முடிந்த அந்தப் பல்லக்கு மெல்ல அசைந்து கொண்டிருந்தது.

திடும்மென்று ஒரு மர நிழலில் இறக்கப்பட்டது. திரைச்சீலை விலகியது...வந்தனமிட்டான் புரவி வீரன்!

பல்லக்கின் உள்ளே கஞ்சா புகையை ஆழமாக வலித்தபடி ஜம்னாலால்!

நல்ல ஆகிருதியான உடல், பளபளப்பான கண்கள். கோபிச்சந்தனம் தரித்த நெற்றி. புடைப்பான நாசி. பார்க்க அறுபது வயது மதிக்கத்தகுந்த பற்களிலும் கறுப்பும் வெளுப்பும் இரவும் பகலுமாகத் தென்படும் அதிசயம்!

பட்டு ஷெர்வானி உடைதரித்துக் கழுத்தில் ருத்திராட்சம் அணிந்திருந்தனர். ருத்திராட்ச மாலையின் மையத்தில் ரிஷப வேரில் இயற்கையாக உருப்பெற்ற லிங்கம்!

“சேட்... வன எல்லை ஆரம்பமாகிவிட்டது. இனி நீங்கள் உங்கள் விருப்பப்படி தனியாக இங்கிருந்து பயணிக்கலாம். இடை வழியில் பணிக்கர்கள் உங்களுக்கு உதவக் கூடும். நாங்கள் கிளம்பவா...?”

பணிவாகக் கேட்ட அவனை ஜம்னாலால் தீர்க்கமாகப் பார்த்தார். கைவசம் வேலைப்பாடமைந்த ஒரு சந்தனமரப் பெட்டி. அதை ரகசியமாக திறந்து உள்ளிருந்து குளிகைபோல் ஒன்றை வெளியே எடுத்தார்.

"உனக்குக் குழந்தை இல்லை என்று சொன்னாயல்லவா?" கேட்டார். அவன் முகம் சோகமாக ஆமோதித்தது.

"இந்தா இந்தக் குளிகையைப் பன்றியின் பாலில் கலந்து விழுங்கு. உன் மனைவிக்கும் கொடு. ஜீவராசிகளில் பன்றிக்குத்தான் கிருமிகளைக்கூட ஜீரணிக்கும் வல்லமை. அதன் சரீரமும் பாலும் குளுமைக்குப் பெயர் பெற்றவை. உன் உடல் கணச் சூட்டை அந்தக் குளுமை விழுங்கும். குளிகையின் மருத்துவக் குணம் உன் ஆண்மைக்குப் பலமளிக்கும். பின் எல்லாம் நலமாக முடியும்."

ஜம்னாலாலின் பேச்சில் அவன் வாய் பிளந்தான்.

பெரிய பெரிய தோல் பைகள்! ஆடை ஆபரணப் பைகள். மூலிகை மருத்துக் குப்பிகள் என்று பலவும் ஜம்னாலாலுக்கென தயாராக நிற்கும் புரவியின் முதுகில் ஏறின.

ஜம்னாலால் இன்னொரு புரவியில் ஏறிக்கொண்டு அந்த சந்தனப் பெட்டியை விடாமல் இறுகப்பற்றியபடி கை விரலில் மின்னும் அந்த வைர மோதிரத்தில் ஒரு முத்தம் பதித்து எதிரே தெரியும் மலைமேட்டில் கிளம்ப ஆயத்தமானார்.

வனம் அவருக்கு வரவேற்பு சொல்லத் தொடங்கியது.

இன்று...

மயங்கிய ஜெயந்தியை பாஸ்கர் தாங்கிக் கொண்டான். அவன் கண்களில் நீரின் அணிச்சேர்க்கை!

கலாதரனோ ரத்தம் தோய்ந்த அந்த வேல்கம்பு முனையையே பார்த்து நொறுங்கிப் போயிருந்தான்.

கூட வந்த பளிங்கன் முகத்தில்கூட சோகச் சலனங்கள்.

"என்ன கலாதரன்... அப்பா போயிட்டாரா?" கேவலாகக் கேட்கத் தொடங்கிய பாஸ்கரை, கலாதரனால் ஏறெடுத்துக்கூடப் பார்க்க முடியவில்லை.

“இந்தப் பள்ளத்துல விழுந்தா யானைகூடப் பிழைக்காதே. மனுஷன் எப்படிங்க பிழைக்க முடியும்?”

பளிங்கனின் பதில் பாஸ்கருக்குள் எரிச்சலைக் கிளப்பியது. ஜெயந்தியை மெல்ல கீழே படுக்க வைத்துவிட்டு, இறுக்கமாக கலாதரனை நெருங்கியவன் பெரிதாக கத்தத் தொடங்கினான்.

“ஏ கலாதரன்... எதுக்காக இந்த சேத்துப் பள்ளத்தை இப்படி விட்டு வெச்சிருக்கீங்க. என் அப்பா மாதிரி ஸ்காலர்கள் விழுந்து சாகவா?

இந்த சேத்தை அப்புறப்படுத்தியோ. இல்லை இதுல கற்களைப் போட்டு மூடிவெச்சாலோ என்ன கேடு?

அட்லீஸ்ட், இதைச் சுத்தி ஒரு வேலி கூடவா போட உங்க ஃபாரெஸ்ட டிபார்ட்மெண்டுக்குத் தெரியாமப் போச்சு?

இப்ப எங்கப்பா போய்ச் சேர்ந்துட்டாரு. அவரை உங்க டிபார்ட்டிமெண்ட்டால கொடுக்க முடியுமா? போன உயிர் திரும்ப வருமா?”

பக்கத்து மரங்களின் இலைகள்கூட பாஸ்கரின் உக்கிரமான அலறலுக்குப் பயந்து கீழே விழத் தொடங்கின. ஒரு மரத்து கிழட்டுக் கழுகு ஒன்று, தன் வழவழ தலையை நீட்டி உயர்த்திப் பார்த்து பாஸ்கருக்காகப் பரிதாபப்பட்டது.

கலாதரனிடம் அர்த்தபுஷ்டியுள்ள மௌனம்.

பாஸ்கரோ, விட்டால் கலாதரனின் சட்டையைப் பிடித்துக்கூட உலுக்கிவிடுவான் போல் இருந்தது.

பளிங்கனுக்கு லேசாக இடறியது.

“சார்... உணர்ச்சிவசப்படாதீங்க, காடுன்னா இப்படிப்பட்ட அபாயங்கள் சகஜம். நாலுபேர் வந்து போற இடமா இருந்தா நீங்க சொல்ற மாதிரி பந்தோபஸ்து பண்ணலாம்.

இங்க வந்து விழுந்தது நம்ம தப்புங்க. அப்பா போயிட்ட அதிர்ச்சியில நீங்க பேசறீங்க.

மயங்கியிருக்கற இந்தப் பொண்ணை மயக்கம் தெளிவிக்கப் பாருங்க.

நான் கிளம்பறேன்! என் கூட்டாளிங்க எனக்காக ரொம்ப நேரமா காத்துக்கிட்டிருப்பாங்க. வரட்டுங்களா?"

கலாதரன் அவனை. 'போய் வா' என்பது போலப் பார்த்தான். பின் ஜெயந்தியை நெருங்கிக் குனிந்தான்.

வெள்ளை ரோஜா ஒன்று லேசாக வதங்கிப் போனது போன்ற முகம்.

ஆரம்பத்திலிருந்தே தந்தையைத் தடுத்தும்கூட அவரைக் காப்பாற்ற முடியாமல் போய்விட்ட சோகத்தில் இப்போது மயங்கிக் கிடந்தவள், அவன் மனத்தைக் கிள்ளினாள்.

பழகின பழக்கம் மிகக் குறைவே!

ஆனாலும், பல காலம் பழகியது போன்ற ஓர் அழுத்தத்தை அவளிடம் அவனால் உணர முடிந்தது.

'அதற்கு பெயர்தான் காதலோ?'

வேளை கெட்ட வேளையில் அந்த வார்த்தை அவனுள் எழும்பியது! உரிமைப்பட்டவன் போல மெல்ல அவன் கன்னத்தைத் தீட்டினான். அவளுக்குள் அந்த ஸ்பரிசம் சிலிர்ப்பேற்படுத்தியது. மூடிய விழிகள் மெல்ல மலர்த்தின.

கலாதரனின் அரும்பு மீசை முகம் அவளுக்கு ஆறுதலாகத் தென்பட்டது.

"வெரி ஸாரி ஜெயந்தி..." அவன் மெல்லப் பேசத் தொடங்கினான். அவள் எழுந்து அமரத் தொடங்கினாள். பக்கமாக வெறித்தபடி நிற்கும் பாஸ்கரைப் பார்த்தாள்.

"பாஸ்கர்... அப்பா போயிட்டார்டா" என்று வெடித்தாள். அதைக் கேட்டுத் துடித்துப் போய் அவளை நெருங்கிக் கட்டிக் கொண்டான் பாஸ்கர்.

குவார்ட்ஸ் கை கடிகாரம் அலாரத்தில் கூவியது.

சரி, கிளம்பலாமா? கலாதரனின் அந்த கேள்வி பாஸ்கரைக் கிள்ளியது.

"அப்பாவோட உடம்பு?" அவன் அலறினான்.

"அதை மீட்க முடியாது பாஸ்கர். இந்தப் பள்ளம் பயங்கர ஆழம்! கனமான எந்த ஒண்ணும் மெல்ல மூழ்கி அடிப்பாகத்துக்குப் போயிடும். ஒன்றுமே செய்ய முடியாது..."

"கலாதரன்... அப்படின்னா, அப்பாவோட பாடியைக்கூட நாம் பார்க்க முடியாதா?"

ஜெயந்தியை பரிதாபமாகப் பார்த்தவன் "என் அப்பா, அம்மா இருந்தாகூட மூழ்கிட்டா அப்படியே தான் விட்டுட்டுப் போவேன் ஜெயந்தி. அதுதான் புத்திசாலித்தனம்!" என்றான்.

பாஸ்கரும் ஜெயந்தியும் பதில் சொல்லாமல் அந்தச் சேற்றுப் படுக்கையையே வெறித்தார்கள். அந்த சமயம் அவர்களை மேடான ஒரு இடத்தில் இருந்தபடி கண்காணித்துக் கொண்டிருந்தது சம்பத்தின் பைனாகுலர்!

பக்கத்தில் ராபர்ட், திவாகர்!

"என்ன சம்பத்... கிழவன் சாவை அவன் பசங்க கன்ஃபர்ம் பண்ணிகிட்டிருக்காங்களா?" ராபர்ட் கேட்டான்.

"கரெக்டா சொன்னேடா ராபர்ட். இனி அவங்க இந்த மலையைவிட்டு மூட்டையைக் கட்டிடலாம். அதுக்கு முன்ன அந்த காமிராவைக் கழட்டிக்கிட்டு வந்துடுடா நீ..."

"நிச்சயமா. அதுலதான் முக்கியமான தடயங்கள் இருக்கு. கிழவன் அதை ஒரு பூனைக்குட்டிபோல மடியில வெச்சுக்கிட்டுத் தடவித்தடவிப் பேசினது எனக்கு இப்பகூட நல்லா ஞாபகம் இருக்கு...!"

"இந்தத் தடவை கோட்டை விட்டுடமாட்டியே...?"

நிச்சயம் மாட்டேன். இவங்க அந்த வீட்டுக்குப் போகும் முன்பு நான் அங்க போகணும். ஒரு வேலைக்காரன்தான். அங்க இருக்கான். அவனைத் தட்றது எனக்குப் பெரிய காரியமில்லை..."

"நீ கிளம்பு. இவங்க வீட்டுக்குச் சட்டுனு போய்ச் சேராதபடி நான் பார்த்துக்கறேன்..."

"எப்படி?"

"நீ போடா. நான் பாத்துக்கறேன். வந்தா காமிராவோட வா! இல்லைன்னா இந்த மலையில கூப்புல விறகு வெட்ட அனுப்பிடுவேன் உன்னை!"

கலாதரன் முன்னே நடக்க, பாஸ்கரும் ஜெயந்தியும் கைகளைப் பிணைத்துக் கொண்டு பின்னே தொடர்ந்து கொண்டிருந்தார்கள்.

"அப்பா எங்கன்னு மெட்ராஸ்ல எவ்ளோ வி.ஐ.பி.-ஸ் கேட்பாங்க தெரியுமா? இப்படிச் செத்துட்டார்னு சொன்னா நம்பவே மாட்டாங்க..."

"பிரஸ் பீப்பிள்ஸ் குடையப் போறாங்க. எப்படி கலாதரன் சமாளிக்கப் போறோம்? பள்ளத்துப் பக்கம் ஏன் போனார்? எதுக்குப் போனார்னு கேட்டா எல்லாத்தையும் சொல்லணும். குறிப்பா அந்த டெட் பாடி!

எனக்கு என்ன பண்றதுன்னே தெரியலையே..."

ஜெயந்தி கைகளைப் பிசைந்து கொண்டாள்.

"ஜெயந்தி... முதல்ல அந்தச் சனியன் பிடிச்ச வீட்டைவிட்டு நாம வெளியேறணும். அதுல நுழைஞ்ச நேரமே சரியில்லை. நீ என்ன சொல்றே?"

"கட்டாயமா காலி பண்ணத்தான் வேணும். யாருக்கு வேணும் அந்த வீடு. வி வில் ரிடர்ன் டு மெட்ராஸ்..."

ஜெயந்தியின் பதிலைத் தொடர்ந்து கலாதரன் அவளைச் சோகமாகப் பார்த்தான்.

'ஜெயந்தி என்னை விட்டுப் போகாதே...' என்று மனத்தில் நினைத்ததைக் கண்களில் காட்டினான். அவளுக்கும் அது புரிந்தது. சூசகமாகக் கேட்டாள்.

"கலாதரன் உங்களுக்கு மெட்ராஸ் சைட்ல டிரான்ஸ்ஃபர் கிடைக்காதா?"

அவனிடம் விரக்தி சிரிப்பு!

"நீங்க நிச்சயம் மெட்ராஸ் திரும்பவீங்கன்னு எனக்குத் தெரியும். அதுதான் உங்களுக்கு நல்லதும்கூட. ஆனாலும் வேண்டாம்னு எனக்குள்ளே ஒரு குரல் சொல்லுது ஜெயந்தி..."

"நீங்க என்ன சொல்றீங்க கலாதரன்?" ஜெயந்தி அவனைப் பார்த்த கேள்வி கேட்ட அந்த விநாடியில், கலாதரனின் காதோரமாக ஒரு புல்லட் விசித்திரமான சத்தத்துடன் பயணம் செய்தது.

அவன் விதிர்த்த மறு விநாடியே ஒரு பெரிய சந்தன மரக்கட்டை கட்டு ஒன்று வெகு மேலிருந்து பொத்தென்று அவன் காலடியில் விழுந்தது.

* ——— *

17

அன்று...

பசுமையான மலை வனம்!

அதன் ஊடே தேவதை போல அலையும் காற்று.

ராஜஸ்தானத்து அடி மலைச் சிகரத்தில் இதுபோல் ஒரு பசுமையைப் பார்த்திராத ஜம்னாலாலுக்கு மேற்கத்திய மலையின் பசுமை சற்று வித்தியாசமாகப்பட்டது.

'ஜம்னா... வடக்கு மலைகள் வெறும் பனி உறிஞ்சிகள்! ஆனால், தெற்கில் பொதிகை என்று ஒரு மலைத்தொடர் இருக்கிறது. சதுரகிரி வரை. அதில் அபூர்வ மூலிகைகள் ஏராளம். ஏராளம்!

மிக அபூர்வத் தாதுவளையிலிருந்து ரசவாதத்துக்குப் பயன்படும் உதக நீரும் பொன் தழைச் செடியும் இங்குதான் இருக்கின்றன. தேடினால்தான் கிடைக்கும்.

தீட்டுடன் தேடினால் விஷச்செடிகள் தான் கிடைக்கும். அந்த ஹரித்வார மூர்த்தியை தியானித்து பூர்ண குணநலனோடு ஒரு யோகியைப் போல உருமாறி மந்திரம் ஜெபித்தபடி தேடு. நீ தேடுவது எல்லாம் தலைகாட்டும்!

குறிப்பாகப் பௌர்ணமி தினத்தை விட்டுவிடாதே.

தாதுவளை தன் சக்தியைச் சந்திரக் கதிரிலிருந்துதான் பெறுவதாக நான் கருதுகிறேன். அப்போது உன் கண்களுக்கு அது பளிச்சென்று தெரியும்.'

என்றோ எப்போதோ தன் குரு ஹரிராம்சந்த் சொன்னது ஜம்னாலாலின் செவிப்புலன்களில் அலைமோதியது.

அண்ணாந்தார். மலை முகட்டில் வானில் சூரியச்சரிவும் மரங்களின் படுக்கை நிழல்களும் மாலை வந்துவிட்டதை உணர்த்தின.

பரந்த வானில் ஓர் ஒளி உருண்டையாகச் சந்திரன் அப்போதே தென்படத் தொடங்கியிருந்தான். ஆனாலும், பௌர்ணமிக்கான முழுமை கிட்டாத நிலையில் முந்தைய தின வளர்ச்சியில் விளிம்புகளில் அதுங்கலான நிலை தெரிந்தது.

"நாளை பௌர்ணமி இரவுதான்! அந்த இரவில் தாதுவளையைத் தேடியபடியே நடக்க வேண்டியதுதான். நடுவே எப்படியும் அம்பலத்தாரின் படைவீரன் எவனாவது வந்து ஊருக்குள் என்னைப் பாதுகாப்பாக அழைத்துச் செல்லலாம்.

நினைப்போடு நடந்த ஜம்னாலால் எதிரே ஒரு அரைநிர்வாண மலையாளப் பளிங்கன் எதிர்ப்பட்டான். வணக்கம் சொல்லக்கூடத் தெரியாமல் விழித்தான்.

"நண்பா... வழியில் அபாயம் எதுவும் இல்லைதானே?"

அவன் மெல்ல உதடு பிரித்தான்:

"இந்த பகுதியில் இல்லை. உச்சி ஏறி அந்தப் பக்கமாக இறங்கத் தொடங்குகையில் உண்டு..."

"மிருக உபாதையா?"

"இல்லை... மிருக மனம் கொண்ட திருடர்கள் உபாதை..."

"நல்லது... நீ என்ன செய்கிறாய்?"

"நான் தேன் எடுத்து அடி நாட்டில் விற்று அரிசியும் பருப்பும் பெற்று வருவேன்."

"உனக்கு இந்த மலை நன்கு பரிச்சயமா?"

"இந்த மலைதான் என் தாய்."

"ஓ... நல்லது... எனக்குச் சற்று துணை செய். உனக்கு நான் நல்ல கூலி தருகிறேன்."

"சரி..." அவன் அவரோடு சேர்ந்துகொண்டான்.

"நீங்கள் யார் ஐயா?" அவன் நடக்கையில் கேட்டான்.

"நானா... நானொரு யாத்ரீகன். மூலிகை வைத்தியன்" பதில் சொல்லிவிட்டுத் தன் சந்தனப் பெட்டியை இறுக்கமாகக் கட்டி கொண்டு புரவியை மெல்லச் செலுத்தும் ஜம்னாலாலை ஆச்சரியமாகப் பார்த்தான் அவன்.

நரி ஒன்று தொலைவில் ஊளையிட்டது. காற்றில் அது ஏக நேரம் எதிரொலித்தது.

"எங்கே அந்த மனித நரிகள்? எப்படித் தப்பினார்கள்... விடக்கூடாதுடா அவர்களை..."

அடர்ந்த மரக்கூட்டம் நடுவே திக்கித்திணறும் புரவி மேல் புலம்பாத குறையாக யூசுப்கான்! சுற்றிலும் வெள்ளையனின் படை வீரர்கள். அவர்களின் புரவிகள் அந்த மலைச் சரிவில் ஏற முடியாமல் தவித்து, சில உருண்டுகூடக் கீழே விழத் தொடங்கின.

"ஹீசூர்... தவறாகக் கருதாதீர்கள். இந்த மலைப்பகுதியில் இதற்குமேல் நாம் அவர்களை விரட்டுவது சரியல்ல. போகட்டும் என்று விட்டுவிடுவோம்..."

ஒருவன் சொன்னதைத் தொடர்ந்து அவன் மார்பை நோக்கி நிமிர்ந்தது யூசுப்கானின் துப்பாக்கி.

"சளைப்பவர்களையே எனக்குப் பிடிக்காது..." என்ற அவன் கருத்தோடு சீறியது குண்டு. சத்தம் மலைச்சரிவில் முட்டி முட்டி மோத அவன் கீழே பிணமாய்ச் சரியலானான்.

ஓரிடத்தில் புரவியைவிட்டு பதுங்கி நிற்கும் ராஜேந்திரனும், பூனைக்கண்ணனும் அந்தச் சத்தத்தால் விதிர்க்க ஆரம்பித்தனர்.

"நண்பா... எப்படியும் தப்பித்தாக வேண்டும். நமக்கு எமனே இந்த யூசுப்கான்தான்! வெள்ளையர் படையின் அரக்கன் இவன். அந்தக் கர்னலைக்கூடச் சிலசமயம் நாம் பேசிக் சமாளிக்கலாம். இவனிடம் அது முடியாது. ரத்தம் இவனுக்குப் பன்னீர். சித்ரவதை தான் இவனுக்குப் பிடித்த விளையாட்டு..."

"சரி... சரி... பேச நேரமில்லை. நாம் எப்படித் தப்புவது?"

"புரவியோடு செல்வது சாத்யம் இல்லை. புரவியும் களைத்துவிட்டது. என்ன செய்ய?"

"புரவியோடுதான் செல்ல வேண்டும். இந்தப் புரவி என் ஜீவ நண்பன். அவனை என்னால் விடலாகாது. வா எனக்கு வழி தெரியும்..."

குறும்பைச் செடிகளில் பதுங்கிக் பதுங்கி நடக்கத் தொடங்கினார்கள் இருவரும். அந்த மலைப்பிராந்தியம் எங்கும் அமைதி.

யூசுப்கானின் பார்வையோ பருந்தாகத் தேடியது.

நெஞ்சில் அனல் உருண்டைகள்.

'உங்களை விடமாட்டேன். என் படையின் ரகசியங்களோடு செல்லும் உங்களை விடவேமாட்டேன்...' அவன் மனத்தின் அடித்தளம் எண்ணங்களால் கொப்பளித்தது.

"நவாபும் அவனது சகோதரன் மபூஸ்கானும்கூட எனக்கு அஞ்சும்போது, அடேய் நரிகள்,.. நீங்கள் அஞ்சாது போனது எப்படி?"

உரக்கக் கத்த தொடங்கினான் யூசுப்கான். அவர்கள் இருவர் காதிலும்கூட விழுந்தது. ராஜேந்திரன் தாமதிக்காமல் மலை உச்சியை நோக்கிப் பதுங்கிப் பதுங்கி ஏறத் தொடங்கினான்.

அவனை விட்டுப் பிரிய மனமின்றி அவன் புரவி அவனைப் பின்தொடர்ந்தது.

யூசுப்பின் கால்களும்கூட மேலேறின. சுற்றி வளைத்து மேலேறத் தொடங்கியது எஞ்சியுள்ள புரவிப் படை.

ராஜேந்திரன் நன்றாகவே அவர்களை அலைக்கழித்தான். சில இடங்களில் மரக் கிளைகளில் குரங்கைப்போல் தாவி ஏறினான். பூனைக்கண்ணனுக்குப் பெரும் வியப்பு.

“அடேயப்பா! இந்த மலைத்தலத்தில்தான் நீ என்னமாய் ஏறுகிறாய். பெரிய வீரனப்பா நீ” என்று சிலாகித்தான்.

அவன் பொல்லாத நேரம் யூசுப்கான் பார்வையில் பூனைக்கண்ணன் பட்டுவிட்டான். தாமதிக்காமல் துப்பாக்கியால் குறிபார்த்தான். பூனைக்கண்ணனின் தோளைத் தாக்கியது சீறிவந்த அந்தக் குண்டு.

“அம்மா...” பூனைக்கண்ணன் அலறத் தொடங்கினான். அவனது அலறலைத் தொடர்ந்து ராஜேந்திரனது புரவியும் குண்டுபட்டு சரியத் தொடங்கியது. அதன் பின்னந்தொடையில் ரத்தம் பீரிட்டது.

‘கடவுளே...’ ராஜேந்திரன் நரம்பில் முடிச்சுகள் விழத் தொடங்கின. ஒரு விநாடி செய்தவறியாது திகைத்துப் போனான்.

கண் மூடி திருமலைக் காளியைத் தியானிக்கத் தொடங்கினான். காத்திருந்த மாதிரி மாலைச் சூரியனை ஒரு மேகத்திண்டு மறைக்கத் தொடங்கியது.

யூசுப்பின் கண்கள் கரித்தன.

பூனைக்கண்ணன் அந்த வலி மிகுந்த வேளையிலும் யூசுப்கானை நோக்கித் துப்பாக்கியை நீட்டியபடி விசைவளைவை அழுத்த... குண்டு குதூகலமாய்க் கிளம்பியது.

யூசுப்பின் காலைத் தூக்கி, அவனை ஏறிய உயரத்துக்கு அலறலோடு கீழே சரியவிட்டது.

“கடவுளே...” பெருமூச்சுடன் ராஜேந்திரன் பூனைக்கண்ணனைத் தூக்கியபடி நடக்கத் தொடங்கினான். புரவி கனைத்து அவனை

அழைத்தது. நெருங்கிச் சென்று அதன் கடிவாளத்தைப் பிடித்துக் கொண்டான். தொடையில் குருதி ஒழுக அது மேலேற முடியாமல் திணறியது. ராஜேந்திரன் கண்களில் நீர் கசியத் தொடங்கியது. வானம் இருளத் தொடங்கி சந்திரன் உருளத் தொடங்கி விட்டிருந்தான். ஒருவழியாக உச்சிக்கு வந்தாயிற்று.

பூனைக்கண்ணன் உயிருக்குப் போராடியபடி மயங்க ஆரம்பித்தான். குருதிப் பெருக்கு அவனை வலியில் மயங்க விட்டிருந்தது.

“நண்பா... நண்பா...” பதைப்பான குரலில் ராஜேந்திரன் அழைத்தும் பலனில்லை.

அவனது புரவி வேறு சுணங்கி படுத்துக் கொண்டது.

‘இத்தனை தூரம் போராடியது வீண் போய் விடுமோ?’ ராஜேந்திரன் பதைத்த அதே நொடி அந்த மலை உச்சியின் மறு சரிவின் மையத்தில் யாரோ ஒருவர் தீப்பந்தம் கொளுத்துவது அவனுக்குத் தெரிந்தது.

அவனுக்குள்ளும் நம்பிக்கையை யாரோ ஏற்றுவதுபோல் ஓர் உணர்வு.

மலைப் பளிங்கன்தான் தீப்பந்தத்தை ஏற்றியிருந்தான். அருகே உற்சாகமான நிலையில் ஜம்னாலால்!

இன்று...

கால்மாட்டில் விழுந்து சிதறிய அந்த சந்தனக் கட்டைகளைப் பார்த்துத் திடுக்கிட கலாதரன் அது எப்படி வந்து விழுந்தது என்பதைத் தெரிந்துகொள்ள சுற்றிச் சுற்றிப் பார்த்த சமயம் இன்னொரு புல்லட் அவனை உரசிக் கொண்டு சென்றது.

ஆனால், ஒருவர்கூடக் கண்ணில் படவில்லை.

மூவருமே கலவரப்பட்டு போனார்கள்.

"குட்மார்னிங் கலாதரன்!" என்கிற குரல் வெகுநேரத்துக்குப் பின் எங்கிருந்தோ ஒரு மரத்தின் பின்பக்கத்திலிருந்து கேட்டது.

கலாதரனுக்குப் புரிந்து போயிற்று.

யாரோ சந்தன மரம் கடத்துபவர்களின் கூத்து இது என்பது.

"என்ன கலாதரன் இது...என்ன நடக்குது இங்க?" பாஸ்கர் பயத்துடன் முன்வந்தான்.

"எனக்கே ஒண்ணும் புரியலை பாஸ்கர் சம்திங் ராங்..." கசகசத்தான் கலாதரன்.

"யெஸ்! சம்திங் ராங்தான் கலாதரன். கை நீட்டி நீ காசும் வாங்க மாட்டே... மரம் வெட்டி பொழைக்கவும் எங்களை விடமாட்டே. அதனால உன்னைத் தீர்த்துக் கட்றதுன்னு நாங்க முடிவு பண்ணிட்டோம்...

ஆமா, கூட யாரு அந்த ரெண்டு பேரு? குட்டி தளதளன்னு தக்காளி மாதிரி இருக்காளே...!"

குரல் மட்டும் வந்தது. ஆனால், உருவம் தென்படவில்லை.

டேய்... யாருடா நீ...? தைரியம் இருந்தா நேர்ல வாடா..." கலாதரனின் அழைப்பைத் தொடர்ந்து முகமூடி தரித்த நிலையில் கையில் ரிவால்வருடன் ஒரு மரத்தின் பின் இருந்து அவர்கள் முன் பிரசன்னமாகத் தொடங்கினான் சம்பத்.

"கொஞ்சம் அப்படியே திரும்பி நடக்கறியா?" என்று இளக்காரமாகவேறு கேட்டான்.

"எதுக்கு?"

"கிழவன் செத்த மாதிரியே நீயும் அந்தப் பள்ளத்துல போய் விழுந்து செத்துடு. ஒரு கவர்ன்மெண்ட் சர்வண்ட்டை நான் கொன்னு கோர்ட், கேஸீன்னு அலைய எனக்கு இஸ்டமில்லை..." என்றான் தீர்க்கமாக.

'கிழவன் செத்த மாதிரியா... ஏய், நீ என்ன சொல்றே?"

"ஆமாம் கலாதரன்... வைரப் பெட்டியைத் தேடி வந்த அந்த மெட்ராஸ் கிழவன் பள்ளத்துல விழுந்து செத்ததை நான் என் கண்ணால பார்த்தேன். பளிங்கன்களுக்குத் தகவல் தந்ததே நான்தான்!"

"வைரப் பெட்டியைத் தேடியா...என்ன சொல்றே நீ?"

"ஒண்ணும் தெரியாதவன் மாதிரி பேசாதே கலாதரன். நீ எங்க தொழிலுக்கு மட்டும் எதிரியில்லை. இந்த வைரம் தேடற முயற்சிக்கும்தான்..."

"ஏய், இது என்ன புதுக்கதை? வைரம் அது இதுன்னு அளந்துவிட்றே..."

"நான் அளந்துவிடலை. ஊர்ல சில நூறு வருஷமா அதை மாதிரி பேசிக்கிட்டிருக்கற ஒரு உண்மை அது! ராபர்ட் வந்து என்கிட்ட எல்லாம் சொல்லிட்டான்.

ஆமா, அந்தப் பாழடைஞ்ச வீட்டுல ஒரு பொணம் இருக்காமே... யாரோட பாடிப்பா அது? இந்த வைரத்துக்கும் அதுக்கும் என்ன சம்பந்தம்?"

சம்பத்தின் விவரமான பேச்சு மூவரையுமே வியப்படைய வைத்தது. 'இது என்ன கத்திபோய் வால் வந்த கதையாக இருக்கிறதே' என்கிற படபடப்பு உள்ளுக்குள் பெருகியது.

ஏய்! வைரப் பெட்டியைத் தேடற ஆசை எங்களுக்குக் கிடையாது. புரொபசர் ராம்நாத் அதுக்காக ஆசைப்பட்டது மட்டும்தான் உண்மை. இப்ப அந்த ஆசையே அவரைப் பலிவாங்கிவிட்ட சோகத்துல இருக்கோம். நீ புரியாம பேசாதே..."

"அந்த காமிரா என் கைக்கு வந்துட்டா யார் புரியாம பேசறாங்கங்கறது தெரிஞ்சிடும் கலாதரன். இந்நேரம் ராபர்ட் உங்க வீட்டை நெருங்கியிருப்பான். அந்த காமிராகூட அவன் வசம் சிக்கியிருக்கும்.

நீங்க போய் காரியம் கெட்டுடக் கூடாதுன்னுதான் இங்கேயே உங்களைத் தடுத்துட்டேன்...

அதுமட்டுமில்ல...

எப்படிப் பார்த்தாலும் நீங்க எங்களோட எல்லா முயற்சிகளுக்கும் எதிரி! உங்களை உயிரோட விட்டு வெச்சுட்டுப் பின்னால தலையைத் தடவிக்க நான் இளிச்சவாயன் இல்லை. பேசாம நடங்க!"

ஜெயந்தி அவன் பதிலால் துவண்டு போனாள்.

"கலாதரன், என்ன இது... நாங்க விலக நினைச்சாலும் கெட்ட காலம் எங்களை விடாது போலிருக்கே..." அலறினாள்.

"அதுக்கு நான் என்ன பண்ண முடியும்? பேசாம மெட்ராஸ்ல ஒரு ஸ்டெல்லா மேரிஸ்லயோ, பிரசிடென்ஸியிலயோ மேற்கொண்டு படிக்காம அந்தக் கிறுக்குக் கிழவன் பின்னால கிளம்பி வந்ததுக்கு இதுதான் பனிஷ்மெண்ட்!" சம்பத் சிரித்தவாறே சொன்னான்.

"ஏய்...என் டாடியைப்பத்தி அதிகமா பேசினே தெரியும் சேதி..." பாஸ்கர் வேகமாக முன்வந்தான்.

"துள்ளாதப்பா! இது என்ன பொம்மைத் துப்பாக்கின்னு நினைச்சியா? உங்களை உயிரோடயும் பள்ளத்துல தூக்கிப் போடலாம். கொன்னும் போடலாம். எப்படி வசதி...?"

மெல்ல முன்வந்த அவர்களை அடிஅடியாக சேற்றுப் பள்ளத்தை நோக்கி செலுத்திக் கொண்டிருந்தான் சம்பத்.

கலாதரன் பாஸ்கரை உற்றுப் பார்த்தான். பார்வை 'பாஸ்கர், ஏதாவது செய்து தப்பிக்கப் பார்' என்றது.

சம்பத்தோ இரண்டு கைகளாலும் திடமாகப் பற்றியிருந்தான் துப்பாக்கியை.

திடீரென்று ஜெயந்தியின் காலில் முள் ஒன்று தைத்தது. "ஆ..." அலறலோடு திரும்பி கீழே குனிந்தாள். மேல் முந்தானை சரிய மார்பின் மேல்பகுதி விம்மலாக வெளித் தெரிந்தது. திரும்பிய சம்பத் அதைப் பார்த்து ஒரு மின்னல் தாக்கியவன்போல்

உணர்ச்சிவயப்பட. இதுதான் தருணம் என்பது போல் கலாதரனின் பயிற்சி மிகுந்த கால்கள் அவனது கைத்துப்பாக்கியை உயர்ந்து ஒரு உதை விட்டது.

இதை சம்பத் சற்றும் எதிர்பார்க்கவில்லை.

"பாஸ்கர் வீட்டுக்கு ஓடு... காமிராவை அவன் எடுத்துக்கிட்டுப் போகக்கூடாது. நான் இவனைச் சமாளிச்சுக்கிறேன். வேகமா போ..."

அலறியபடியே எகிறி சம்பத்தின் மேல் விழுந்தான். ஜெயந்தி சுதாரித்து நிமிர்ந்தாள். புத்திசாலித்தனமாக ஓடிப்போய் கீழே விழுந்த துப்பாக்கியை எடுத்துக்கொண்டு சம்பத்தின் மார்புக்கு நேராக நீட்டினாள்.

சம்பத்திடம் சப்த நாடியும் நொறுங்கிப் போனது.

அவசரப்பட்டுவிட்டாய் என மனது கெக்கலித்தது. கைகளைத் தூக்கியபடி கலாதரன் முன் எதுவும் பேசாமல் நின்றான்.

"முகமூடியைக் கழட்டுடா..." கலாதரனிடமிருந்து கட்டளை.

இதற்குள் பாஸ்கர் காற்றாகப் பறந்து கொண்டிருந்தான்.

"தெய்வமே... அந்த காமிராவைக் காப்பாற்று" அவன் மனதுக்குள் பிரார்த்தனை.

* * *

"அட யார் நீ... யாருப்பா நீ...?"

கேள்வி கேட்ட மாரிமுத்துவின் முகத்துக்கு நேரே குளோரோபாம் பரவிய கர்சீப்பை ராபர்ட் அழுத்தவும், மயக்கப் பள்ளத்தாக்கில் ஒரு தொட்டிலாய் வழுக்கியது அவன் தேகம்.

கண் செருக கீழே விழுந்தவனை ஓர் ஓரமாகக் கிடத்திவிட்டு, அந்தப் பாழடைந்த ஒவ்வொரு பகுதியையும் உற்று உற்றுப் பார்த்தான்.

குறிப்பாக காமிராவைக் கண்கள் அலைந்து அலைந்து தேடின.

“எங்க வெச்சிருப்பான் இந்தக் கிழவன்?”

முனங்கலோடு அலமாரி, ஜன்னல், கதவுகளின் விளிம்பு, சுவர் ஆணிகள் என்று ஒரு சுற்று சுற்றி வந்தவன் பூட்டிக்கிடக்கும் ஒரு பெட்டியைப் பார்த்துவிட்டு அதை உடைக்க ஆயத்தமானான்.

பெட்டி திறக்கவும், ஒரு துணியில் சுற்றப்பட்ட நிலையில் பல்லைக் காட்டியது அந்த காமிரா!

வேகமாக அதை வெளியே எடுத்தவன், ஃபிலிமை எடுக்கப் பார்த்தான். புத்தி எச்சரித்தது. ‘வேண்டாம்! காமிராவோடு தப்பி... ஃபிலிமை எடுக்கும்போது பழுதுபட்டால் தொலைந்தாய் நீ!’

காமிராவைத் தூக்கிக்கொண்டு வாசல் பக்கம் வந்தவன் தப்பித்தோம் பிழைத்தோம் என்று ஓடத் தொடங்கினான்.

அவன் அப்பால் அகலவும் இந்தப் பக்கமாய் உள்ளே நுழைந்த பாஸ்கருக்கு மயங்கிக் கிடக்கும் மாரிமுத்துவைப் பார்த்த மாத்திரத்தில் எல்லாம் புரிந்துவிட்டது.

ஓட்டம் அப்படியே நின்று அவன் உடல் வியர்வைக் கொதிப்போடு ஒரு கற்சிலைபோல் ஆனது.

அடுத்து என்ன செய்வது என்று புரிபடவில்லை.

திரும்பவும் வாசற்புறம் வந்தவன் தொலைவில் ராபர்ட் ஓடுவதைப் பார்த்துவிட்டான்.

‘முடிந்தவரை விடாதே’ என்றது மூளை.

கால்களில் ஒலிம்பிக்கின் ஓட்டப்பந்தய வேகம் வந்து நின்றபடி ‘ஓடலாமா’ என்று கேட்டது.

‘உம்... ரெடி ஸ்டார்ட்!’

* ——— *

18

அன்று...

மலை உச்சியிலிருந்து சரிவினை நோக்கும்போது புலப்பட்ட தீப்பந்த வெளிச்சத்தையும், அந்த தீப்பந்தந்தை ஒட்டி உற்சாகமாக நடந்து வரும் ஜம்னாலாலையும் கண்ட ராஜேந்திரனுக்குள் அந்த இக்கட்டான வேளையிலும் நம்பிக்கை ஒளி பிறந்தது.

“ஏய்ய்ய்...” ஜம்னாலாலைப் பார்த்து உரக்க கத்தத் தொடங்கினான் ராஜேந்திரன். குரல் ஒலி ஜம்னாலாலை மட்டுமல்லாது சுற்றி வளைத்து ஏறும் படை வீரர்களின் காதுகளிலும் விழுந்தது. தடுமாறும் அவர்கள் சாமர்த்தியமாக சத்தம் வந்த திக்கை வளைக்கத் தொடங்கினார்கள்.

புரவிகளின் குளம்புகளில் மலைத் தாவரங்கள் வதக்கிக் சிதைந்தன. மூச்சு முட்டும் ஒரு செங்குத்து பயணம் அவற்றுக்கு.

ஜம்னாலால் காதிலும் சத்தம் தேய்த்து போய் விழுந்தது.

அந்த மலைப் பளிங்கனும் அதை உணர்ந்து கொண்டான்.

“யாரோ மலை உச்சியில் அபயக் குரல் எழுப்புவதுபோல் தெரிகிறதே?” ஜம்னாலால் கேட்க,

“அப்படித்தான் நான் நினைக்கிறேன்!” என்றான் பளிங்கன்.

“விரைவாக மேலே ஏறு. நான் சற்றுமுன் செல்கிறேன்” ஜம்னாலால் ஒரு சிறு குழந்தைபோல தாவித்தாவி ஏறத் தொடங்கினார்.

கைவசம் கைவிடாத அந்த சந்தனப் பெட்டி!

“ஐயா... அந்தப் பெட்டியைத் தந்துவிட்டுப் போங்கள். இதை எதற்குச் சுமந்துகொண்டு?” பளிங்கன் கேட்டான்.

“இது என் உயிர். உயிரை உடல்தானே சுமந்தாக வேண்டும்?”

சாமர்த்தியமான அந்த பதில் அந்தப் பளிங்கனை ஆச்சரியப்படுத்தியது.

இதற்குள் ராஜேந்திரனை ஒரு படை வீரன் பார்த்துவிட்டு ஆக்ரோஷமாக அவனை நோக்கிப் புரவியில் வரத் தொடங்கியிருந்தான்.

அவன் கைவசம் கூரிய கத்திமுனைத் துப்பாக்கி.

ராஜேந்திரன் அதைப் பார்த்துவிட்டு ஒரு மரத்தின் பின்னே பதுங்கித் தப்பித்தான்.

இம்முறை மார்புக்கே குறி வைத்தபடி அவன் புரவியைத் திருப்பினான்.

திமுதிமுத்த நடை போட்டு ஆக்ரோஷச் சீறலைக் காட்டியது அந்த ஜாதிப் புரவி. அந்த வீரன் முகத்திலோ கடூரமான வெறியின் வியாபிப்பு.

திடும்மென்று புரவியின் கால்களை யாரோ இடறியதுபோல் இருந்தது.

புரவி தலைக்குப்புறக் கீழே விழுந்தது.

இத்தனைக்கும் காரணமாக ஒரு மூங்கில் கழியோடு ஜம்னாலால்!

அந்த அந்தி சந்தி வேளையில் எங்கும் மந்தமான மஞ்சள் வெளிச்சம். அதையும் விழுங்கக் காத்திருக்கும். இரவின் கறுமையும் மெல்லப் புலப்படத் தொடங்கி விட்டது.

“ஏய், யார் நீ?” கீழே விழுந்த படை வீரன் வேகமாக எழுந்து நின்று துப்பாக்கியைத் தொடப் பார்த்தபோது வலக்கை செயலிழந்து போகும் வண்ணம் தோள்பட்டையில் ஒரு சின்ன தாக்குதலை நிகழ்த்தினார் ஜம்னாலால். அவன் மீண்டும் கீழே

விழுந்து ஊளையிடத்தொடங்கினான். கையின் செயல்பாட்டை இழந்திருந்தான் அவன். கையை ஊன்றி எழுந்து நிற்கக்கூட முடியாத நிலையில் விசும்ப ஆரம்பித்தான்.

ராஜேந்திரன் ஓடிவந்து துப்பாக்கியை எடுத்துக்கொண்டான். அந்த வீரன் மார்புக்கு நேரே நீட்டியவன் என்ன நினைத்தானோ அப்படியே திரும்பி ஜம்னாலாலைப் பார்த்தான்.

வர்மக்கலையில் தேர்ந்த மனிதர்களுக்கு மட்டுமே அதுபோல் அடிக்கத் தெரியும் என்பது ராஜேந்திரனுக்குத் தெரியும்.

வர்மக்கலையோ மிக நுணுக்கமான தேகாப்பியாசப் பயிற்சி.

என்றால், இந்த மனிதர் அந்தப் பயிற்சியில் கரை கண்டவரோ?

துப்பாக்கியை கீழே வைத்துவிட்டுக் கைகளைக் கூப்பி வணங்கினான்.

“சமயத்துக்கு வந்து எங்களைக் காப்பாற்றினீர்கள். பார்க்க முதுமையாகத் தெரிந்தாலும் அபார வலிமை உள்ளவராகத் தென்படுகீறர்கள். அந்தத் திருமலைக் காளியே உங்களை அனுப்பி வைத்தாகக் கருதுகிறேன்...”

ஜம்னாலால் முகத்தில் மந்தகாசப் புன்னகை. சரியான இந்த தருணத்தில் பளிங்கன் தீப்பந்தம் பிடித்த கையோடு புரவிகளையும் விரட்டிக்கொண்டு அந்த உச்சியை எட்டியிருந்தான்.

“நீ யார் இளைஞனே...?” ஜம்னாலாலிடமும் இணக்கமான பேச்சு.

“ஐயா... விரிவாக இதுபற்றிப் பிறகு பேசுவோம். எனது நண்பர் துப்பாக்கிக் குண்டின் தாக்குதலில் உயிர் வேதனையில் உள்ளார். அவரை முதலில் காப்பாற்ற வேண்டும். எனது புரவியும்கூட அதேபோல் வேதனைப்பட்டுக் கொண்டிருக்கிறது...”

ராஜேந்திரனின் பதட்டமான பேச்சைத் தொடர்ந்து ஜம்னாலால் அருகாமையில் கிடந்த பூனைக்கண்ணனை எட்டினார்.

மயங்கிய நிலையில் உதட்டில் ஈனகர முனகல் அவனிடம். ராஜேந்திரனின் புரவியோ காலை வெட்டி வெட்டி இழுத்துக் கொண்டிருந்தது.

தன் தோல் பை ஒன்றில் கையைவிட்டு குளிகைகள் சிலவற்றை வெளியே எடுத்து அதை உள்ளங்கையில் பொடியாக்கி அந்தப் பொடியைக் குதிரையின் மூக்கருகே கொண்டு சென்று ஊதினார் ஜம்னாலால்.

பூனைக்கண்ணும் அந்தப் பொடியை இழுத்துச் சுவாசித்தான். வானில் முழுநிலா முட்டிக் கொண்டு உலா வரத் தொடங்க, இருள் கவிழ்ந்த அந்தவேளையில் பூனைக்கண்ணனையும், புரவியையும் முழு மயக்கம் கவ்வத் தொடங்கியது.

இதுதான் தருணம் என்று குண்டுபட்ட இடங்களைக் கத்தியால் குடைந்து அந்த ஈய உலோகப் பாகத்தை வெளியே எடுத்துவிட்டு பச்சிலைக் கட்டுப் போடத் தொடங்கியது ஜம்னாலால் கரங்கள். துணை நின்றது தீப்பந்தம்.

வெறித்த விழியோடு பார்த்து பிரமித்துப் போய்விட்டிருந்தான் ராஜேந்திரன்.

“ஐயா, நீங்கள் மூலிகை வைத்தியர் கூடவா?” கேட்கத் தொடங்கினான்.

“கூடவா என்றால், நான் வேறு திறமை பெற்றவன் என்றும் கருதுகிறாயா?”

“அதுதான் சற்றுமுன் பார்த்தேனே... படை வீரனை வர்மக்கலையால் நீங்கள் தாக்கியது கண்கொள்ளாக் காட்சி...”

“எனக்கு வர்மம் முழுவதுமாகத் தெரியாது. சுமாராகத் தெரியும். ஒரு சீன வியாபாரி சொல்லிக் கொடுத்தார்.”

“உங்களைப் பார்த்தால் தமிழர்போல் தெரியவில்லை. தமிழும்கூட செம்மையாக இல்லையே...”

சரியாகச் சொன்னாய். நான் வடக்கத்தியன். வியாபார நிமித்தம் எனக்கு ஒன்பது மொழிகள் தெரியும்.”

"நீங்கள் உங்கள் பெயரைக் கூறுங்கள். மற்றதை நான் விளக்கமாகச் சொல்கிறேன்..." தீனமாகக் கேட்டான் ராஜேந்திரன்.

"என் பெயர் ஜம்னாலால்!"

"ஐயா..." பரவசத்தோடு அவரை நெருங்கிச் சென்று கைகளைப் பிடித்துக் கொண்டான் ராஜேந்திரன்.

"என் பெயர் ராஜேந்திரன். உங்கள் அருமை நண்பர் அம்பலத்தேவரின் மெய்க்காவலன். உங்களைப் பௌர்ணமி அன்று பாதுகாப்பாக அழைத்துச் செல்லும் பொறுப்பைப் பெற்றவன்கூட..."

மளமளவென்று பதில் உரைத்த ராஜேந்திரனை ஜம்னாலாலும் கட்டித்தழுவிக் கொண்டார்.

"நண்பா... சரியானவர்கள் சரியானபடி சந்தித்துக் கொண்டிருக்கிறோம். அதிலும் சந்திக்க வேண்டிய காலத்துக்கு முன்பாகவே, ஆமாம், இவர்கள் யார்?"

"ஒரே வார்த்தையில் சொல்ல வேண்டும் என்றால் அரக்கர்கள்!"

"அரக்கர்களா?"

"ஆமாம்! என் தாய்நாட்டை தன் நாடாக்கிக்கொள்ள வரும் வெள்ளையனின் படை வீரர்கள். அவன் படையின் ஆழம் அறியப்போன எங்களை உயிரோடு விடக்கூடாது என்று தொடர்ந்து வந்தவர்கள்..."

"நீங்கள் போன காரியம் ஜெயம்தானே?"

"நானே விரும்பினாலும் தோல்வி என்னைத் தொடுவதில்லை. உதாரணத்துக்கு இப்போது உங்களை நான் சந்தித்து உதவி பெற்றதைக்கூடச் சொல்லலாம்..."

"நல்லவர்களுக்கு நல்லதே நடக்கும். தெரியாதா உனக்கு?"

இன்று...

தலைதெறிக்க ராபர்ட் ஓடுவதைப் பார்த்துவிட்ட பாஸ்கர் தானும் ஓடத் தயாரானதும், அவன் கால்களில் ஒலிம்பிக் ஓட்டப்பந்தய வீரனின் வேகம் தானாக வந்து சேர்ந்தது.

இடையிட்ட மண்மேடுகளும், குறுக்கிட்ட வேலிக்காத்தான்களும் அவனது ஷூவின் துவம்சிப்பில் 'ஐயையோ' என்று அலறின.

ராபர்ட்டும் பார்த்துவிட்டான்.

'இது ஏதடா புது திருப்பம்?' என்ற மனக்கேள்வியுடன் வேகத்தைக் கூட்டப் பார்த்தான்.

கடலை வயல் பரப்பு ஒன்று 'வா வா' என்றது.

சரி என்று இறங்கி ஓட ஆரம்பித்தான்.

நடு வரப்பில் மண்வெட்டி ஒன்று! எதிர்பாராமல் அதை மிதித்தவனின் குதிகாலில் அது ஒரு ரத்தக் குமிழியை உண்டாக்கி, கடலைச் செடிகள் மேல் அவனை விழவிட்டது.

"அம்மா..." அலறலோடு விழுந்தவனின் கழுத்திலிருந்து காமிரா நழுவி செடிகள் இடையே எங்கோ போய் விழுந்தது.

அவன் நிமிர்ந்து பார்த்துவிட்டு காமிராவைத் துழாவுவதற்குள் பாஸ்கர் சமீபித்துவிட்டான்.

'இவன் வசம் சிக்கினால் இனி ஓடவே கால் இருக்காது' என்கிற எச்சரிக்கை காமிராவை விட்டுவிட்டு ராபர்ட்டை ஓட வைத்தது. காலில் விழுந்த அடி வேகத்துக்கு முட்டுக்கட்டை போட்டது.

பாஸ்கர் அவன் காமிராவை இழந்துவிட்டு ஓடுவதைப் பார்த்து வந்த வேகத்தில் அப்படியே நின்றான். காமிராவைத் தேடி எடுத்தான். திருப்பித் திருப்பிப் பார்த்தான். ஃபிலிம் ரோல் பழுதில்லாமல் உள்ளேயே இருந்தது. அவனுக்குள் 'அப்பாடா'

என்கிற பெருமூச்சு. அவசரப்பட்டு பெருமூச்சு விடாதே என்று ஜெயந்தி முகம் இடையே மின் வெட்டியது.

காட்டில் அந்த முகமூடியிடம் கலாதரனையும் ஜெயந்தியையும் ஆபத்தான நிலையில் விட்டுவிட்டு வந்தது உடனே ஞாபகத்துக்கு வர, காமிராவுடன் மலையை நோக்கி ஓட ஆரம்பித்தான்.

"அப்பா... உன்னால் பார் எப்படியெல்லாம் எதற்கெல்லாமோ ஓட வேண்டியிருப்பதை. இந்த ஓட்டத்தை நான் காலேஜில் ஓடியிருந்தால் பி.டி. உஷாவுக்குப் பேர் கிடைத்திருக்குமா?"

அவன் மனத்தில் வாலிபத்தனமான கேள்விகளில் சலிப்புகள்.

கரடு முரடான மலைப்பாதையின் துவக்கத்தைத் தொட்டுவிட்டான். மொட்டைத்தலை போன்ற பாதைகளில் சூரியச் சூட்டை சகித்துக்கொண்டு எகிறிக் குதித்து காமிராவையும் லாவகமாகப் பிடித்துக் கொண்டு முன்னேறும் அவன் எதிரே ஜெயந்தியும் கலாதரனும் தலைதெறிக்க ஓடிவந்து கொண்டிருந்தார்கள்.

பின்னால் ஒரு ஒற்றை யானை!

ஜெயந்தி பாஸ்கரைப் பார்த்துவிட்டுக் கத்தினாள்.

"பாஸ்கர்... திரும்பிப் போ! நிக்காதே..." பாஸ்கருக்கு தலையைச் சுழற்றியது. சற்று தயங்கிவிட்டு ஏறிய வேகத்தில் இறங்க ஆரம்பித்தான்.

திரும்பி திரும்பிப் பார்த்தபடி இறங்கும் அவனை ஜெயந்தி மிகச் சமீபித்துவிட்டாள். கலாதரன் அவளுக்குப் பாதுகாப்பாக பின்னால்!

அந்த ஒற்றை யானை ஒரு குறிப்பிட்ட எல்லைக்கு மேல் ஓடிவராமல் அப்படியே எதற்கோ கட்டுப்பட்டதுபோல் நின்றுவிட்டது.

"உஸ்ஸ்... அப்பாடா..." மூவரும் அடிவாரத்தில் ஒரு பருத்த பாறையின் பின்னால் ஒருவர் மேல் ஒருவர் மோதிக்கொண்டு தேங்கினார்கள்.

நெடுநேரம் மூச்சுக் காற்றுடன் யுத்தம் நிகழ்த்தினார்கள். ஜெயந்தியின் மார்பில் கவர்ச்சியான ஊஞ்சல்.

முன் விழுந்த கூந்தல் இடுப்பு தொப்புள் வரை நீண்டு மலைக்காற்றில் சடசடப்பதில் பெண்ணிடம் ரசிக்க ஒவ்வொரு மில்லி மீட்டரிலும் விஷயம் இருப்பதை கலாதரனுக்குள் உணர்த்தியது.

பதட்டத்தின் சடுகுடுவுக்கு நடுவிலும் அந்த தேவதையை அவனால் ரசிக்காமல் இருக்க முடியவில்லை. அவளும் அவன் பார்வையின் கிள்ளல் தாளாமல் நாணத்தோடு தலைகுனிந்து கொண்டாள்.

பாஸ்கர் இருப்பதைக்கூட மறந்து அப்படியே களைப்போடு கலாதரன் மார்புமேல் சாய்ந்தாள்.

அதிகம் பயந்துவிட்டதை உடல் நடுக்கம் காட்டியது. பாஸ்கர் சுதாரிப்புக்கு வந்துவிட்டிருந்தான்.

"கலாதரன்... அந்த முகமூடி எங்கே? அவன்கிட்டேருந்து எப்படித் தப்பினீங்க?"

"அதை ஏன் கேக்கறே பாஸ்கர்... அவனைப் பிடிச்சு விசாரிக்க ஆரம்பிச்சுட்டோம். திடீர்னு பார்த்தா இந்த ஒற்றை யானை!

யாரோ ஏவிவிட்ட மாதிரி பிளிறிக்கிட்டு ஓடிவந்தது. நானும் ஜெயந்தியும் ஓடிவர்றதுக்குள்ள போதும் போதும்னாயிடுச்சு. அவனும் சாமர்த்தியமா தப்பிச்சிட்டான்."

கலாதரனின் பதில் பாஸ்கரை ஏமாற்றியதுபோல் இருந்தது. முகத்தை வெறுப்பாகச் சுழித்தான்.

"ஒரு நிமிஷம்கூட நாம இங்க நிக்கக்கூடாது. கிளம்புவோம். ஆமா, காமிராவை அவன் கொண்டு போகலையே...?" காமிராவைப் பார்த்தபடி ஜெயந்தி கேட்ட கேள்விக்கு பாஸ்கர் அவளை லேசான கோபத்தோடு வெறித்தான்.

“என்ன கேள்வி இது... காமிரா என்கிட்ட இருக்கறதைப் பார்த்துட்டுமா இப்படிக் கேப்பே.. நல்லவேளை உன் தம்பி ஒரு அத்லெட்டா இருந்ததால காமிரா தப்பிச்சது, இல்லேன்னா அவன் கொண்டு போயிருப்பான்.”

மூவருமாக நடந்தபடியே பேசத் தொடங்கினார்கள்.

“ஒரே நாள்ல அடுக்கடுக்கா எத்தனை சம்பவங்கள். எல்லாமே த்ரில்லா இருக்கு...” கலாதரனின் கையை உரிமையோடு பிடித்தபடி நடக்கும் ஜெயந்தியின் கருத்து கலாதரனுக்கு ஏற்ற மாதிரி இருந்தது.

“என் வேலையிலகூட நான் இவ்வளவு பரபரப்பை சந்திச்சதில்லை” – அவன் பேசியபடி வேகமாக நடந்தான்.

“யானை வந்து காரியத்தைக் கெடுத்துடுச்சு. அந்த முகமூடியை ரெண்டுல ஒண்ணு பாக்கலாம்னு நினைச்சிருந்தேன்” என்றான்.

“யானை இயற்கையா வந்த மாதிரி தெரியலை. யாரோ அந்த முகமூடியைத் தப்பிக்க விடணும்னே ஏவிவிட்ட மாதிரிதான் இருந்திச்சு...”

“எனக்கும் அப்படித்தான் படுது. நான் இங்கே சார்ஜ் எடுத்துக்கிட்டப்பவே. என் மேலதிகாரிகள் ரொம்ப எச்சரிக்கை செஞ்சாங்க. இப்ப அடிஷனலா இந்த வைரப்பெட்டி சம்பந்தப்பட்ட விஷயம் வேற...”

“கலாதரன்... வைரப்பெட்டி இருக்கறதை நீங்களும் நம்பறீங்களா?”

“நம்பறதுக்கு சாத்தியங்கள் நிறைய இருக்கு. உங்கப்பாவைக் காப்பாத்த மரணப் பள்ளத்துல இறங்கினப்ப சில விஷயங்களைப் பார்த்தேன்... அதெல்லாம் இந்த காமிராவுல இருக்கும்னு நம்பறேன்...”

“எனக்கும் அப்படித்தான் படுது. இல்லேன்னா எதுக்கு அந்த முகமூடி கோஷ்டி காமிராவுக்கு இந்தப் பாடுபடனும்? பாஸ்கர்,

நீ வீட்டுக்குப் போன உடனேயே செங்கோட்டை போய் இதை பிரிண்ட் போட்டுக்கிட்டு வரே என்ன...?"

"நிச்சயமா. இந்த விஷயத்தை ரெண்டுல ஒண்ணு பாத்துடணும்கற வெறி எனக்கு ஏற்பட்டாச்சு கலாதரன்."

"அப்ப மெட்ராஸ் போற விஷயம்?"

"இப்போதைக்கு இல்ல... அப்பாவோட ஆசையை நாம நிறைவேத்துவோம். அவருக்குக் கிடைக்காத... கிடைக்க முடியாத புகழை நாம வாங்கிக் கொடுத்து அவர் ஆத்மாவை சந்தோஷப்படுத்துவோம்."

"ஜெயந்தி நீ என்ன சொல்றே?"

ஜெயந்தி அரைகுறையாகத் தலையை அசைத்தாள். அதில் திரும்பவும் தந்தையை இழந்த சோகம்.

"நடந்ததை விடு. நடப்பதைப்பத்தி இனி நினைப்போம். அப்பா எப்படி இறந்தார், ஏன்... எதனால் இறந்தார்ங்கற கேள்விக்கு நம்ம செயலால் பதில் சொல்வோம் ஜெயந்தி."

"வாஸ்தவம்தான் கலாதரன். ஆனா, ஒரு டெட் பாடியோட அந்த வீட்டுல தனியா இருக்கறதைத்தான் என்னால நினைச்சுக்கூட பார்க்க முடியலை" என்று மெலிதாக விசும்பினாள்.

அவர்கள் வெகுவேகமாக வீட்டை எட்டியபோது மாரிமுத்து இன்னமும் மயக்கத்தில் இருந்தான். வீட்டில் நுழைந்தபோதுதான் தெரிந்தது... ஜம்னாலாலின் உடல் தாழியோடு காணாமல் போய்விட்ட விஷயம்!

* ——— *

19

அன்று...

ஜம்னாலாலின் பேச்சு ராஜேந்திரனுக்கு மிகப் பிடித்துப் போனது. 'நல்லவர்களுக்கு நல்லதே நடக்கும்' என்கிற அந்தக் கருத்து மனதைத் தொட்டது.

"நம்பிக்கையூட்டும் விதமாகப் பேசுகிறீர்கள். நீங்கள் நாளை பௌர்ணமி இரவில் வருவதாக அல்லவா அம்பலத்தார் சொல்லியிருந்தார்...?" சிநேகம் மிகுதியாகும் வண்ணம் கேட்டான்.

"உண்மைதான். இப்போது உன்னைச் சந்தித்திராவிட்டால் நாளை இரவே நான் சந்திக்க நேர்ந்திருக்கும்..."

இருவரும் பேசிக் கொண்டிருக்கும் சமயம் மெல்ல மயக்கம் நீங்கத் தொடங்கியிருந்தான் பூனைக் கண்ணன். வலி பாதிக்கும் மேல் குறைந்த உணர்வோடு கண் மலர்த்தினான். இருளின் ஊடே தீப்பந்த ஜொலிப்பு நடுவே ராஜேந்திரனையும் ஜம்னாலாலையும் கண்டு எழுந்து அமர்ந்தான்.

புரவியிடம்கூட மயக்கம் தெளிந்த நிலை.

"நண்பா..." அவன் விளிப்பைத் தொடர்ந்து இருவரும் அவனை நெருங்கினார்.

"எப்படி இருக்கிறது உபாதை?" ஜம்னாலால் கேட்டார்.

"பரவாயில்லை. நீங்கள் யார்?" பூனைக்கண்ணனின் கேள்வி.

"நமக்கு நண்பர்தான் பூனைக்கண்ணா! உனக்கு மறுபிறவி தந்தவர். உனக்கு மட்டுமல்ல என் புரவிக்கும்! மூலிகை வைத்தியர்..."

இங்கே எப்படி நீங்கள்?"

"எல்லாம் தெய்வ சித்தம்."

"நல்லது நண்பா... நாம் உடனடியாக இங்கிருந்து சென்றாக வேண்டும். நாம் படை பலம் குறித்த செய்தியோடு உடன் நெல்கட்டும் செவல் விரைந்தாக வேண்டும். அந்த யூசுப்கான் இப்போது மாற்றுத் திட்டத்தில் இறங்கியிருப்பான்."

"அந்த யூசுப்கான் இந்த மலைப் பிராந்தியத்தில் எங்காவது விழுந்து கிடப்பான். அவனைப் பற்றிக் கவலைப்படாதே..."

"முட்டாள்... அவன் வலிமை உனக்குத் தெரியாது. அடிக்க அடிக்க வேகமாய் எழும் பந்தைப் போன்றவன் அவன். இப்போது அவன் கோபத்தில் குதித்துக் கொண்டிருப்பான். நூறு குண்டு தாக்கினாலும் மன உறுதியால் உயிரை இழுத்துப் பிடித்து வைத்துக் கொள்ளும் வல்லவன் அவன். நாம் காலதாமதமின்றி கிளம்பியாக வேண்டும்."

"இந்த இரவில் எங்கு செல்ல?"

"இரவோ பகலோ... எதுவும் தடை போடக்கூடாது நமக்கு. நடப்போம். அவசியப்பட்டால் இதோ மூன்று புரவிகள். அதில் ஏறிப் பயணிப்போம்.

நாம் இங்கு தங்கினால் தொலைந்தோம். சரியாகக் கணக்கிட்டு அந்த யூசுப்கான் காலை நம்மை வளைத்து விடுவான். தைரியமாகக் கிளம்புவோம். நிலவு வழி காட்டட்டும்..."

அவ்வாறே செயல்படத் தொடங்கினர். பரிச்சயம் மிகுந்த மலையில் ராஜேந்திரன் முன்னோக்கி நடக்க, பின்னே நடுநாயகமாக ஜம்னாலால், அதற்குப் பின்னே பூனைக்கண்ணன். அவனுக்கும் பின்னே அந்தப் பளிங்கன்.

ஜம்னாலாலுக்கு இருவரின் துடிப்பும் மிக பிடித்துப் போயிருந்தது. ராஜேந்திரன் வெள்ளையர் ஆதிக்கத்தையும் வெறியையும் விவரித்தபடி வந்தான். அவனுக்கு இருக்கும் தாய்நாட்டுப் பற்று ஜம்னாலாலை உணர்ச்சிவசப்பட வைத்தது.

"எங்கிருந்தோ வந்தவர்களுக்காக எவ்வளவெல்லாம் சிரமப்பட வேண்டியிருக்கிறது பார்த்தீர்களா...?" என்று கேள்விகேட்டு முடித்தான் ராஜேந்திரன்.

"உலகம் தோன்றிய நாள் முதல் இப்படிப்பட்ட போராட்டங்கள் இல்லாத காலகட்டமே இல்லை நண்பா! இந்தப் போராட்டங்கள் ஒரு கோணத்தில் சுவையானவை. நமது உணர்வுகளுக்குச் சோதனையே இந்தப் போராட்டங்கள்தான். ஒரு கோணத்தில இவை இயற்கை நமக்கு வைக்கும் தேர்வுகள். இதில் நாம் தேறினால்தான் இந்த மண்ணில் வாழத் தகுதி படைத்தவர்கள் ஆவோம்..."

"எப்படி?"

"பூஜ்ய ராஜ்யத்திலேயே நமது மண் புனித மண்ணப்பா. தட்ப வெப்பத்திலும், நில வளத்திலும், கனி வளத்திலும் ஒப்பார் இல்லாத பூமி இது.

பாலையும் இங்கு உண்டு பனியும் இங்கு உண்டு. மூலிகை என்னும் தேவப்பயிர் இங்கு மட்டும்தான் உண்டு! வெள்ளையன் இது தெரியாதவன் அல்ல. நம்மைவிட நம் அருமை அவனுக்குத்தான் அதிகம் தெரிந்திருக்கிறது."

ஜம்னாலாலின் சிந்தனை ததும்பும் பேச்சு பூனைக்கண்ணனை நெகிழ்த்தியது.

"எங்கள் புலித்தேவரும் இதையே தான் சொல்வார், "மகத்தானவர்கள் நாம். நாமா பிறருக்கு அடிபணிவதும்?" என்று கேட்பார்."

நடக்கும்போது அவர்களுக்குள் நாட்டின் நிமித்தம் பரஸ்பர கருத்துக்களின் பகிர்வுகள்.

“தேவரின் நெடுநாளைய ஆசை நிறைவேறிவிட்டது. இனி எதிரிகளால் ஒன்றும் செய்யமுடியாது. வெற்றிக்குத் துணை செய்யும் தசகண்ட வைரம் என்னிடம் உள்ளது. இதோ அதன் ஒரு துண்டு!”

கைவிரலில் மின்னுவதை நிலவொளியில் நீட்டினார் ஜம்னாலால். கைவிரல் மேல் ஒரு நீலச் சுடர் ஒளி போல் ஜொலித்தது அந்த வைரம்.

“ஒரு வைரத்துக்கு அத்தனை சக்தியா?”

“ஒரு வைரத்தின் உருவாக்கத்தில் இயற்கையின் சூட்சமம் மிக அதிகம்! உண்மையிலேயே ஆயிரம் காலத்துப் பயிர் இதுதான்.

இது வெளிப்படுத்தும் கதிர் அண்ட கோசங்களைப் பிளக்கக் கூடியது. அதிலும் இதில் தீட்டப்படும் பட்டைகளுக்கு ஏற்ப அந்தக் கதிர்வீச்சின் அளவு கூடும் - குறையும்.

நண்பனே, உன் உயிரைக்கூட சில கதிர்வீச்சுகள்தான் ஆளுகின்றன. உன் உடலில் இருந்துகூட ஏகமாயக் கதிர்கள் வெளிப்பட்டுக் கொண்டிருக்கின்றன. ஊனக் கண்ணுக்கு இது தெரியாது.

வைரக் கதிரும் - உன் உடல் கதிரும் நட்புக் கொண்டால் உன் எண்ணத்தில் எழுச்சி ஏற்பட்டு மேன்மை ஏற்படும். பகை கொண்டால் நீ என்ன நினைத்தாலும் நல்லதையே உன்னால் நினைக்க முடியாது.”

அவர்கள் இருவரின் பேச்சையும் கூர்ந்து கவனித்தபடியே வந்தான் பூனைக்கண்ணன். நிலவொளியை நீவி வரும் மலைக்காற்று அவர்களுக்கு தனி சுகமாக இருந்தது.

பாதையோ எல்லையின்றி நீண்டு கிடந்தது. ஓரிடத்தில் நாகங்கள் இரண்டின் புணரல். ஜம்னாலால் அதை ரசிக்காமல் அவர்களையும் ரசிக்கவிடாமல் வழி நடத்தினார்.

“ஏன் அதை நீங்கள் பார்க்கவில்லை?”

“உயிரின் நடனத்தை யாரும் பார்க்கக்கூடாது தம்பி. நடன முடிவில் புத்துயிர் ஒன்று கருக்கொள்ளும். அது திருஷ்டியின்றி கர்ப்பத்தில் தங்கி இன்றைய நட்சத்திர நாயகர்களின் கதிர்வீச்சினைக் கிரகித்து அதன்படி வளர்ந்து உரிய வேளையில் அது முழு வடிவில் வெளிப்படும். இது சிருஷ்டி ரகசியம்! நாம் பார்ப்பதன் மூலம் திருஷ்டி ஏற்படும். உயிர் நடனம் தடைபடவும் கூடும்.”

“உங்களை வியாபாரியாக, வைத்தியராக மட்டுமே கருத முடியாமல் மிகப் பெரிய ஞானவானாகவும் தெரிகிறீர்கள். உங்களைச் சந்தித்தது எங்கள் பாக்கியம்” என்றான் பூனைக்கண்ணன்.

“எல்லாம் ஹரியின் செயல்” என்றார் ஜம்னாலால்.

அவர்கள் அந்த மலைமுகட்டுப் பாதையில் பேசிக்கொண்ட தருணத்தில் மலை அடிவாரத்தில் தீப்பந்தம் தாங்கிய ஒரு மாபெரும் புரவிக் கூட்டமும், பின்னால் சாரிசாரியாக வீரர் பட்டாளமும் தென்படத் தொடங்கியிருந்தது. நிலவொளி அவர்களைத் தெளிவாகக் காட்டியது.

குதிரைப் படைகள் நடுவில் தீப்பந்த ஒளியில் சிவப்புத் தலைப்பாகை சகிதம் வஜ்ரநாராயணனும் தெரிந்தான்.

ராஜேந்திரனுக்குப் புரிந்துவிட்டது.

“நண்பா! அவர்கள் தென்மேற்குப் பாளைய வீரர்கள், புலித்தேவருக்கு உதவத்தான் பண்மொழியூரிலிருந்து வீரர்கள் சென்று கொண்டிருக்கிறார்கள். ஒழிந்தான் வெள்ளையன்...ஹ... ஹா...ஹா...”

பேச்சின் முடிவில் வெற்றிச் சிரிப்பு சிரித்தான் ராஜேந்திரன். பூனைக்கண்ணனிடம் பூரிப்பு.

“நண்பா.. நானும்கூட இவர்களுடன் கலந்து சென்று விடுகிறேன்” என்றான்.

“உன் விருப்பம்...” என்றான் ராஜேந்திரன்.

“நீ எப்போது வருவாய் நண்பா?”

“இவரை தேவர் வசம் ஒப்புவித்த மறுவிநாடியே நான் நெல்கட்டும் செவலைத்தான் குறிவைத்து வருவேன்.”

“நல்லது... நீ வந்த பின்தான் நான் ரகசியமாக உன்வசம் கூறியதை நாம் செயல்படுத்த வேண்டும். எதிரியைப் பலவீனப்படுத்தாமல் நாம் ஒன்றும் செய்வதற்கில்லை.”

மார்பு தழுவிய ஆலிங்கனத்துக்குப் பின் ஜம்னாலாலின் பாதம்வரை குனிந்து ஆசி பெற்ற கையோடு கிளம்ப எத்தனித்தவனை ஜம்னாலால் தடுத்து நிறுத்தி தைலக்குப்பி ஒன்றை எடுத்துத் தந்தார்.

“ஐயா, என்ன இது?”

“போரில் ரத்தக்காயம் ஏற்பட்டால் இதைத் தடவு. வலி குறைந்து காயமும் விரைவில் ஆறும். மிக அதிகபட்சத்தில் ஓர் இரவில் பத்து அங்குலம் வரை கிழிந்த சதையைக்கூட இந்த சஞ்சீவி களிம்புத் தைலம் இணைத்துவிடும்.”

பூனைக்கண்ணன் நன்றியோடு அதைப் பெற்றுக் கொண்டான். புரவி மேலேறி புதுப் புயலென சீறத் தொடங்கினான். சரிவில் அந்தப் புரவி வாலைக் குழைத்து இறங்கிய விதம் வீர தீரம் மிக்கதாக இருந்தது.

* * *

செண்பகதேவி ஆலயம் அருகே வந்தவுடன், மௌன சொரூபியாக பளிங்கனைப் பார்த்த ஜம்னாலால் இனி அவன் தேவையில்லை என்று உணர்ந்தவராக “அப்பா... நீ இனி உன் வழி செல்லலாம்” என்று கூறியபடி ஐம்பது பொன் கொண்ட ஒரு பையை அவன் வசம்தர, அவன் முகம் வானத்து நிலவை எடுத்து விழுங்கியது.

மஞ்சள் மழை பொழியும் அந்த மங்கல பூமியை ஜம்னாலால் தீர்க்கமாகப் பார்த்தார்.

“தம்பி ராஜேந்திரா... பண்பொழியூருக்கு இன்னும் எவ்வளவு தூரம்?” கேட்டார் ஜம்னாலால்.

“சில காதம்தான். சிள் வண்டு சத்தம் அடங்கிவிட்டது என்றால், நடுச்சாமம் கடந்துவிட்டோம். பட்சியரவம் கேட்கத் தொடங்கிவிட்டால் அது முதல் ஜாமம். மகிழம் பூ வாசம் மிதந்து வரத் தொடங்கினால் விடியப்போவதாகப் பொருள். நாம் அதற்குள் பண்பொழியூரை அடைந்து விடலாம்” என்றான்.

அப்போது சீறி வந்த விஷக் கட்டாரி ஒன்று ராஜேந்திரனைப் பின் புஜத்தில் நறுக்கென்று தைத்து நுழைந்தது.

“அம்மா...” அலறலோடு திரும்பின ராஜேந்திரன் பார்வையில் அடுத்த விஷக் கட்டாரி ஜம்னாலாலை நோக்கிப் பாய்ந்து கொண்டிருந்தது தெரிந்தது.

இன்று...

“**க**லாதரன்... அந்த டெட் பாடி இருந்த தாழியைக் காணோம்..” அலறினான் பாஸ்கர்.

கலாதரனுக்கு யாரோ தொடையைத் திருகினது போல் இருந்தது. அறையை எட்டிப் பார்த்துவிட்டு வேகமாகத் திரும்பினான்.

வாசல் பக்கம் வந்தான். படிமேல் மயக்கமாகக் கிடக்கும் மாரிமுத்துவின் முகத்தைத் தொட்டுத் தூக்கிப் பார்த்தான்.

குளோரஃபாம் நெடி! சுழிப்போடு நிமிர்ந்தான்.

வாசலில் நிற்கும் மாருதியின் பக்கத்தில் வேறு ஒரு வாகனம் வந்து உரசி நின்ற மாதிரி கீறல்கள்!

தரையிலும் டயரின் அச்சுப் பதிப்பு.

யாரோ ஏதோ ஒரு வாகனத்தில் வந்து உடம்பைத் தாழியோடு கொண்டு போய்விட்டது அவனுக்கு உடனேயே புரிந்துபோனது.

காற்றுப்போன பலூன்போல் மனத்தில் சோர்வு. ஓடி வந்த களைப்பில் தொடையில் ரத்தம் கட்டிக்கொண்டு வலிக்க அவனிடம் அனுமதி கேட்டது.

ஜெயந்தி நெருங்கி வந்தாள்.

"கலாதரன்... எனக்குப் பயமாக இருக்கு" என்றாள்.

அவன் வாஞ்சையாக அவள் தோளைத் தட்டினான்.

பாஸ்கரனிடம் செய்வதறியாத திகைப்பு. மயங்கிக் கிடக்கும் மாரிமுத்துவை வெறித்தபடி சோபாவில் சரிந்தான்.

"காஸினோவுல பார்த்த இங்கிலீஷ் சினிமா மாதிரியே இருக்கு..." என்று முணுமுணுத்தான் பாஸ்கர்.

"மலையில் பார்த்த அந்த முகமூடிக்காரன் குரூப்தான் டெட் பாடியைக் கடத்தியிருக்கணும். அதை வெச்சு அவங்க ஒண்ணும் சாதிக்க முடியாது என்ன ஏதுன்னு தெரிஞ்சுக்கறதுக்காகத் தூக்கிட்டுப் போயிருப்பாங்க.

அந்த கோஷ்டியைப் பிடிச்சா பாடியை நாம கண்டு பிடிச்சிடலாம். நம்பளைவிட பாடியை அவங்க கவனமாகவும் பாத்துப்பாங்க. அதைப்பத்தின கவலையை விடு. முதல்ல ஃபிலிமை டெவலப் பண்ணிப் பாக்கணும்."

பாஸ்கர் மாருதியின் சாவியோடு வாசலுக்கு ஓடினான். காரைக் கிளப்பினான். ஒரு முயலைப்போல துள்ளிவிட்டு வேகம் எடுக்கத் தொடங்கியது அது.

அவன் அந்தப் பக்கம் நகரவும் ஜெயந்தி மிக உரிமையோடு கலாதரனை நெருங்கினாள்.

"கலாதரன்... உங்களுக்கு நாங்க நிறைய தொந்தரவு தரோமா?" என்று குழைவாகக் கேட்டாள்.

"ஒரு கன்னிப் பெண் எது செய்தாலும் இளைஞர்களுக்கு அது தொந்தரவு ஆகாது ஜெயந்தி..."

"கலாதரன்..." அவள் ஈனகரத்தில் அழைத்தாள்.

“நிஜமா நீங்க அப்பாவுக்காகத்தான் எங்களுக்கு இவ்வளவு உதவியும் பண்றீங்களா?” குழையக் கேட்டாள்.

“வெளிப்படையா சொல்லட்டுமா?”

“உம்...”

“உனக்காக...உனக்கே உனக்காக!”

“தெரியும். இங்க வந்ததுல எனக்கு அப்பாங்கற இழப்பு பெரிய நஷ்டம். அதை ஈடுகட்ட நீங்க கிடைச்சது பெரிய லாபம்.”

“லாப நஷ்டக் கணக்கை இப்பவே போடாதே ஜெயந்தி. நமக்கு இனிமேதான் வேலையே அதிகம்.”

“வாஸ்தவம்தான். இங்க வந்ததுல இருந்தே பயந்து பயந்து எனக்கு மரத்துப் போச்சு. வாழ்க்கை ரொம்பவும் திசை மாறிப்போச்சு கலாதரன்...”

“கவலைப்படாதே. அதை அர்த்தமுள்ள மாற்றாமா ஆக்கிக்கலாம்...”

“புதுசு புதுசா வில்லன்கள் முளைச்சு வர்றாங்களே... நம்மளால முடியுமா? என் மனசு ரொம்ப நொந்துபோய் இருக்கு கலாதரன். அப்பா இப்படி நம்மளை ஏமாத்திட்டுப் போவார்னு நான் எதிர்பார்க்கலை...”

அவள் விம்மிக் கொண்டே அவன் மார்பில் முகம் புதைத்தாள். அவன் அவள் பின் கழுத்தில் தன் உதட்டை முதல் தடவையாக ஆறுதலாகப் பதித்தான். அவளுக்கு இதமாக இருந்தது.

கண்ணீர் விழிகளை மெல்ல விரித்தாள். தரைப்பரப்பில் ஒரு ஃபில்டர் சிகரெட்டின் எஞ்சிய பகுதி.

அவனிடமிருந்து விலகி, “கலாதரன்...ஏதோ சிகரெட் துண்டு மாதிரி கீழே கிடக்கு...” என்றபடி குனிந்தாள்.

கலாதரனும் குனிந்து அதைக் கையில் எடுத்தான்.

✲✲✲

நீண்ட அந்த ஃபில்டர் சிகரெட்டை இதழில் பொருத்தி புகைக்கத் தொடங்கியபடியே ஜம்னாலாலின் உடலை உற்று உற்றுப் பார்த்தார் அவர்.

பார்வையில் பரவசமான பரவசம். பின்னர் "டேய், அந்தக் கிழவியைக் கூப்பிட்டா..." என்றார். மெல்ல அந்த அறையைவிட்டு வெளியே வரத் தொடங்கினார்.

நூறு வயதை நெருங்கிவிட்ட ஒரு கிழவி மெல்ல அங்கு வந்தாள்.

"கிழவி...நம்ம பெரியவர் உங்க ஊர் கதையைக் கேக்கறாரு..." என்றான் அவள் காதோரமாக ஒருவன்.

"யாரு தங்க மாணிக்கமா? எந்தக் கதையைக் கேக்கான் அவன்?"

"அதான் பௌர்ணமிக்குப் பௌர்ணமி ஏழைகளுக்குக் கஞ்சித் தண்ணி ஊத்துவீங்களே... அதுக்குக் காரணமான கதை..."

"அம்பலத்தான் கதையா? அவன் பொண்ணு மீனாட்சி கதையா?"

"அதான் அதான்...!"

"ஐயோ, அதைச் சொன்னா கல்லும் கசியுமே...புல்லும் பொசியுமே..."

"அதுபாட்டும் கசியட்டும். நீ சொல்லு. குறிப்பா ஒரு வடநாட்டான்பத்தி சொல்லுவியே..."

"யாரு... வைர வியாபாரி சம்னாலால் சேட் பத்தியா?"

"அதேதான்... நீ கேட்ட விஷயத்தைச் சொல்லு பார்ப்போம்..."

அந்தக் கிழவி பாட்டாலே கதை சொல்லத் தொடங்கினாள்.

"தக்காளி தளதளப்பு...
தாழம்பூ மினுமினுப்பு...
பப்பாளிப் பழம் போலே அந்த

மவராசன்!
பச்சிலையைக் கண்டாக்கா
விடமாட்டான்.
எச்சிலையும் அமிர்தமாக
ஆக்கிடுவான்.
பை நிறைய வைரத்தோட
கை நிறைய மருந்துக்குப்பி
கொண்டு வந்தான்.
அம்பலத்தான் மனசுக்குள்ளே
அழியாம புகுந்து நின்றான்...!"

'தக்காளி தளதளப்பு... தாழம்பூ மினமினுப்பு...' ஜம்னாலாலின் உடலைக் கற்பனை செய்து பார்த்தார் தங்கமாணிக்கம் என்னும் அந்த மனிதர்.

"இவங்கிட்டேயே கேளுங்க மத்த கதையை...குறிப்பா இவன் எப்படிச் செத்தாங்கற கதையை"

"அண்ணே, அதைவிட வைரம்பத்தி எதாவது சொல்லுதானு பார்ப்போம். அந்த ஊர்லேயே பழைய விஷயம் பூராவும் தெரிஞ்ச ஒரே கிழவி இதுதான்.

இது மூலமாதான் நமக்குப் பல விஷயம் தெரிய வந்தது. நாம நழுவவிட்ட காமிராவுல இது சொல்லப்போற விஷயங்கூட இருக்கலாம்..."

"இப்ப அந்த காமிரா எங்கடா?"

"பிரிண்ட் போட அதோட சொந்தக்காரன் நம்ம செங்கோட்டைக்குத்தான் வந்திருக்கான். ஸ்டூடியோக்காரனை மடக்கி ஒண்ணுக்கு ரெண்டா பிரிண்ட் போட்டு ஒரு காப்பியை வாங்கி வரத்தான் சம்பத் போயிருக்கான்."

அவர் அதைக் கேட்டுப் பெரிதாகச் சிரித்தார்.

அப்படி அவர் சிரிக்கும்போது ஏறத்தாழ நான்கு பற்கள் தங்கத்தில் பளீரிட்டன! தங்க மாணிக்கம் என்கிற பெயருக்குத் தோதாக உடம்பில் அணியமுடிந்த இடத்தில் எல்லாம் தங்கம்.

மிகவும் மதர்ப்பான தேகம். நல்ல வாளிப்பு. சலவை மடிப்புக் கலையாத பாலியஸ்டர் வேட்டி மடித்துவிட்ட சந்தனப்பட்டுச் சட்டை.

"ஆமா, இந்த தடவை கோட்டை விட்டுடமாட்டீங்களே... ஒழுங்கா பிரிண்டுங்க வந்துடும்தானே?" சற்று கடூரமான குரலில் கேட்கிறார்.

"செங்கோட்டை ஸ்டூடியோ பூராவும் சம்பத்துக்குப் பழக்கம் முதலாளி. அவன் எதுக்குள்ற நுழைஞ்சதும் டபுள் பிரிண்ட்தான்."

"அந்த போட்டோவுல விஷயமிருக்கறது நிச்சயமாடா?"

"நிச்சயம்னுதான் சம்பத் சொல்றான்..."

"ஆமா... அதை எடுத்த கிழவன் சேத்துல விழுந்து செத்துட்டான்னு சம்பத் சொன்னதா சொல்றீங்களே... அந்தக் கிழவனை ஏண்டா சாகவுட்டீங்க?"

"சாகவுடலை முதலாளி. விதி... செத்துட்டான். அவனை ஃபாலோ பண்ணியேகூட அந்த வைரங்களை நாம சுலபமாக தேடியிருக்கலாம். விதி யாரை விட்டது?"

"இங்கேயே இருக்கற நமக்குக்கூட பல விஷயம் தெரியலை. எங்கிருந்தோ வந்தவனைப் பாத்தீங்களா... எவ்வளவு தூரத்துக்குப் போயிட்டான்?"

இந்த கேள்விக்கு அவர்கள் யாராலும் பதில் சொல்ல முடியவில்லை.

"இந்த ஊர் தண்ணியக் குடிச்சு, இந்த ஊர் காத்தை உறிஞ்சி இந்த மலையாள மலை போல வளர்ந்தவன் நான். ஆனா எனக்கே தெரியாம இந்த மலையில இப்படி ஒரு விஷயமா?

சரி... சரி... அந்தக் கிழவியை மேலும் கிண்டுங்க, அவ என்ன சொல்றானு கேப்போம்..."

சம்பத் கொண்டுவரப் போகிற செய்தி தெரியாமல், உற்சாகமாக அவர்கள் கவனம் இப்போது கிழவி பக்கம் திரும்பியது.

* —— *

20

அன்று...

கண்ணிமைப்பொழுதில் சீறி வரும் அந்த விஷக் கட்டாரியையும் ராஜேந்திரன் குறுக்கிட்டு தன் மேல் வாங்கிக் கொண்டான்!

இது முந்தைய கட்டாரியைவிட ஆழமாக அவனைத் தைத்தது.

ஜம்னாலால் அதிர்ந்து போனார். ஆனபோதிலும் பதட்டத்துக்கு இடம் கொடுக்காமல் ஒரு புலியைப்போல் தேகத்தைச் சுருக்கிக் குனிந்து நிமிர்ந்தவரின் பார்வையில் அனலின் வெம்மை.

இதற்குள் அந்தக் கட்டாரியை எறிந்தவர்கள் கல்மண்டபத்துக்கும் வெளியே வந்துவிட்டிருந்தார்கள்.

துடிக்கும் ராஜேந்திரனை வறட்டுச் சிரிப்போடு வெறித்தவர்கள் ஜம்னாலாலைச் சுற்றி வளைத்துக் கொண்டார்கள்.

"இவனைத் தெரியும் எங்களுக்கு... நீ யாரடா கிழவா?" என்றான் ஒருவன் இளக்காரமாக. அவன் கைவசம் அக்னி நாக்குக் கட்டாரி ஒன்று. இவர்கள் காடகராயனின் ஆட்கள் என்பது ராஜேந்திரனுக்குப் புரிந்தது.

ஆனால், ஒன்றும் செய்ய முடியாமல் தரைப் பரப்பில் ஒரு புழுவைப்போல் நெளியத் தொடங்கியிருந்தான் ராஜேந்திரன். கட்டாரி விஷம் அவன் குருதிக்குள் கோலாட்டம் ஆடத் தொடங்கியிருந்தது.

“ஆயிரம் மத்தளக் கொட்டு காலம்கூட நீ இனி உயிரோடு இருக்க முடியாது. எங்கள் தலைவரை அந்தக்னாக்கிய விடலை வீரனே... இன்றுதான் எங்கள் எண்ணம் குளிர்ந்தது. இந்தக் கிழவனையும் தீர்த்துக் கட்டுங்கள்” என்று ஒருவன் கத்திக் கொண்டே கையை ஓங்கிக் கொண்டு முன்வந்தான்.

ஜம்னாலால் ஆபத்துக்குப் பாவமில்லை என்று தொடுவர்மத்தைத் தொட்டுச் சீறத் தொடங்கினார். அவரைக் குத்த வந்தவர்கள் எல்லாம் நரம்புப் பிடிப்போடு வலிப்பு வந்தவர்கள் போல் தரையில் சுருண்டு விழுந்தார்கள்.

“ஒரு மண்டலம் இனி உங்களுக்கு நரக வேதனைதான்! என் வர்மத் தாக்குதலை அவிழ்க்க எனக்கே தெரியும். ஆனால், நான் அவிழ்க்கத் தயாரில்லை. கிடந்து அனுபவியுங்கள். இது உங்கள் களவு குணத்துக்கு நான் தரும் தண்டனை!”

ஜம்னாலால் பேச்சோடு பேச்சாகத் துடிக்கும் ராஜேந்திரனை நெருங்கினார். அவன் உதட்டில் நுரைதட்டத் தொடங்கி விட்டிருந்தது.

அவன் மரணத்தை நோக்கி முன்னேறிக் கொண்டிருப்பது புரிந்து வேகமானார் அவர். புரவியின் சேணப்பையிலிருந்து ஒரு குப்பியை எடுத்துக் கவிழ்த்தவர் அதிலிருந்து சில குளிகைகளை ராஜேந்திரன் வாயில் போட்டார்.

துளியும் தாமதிக்காமல் தன் வஸ்திரத்தைக் கிழித்துக் கட்டாரி தைத்த இடங்களில் கட்டியவர் கை நிறைய ஏதோ களிம்பை எடுத்து காயங்களில் தடவினார்.

நிலவொளி கூர்மையாய் விழும் பாறைமேடு ஒன்றில் அவன் உடலை இழுத்துக் கிடத்தியவர் அவனது கைவிரல் நாடியைப் பிடித்தபடி பக்கமாக அமர்ந்து கொண்டு கண்ணை மூடிக்கொண்டு விட்டார்.

குருதியில் விஷம் வடிவதை நாடியின் துடிப்பு அவருக்கு காட்டத் தொடங்கியது. மனம் முழுக்க லேசானது போன்ற உணர்வு.

தன் பொருட்டு கட்டாரியைத் தாங்கிக் கொண்டவனை - உயிர்கொடுக்க முன்வந்தவனை நல்லவேளையாக காப்பாற்றியாகிவிட்டது!

அதுவரை ஓர் அந்நியனாய்த் தென்பட்ட ராஜேந்திரனின் முகம், இப்போது அவருக்குள் அவரது மகளின் முகத்தை நினைவில் எழுப்பியது.

"ராஜேந்திரா... பேடா ராஜேந்திரா..." மனசு நெகிழ உதடு உச்சரித்தது. அந்தக் குரல்கேட்டு அதனால் உந்தப்பட்டதுபோல் கண் மலர்த்தினான் ராஜேந்திரன்.

"ஐயா... உங்களுக்கு ஒன்றும் ஆகிவிடவில்லையே...?" என்றான்.

"உனக்கும்கூட ஒன்றும் ஆகிவிடாது. அதனால்தான் இரண்டு விஷக் கட்டாரி தைத்தும் பிழைத்துக் கொண்டு விட்டாய்."

எழுந்தபடி கேட்டான்: "அந்தக் கள்வர்களை என்ன செய்தீர்கள்?"

"அங்கே பார்" என்று கை காட்டினார்.

சுரைக் குடுவைக்குள் நண்டுக்கள் ஒன்றின் மேல் ஒன்று புரண்டு கொண்டிருப்பது போல் அவர்கள் ஒருவர் மேல் ஒருவர் விழுந்தபடி கதறிக் கொண்டிருந்தார்கள்.

"இவர்களைப் போலவே சகல கள்வர்களையும் நீங்கள் வர்மத்தில் வீழ்த்தினால் எங்கள் பகுதி பாளையங்கள் உங்களை வாழ்த்தும்" என்றபடியே புரவியைப் பிடித்தபடி நடையிடத் தொடங்கினான் ராஜேந்திரன்.

"எதற்கும் இந்த தீப்பந்தத்தை எடுத்துக் கொள்கிறேன்" என்றவன் செண்பகதேவி கோயிலின் வெளி மண்டபத்தில் தூணுக்கு ஒன்றாய் எரியும் தீப்பந்தத்தில் ஒன்றை உருவி எடுத்துக் கொண்டான்.

தீப்பந்தத்தோடு அவன் முன்னால் நடையிட பின்னால் புரவிகள் செல்ல இறுதியாக ஜம்னாலால் நடக்க ஆரம்பித்தார்.

✲✲✲

அதிகாலையைக் கடந்துவிட்ட மலைக் குருவிகள் கண் விழிக்கும் நேரம்...

கிழக்கில் மஞ்சள் பழம் ஒன்று கதிரவன் என்ற பெயரில் தன் விட்ட விளிம்பைக் காட்ட, பொலபொலத்த பனிக்கூட்டம் சிங்கத்தைக் கண்ட முயல் போல விலகி ஓடத்தொடங்கிய அந்த வேளையில், பண்பொழியூர் அரண்மனை வாயிலை எட்டிவிட்டிருந்தார்கள் அவர்கள் இருவரும்.

கோட்டை வாயிலில் இருந்த வீரனுக்கு வணக்கம் சொல்லியபடி உள்ளே நுழைந்தான் ராஜேந்திரன்.

"நண்பா... நீ முன் சென்று நமது அம்பலத்தாரின் வடநாட்டு நண்பர் வந்து கொண்டிருப்பதை அவருக்குத் தெரிவி. இவர் ஓர் அபூர்வ மனிதர். போ விரைவாக... அம்பலத்தார் இவரை எதிர்கொண்டழைத்துச் செல்லுதல் தான் மரியாதை. அதற்காகவே சொல்கிறேன் போ..." என்றான்.

அந்த வீரன் மறுமொழி பேசாமல் அரண்மனைக்குள் ஓடினான். ராஜேந்திரன் புரவிகளைக் கொழுமரத்தில் பூட்டிக் கொள்ளுப் பையை அவற்றின் நாசியில் கட்டிவிட்டு ஜம்னாலாலுடன் அரண்மனையின் முதல் விதான வாயிலை எட்டிய வேளை தந்துபி ஒன்று எழுச்சியோடு முழங்கியது. அதைத் தொடர்ந்து முரசு அறையதப்படும் ஓசை. இத்துடன் கூடச் சேர்ந்தும் ஒட்டாமல் நின்று தனித்தவத்தோடு சத்தமிட்டது கெண்டை.

அந்த முழக்கங்கள் நடுவே, தைல நீராடி தலை முடியைக் காற்றாடவிட்ட நிலையில் திறந்த மார்பில் பட்டுத்துண்டை மூடித் தரித்தவராய்க் கச்சம் தழைய அம்பலத்தேவர் பூர்ணகும்பம் சகிதம் வந்து கொண்டிருந்தார்.

ஜம்னாலாலுக்கு அதைப் பார்க்க வியப்பு. தேவருக்குப் பின்னே சகதர்மினி செண்பகம், அருமைத் திருமகள் மீனாட்சி மற்றும் நாராயணப்பிள்ளை. கணக்காயர் என்று மாட்சிமைக் கூட்டமே திரண்டிருந்தது.

நெருங்கிவிட்ட தேவர், ஜம்னாலாலை ஆரத்தழுவி வரவேற்றார். அதிசயமாகப் பார்த்தார்.

“வரவேண்டும் அருமை நண்பரே...வரவேண்டும்...”

பரஸ்பர நல விசாரிப்புக்கு உதடு சென்றது. எல்லாம் முடிந்த பின் மற்றவர் அறிமுகம் தொடங்கிய வேளை...

மீனாட்சியோ ராஜேந்திரனையும் அவனது தோள் கட்டையுமே பார்த்துக் கொண்டிருந்தாள். மனதில் மருகல். ராஜேந்திரன் பார்வையாலேயே அவளைத் தேற்றினான்.

அம்பலத்தாருக்கு மட்டுமல்ல ஜம்னாலாலுக்கும் புரிந்து போனது.

எல்லோரும் உள்ளே செல்ல வேண்டி திரும்ப, மீனாட்சி மட்டும் துணிச்சலுடன் தயங்கி நின்று ராஜேந்திரன் அருகில் வரவும் சேர்ந்து நடையிடத் தொடங்கினாள்.

“என்ன காயம்?” உதட்டில் கேள்வி.

“எல்லாம் வீரத் தழும்புதான்” அவனிடம் பதில்.

“இந்தத் தழும்பு போதாது. போரில் நீங்கள் வெற்றி பெற்று மேலும் வீரத் தழும்பினைப் பெற வேண்டும். வெள்ளையன் படை நெருங்கிவிட்டதாக அறிகிறோம். நீங்கள் உடனே நெல்கட்டும் செவலுக்குச் செல்லுங்கள்... வீரமாலை அணிந்து வாருங்கள். தந்தைக்கு நம் விஷயம் தெரியும். நானே உறுதிபட விளக்கிவிட்டேன்...”

அவள் மெல்ல நடந்து பேச, மற்றவர்கள் வேகமாக முன்செல்ல, வழியில் இடையிட்ட ஒரு அறை வாசலை அடைந்தவள் காதல்

மிகுதியோடு ராஜேந்திரன் கையை இறுகப் பற்றியபடி அந்த அறைக்குள் நுழைந்தே விட்டாள்!

"என்ன மீனாட்சி இது... அதிகாலையில் அதுவும் பல ஆன்றோர்கள் உள்ள இந்த நேரத்தில்..." ராஜேந்திரன் நிஜமாகவே சலித்துக் கொண்டான்.

அவள் எதையும் பொருட்படுத்தாமல் அவன் இடைக் கட்டாரியை உருவி தன் கரத்தைக் கீறி ஒரு மின்னலின் வேகத்தில் அவன் நெற்றியில் பொட்டையும் இட்டவள் சலனமின்றி அவனை வெறித்தாள். கண்ணீரே அறியாத அவள் கண்களில் முதன்முதலாய் கண்ணீரின் வியாபிப்பு.

ராஜேந்திரன் துடித்துப் போனான். "மீனாட்சி... என்ன இது?"

"வெற்றித்திலகம் அத்தான்..." என்றாள்.

"அத்தானா?"

"ஆமாம்! வேறு எப்படி அழைக்க...? அழைக்கவோ திலகமிடவோ இந்தப் பெண்ணுக்கு இதைவிட வாகான தருணம் இனி கிட்டப்போவதில்லை. அதனால்தான் துணிந்துவிட்டேன்.

வெள்ளைப் பறங்கிகளைப் பந்தாடி வெற்றிக் கொடி பிடித்து நீங்கள் பண்பொழியூருக்கு வரவேண்டும். அந்தப் பரவசமான தருணம் வரும்வரை நான் உங்களுக்காகத் துடித்துக் கொண்டே இருப்பேன். அந்த வஜ்ரநாராயணனிடம் மட்டும் எச்சரிக்கையாக இருங்கள்."

ராஜேந்திரன் சிலிர்த்துப் போன அந்த வேளையில்....

✲ ✲ ✲

நெல்கட்டும் செவல் நோக்கி நடையிடும் அந்தப் புரவிக்கூட்டத்தில் தளபதி வஜ்ரநாராயணன் அங்கணத்தேவன் என்பவன் புரவியை அண்டியிருந்தான்.

"அங்கணத்தேவா... போருக்கு எப்படியும் பின்தொடர்ந்து ராஜேந்திரன் வருவான். வெள்ளையர் வேட்டையைவிட உனக்கு

மிக முக்கியம். அவனது வேட்டைதான். மரணம் நம்மால் அவனுக்கு நிகழவேண்டும். பழி போரின் மேல் விழவேண்டும். தருணத்தை எந்தக் காரணம் கொண்டும் நீ கோட்டை விடக்கூடாது. உனக்காகப் பத்தாயிரம் பொன்னை நான் மூட்டை கட்டி வைத்திருக்கிறேன்" என்றான்.

அங்கணத்தேவனிடம் அதற்குப் பதிலாக உக்ர சிரிப்பு!

இன்று...

"பாட்டி... அந்தக் கதைக்கெல்லாம் காரணம் யாரு?" ஒருவன் கேட்டான்.

"காடகத்தான்"

"யாரு காடகத்தான்?"

"வழிப்பறிக் கள்வன்தான். புலித்தேவ ராசா போல மகா பெரிய வீரன். ஆனா, சாண்டியன்!"

"புலித்தேவ ராசாவா?"

"ஆமா கண்ணு. வெள்ளைக்காரனுங்களுக்குத் தண்ணிகாட்டுன சூரன்ல புலித்தேவன்."

"டேய்! சப்ஜெக்டைவிட்டு எங்கெங்கியோ போறீங்க... வைரப் பெட்டியைப்பத்திக் கேளுங்கடா..." எரிந்து விழுந்தார் தங்கமாணிக்கம்.

"சரிங்க எஜமான். பாட்டி, அந்த வடநாட்டான் வைரப் பெட்டி ஒண்ணு வெச்சிருந்தானாமில்ல...?"

"யாரு பாத்தா... எல்லாம் சொல்லக் கேள்விதான்!"

"உனக்கு எப்படி இவ்வளவு தெரியும்?"

"ஒரு காலத்துல ஊருக்கே தெரிஞ்ச கதை இது. அம்பலத்தான் கதைன்னா அணில் குஞ்சும் நின்னு கேக்கும். அவன் மகள் மீனாட்சியும் ராஜேந்திரனும் உசுருக்குஉசுரா ஒண்ணுமிண்ணா

பழகுவனங்க. அதுங்களுக்கு நேர்ந்த கதி ஒரு நாய்க்கும் நேரக்கூடாதுப்பா.

இந்த மலைமேல அவுக மாயமா மறைஞ்சிட்டாங்க. சோதியா சாமி ஆயிட்டதாப் பேசிக்கிறாங்க! அவுச நினைப்பா அம்பலத்தார் அழுத கண்ணும் தொழுத கையுமா பலநாள் இருந்தாராம்... பின்னால பல தான தர்மம் பண்ணாரு, இனி வரையில்ல அது தொடருது..."

"அதெல்லாம் யாருக்கு வேணும்... அந்த வடநாட்டான் என்ன ஆனான்?"

"அவனும் மலைமேல அவுககூடப் போனதாக் கேள்வி..."

"அவன்கிட்ட வைரம் இருந்திச்சா....?"

"ஆமாம் ராசா... வைரம்னா வைரம்... விலைமதிப்பில்லாத வைரங்க! ஒரு மரப்பெட்டியில அதை வெச்சிருப்பானாம். அந்தப் பெட்டியைக் கீழேயே வைக்கமாட்டானாம்..."

"அது என்ன ஆச்சு?"

"அவனே என்ன ஆனான்னு தெரியாதப்ப அது என்ன ஆனா என்ன?"

"இந்த மலைமேல இருக்கறதாப் பேசிக்கறாங்களே..."

"என் காலத்துலயே பலர் அதைத் தேடிப்போனதுண்டு. போனவங்க யாரும் உசுரோட திரும்பலை தம்பி..."

"அப்ப மலைமேல இருக்கிறது நிச்சயம்?"

"எனக்குத் தெரியாது. ஆனா, ஒண்ணு தெரியும். அதுல ஒரு வைரத்துக்கு அபூர்வ சக்தி உண்டு."

"இது மட்டும் உனக்கு ஞாபகம் இருக்கா...?"

"என் முப்பாட்டன் அந்த வைரக்கல்லைப் பார்த்தவருடா தம்பி! அவர் அரண்மனையில அம்பலத்தாருக்குக் கால் அமுக்கிவிட்டவரு. நல்ல கைப் பெரிய வைரம். அந்த வடநாட்டான் அதை அம்பலத்தாருக்குக் கொடுத்துட்டான்!

ஏந்திப் பிடிச்சா சூரியனைப் பிடிச்சமாதிரி ஜொலிக்குமாறு அது. 'பத்துப் பாளையத்தை ஒத்தைத் தாள்ல எழுதித் தரேன். வைரத்தைக் கொடு'ன்னு வெள்ளைக்காரன்கூட அம்பலத்தாரைக் கேட்டானாம். அம்பலத்தார் மறுத்துட்டாராம்..."

"பத்துப் பாளையம் அதுக்கு ஈடா... அப்படீன்னா இப்ப அது கோடி கோடி ரூபா போகுமே..."

"அதோட மதிப்பை விடு... அது இருக்கற இடத்துல லட்சுமிகடாட்சம் துள்ளுமடா. கோழையைக்கூட வீரனாக்கற வைரம் அது.... அது யார் கையில் கிடைக்கணும்னு இருக்கோ அவங்களுக்குத்தான் கிடைக்கும்னு சொல்வாங்க..."

கிழவி பேசப் பேச தங்கமாணிக்கம் என்னும் அந்த நபர் மெய்மறந்து விட்டிருந்தார்.

'ஆகா! அந்த வைரம் மட்டும் கைவசப்பட்டுவிட்டால்?' நினைப்பில் குதூகலம் குற்றாலமாகக் கொட்டியது.

கிழவியின் கையில் ஒரு ஐம்பது ரூபாய் தாளைத் தந்துவிட்டுத் திரும்ப அறைக்குள் நுழைந்து ஜம்னாலால் உடலைப் பார்க்கத் தொடங்கியது அவர் கண்கள்.

அதில் ஆசை வெறி!

"நீதானா அந்த வடநாட்டான்? ஆமா, நீ எப்படிய்யா அந்த புரொபசர் வீட்டுக்கு வந்தே? அது இருக்கட்டும்... எப்படி உன் உடம்பு இன்னும் கெடாம இருக்கு? எங்கேய்யா நீ வெச்சிருந்த வைரப் பெட்டி...? கையைவிட்டுக் கீழ வைக்கமாட்டியாமே?"

அவர் மனத்தில் கேள்விகளின் மறியல். சட்டென்று ஒரு பொறி!

'ஜம்னாலால் உடல் அகப்பட்ட கையோடு அந்த வைரப் பெட்டியும் ராம்நாத் வசம் அகப்பட்டிருக்கலாம் அல்லவா?'

"டேய்... வாங்கடா எல்லாரும். அந்தக் கிழவன் இந்த உடம்பை மட்டுமா வெச்சிருந்தான். ஏன், இதுகூட அந்த வைரப் பெட்டியும் அவருக்குக் கிடைச்சிருக்கலாமே?"

சந்தேகத்தைச் சிந்திவிட்டார்.

"முதலாளி... அபத்தம் முதலாளி. கிடைச்சிருந்தா எதுக்கு அந்தக் கிழவன் மலைமேல போய் சாகணும். ஊரைவிட்டே கம்பி நீட்டியிருக்கலாம் இல்லையா?"

"அந்தக் கிழவி சொன்னதைக் கேட்டீங்களா? இந்த வடநாட்டான் கையைவிட்டே அந்தப் பெட்டி கீழே இறங்காதுன்னுல்ல சொன்னா..."

"தான் கேட்டதைக் கிழவி சொல்லி இருக்கா. நடுவுல எவ்வளவு பொய்யோ எவ்வளவு மெய்யோ... யாருக்குத் தெரியும்?"

"வாஸ்தவம்தான்... இந்த உடம்பு அந்த புரொபசர் வருகை– அவர் எடுத்த போட்டோ... இதெல்லாம்தான் நாம சந்தேகப்பட்டுக் கதைன்னு நினைச்சிட்டிருந்த விஷயத்துக்கு ஆதாரங்களே... மத்ததெல்லாம் போகப் போகத்தான் தெரியும்..."

"தெரிஞ்சாகணும். மலையில் அங்குல நிலத்தைக்கூட விடாதீங்க. தேடுங்கோ..."

"தேடாமலா இருக்கோம். இந்த மலை என்ன தேடற மாதிரியான இடமா? பளிங்கனுங்களாலேயே போக முடியாத இடமெல்லாம் இருக்கே..."

ஒருவன் தன் சந்தேகத்தை வார்த்தைப்படுத்திய அதே விநாடியில் வாசலில் ஜீப்பிலிருந்து குதித்து பரப்பரப்பாக உள்ளே நுழைந்தான் சம்பத்.

"சார்... சார்... அந்த காமிராக்காரன் எமகாதகனா இருக்கான். 'போட்டோவை நானே பிரிண்ட் போட்டுக்கறேன். கேக்கற காசைத் தந்துடறேன்'னான். ஸ்டூடியோகாரன். என்னைப் பார்த்து வழிஞ்சிட்டு மண்டையாட்டிட்டான். டார்க் ரூமுக்கு உள்ள இப்ப வேலை கனஜோரா நடந்துக்கிட்டிருக்கு. நாம என்ன பண்ண?"

அவன் கேள்வி முன் நிமிர்ந்த தங்கமாணிக்கம் தாடையைத் தடவியபடியே "வடையும் பஜ்ஜியும் இருந்தா சட்டினியோட

வாங்கிட்டு வாங்கடா... தோச்சுத் தோச்சு திண்ணலாம்" என்றார், கோபம் கலந்த இடக்காக...

யாருக்கும் பேச தைரியம் இல்லை. தவறான சமாதானம் ஏதாவது சொல்லிவிட்டால் டாப்பு எகிறிவிடும் என்பது அவர்களுக்குத் தெரிந்த விஷயம்தான்!

மனிதர் பணத்தால் ஒரு மந்திரியையே சந்தனமாக அரைத்துப் பூசிக் கொண்டுவிட்டவர். ஏழெட்டுக் கொலைகளில் இவரது பின்புலம் தாராளமாக உண்டு. இவரைப் பற்றிய எந்த விஷயத்துக்கும் நுனியும் கிடையாது. முடிவும் கிடையாது.

சட்டென்று தங்க மாணிக்கத்துக்குள் ஒரு மின்வெட்டு!

சம்பத்தைத் தனியே அழைத்தார்.

"இனி உனக்கு ஜோலியே அந்தப் பசங்களை மலைமேல ஃபாலோ பண்றதுதான். அவங்க வைரத்தை நெருங்கும்போது துப்பாக்கியைத் தூக்கிடு!"

சம்பத் லேசாக மிரண்டான் அதைக் கேட்டு.

"என்னடா வழியறே...?"

"ஒண்ணுமில்லை சார்... இது கொக்கு தலையில வெண்ணெயை வெச்சுப் பிடிக்கற மாதிரி படுது. அதுமட்டுமில்லே... அவங்களை ஃபாலோ பண்றது சுலபமான விஷயமில்லை. போட்டோவில ஏதாவது துப்பு கிடைச்சிட்டா நாம முந்திக்கலாம். ஏற்கனவே வைரம் சம்பந்தமா நாம் பல விஷயங்களைச் சேகரிச்சு வெச்சிருக்கோம்..."

சம்பத்தின் பேச்சின் நியாயம் தங்க மாணிக்கத்தைச் சற்று கஷ்டப்படுத்தியது.

"எப்ப 'நான்தான் பிரிண்ட் போடுவேன்'னு அவன் சொன்னானே அப்பவே அவன் ஜீட்டான பார்ட்டினு தெரியுது..." மோவாயைத் தடவுவதும் யோசிப்பதுமாய் நெடுநேரத்தைக் கடத்தினார்.

“இப்பவே நம்ம ஆளுங்களோட போய், பிரிண்ட் போட்டுக்கிட்டுத் திரும்பறவனை மட்டும் நாலு போடு போட்டுக் கொண்டுக்கிட்டு வந்துடவா?” அவசாரமாகக் கேட்டான் சம்பத்.

“கூடாதுடா... தொல்லை தொடரும்! ஒரு சின்ன சேதமும் இல்லாம அந்த போட்டோ பிரிண்ட் என்கிட்ட வந்துடும். நீ போ... காலையில வா.”

அவர் பேச்சு அவனுக்குப் புரியவே இல்லை. ‘எப்படி இவர் வசம் அது வரும்?’ மண்டையைப் போட்டு பிய்த்துக் கொண்டான் சம்பத். பின்னர் அரைமனதாக அங்கிருந்து அகன்றான்.

மாருதியின் முன் பக்கக் கதவைத் திறந்த பாஸ்கர், காரைக் கிளப்புமுன் கையில் கவருக்குள் இருந்த அந்த போட்டோக்களை எடுத்து வரிசையாக ஒரு பார்வை பார்த்தான்.

‘எலும்புக் கூடுகள் பல்லிளித்தன!’

பாறையில் லிங்கக்குறி ஒன்று பளிச்சிட்டது...

‘வில்வ நிழலின் லிங்கப் பாறைக்குத் தெற்கில் ஏழுகல் பாறை மேல் ஏறி வந்தால் மீதம் சொல்வேன்’ என்னும் வாசகத்துடன் ஒரு புகைப்படம் அவன் மண்டையைக் குடைந்தது.

அடுத்த புகைப்படமோ அவனைப் பிடித்து ஓர் உசுப்பே உசுப்பியது. ஒரு பாறைச் சுவரில் பத்ரகாளி போல் ஓர் ஓவியம். அந்தக் காளியின் மடிமேல் ஒரு பெட்டி!

* —— *

21

அன்று...

ஆகிருதியான அங்கணத்தேவனின் அந்த உக்ரச் சிரிப்பு. வஜ்ரநாராயணனின் காதில் வெற்றிச் சிரிப்பாகத்தான் ஒலித்தது.

“அங்கணா... உன் முயற்சியின் முனைகள் மழுங்கி விடாமல் எச்சரிக்கையாகச் செயல்படு. ராஜேந்திரனைக் கொல்லும் முயற்சியில் தோற்றுப்போனால் நீ உயிர் துறப்பது உறுதி...”

தொடர்ந்து அவனை எச்சரிக்கை செய்த வஜ்ரநாராயணன் பேச்சின் அந்த இறுதி வரிகளில் அங்கணத்தேவனின் முகம் கோபத்தால் கோணிப்போனது. கறுத்த அவனது முரட்டு தேகத்தின் நரம்புப் புடைப்பில், ரத்தத்தின் முட்டி மோதும் தாக்குதல் வேறு.

“தளபதியாரே... எதற்கு இந்தக் கடின எச்சரிக்கை? ராஜேந்திரன் சாதாரணப் பூச்சி. அவன் பொருட்டு எதற்கு இத்தனை கொடிய வார்த்தைகள்?” கோபத்துடன் எதிர்க் கேள்வி கேட்டான் அங்கணத் தேவன்.

“முட்டாள்... மூர்க்கர்களுக்கு மூளையில் முனைப்பு குறைவு என்பதை நிரூபிக்கிறாய் நீ! ராஜேந்திரன் சாதாரணப் பூச்சியில்ல. அசந்தால் அவன் என்னையே விழுங்கி ஏப்பம் விடுபவன். அடுத்து அம்பலத்தாரின் மனக்கணிப்பில் வெகு வேகமாக உயர்ந்துவிட்டவன். இந்தப் போரில் நாம் வெற்றி பெற்றால், அதன் பெருமையில் அவனுக்கும் பங்கு உண்டு. வெறும் பங்கல்ல

அது! நமது இளவரசியாரையே மணக்கப்போகும் பங்கு அது...” தளபதியின் பேச்சு அங்கணத்தேவனைக் கொதிக்கவிட்டது.

“ஒரு சாதாரணப் படை வீரன்... ஊஹீம்! அதற்கும் தகுதிகளைப் பெற்றிராத கோச்சு ஓட்டியின் குடும்பத்தவனுக்கு இப்படி ஒரு வாய்ப்பா?”

“என்ன செய்ய... மீனாட்சி தேவியார் அவனைத் தன் மனதில் எழுதி நாட்கள் பலவாகிவிட்டன....”

“நேற்று வந்த இவனுக்கு இப்படியோர் அதிர்ஷ்டமா? விடமாட்டேன் தளபதி...”

“காரியத்தைக் கச்சிதமாக முடி! தவறாகச் செயல்பட்டு கொலைப் பழியைச் சுமக்காதே. பழி போரின்மேல் முடிய வேண்டும்...”

“கச்சிதமாக முடித்துவிடுவேன், கவலையே படாதீர்கள்.”

“அப்படிச் செய்தால்தான் எனக்கும் நிறைவு. போரின் வெற்றியில் என் பங்கு மிகுதியாக இருக்க வேண்டும் அதைக் காரணம் காட்டி இளவரசியை நானே மணக்க வேண்டும்.”

சங்கரநாராயணர் ஆலயம் அன்று ஏக எழுச்சியுடன் காணப்பட்டது. கோபுரச் சுருக்கங்களில் ஒளிந்திருக்கும் புறாக்களெல்லாம் உணர்ச்சிவயப்பட்ட நிலையில்.

அன்னை கோமதியின் அருந்தவத்துக்கு இறங்கி ‘ஹரியும் சிவனும் ஒண்ணு அறியாதார் வாயில் மண்ணு’ எனும் கிராமிய மொழிக்கு எடுத்துக்காட்டாய் இலக்கணமாய் அந்த நாராயணனும் சிவனும் சரிபாதியாய்த் திருமேனி கலந்து திவ்ய சொரூபம் காட்டியருளிய அந்தப் புண்ணிய பூமியில் மாவீரர் புலித்தேவரின் வருகையை எதிர்நோக்கிய முகங்கள் கோயில் பிராகாரங்களில் அலைமோதியபடி இருந்தன.

ஆலய வாசலில் அவர்களின் எதிர்பார்ப்பைப் பெரிதும் சோதிக்காதபடி வந்து சோந்திருந்தது தேவரின் வெண்ணிறப் புரவி! கூடவே அவரது கூட்டத்தவரின் வாலைக் குழைக்கும் புரவிக் கூட்டம்.

'ஆஹா... என்ன ஒரு ஆகிருதி!'

பளபளப்பான கருமுத்து விழிகள். ஞான விலாசம் கூறும் அகண்ட நெற்றியில் திருநீற்றின் சயனம். சிரத்தை வளைத்த செம்பட்டுப் பாகை. அதில் சமுத்திர முத்தின் சீரான கோர்ப்பு.

மைதான மார்பு பாரதத்து பீமனை நினைவுபடுத்தும் பராக்கிரமமான உடல், வெண்பட்டுத் தார்ப்பாய்ச்சியை இடுப்பில் இறுக்கி நிற்கும் இடைப்புலிக்கச்சு! அதில் வளைக்கட்டாரி.

மார்பை நிமிர்த்தி நின்றால் யானை பிளறிவிட்டு நிற்பது போன்ற பாவனை.

கூட்டம் தேவரைப் பார்த்து சிலிர்த்த மறுவிநாடியே மறவர் பெண்டிரின் குலவை ஒலி புலித்தேவரை விம்மிதமடையச் செய்தது.

ஒரு முதிர்ந்த வீரன் கட்டியம் கூற, புலித்தேவர் அண்ணாந்து கோபுரக் கலசம் நோக்கி கைகூப்பினார்.

நற்சகுனமாய் அதன்மேல் ஒரு கருட வட்டம்!

பூர்ணகும்பம் சகிதம் திரண்டுவிட்ட கோயில் பட்டர்கள் அதைப் பார்த்து புளகாங்கிதப்பட, தேவர் ஆலயப் பிரவேசம் நிகழ்த்தத் தொடங்கினார்.

எதைச் செய்யும் முன்பும் எல்லாம் வல்ல இறைவனை வணங்கிச் செயல்படும் அந்த அரச பக்தி அநேகரை ஆச்சிரியப்படுத்தியிருந்தது.

கற்பூர ஆராதனையிலிருந்து கண்மூடி தியானித்து நீர் மல்க விழிதிறந்தபோது எதிரே சங்கரநாராயணன் திருத்தோள் மாலை கழன்று விழுந்தது.

கூட்டம் சிலிர்த்தது.

"தேவரே... வெள்ளையன் புறங்கண்டு ஓடப்போவது சத்தியம். ஒற்றைக்காசை நீங்கள் கப்பம் செலுத்தத் தேவையில்லை..." என்றது கூட்டத்தில் ஒரு கிழட்டுக் குரல்.

“அதில் சந்தேகமில்லை...” என்று அழுத்தமாக ஒரு குரல். குரல் கொடுத்தது வேறு யாருமில்லை. பூனைக்கண்ணன் தான்!

“கண்ணா...” அவனை அங்கே பார்த்துவிட்டு தேவர் சிலிர்ப்போடு அழைத்தார்.

“சென்ற காரியம் யாவும் வென்றேன். பாளையத் துணைப் படைகளும் வந்த வண்ணமுள்ளன. நான் முன் விரட்டி வந்தேன். சந்நிதியில் வெற்றிச் சங்கல்பம் மேற்கொண்டு திரும்புவோம் தேவர்பிரானே” அவனது உணர்ச்சிகரமான பேச்சைத் தொடர்ந்து பரிவட்ட மரியாதைகளைப் பவித்ரமாகத் தாங்கியபடி தேவர் வெளிக்கிளம்ப ஆயத்தமானார்.

“கோச்சில் உரையாடியபடியே பயணிப்பதுதான் தற்போது மிக நல்லது...” என்றான் பூனைக்கண்ணன்.

அதன்படியே கோச்சில் ஏறிக்கொள்ள, அந்த திருத்தலம்விட்டு தேவரின் பரிவாரக் கூட்டமும் பின்தொடர...

“பூனைக்கண்ணா, சீக்கிரம் சொல்...வெள்ளையன் படை எதுவரை வந்துள்ளது?”

“தென்காசிக்குக் கிழக்கில் ஏக தூரத்தில் உள்ளார்கள். எண்ணி இரண்டாயிரம் புரவி வீரர்கள். காலாட்படையோ கணிக்க முடியாத அளவு. நாற்பது பீரங்கிகள் தான் நமக்கு எமனே!

டச்சுக்காரர்கள்தான் அதை இயக்குவதில் அசுர சாதகர்களாக இருக்கிறார்கள். நாம் அதை முடக்கினால்தான் வெற்றி பெற முடியும். அதற்கான திட்டமும் உள்ளது.

வாஸ்தவத்தில் நான் மீண்டு வந்ததே தெய்வச் செயல்தான். தெய்வம் அந்த பண்பொழியூர் ராஜேந்திரன் ரூபத்தில் வந்தது.”

“காடகராயனை வீழ்த்திய அந்தக் காளையா?”

“அவனேதான்! ஒரு தனிப்படையோடு நமக்கு உதவ வந்து கொண்டிருக்கிறான் தேவர் பிரானே! மலை ஏற்றத்தில் மகாவீரனாக இருக்கிறான்.”

"சரி, விஷயத்துக்கு வா... போர் என்று மூளும்? அந்த நாளும் நேரமும்தான் எனக்கு முக்கியம்..."

"அநேகமாக வரும் ஞாயிறு இரவு?"

"இரவிலா?"

"ஆம்! அதுதான் அவர்கள் திட்டம். முன்னறிவிப்பின்றிக்கூட பீரங்கிகள் முழங்கி நமது கோட்டைச் சுவரைப் பிளக்கலாம்."

அதைக் கேட்ட புலித்தேவரின் முகம் சிவந்து போனது. "தென்காசியை அவர்கள் தாண்ட விடக்கூடாது..." என்று கர்ஜித்தார்.

"எட்டயபுரத்தையும் வளைத்துவிட்டது வெள்ளையன் படை. அந்தப் பக்கமிருந்தும் அவர்கள் வரக்கூடும்" என்றான் பூனைக்கண்ணன்.

ஆழமாக யோசிக்கத் தொடங்கினார் புலித்தேவர், நெடுநேரத்துக்குப் பிறகு முகத்தில் பிரகாசம் பந்தலிட்டது.

"ஒரே நாளில் அந்த வெள்ளையனைக் கிலிகொள்ள வைக்கிறேனா இல்லையா பார்..." என்றவர் கோச்சு திரைச்சீலையை விலக்கியபடி வெளியே பார்த்து "மருதப்பா" என்றார் சீற்றமாக.

மருதப்பன் தன் புரவி லகானை இழுத்தபடி அவரைப் பணிவாக ஏறிட்டான்.

"நான் வேங்கியப்பனையும் தாமிர நாட்டானையும் உடனே பார்த்தாக வேண்டும்" கர்ஜித்தார் புலித்தேவர்.

அதைக் கேட்டு மற்றவர் முகங்களில் அதிர்ச்சிக் களேபரம்!

"மலையை விட்டே கீழே இறங்கக்கூடாது... இறங்கினால் கால்கள் துண்டிக்கப்படும்..." என்று எச்சரிக்கப்பட்டு தேவரால் துரத்தப்பட்ட கள்ளர்களுக்கு அழைப்பா?

மருதப்பன் பதில் பேசாமல் தன் புரவியை அந்தக் கூட்டத்தை விட்டுப் பிரித்து வழி நடத்தத் தொடங்கினான்.

"தேவர் பிரானே... இது என்ன புதிரான அழைப்பு?" பூனைக்கண்ணன் பதட்டத்துடன் கேட்டான்.

"வைரத்தை வைரத்தால் அறுக்கப் போகிறேன் பூனைக்கண்ணா. எந்தத் துப்பாக்கிகளும் பீரங்கிகளும் வெள்ளையன் பலமோ அதை நாம் தட்டிப் பறிக்க வேண்டும்.

தோளும் தோளும் மோதும் போர்களையும், வாளும் வேலும் சுழலும் போர்களையுமே பார்த்தவர்கள் நாம். அதன்படி வெள்ளையன் வந்தால் விழுங்கி விடுவோம். இன்று நவீன ஆயுதம் தாங்கி வருகிறான் அவன். துளியும் போர் முறை நியாயமற்ற அடாத செயல் இது. இப்படித்தான் அவர்களைச் சந்திக்க வேண்டும். இதுமட்டுமா... இன்னும் நிறைய இருக்கிறது.

செவலைச் சென்றடைந்த மறுகணமே போர் வீரர்களைச் சந்திப்பதுதான் முதல் பணி. போரில் நமது கைக்கோல் தாக்குதலைப் பிரதானப்படுத்துவது மிக முக்கியம்.

தலையாரிகளுக்குக் கட்டளையிட்டு கூரிய கைக்கோல்களை மலைகளில் இருந்து ஆயிரமாயிரமாய் வெட்டிவரச் செய்...

ஒவ்வொரு கோலின் முனையும் ஒரு எதிரியின் மார்பைக் குடைந்தாக வேண்டும்..."

"இதையெல்லாம் இனிதானா செய்வேன்...? எப்போதோ செய்து முடித்து விட்டேன்!"

"பலே.. செவலுக்குச் சென்றவுடன் அந்த ராஜேந்திரனைக் கண்டால் அழைத்து வந்து என்னைப் பார்..."

அருகாமை மலைத்தொடரின் நெருங்கிய மரக்கூட்டங்களை நெகிழ்த்தியபடி நூற்றுக்கும் மேலான கள்ளர் கூட்டம் கீழிறங்கத் தொடங்கியது.

அதன் முன்னே நடுநாயகமாய் வேங்கியப்பனும், தாமிர நாட்டானும்!

அடிவாரச் சருக்கத்தில மருதப்பன் நின்று கொண்டிருந்தான்.

இறங்கி வந்தவர்கள் மருதப்பனைப் புளகாங்கிதமாகப் பார்த்தார்கள். ஒரு காலத்தில் தங்கள் கூட்டத்தோடு கூட்டமாகத் திரிந்தவன். மனசாட்சியின்றிக் கொள்ளை, கொலை புரிந்தவன். புலித்தேவரால் பிடிபட்டபோது ஞானம் பெற்று புலித்தேவர் காலில் விழுந்து மன்னிப்புக் கோரியவன். அவனது மனமாற்றத்தால் அவரது நம்பிக்கைக்குரிய ஒருவனாகவும் ஆகிவிட்டவன்.

அப்படிப்பட்டவனைப் பார்த்த வேங்கியப்பனுக்குப் பழைய பரிச்சயம் மறவாத அவனது அன்புப் பார்வை மிக பிடித்திருந்தது.

"மருதப்பா...என்ன இது அதியசம்... எதற்காக எங்களுக்கு அழைப்பு?" தாமிரநாட்டானிடம்கூடக் கேள்வி.

"காரணமாகத்தான் நண்பர்களே. உங்களைப் புலித்தேவர் காண விரும்புகிறார்..."

"எதற்கு...?"

"தாய்நாடு காக்கும் போரில் உங்கள் பங்கும் அவருக்குத் தேவை. மேற்குப் பாளையங்களின் மறவர்கள் அனைவரும் ஒன்றுபட்டு நிற்கும் ஓர் உன்னத நேரம் இது..."

"இந்தக் கள்ளர்களின் பங்கைக்கூடப் பொருட்படுத்துகிறாரா தேவர்...?"

"ராமர் தன் பராக்கிரமத்தை மட்டும் நம்பியிராமல் பாலம் கட்ட அணிலின் உதவியைக்கூடப் பெற்றது நீங்கள் அறிந்ததுதானே?"

"நல்லது... மிக நல்லது! எங்கள் பாவச் செயல்களுக்குப் பரிகாரம் செய்ய இது ஒரு தருணம். என்ன செய்ய வேண்டும் நாங்கள்?"

"புலித்தேவர் கூறுவார்..."

அவர்கள் அங்கிருந்து உற்சாகமாகக் கிளம்பினர்.

அந்த நெடிய மண்பாதையில் கிழக்கிந்திய கம்பெனியின் வண்ணக்கொடி ஏந்திய வீரனின் முனைப்பான பின்புலத்தில் முதல் வரிசையில் பிரதானமாக கர்னல் ஹெரான். அவனுக்கு இடவலமாய் அவனது மெய்க்காப்பாளர்கள்.

சற்றுப் பின்தள்ளி யூசுப்கானும் மாபூஸ்கானும் தங்கள் புரவிமேல் கம்பீர பாவம் காட்டி அமர்ந்து வர, மேலும் சில பிரதான வீரர்கள் பளபளப்பான போர் உடையில் அருகாமையில் துப்பாக்கி சகிதம் சேர்ந்துவர, நீண்ட அந்தப் படை ஒரு சீரிய ஒழுங்கோடு நடந்து வந்து கொண்டிருந்தது. குற்றாலச் சாரல் காற்று அவர்களை முகமன் கூறி வரவேற்றுக் கொண்டிருந்தது.

அப்போது வெகு வேகமாக ஒரு வீரன் வந்து சேர்ந்திருந்தான் அவன் முகத்தில் பதட்டம். நெல்கட்டும் செவலுக்கு உளவு பார்க்கச் சென்றவனான அவனை யூசுப்கான் ஆவலோடு பார்த்தான்.

இன்று...

வித்தியாசமான அந்தப் புகைப்படம் பாஸ்கரின் பின் மண்டையைக் கிள்ளியது.

'ஒருவேளை அந்தத் தெய்வச் சிலையின் மடிமேல் இருக்கும் பெட்டிதான் அந்த வைரப் பெட்டியோ...?'

கேள்வி கதகளி ஆடத் தொடங்கியது. விழிகள் மெல்ல அடுத்த புகைப் படத்தை பார்க்கத் தொடங்கின.

'பெட்டியை அடைபவர் பெரும்பேறு பெற்றவர்! ஈடு இணையில்லா அந்தச் செல்வத்தை மனித சமூகம் உய்வடைய பயன்படுத்துவீர். அப்படிச் செய்தாலே எங்கள் ஆத்மா சாந்தியடையும். அதுவரையில் எங்கள் ஆவிகள் அதைக் காவல் காக்கட்டும்...'

என்று ஒரு பாறைச் சுவரில் பச்சிலையால் எழுதப்பட்ட வாசகங்களை அந்தப் புகைப்படம் காட்டியது.

பாஸ்கர் முதுகுத்தண்டில் புத்துணர்ச்சி நுழைந்த மாதிரி நிமிர்ந்தான்.

அசாதாரணப் படங்கள்!

அப்பா மட்டும் உயிரோடு இருந்து இதைச் சாதித்திருந்தால் நிச்சயம் இந்தியப் பரசித்தம் பெற்றிருப்பார் என்று எண்ணினார்.

'யார் இதை எல்லாம் எழுதியிருப்பாங்க...?' கேள்விக்குள் நுழைந்தவன் காரின் சாவியை ஒரு நாய்க்காதாகக் கருதித் திருகினான்.

அதுவும் கனைத்தபடி ஓடத் தொடங்கியது.

புகைப்படங்களைப் பார்த்த கலாதரனும் ஜெயந்தியும் ஒரு நீண்ட அமைதியில் ஊஞ்சலாடத் தொடங்கியிருந்தனர்.

பாஸ்கர், வழித்திராத ஐந்து நாள் தாடை முடியை வருடிக் கொண்டே அந்த மர்ம மாளிகையின் விதானக் கூம்பைப் பார்த்துக் கொண்டிருந்தான்.

"நாம இம்மீடியட்டா செயல்ல இறங்கணும் கலாதரன்" பாஸ்கர்.

"இந்த போட்டோ ஆதாரங்களே அதுக்குப் போதும்னு நினைக்கிறேன். முதல்ல அந்த ஏழுகல் பாறையை நாம் கண்டுபிடிக்கணும்."

ஜெயந்தியும் முன்வந்து ஆர்வம் காட்டினாள். கலாதரனுக்கு அவள் ஈடுபாடு மிகப் பிடித்திருந்தது.

"அப்ப நீங்க மெட்ராஸ் போகப் போறதில்லதானே?" துடிப்புடன் கேட்டான்.

"வைரப் பெட்டியோடதான் போவோம். இதைத் தேடிப் போய்தான் அப்பா இறந்தார். அவர் மேற்கொண்ட முயற்சியைத் தொடர்ந்து செய்து சாதிக்கணும்."

ஜெயந்தி நெகிழ்ச்சியோடு பேசியதைக் கேட்டு கலாதரனுக்கும் சிலிர்த்தது.

"எனக்கும் இது பெரிய அட்வென்சர்தான். ஜெயந்தி. புரொபசர் உங்களுக்கு அப்பா... எனக்கோ குரு. அவர்விட்ட பணியை நாம செய்து முடிப்போம்."

கலாதரன் பேசியபடியே வலக்கையை எதிரே நீட்டினான். ஜெயந்தி தன் வலக்கையை அதன்மேல் வைத்தாள். கலாதரனின் அடிவயிற்றில் பனிப்பந்து ஒன்று தொப்பென்று விழுந்த மாதிரி இருந்தது. பாஸ்கர் ஜெயந்தியின் கைமேல் தன் கையை வைக்க, அருகில் நின்றிருந்த மாரிமுத்து அவர்கள் இணைப்பை ஆச்சரியமாகப் பார்த்து சிறிது தயங்கி, பிறகு தன் கரத்தை பாஸ்கரின் கரம்மேல் வைத்துவிட்டு அசடு வழியச் சிரித்தான்.

நான்கு கரங்களும் வெற்றிக் கரங்களாய் ஒன்றின் மேல் ஒன்று அமர்ந்து கம்பீரம் காட்டி நின்றன.

பக்கத்து சோபா மேல் அந்தப் புகைப்படங்கள் கலைந்து கிடந்தன. அவர்கள் கரங்களை சில நொடிகளுக்குப் பிறகு விலக்கிக் கொண்டார்கள்.

புகைப்படங்களைப் பார்த்துவிட்டு மாரிமுத்து பதறினான்.

“சார்... என்ன சார் இது... இப்படி சாதாரணமா போட்டு வெச்சிருக்கீங்க. எடுத்து பத்திரமா, வையுங்க சார்” என்றான்.

அவனது பொறுப்பான பேச்சு ஜெயந்திக்கு மிகப் பிடித்துப் போனது.

“ஏய் மாரிமுத்து... மலைமேல ஏதாவது காளி கோயில் இருக்காய்யா?” பாஸ்கர் உற்சாகமாக விஷயத்துக்கு வர ஆரம்பித்தான்.

“எனக்கு சரியா தெரியல்லே. இந்த மலைப் பளிங்கனுங்களைக் கேட்டா சரியா சொல்வாங்கய்யா... நான்கூடக் கேள்விப்பட்டிருக்கேன். மலைமேல் புலிப்பள்ளம்னு ஒண்ணு இருக்காம். அந்தப் பள்ளத்தைக் கடந்து போனால் எங்கியோ ஒரு குகையில் ஒரு காலத்துல வீரபத்ரகாளி கோயில் இருந்ததா...”

“இப்ப யாரும் அங்கே போறதில்லையா...?” வேகமாகக் குறுக்கிட்ட பாஸ்கரை மாரிமுத்து ஆர்வத்துடன் பார்த்துக் கண்களை அகட்டிக் கொண்டு பதில் சொன்னான்:

“போக முடிஞ்சாதானே...”

"ஏன் போக முடியலே?"

"பாதை கிடையாது... மிருகங்களோட தொந்தரவுன்னு ஏகப்பட்ட காரணம். அதனால் அங்க போகவேண்டிய அவசியம் மத்தவங்களுக்கு இல்லாமப் போயிடுச்சு..."

"ஆனா, இப்ப எப்படியாவது நாம போகணும்."

"பளிங்கனுங்க துணை இல்லாத நாம போக முடியாது சார். அது என்ன சின்ன மலையா? விஷ முள்ளு குத்தினா காலைத் தூக்க ஒரு வாரம் ஆயிடும்..."

"முதல்ல ஏழுகல் பாறையைத் தேடுவோம். அங்க போனாதானே மற்ற விஷயம் தெரியும். போட்டோ குறிப்பும் அதைத்தான் சொல்லுது..."

"வாஸ்தவம்தான் கலாதரன். ஆனா, இந்த வீட்டை இனியும் பாதுகாப்பில்லாம போட்டுட்டுப் போக பயமா இருக்கே..."

"என் ஆபீஸ் சென்ட்ரிகளை, வாட்ச்சர்களை நான் இங்கு வந்து இருக்கச் சொல்கிறேன். நோ ப்ராப்ளம்."

"அப்ப நாம நாலு பேரும் மலை ஏறப் போறோம்..."

"தப்பு... அஞ்சு பேர் ஏறப் போறோம்!" என்றான் கலாதரன்.

"யார் அந்த இன்னொருத்தர்?"

"பொறுத்திருந்து பாருங்க." கலாதரனின் நறுக்கலான பேச்சு ஜெயந்தியைச் சுண்டிவிட்டிருந்தது. அவனை ஓரக்கண்ணால் விழுங்குதலாகப் பார்த்தாள்.

"நான் போய் துப்பாக்கி, வயர்லஸ், பைனாகுலர்னு என் டிபார்ட்மெண்ட் சாதனங்களை எடுத்துக்கிட்டு திரும்பி வந்துடறேன். காலைல சரியா ஆறு மணிக்கு நாம் கிளம்பறோம். இன்னிக்கி நைட் இங்கதான் படுத்துக்கப் போறேன்" என்றான் கலாதரன்.

"இனி என்னிக்கும்..." என்றாள் ஜெயந்தி.

கலாதரன் அதன் பொருள் புரிந்து சிரித்த அதேசமயம் பாஸ்கர் அந்த போட்டோக்களை உள்ளே ஒரு சூட்கேஸில் வைத்துப் பூட்டிக் கொண்டிருந்தான்!

✻✻✻

"இந்தாவே நீ கேட்ட போட்டோங்க!"

அந்தப் புகைப்படங்களை விழுங்கி விடுவதைப்போல் பார்த்த சம்பத்தை தங்க மாணிக்கம் மீசையை நீவியபடி படு கெத்தாகப் பார்த்தார்.

"நீ கேட்ட போட்டோவை நான் கொடுத்துட்டேன். இனி நான் எதிர்பார்க்கறதுக்கு மேலே வைரப் பெட்டியைத் தேடுவேன்னு நான் நம்பலாமா?"

அவன் புகைப்படங்களை ஒன்றொன்றாகப் பார்த்தபடி பெரிதாகத் தலையை ஆட்டினான்.

"நிச்சயமா... வந்தா வைரப் பெட்டியோடதான் வருவேன் சார்..." என்றான் சற்று தினவோடு.

"எதிரி ஒண்ணும் இளிச்சவாயன் கிடையாது. அதையும் ஞாபகத்துல வெச்சுக்கோ."

"அவங்களைக் கொஞ்சம்கூட முன்னேற விடமாட்டோம். மலையில திரும்பின பக்கமெல்லாம் நம்ம ஆட்கள்தானே!"

"சரி, அப்ப நீ உடனே கிளம்பு... ஏன்னா அவங்க கிளம்பிட்டாங்க..."

"அவங்க கிளம்பிட்டாங்களா?"

"ஆமாண்டா... இந்நேரம் அந்த கலாதரன் எல்லா ஏற்பாட்டோடையும் மலை அடிவாரத்துல காலை வெச்சிருப்பான்!"

✻✻✻

முதல் அடியைக் கம்பீரமாக வைத்திருந்தான் கலாதரன். அவன் கைப்பிடி கயிற்றில் பாயக் காத்திருக்கும் வேங்கை போல கறுப்பு உடலோடு அரக்கு நிற விழிகளோடு சாண்டி!

“காளைக் கன்னுக்குட்டி மாதிரி இருக்கே... நாயா இது?” ஆச்சரியத்துடன் வாய் பிளந்துவிட்டிருந்த ஜெயந்தியை அது அடிக்கடி சுற்றி வந்து மோப்பம் பிடித்துக் கொண்டிருந்தது.

“நம்ம சாண்டியோட நார்மல் வேகம் எண்பது கிலோ மீட்டர், மோப்ப சக்தியில் நம்பர் ஒன்! ஒருத்தரோட மூச்சுக்காற்றை வெச்சேகூட மோப்பம் பிடிச்சுடுவான்” என்றபடி கயிற்றைக் கைவிட்டவன் பிடியில் இருந்து அது அம்பாய்ச் சீறியது. எதிரிலுள்ள மலைப்பாறைகளில் தாவி ஏறியது,

“சாண்டியைத்தான் நீங்க ஐந்தாவது நபரா சொன்னீங்களா?” பாஸ்கரின் கேள்விக்கு நடந்தபடியே சிமிட்டலாகக் கண்ணடித்தான் கலாதரன்.

ஜெயந்தி சேலையைச் சற்று தூக்கி இடுப்பில் செருகியிருந்தாள். நெகுநெகுவென்ற கால்களில் மரவள்ளிக்கிழங்கின் வெளுப்பு. அவள் நடக்கும் சமயம் கால்களில் புதிதாக அணிந்திருந்த கொலுசின் சத்தம், புதுப்பெண்ணின் சிணுங்கலைப்போலக் காதில் விழுந்து கொண்டிருந்தது.

கலாதரனை அது என்னவோ செய்தது.

“ஜெயந்தி, அந்தக் கொலுசைக் கழட்டிடேன்” என்றான்.

“ஏன்?”

“இந்த சத்தம் என்னை என்னவோ பண்ணுது...”

“சாருக்கு சத்தம் எப்படிப்பட்ட சங்கடமா இருக்குங்கறது எனக்குத் தெரியும்” கிசகிசுத்தாள்.

“என்ன தெரியும்?”

“நாம தனியா சந்திக்கும்போது சொல்றேன். இப்ப நடங்க நீங்க...” என்றாள்.

எல்லோருக்கும் முன்னே தோளை வளைத்துக் கட்டிய பெரிய பேக்கை முதுகில் சுமந்தபடி நடந்து கொண்டிருந்தான் மாரிமுத்து.

திடுமென்று சாண்டியின் குரைப்புச் சத்தம் கேட்டது. தன் தோள் சுமையை இறக்கிவிட்டு சத்தம் வந்த திக்குக்கு ஓடினான் கலாதரன். அது ஒரு மேட்டுப்பாங்கான இடத்தில் நின்றபடி குரைத்துக் கொண்டிருந்தது. கீழே ஒரு நூறு அடி சரிவில் தலையில் விறகுச் சுமையோடு ஒரு பெண் நடந்து கொண்டிருந்தாள்.

"ஏய்...." அவள் கத்தினான். அவன் கட்டோடு அவனை ஏறிட்டாள். அதைத் தொடர்ந்து திபுதிபு என்று சரிவில் இறங்கி அவளை நெருங்கினான். அவள் லேசாகப் பயந்து போனாள். விறகு கட்டைக் கீழே போட்டுவிட்டு மருண்ட விழிகளோடு அவனைப் பார்த்தாள். கலாதரனுக்குப் புரிந்துபோனது.

"பயப்படாதே... நான் இந்த மலை ஃபாரெஸ்டர்... ஆமா, நீ பளிங்கப் பொண்ணுதானே? உன் பேர் என்ன?" கேட்டான்.

"செகப்பி."

"ஆமா இந்த மலையில ஏழுகல் பாறை எங்க இருக்கும்?"

அவன் கேள்விக்கு அவள் விக்கித்து "ஐயோ! அது முனுசாமி படுத்துத் தூங்கற பாறையாச்சே..." என்றாள்.

"யார் படுத்திருந்தாலும் பரவாயில்லை... எங்க இருக்கு அந்தப் பாறை?"

"வடக்க போகணும். ரொம்ப தூரத்துல இருக்கு. வேணாம்... அந்த பக்கம் போகாதீங்க. நாங்களே பன்னெண்டு வருஷத்துக்கு ஒரு வட்டம்தான் போய் வருவோம். போய் பாறை மேலே ஆடு மாடுகளை அவிச்சு வெச்சுக் கும்பிட்டு வருவோம். ராவுல முனுசாமி வந்து சாப்பிட்டுப் போவாரு..."

"சரி... பரவாயில்லை. இடத்தைச் சரியா சொல்லு..."

“வடக்க போங்க. ஏழெட்டுக் கல் போக வேண்டியிருக்கும். வழியில் ஒரு ஒத்தை வாக மரம் வரும். அங்க இருந்து பாத்தா கருஞ்சிவப்பா ஒரு பாறை தெரியும்...”

“கருஞ்சிவப்பாவா?”

“ஆமா... அந்தப் பாறை மேலே பலிபோட்டு பலி போட்டு ரத்தமெல்லாம் காய்ஞ்சு கறுத்துபோச்சு! சரி எதுக்கு அங்க போறீங்க?”

“உம்... நேர்த்திக்கடன்!”

கிண்டலாகச் சொல்லிவிட்டு வேகமாக சரிவின் மேல் ஏறினான்.

***

“சார்... ஏறின பார்ட்டியைச் செகப்பி உதவியோட வேற பக்கமா துரத்திட்டோம்...” என்றான் திவாகர் உற்சாகமாக.

“ரொம்ப சரி! உடனே தெற்குப் பக்கமா இருக்கற ஏழுகல் பாறைக்குக் கிளம்பலாமா?” என்றான் சம்பத்.

ஒரு நிமிடத்தைக்கூட நின்று வீணாக்காமல் அவர்கள் கிளம்ப, அந்தப் பளிங்கப் பெண் செகப்பி வழிகாட்ட... அவர்களுக்கு நேர் எதிர் திக்கில் கலாதரன் அந்த நிஜமான இடத்தை விட்டு வெகுதூரத்துக்கு நீங்கிவிட்டிருந்தான்.

முன்னே ஓடிக்கொண்டிருந்தது சாண்டி!

ஒரு கட்டத்தில் அது மேற்கொண்டு ஓடாமல் அப்படியே நின்று காது விடைக்க சுற்றுமுற்றும் பார்த்துவிட்டு குரைத்தபடியே திரும்பி வரத்தொடங்கியது.

* ——— *

22

அன்று...

புழுதி பறக்கப் புதிய செய்தியோடும் படபடப்போடும் வந்து சேர்ந்து வந்தனம் தெரிவித்த அந்த ஒற்றனை மாபூஸ்கானும் யூசுப்கானும் மிகுந்த எதிர்பார்ப்புடன் பார்க்க... கர்னல் ஹெரானின் பாலாடைக் கன்னங்கள் குபுகுபுவென்று ரத்தச் சிவப்பில் புரள ஆரம்பித்திருந்தன.

"வாட் ஹேப்பண்ட்... கமான் டெல் எவ்ரிதிங்..." குழறலான ஆங்கிலம் வாய் கொப்பளித்தது அவனிடம்.

"புலித்தேவர் தலைமையில் சுற்றுப் பாளையங்கள் எல்லாம் ஒன்று சேர்ந்துவிட்டன. வீட்டுக்கு ஒருவர் கிளம்பி விட்டதுபோல் தெரிகிறது. அதுமட்டுமல்ல... நம்மை எதிர்க்கக் கள்ளர் கூட்டத்தையும் தேவர் நாடியுள்ளார்...!"

அதைக் கேட்டு நுனிப் பாதத்தில் கொடுக்கு ஏறிய மாதிரி புரவியிலிருந்து கீழே குதித்தான் யூசுப்கான்.

"மிக முக்கியமான சேதியே இனிதான் உள்ளது..." ஒற்றன் பீடிகை போட்டான்.

"என்னது அது?" மாபூஸ்கானும் இறங்கி வந்தான்.

"நடக்கப் போவது கைக்கோல் போர்! சிலம்பத்தில் ஒரு சிக்கலான பிரிவைச் சேர்ந்த விஷயம் இந்தக் கைக்கோல். லேசாக வர்மக் கலப்பும் உண்டு. நேருக்கு நேர் நின்று போரிடுவது

ஒரு பாணி. மறைந்திருந்து தாக்குவது மறுபாணி... மறைந்திருந்து தாக்கத் தொடங்கினால் நாம் தோல்வி அடைவது உறுதி..."

ஹெரானுக்கு அவனது செய்தி துபாஷால் மொழி பெயர்க்கப்பட்டபோது ஹெரான் முகத்தில் குருதியின் ஊர்தவ வியாபிப்பு!

"நமது பீரங்கிகளை விடவா பெரிய விஷயம் இது... ஸ்டுப்பிட் டாக்" பெருமூச்செறியக் கேட்டான் ஹெரான்.

பீரங்கிகளை ஏப்பம் விடப் பெரிதாகத் திட்டம் போட்டிருக்கிறார்கள். என்ன என்றுதான் தெரியவில்லை..."

அடுத்த விநாடியே ஹெரானும் குதிரையிலிருந்து இறங்கிக் கொண்டான். கடூரமாக யோசிக்கத் தொடங்கினான். தேங்கி நின்ற படை வெறிக்கத் தொடங்கியது.

உச்சி சூரியனின் கிரணங்களோ ஹெரானைப் பெரிதும் துவட்டியது! படையைத் தொடர்ந்து நடக்கச் சொல்லிவிட்டு, கோச்சை வரவழைத்து அதில் ஏறிக் கொண்டான்.

"சரியான தொட்டால் சிணுங்கி..." என்று யூசுப்கான் அதைப் பார்த்துக் கருத்து வேறு சொன்னான்.

"யூசுப்... நம் பயணம் வெற்றிப் பயணமாக முடியுமா? நமது நவாப் தன் ஆதிக்கத்தை நிலைநாட்டுவாரா? எனக்கென்னவோ பயமாக இருக்கிறது..." மாபூஸ்கான் புலம்ப ஆரம்பித்தான்.

"நான் இருக்கும் வரை எதற்குக் கவலை உங்களுக்கு? புலித்தேவரைக் கட்டி இழுத்துச் செல்லப் போகிறோம் நாம். நீங்கள் கவலையே படாதீர்கள். புலித்தேவரை வீழ்த்தினால் பாளையங்கள் சர்வத்தையும் வீழ்த்திவிட்டதாகப் பொருள்.

கப்பம் கட்ட மறுப்பவர்களுக்கு புலித்தேவரைக் காட்டி நாம் பாடம் புகட்ட வேண்டும். மாட்டு வண்டியில் தூண் எழுப்பி, அதில் அரை நிர்வாணத்தில் அவனைக் கட்டி, ஆற்காடு வரை இழுத்துச் செல்லப் போகிறோம். ஹைதராபாத் நிஜாம்

இதைக் கேள்விப்பட்டு நம்மோடு உள்ள பிணக்கைச் சரிசெய்து கொள்ளத்தான் போகிறார்.

ஆனால், நாம் எச்சரிக்கையாக இருந்து வெள்ளையனைச் சமாளித்தாக வேண்டும். கர்நாடகத்தில் நம்மவர்கள் வெள்ளையனைத் துளியும் நம்பவில்லை."

"உரக்கப் பேசாதே... இப்போதைக்கு வெள்ளையன் தான் நமது பிரதான பலம்!"

"எனக்குத் தெரியாதா? அவன் தனக்குத்தான் அரசியல் தந்திரம் தெரியும் என்பதாக பாவிக்கிறான். நாம் சளைத்தவர்களில்லை என்று காட்டவேண்டும்."

மாபூஸீம், யூசுப்பும் பேசுவது வெள்ளையர் படையின் ஐரோப்பிய வீரர்களுக்கு ஒன்றும் புரியவில்லை. ஆனால், அவர்கள் ஏதோ ரகசியம் பேசுகிறார்கள் என்பது மட்டும் புரிந்திருந்தது.

✲ ✲ ✲

புலித்தேவர் அரண்மனையில் வஜ்ரநாராயணன் உள்ளிட்ட தளபதிகளைச் சந்தித்து, அவர்களின் லிகிதங்களை வாசித்த மகிழ்வில் அவர்களோடு வீரநுகவல் புரிந்து கொண்டிருந்த சமயம் ராஜேந்திரனும் பூனைக்கண்ணனும் உள்ளே நுழைந்தனர்.

"தேவர் பிரானே! இவன்தான் வீரன் ராஜேந்திரன். பண்பொழியூர் பாளையத்துப் புலிக்குட்டி...." பூனைக்கண்ணனின் அறிமுகத்தைத் தொடர்ந்து தேவரின் பார்வை ராஜேந்திரனை ஆழமாக ஊடுருவியது. ராஜேந்திரன் அந்தப் பார்வையின் கூர்மையில் கூசிப் போனான். வஜ்ரநாராயணனோ புகையத் தொடங்கியிருந்தான்.

"வீரனே... ஏன் விதிர்க்கிறாய்?" புலித்தேவரிடம் வாஞ்சையான விசாரிப்பு.

"விதிர்க்கவில்லை... இது பரவசம்.." என்றான் ராஜேந்திரன்.

"பலே! நறுக்கென்று இருக்கிறது உன் பேச்சு. நீயும் பூனைக்கண்ணனும் ஒரு பெரிய செயலில் ஈடுபடப் போகிறீர்கள்."

"காத்திருக்கிறேன் தேவர் பிரானே..."

"படை வழிச் செயல்பாட்டினை ஆயிரம் மத்தளக் கொட்டு நாழிகைக்குள் எங்கள் மதியூகிகளுடன் கலந்து தீர்மானித்துவிட்டு பிறகு உங்கள் இருவரோடு மட்டும் ரகசிய விவாதம் புரிவேன்..."

பூனைக்கண்ணனும் ராஜேந்திரனும் அதைக் கேட்டு விழிகளில் விளக்கேற்றி ஜொலிப்பைக் காட்ட, வஜ்ரநாராயணன் முகம் சுணங்கிச் சூம்பியது.

கை விரல்கள் கட்டாரியின் பிடியைத் திருகிச் செருமின.

"ஆமாம், யார் அந்த யூசுப்கான்?" தேவர் பேச்சு எதிர்பாராமல் எதிரிப்படையின் அந்த முக்கியமானவனைத் தொட்டபோது, ராஜேந்திரன் முகம் கடுரித்தது. பூனைக்கண்ணும்கூட அந்தப் பெயரைக் கேட்டு சிவந்தான்.

"வெள்ளையர் படைக்குத் தன்னை மட்டுமே ஒரு பெரிய தூணாகக் கருதும் சரியான குள்ள நரி..." என்றான்.

"ஆற்காட்டு நவாபு முகம்மது அலியின் சகோதரன் மாபூஸ்கான்கூட அப்படித்தானே?"

"ஆமாம்... ஆனால் யூசுப்பைவிடச் சற்று மந்தமானவன் இவன். இந்தப் பாளையங்களை ஆளப்போவது தான் தான் என்று கருதி மனப்பால் குடித்துக் கொண்டிருப்பவன்..."

"வெள்ளையன் மனப்பால் குடிக்கவில்லையா என்ன?"

"அவன் ஒட்டுமொத்தமாக இவர்களை விழுங்க இவர்களுக்கே தெரியாமல் திட்டம் போட்டுக் கொண்டிருக்கிறான் ஆனால், அடிப்படையில் ஜெனரல் ஹெரானுக்குச் சில ஒழுக்கங்கள் உள்ளன. இவனது நெருங்கிய சகாக்கள் மிகுந்த கட்டுப்பாட்டுடன் உள்ளார்கள்."

புலித்தேவருடன் எதிரிகளைப் பற்றிய விஸ்தாரமான பேச்சு உரசலாக வெளிப்பட்டுக் கொண்டிருந்த அந்த கந்தக நிமிடங்களால் ராமநாதபுரம் சேதுபதியிடமிருந்து ஒரு லிகிதம் கொண்டு வந்தார் சுந்தரத்தேவர்.

“வாருங்கள் சுந்தரத்தேவரே... வாருங்கள்...” அவரை எதிர்கொண்டு அழைத்தார் புலித்தேவர்.

சுந்தரத்தேவர் லிகிதத்தை எடுத்து நீட்டினார்.

“என்ன... திரும்பவும் சமரசப் பேச்சா?” அதை வாங்கும்போது புலித்தேவரிடம் கேள்வி.

“தெரியாது. வெள்ளையன் சமரசம் செய்துகொள்வது போல் எச்சரிக்கிறான் உங்களை. இதுமட்டும் தெரியும் எனக்கு.”

“போர் புரிவது என்பது தீர்மானமாகிவிட்ட விஷயம். திரும்பவும் எதற்கு வீண் முயற்சி? யார் மூலமும் வெள்ளையன் என்னைச் சரிக்கட்ட முடியாது. அவன் நல்ல வீரனென்றால் போரிட்டு வெற்றி கொண்டு என் பாளையத்தை அடையட்டும்.”

இந்தப் பதில் சுந்தரத்தேவரைச் சலனப்படுத்தியது. மேற்குப் பாளையங்களுக்கும் கிழக்குப் பாளையங்களுக்கும் சேதுபதிகளுக்கும் இடையே சுமுகமாக நடமாடி வரத் தெரிந்த நல்ல மனிதர் சுந்தரத்தேவர். பேச்சில் நிதானம், கருத்தில் ஆழம், குறிப்பறிதல் என்ற சான்றாண்மை மிகுந்தவர்.

வெள்ளையன் எட்டையப்புரத்தையும் பாளையங்கோட்டையையும் வசப்படுத்திக் கொண்டுவிட்ட கையோடு புலித்தேவரையும் வசப்படுத்த நினைத்தபோது அடிபணிந்தவர்களே வெள்ளையனை எச்சரித்தனர்.

“தேவர் பணியமாட்டார்” என்றனர்.

“பணிய வைப்பது மிகக் கடினம்” என்றும் கூறினர். அப்போதே தேவரைப் பற்றி ஹெரான் துல்லியமாக எடை போட்டுவிட்டான். எடுத்த எடுப்பில் போர் என்னும் ஆயுதத்தால் தேவரைச் சீண்டக் கூடாது என்று கருதி ராமநாதபுரம் சேதுபதி மூலம் தேவரை நட்பாகப் பேசிப் பார்க்க அழைத்தான்.

“அவனை நான் எதற்குப் பார்க்க வேண்டும்...? முடியவே முடியாது. வியாபார நிமித்தம் இந்த மண்ணைத்தொட்ட இவனிடம் என் மண்ணைக் காப்பாற்றிக் கொள்ளதான் வாதம் புரிவது கேவலம்...” என்று சேதுபதிக்கே பதில் சொல்லித் திருப்பி அனுப்பிவிட்டார் தேவர்.

“தேவரே... விவேகத்தோடு செயல்படுங்கள். வரியைப் பொன்னாகத்தான் கட்ட வேண்டும் என்று இல்லை. உங்கள் மண்ணின் நெல்லாகக்கூட இருக்கலாம்.”

“இருக்கலாம்... நெல்கட்டும் செவல் நெல்கட்டான் செவலாக வேண்டுமானாலும் மாறும். ஆனால், வெள்ளையனுக்கு வரி செலுத்தாது. இவன் யார் என்னிடம் வரி கேட்க?”

புலித்தேவரின் வீரப்பேச்சில் அதிசயித்துப் போய்விட்டிருந்த சுந்தரத் தேவருக்குள் இப்போது அந்தப் பழைய நினைவுகள்...

சேதுபதியின் லிகிதம் சுருக்கமாக இருந்தது.

‘மாட்சிமை மிகுந்த அருமை நண்பர் புலித்தேவருக்கு சேதுபதியின் நட்பான வணக்கமும் நல்லாசிகளும் உரித்தாகுக. கர்னல் ஹெரானுடன் போரைத் தவிர்க்கும் முயற்சியின் முனைகள் மழுங்கிவிட்டதை உணர்கிறேன். உங்கள் பாளையத்தை மிக விரைவில் கைப்பற்ற அவர்கள் படை வந்து கொண்டிருப்பதை தாங்கள் அறியக்கூடும். நான் இதைத் தவிர்க்க முயன்றும் பலனில்லை. ஆயினும் நீங்கள் வெற்றி பெற மனம் விக்ஞாபிக்கின்றது. காலங்காலமாக சில பேரரசுகளை நாம் சார்ந்தே வாழ்ந்துவிட்டோம். நடுவில் தனிப்பாதை காணுதல் அசாத்தியம்! நாமே பேரரசாக மாறவும் வழியில்லை அரசியல் சதுரங்கம் விசித்திரமானது. விளையாடும் திறனைப் பொறுத்தே வெற்றி தோல்விகள். நாங்கள் வளைந்து கொடுப்பது போல் நீங்களும் வளைந்து

கொடுக்கத் தேவையில்லை.தமிழகம் பற்றி வெள்ளையன் உங்கள் மூலமாக அறிய இந்தப் போர் வழிகாட்டட்டும். வெற்றிச் செய்தியை எதிர்பார்க்கிறேன். வாழ்க! வாழ்க!'

அன்புடன்,
செல்லத்தேவர் என்கிற
விஜயரகுநாதசேதுபதி

தேவர் மீசையை நீவியபடி லிகிதத்தைச் சுருக்கினார். இப்போது பூனைக்கண்ணன் அவரை அணுகியிருந்தான். சற்று அருகில் நின்று கொண்டிருந்தான் ராஜேந்திரன்.

போருக்குச் சகலரும் சகல நிலையிலும் தயாராகிவிட்டதைக் கூறினான் பூனைக்கண்ணன்.

"நானும் ராஜேந்திரனும் இன்றிரவு திரும்பவும் வெள்ளையன் படைக்குள் மாறுவேடத்தில் நுழைய உள்ளோம். பீரங்கித் துவாரங்களில் நீரை ஊற்றி வெடி மருந்துக் கிட்டங்கியை நாசப்படுத்துவதுதான் எங்கள் பிரதான நோக்கம். அந்த அரக்க ஆயுதங்களைச் செயலிழக்க வைத்துவிட்டால் அந்த வெள்ளையன் உடனேயே நம்மிடம் மண்டியிட்டாக வேண்டும்..."

"பலே!" என்று பூனைக்கண்ணனைத் தட்டிக் கொடுத்தார் தேவர்.

***

சிந்தாமணிநாதர் ஆலய மைதானத்தில் பரபரப்புடன் தென்பட்டுக் கொண்டிருந்த தளபதி வஜ்ரநாராயணனை அங்கணத்தேவன் சமாதானப்படுத்திக் கொண்டிருந்தான்.

"தளபதியாரே... ராஜேந்திரனுக்கு இன்றுதான் நான் நாள் குறித்திருக்கிறேன். இன்று இரவு அவர்கள் வெள்ளையன் படையில் திரும்பவும் நுழைய உள்ளார்கள். நான் மோப்பம்

பிடித்துவிட்ட செய்தி இது. அதற்காக அவர்கள் செல்லும் வழியில் என் வில்லம்பு பொறியில் சிக்கி ராஜேந்திரன் உயிர் துறக்கப்போவது நிச்சயம். பழி எதிரி மேல் விழும். நாமும் இங்கு நிம்மதிப் பெருமூச்சு விடலாம்..."

வஜ்ரநாராயணன் மனது அந்த விநாடியே மீனாட்சியைக் கைத்தலம் பற்றிவிட்டது போல் கனவு காணத்தொடங்கிவிட்டது.

இன்று...

திரும்பி ஓடி வரும் சாண்டியைக் கலாதரன் தீவிரமாகப் பார்த்தான். அது அவனை நெருங்கித் தீனமாகக் குரைத்த கையோடு வழியில் குறுக்கிட்ட ஒரு புதருக்குள் நுழைந்தது.

"என்ன கலாதரன்... ஏன் சாண்டி குரைக்குது?" ஜெயந்தி கேட்டாள்.

"சம்திங் ராங் ஜெயந்தி..."

"அதான் என்ன?" பாஸ்கர் கேட்டுவிட்டு, சாண்டி நுழைந்த புதருக்குள் அவனும் நுழைந்தான். நுழைந்தவன் அங்கேயே பேயறைபட்டவன் போல் வெளியே வந்தான்.

கலாதரனும் எட்டிப் பார்த்துவிட்டு முகம் வெளிறித் திரும்ப... மாரிமுத்துவும் ஜெயந்தியும் சற்று பயத்தோடு பார்க்கத் தொடங்கினார்கள்.

"என்ன கலாதரன்... ஏன் பேசமாட்டேங்கிறீங்க?" ஜெயந்தி கலாதரனை நிமிண்டிய அதே விநாடியில் பாஸ்கர் வேகமாக காமிராவை எடுத்துக்கொண்டு புதருக்குள் நுழைந்துவிட்டுத் திரும்பினான்.

"பாஸ்கர்...எதை போட்டோ எடுத்தே?" பாஸ்கர் பக்கம் திரும்பினாள் ஜெயந்தி.

"நீயே போய்ப் பாரேன்..."

எட்டிப் பார்த்தவளுக்குள் இதயம் ஒரு பல்டி அடித்திருந்தது.

அதற்குக் காரணமாக தலையில்லாத ஒரு முண்டம். அங்கே கிடத்தது! அந்த முண்டத்தைச் சுற்றி பூ, பழம், பொரிகடலை, குங்குமம் என்ற பொருட்களின் சிதறல்.

“யாரோ எதுக்கோ பலி கொடுத்திருக்காங்கன்னு நினைக்கிறேன்...” என்று வாய்திறந்தான் கலாதரன்.

“பலியோ?”

“ஆமா... விஞ்ஞானம் எவ்வளவுதான் முன்னேறினாலும் இந்த மாதிரி கொடூரங்கள் நடக்காம இல்லை. அதுலயும் இந்த அடர்ந்த மலை இந்த மாதிரி விஷயங்களுக்கு ரொம்பவும் பயன்படற இடமாச்சே...” கலாதரன் பேசப் பேச ஜெயந்திக்கு மூச்சுத் திணறியது.

“கலாதரன் ப்ளீஸ் டோண்ட் எக்ஸ்ப்ளெய்ன். முதல்ல இடத்தைக் காலி பண்ணனும்... வாங்க போகலாம்.”

கலாதரன் ஏனோ தொடர்ந்து நடக்காமல் அங்கேயே நின்றான்.

“அஸ் எ ஃபாரெஸ்ட் ஆபீஸர் இந்த மாதிரி விஷயத்தைப் பாத்துட்டு நான் சும்மா போகக்கூடாது. டிபார்ட்மெண்ட்டுக்கு இன்ஃபார்ம் பண்ணி மேற்கொண்டு ஆக வேண்டியதைச் செய்யணும். இது என் ரேஞ்சுல இருக்கற ஃபாரெஸ்டாச்சே!”

அந்த பதில்முன் மூன்று பேரும் அப்படியே சோர்ந்து போனார்கள்.

“கலாதரன்,.. என்ன இது? ஒரு அடி ஏறி மூணு அடி சறுக்கற மாதிரி...நீங்க இதையெல்லாம் முடிச்சுட்டு எப்ப எங்க கூட வர... நாம எப்ப அந்த இடத்துக்குப் போய்ச் சேர?”

பாஸ்கரின் பேச்சிலும் நியாயம் இருக்கத்தான் செய்தது.

“பாஸ்கர்... நான் இப்ப லீவுலதான் இருக்கேன். இருந்தாலும் இதைப் பார்த்துட்டுப் போக மனசு வரலை. அட்லீஸ்ட் இங்க

ஒரு பாடி கிடக்குன்னு டிபார்ட்மெண்ட்டுக்குத் தகவலாவது தருவதுதான் எனக்கு அழகு."

"அதுக்காக ஏறின உயரத்துக்கு நீங்க கீழே இறங்கித்தான் ஆகணுமா என்ன?"

"வேற வழி..."

"ஓகே... நாங்க இங்கேயே வெயிட் பண்றோம். சீக்கிரம் போய்ட்டு வாங்க..."

கலாதரன் கிளம்ப ஆயத்தமானான். அவனுக்கு முன்னால் ஓடியது சாண்டி.

"ஏய் சாண்டி... நீ இங்கேயே இரு"-அதட்டி இருக்கச் சொல்லிவிட்டு ஓட்டமும் நடையுமாகக் கீழே இறங்கத் தொடங்கினான்.

வானில் சூரிய ராஜ்யம் கம்பீரமாக நடந்து கொண்டிருந்தது. அவன் வியர்வை சுரப்பிகள் வறண்டு போகத் தொடங்கிவிட்டன.

ஜெயந்தி பாஸ்கரைச் சமீபித்து நின்று கொண்டாள். அவனிடமும் லேசான பயம்.

மாரிமுத்துவோ வெகு இயல்பாகத் தெரிந்தான்.

"ஏய், உனக்குப் பயமா இல்லையா?" ஜெயந்தி கேட்டாள்.

"இந்த மலையில இதெல்லாம் ரொம்ப சகஜம்பா. மலையாளத்து மந்திரவாதிங்க அச்சன்கோயில் வழியா இங்க வந்து ஏதாவது ஒரு காரணத்துக்கு இந்த மாதிரி செய்வாங்கன்னு கேள்விப்பட்டிருக்கேன். எனக்குப் பழகிப் போச்சு" என்றான்.

"பாஸ்கர், நாம கொஞ்சம் நகர்ந்து நிக்கலாம் வா..."

ஜெயந்தி அங்கிருந்து அகன்று சற்று மேலேறி ஒரு கல்யாண முருங்கையின் நிழலில் போய் நின்றாள். பக்கமாய் ஒரு பலா மரம். அதில் நன்கு விளைந்த ஐந்து பலாப்பழங்கள்!

"பாஸ்கர், பலாப்பழம்டா..." என்றாள் நாக்கைச் சொட்டியபடி.

"பறிக்கட்டுமாம்மா?" என்று கேட்டான் மாரிமுத்து.

"யாராவது ஏதாவது சொல்லிவிட்டா?"

"ஐயோ... இது காட்டு மரம்மா. யார் நம்மளைக் கேக்கறதுக்கு..." என்றபடி விறுவிறுவென்று மேலேறி பழுத்த பழம் ஒன்றைப் பறித்துக் கீழே போட்டான்.

பேனாக்கத்தியால் பாஸ்கர் அதைக் கீறத் தொடங்கினான். உள்ளே மஞ்சலாய்ச் செழுமையான சுளைகள்!

மூவருக்கும் நாவில் நீர் ஊறியது.

"அப்பாவுக்குப் பலான்னா ரொம்ப இஷ்டம்" என்றபடி ஜெயந்தி ஒரு சுளையை எடுத்து வாயில் போடப்போன சமயம் சாண்டி அவள் மேலே தாவி அதைத் தட்டிவிட்டது.

"டேய், ஏண்டா தட்டிவிட்டே...? உனக்குத் தரலையேன்னு கோபமா?" என்றபடி அதன் கழுத்தை வளைத்துக் கொண்டு கேட்டாள் ஜெயந்தி. இதற்குள் பாஸ்கர் ஒரு சுளையை எடுத்து வாயில் போட்டு சப்பு கொட்டிச் சாப்பிடத் தொடங்கினான். முதலில் லேசாகக் கசந்த அது பின் மெல்ல இனித்தது. சாண்டி தொடர்ந்து குரைத்தது.

"டேய், இவனுக்கும் ஒண்ணு குடுடா" என்று ஒரு சுளையை ஜெயந்தியே எடுத்து முன் நீட்ட... அது அலட்சியமே செய்யாமல் குரைத்தது.

"ஏன், உனக்குப் பிடிக்காதா?" ஜெயந்தி சாண்டியைக் கொஞ்சத் தொடங்கியிருந்த அந்த விநாடியில் பாஸ்கர் நெஞ்சைக் கையில் பிடித்துக் கொண்டு கீழே விழத் தொடங்கியிருந்தான்.

"ஜெ..." தொண்டையிலிருந்து அவனிடம் வார்த்தை வர மறுத்தது. கண்கள் கொப்பளித்துவிட்டிருந்தன.

ஜெயந்தி பதறத் தொடங்கினாள்.

"பாஸ்கர்... என்னாச்சு பாஸ்கர்?"– மாரிமுத்து வேறு ஓடிவந்து பாஸ்கரைத் தொட்டுத் தூக்கி அமர வைக்கப்பார்த்தான்.

"சம்திங் ராங் ஜெயந்தி... என்னை என்னவோ பண்ணுது இந்தப் பலாப்பழம்" என்று கால்களை முறுக்கியபடி முனங்கினவனை ஜெயந்தி துடித்துப் போய்ப் பார்த்தாள்.

விடாமல் கத்திக் கொண்டிருந்த சாண்டி மலையில் மேலேறி ஓடத் தொடங்கியது.

ஜெயந்திக்கு அதன் போக்குப் புரியவில்லை.

"மாரிமுத்து, அது எங்கேயோ கூப்பிடுது... போய்ப் பார்" என்று மாரிமுத்துவை முடுக்கியவள், பாஸ்கரைப் பரிதவிப்பாகப் பார்த்தபோது அவன் முழுவதுமாக மயங்கி விட்டிருந்தான்!

***

"இதான் வில்வ மரம். இது லிங்ப் பாறை! சிவ லிங்கம் மாதிரியே இருக்குல்ல?

அதோ தெற்குல வரிசையா ஏழு பாறைங்க ஒண்ணுபோல தெரியுது பாருங்க... அதைத்தான் ஏழுகல் பாறைனு சொல்லுவோம்..."

அந்த பளிங்கப் பெண் ஒருவழியாக அந்த முக்கிய இடத்தை அடையாளம் காட்டிவிட்டு முன் விழுந்த தலைமுடியை ஒதுக்கிவிட்டுக் கொண்டாள்.

சம்பத் அவள் காட்டியவற்றைப் படுதீர்த்க்கமாகப் பார்த்தான். திவாகரிடமும் தீர்க்கம்.

"உம்... சீக்கிரமா இந்த ஏழுகல் பாறை மேல ஏறுங்க. என்ன தெரிய வருதுன்னு பார்ப்போம். அந்த எமகாதகன் கலாதரன் வந்துடப் போறான்..." என்ற திவாகரை சம்பத் சற்று மெத்தனமாகப் பார்த்தான்.

"தடம் மாறிப் போயிருக்கறவன் எப்படிடா இங்க வர முடியும்? அவன் போயிருக்கற பாதையில எவ்வளவு சிக்கல்களோ...? ஏண்டா இந்த மலையில வைரத்தைத் தேடி வந்தோம்னு தலையைப் பிய்ச்சுக்கிட்டு அவன் ஓடப் போறான். ரொம்ப

டபாய்ச்சா உலகத்தை விட்டே அனுப்பிச்சிடுவோம். நாம நம்ம வேலையைப் பார்ப்போம்...” என்றபடி ஏழுகல் பாறை மேல் தாவி ஏறினார்கள்.

அந்த ஏழாவது பாறை மேல் அரக்கன் தலை போன்ற அந்தக் கல் குண்டின் மேல் நின்றபடி சுற்றிச் சுற்றிப் பார்த்தார்கள்.

‘இங்கு என்ன இருக்கிறது நாம் தெரிந்துகொள்ள...?’ என்ற மனக்கேள்வி முன் எதுவுமே பிடிபடவில்லை. ஆனால், சம்பத்தின், ஷூ கால்களோ அவர்கள் தேடிவந்த விஷயத்தை மூடியபடி நின்று கொண்டிருந்தன.

“நீர்ப் போர்வையை நீக்கிவிட்டுப் பாரு - வழி தெரியும்.”

* —— *

23

அன்று...

கதிரவனை மேற்கு விழுங்கி முடித்திருந்தது. ராஜேந்திரனும் பூனைக்கண்ணனும் மாறுவேடத்தில் வெள்ளையர்படையின் உடுப்பில் கிளம்பிவிட்டிருந்தார்கள்.

"நண்பா... வெள்ளையன் படை நள்ளிரவில் மட்டும் சில நாழிகை ஓய்வெடுப்பதாக ஒற்றர் தகவல் கூறுகிறது. நாம் ரகசியங்களை அறிந்து வந்திருப்பது அந்த யூசுப்கானுக்குத் தெரிந்துவிட்டபடியால் சகலத்தையும் மாற்றிவிட்டிருப்பான். அதற்கேற்ப நாமும் நம்மை மாற்றிக் கொண்டு சாமர்த்தியமாக உள்ளே நுழைய வேண்டும்" என்ற ராஜேந்திரனை, மிகுந்த சிநேகமுடன் பார்த்துச் சிரித்தான் பூனைக்கண்ணன்.

"பலே ராஜேந்திரா! உன் தீர்க்க யூகத்தைப் பாராட்டுகிறேன். உனக்கு ஒரு நற்செய்தி. நாம் அவன் படையில் நுழைவது இன்று மிக எளிது. கள்ளர் கூட்டம் இன்று வந்து கொண்டிருக்கும் படைக்குள் ஊடுருவி முடிந்ததை எல்லாம் திருடப் போகிறது. குறிப்பாகத் துப்பாக்கிகளை!"

"சாத்தியமா என்ன?... வீரர்கள் எதிர்த்துத் தாக்கினால்?"

"தாக்காமலா இருப்பார்கள்? அந்தக் குழப்பமான சமயம்தான் நாம் ஊடுருவ ஏற்ற சமயம்... கால் யோசனை தூரப் படையின் துவக்கத்தில் இந்த சம்பவம் நிகழும். இறுதியில் வரும் பீரங்கிப் படையை எட்ட சற்று நேரமாகும். அதற்குள் நாம் காரியமாற்ற வேண்டும்."

“ஊடுருவுவதை விடு... வெடிமருந்துகளை எப்படி ஈரப்படுத்துவது? குடம் குடமாக நீருக்கு எங்கே போவது? அதேபோல் வெடி மருந்துகளை எப்படி நாசப்படுத்துவது?”

“நல்ல கேள்வி... வீரர்களின் தாகத்தைப் போக்க தண்ணீர் பீப்பாயை வண்டியில் கட்டிக்கொண்டு பீரங்கிப் படையை ஓட்டி ஒருவன் வந்து கொண்டிருப்பான், அவனை வீழ்த்திவிட்டு நாம் காரியமாற்றலாம். கள்ளர்களும் நமக்கு உதவுவார்கள்.”

“எல்லாம் நேர்த்தியாக நடக்குமா?”

“நடந்தாக வேண்டும்... கடவுளைப் பிரார்த்திப்போம்.”

“ஆம்...நீ சொல்வது போல் நடந்தாக வேண்டும். நடந்தால்தான் எனக்கு வாழ்வே...”

“நமக்கு என்று சொல்...”

“நமது சுதந்திர வாழ்வை நீ சொல்கிறாய். நான் என் காதல் வாழ்வையும் கலந்து சொல்கிறேன்.”

“காதல் வாழ்வா? என்னப்பா புதிர் போடுகிறாய்...?!”

“புதிர் போடவில்லை. உயிர் கூடுகிறேன் நண்பா.”

“யார் உயிரை?”

“ஊருக்கு அவள் இளவரசி! எனக்கோ அவள் எழிலரசி மட்டுமே...”

“யார் அது? மீனாட்சி தேவியாரையா குறிப்பிடுகிறாய்....?”

“ஆம்!”

“ஏய், என்னப்பா இது.... வியப்பில் என்னைப் புரட்டுகிறாயே.... மீனாட்சி தேவியார் உன்னைக் காதலிக்கிறாரா?”

“காதலிக்கும் எல்லையைக் கடந்து நான் மங்கலநாண் பூட்டத் தயாராக ஒரு மணப்பெண் போல் இப்போதே அலங்காரத்துடன் காத்திருக்கிறாள் நண்பா!”

“பாளையத்தாருக்குத் தெரியுமா?”

“ஒரு வீரன் தனக்கு மருமகனாவதில் அவருக்குத் தடையேயில்லை.”

“வாழ்க! வாழ்க! ராஜேந்திரா... இந்தச் செய்தி என்னைப் பெரிதும் களிப்பூட்டுகிறது, எண்ணிப்பார்க்க முடியாத அதிசயம் இது. ஒரு சாமான்யன் ராஜாங்கன் ஆவது எப்பேர்ப்பட்ட செயல் தெரியுமா...! வாழ்க உங்கள் காதல்! உங்களுக்கு என் உதவிகள் எல்லாவிதத்திலும் உண்டு.”

“நன்றி கண்ணா! அந்த மலைக்காளிதான் உன்னை எனக்கு அறிமுப்படுத்தியுள்ளாள். அவளே நமக்கு வெற்றியும் தருவாள்.”

இருவரும் பேச்சோடு பேச்சாகப் புரவியைச் செலுத்தியபடி விரைய, வழியில் பாதையோர புளியமரம் ஒன்றில் அங்கணத்தேவன் காத்துக் கொண்டிருந்தான்.

கைகளில் விசை மிகுந்த அம்புப் பொறி. அம்பின் நுனியில் ஆலகாலம்! ஒன்றுக்குப் பத்தாக அம்புகள். அடுத்தடுத்து சீறுவதற்கு அவை தயாராகக் காத்திருக்க, பதவிசாக மரக்கிளையில் பதுங்கி இருந்தான்!

அவனது துரதிர்ஷ்டம் இருவரின் புரவிகளும் அம்பு பாயும் தூரத்துக்கு முன்பே அவனை நோக்கி வராமல் மாற்றுப் பாதையில் செல்லத் தொடங்கின.

வேறு பாதையில் செல்லத் தொடங்கிய பூனைக்கண்ணனைப் பார்த்து ராஜேந்திரன் கேட்டான்:

“எங்கே செல்கிறாய்?”

“எனக்குத் தெரிந்த குறுக்குப் பாதையில்... இந்த பாதையில் ஒரு கண்மாய் மேடும், அந்த மேட்டில் ஆலமரம் ஒன்றும் வரும். அதில் ஏறிப் பார்த்தால் படை வருவது தெரியக்கூடும்.”

அங்கணத்தேவனுக்கு மனது மிகக் சோர்ந்து போனது. கைகளைக் குத்திப் பிசைந்து கொண்டான்.

✲ ✲ ✲

பகல் பொழுதில் முன்னிலை வகித்து வந்த ஹெரான் இப்போது கோச்சில் அமர்ந்து வர, யூசுப்பும் மாயூஸீம் கழுகுப் பார்வை பார்த்துக் கொண்டு முன்னால் வர. அவர்களுக்கு முன்னால் துப்பாக்கியேந்திய ஐம்பது வீரர்களின் புரவிகள் மெலிந்த தாளகதியில் நடைபயில, அவர்கள் பார்வையோ சுற்றிச் சுற்றி சுழல, படையின் இடது வலது ஓரத்து வீரர்கள் எல்லாம் தீப்பந்தம் தாங்கியிருந்தார்கள்.

அப்போது மரங்களின் மீதிருந்து விழுதுகளைப் பிடித்தபடியும், கயிற்றைப் பிடித்தபடியும் ஊடுருவியிருந்த நூற்றுக் கணக்கான கள்ளர் படை துப்பாக்கியைப் பிடுங்குவதிலேயே குறியாக இருந்து அவற்றைக் கைப்பற்றிப் பதிலுக்குத் திருப்பிச்சுட... அணிவகுத்து வந்த படை சிதறித் தாக்கத் தொடங்கியது.

யூசுப்கான் ஒரு விநாடி செய்வதறியாது திகைத்தபோது அவன் காதோரமாகவும் குண்டுகளின் பயணம்! கள்ளர்களோ பலம் மிகுந்த அந்தப் படையின் கண்களுக்குப் புலப்படாதபடி மரங்களில் போக்குக் காட்டியபடியும் ஒளிந்தபடியும் எதிர்தாக்குதல் நடத்தினர். மர இருட்டு நன்கு உதவியது.

ஹெரானை அவனது மெய்க்காப்பாளர்கள் பல்லக்கோடு சுற்றி வளைத்துக்கொள்ள... சற்றும் சிந்தித்திராத இந்தக் தாக்குதல் ஹெரானை நடுங்கவிட்டிருந்தது.

“கள்ளர்கள் பாயத் தொடங்கிவிட்டார்கள் போல் இருக்கிறது... இதுதான் சரியான தருணம்!”... பூனைக்கண்ணன் ஆலமரத்தை விட்டுக் கீழே இறங்கி புரவியின் மேல் பாய்ந்து ஏறியபடி பேச, ராஜேந்திரனும் ஆமோதித்துப் பின்தொடர...

‘என்ன நடக்கிறது? யாரை யார் தாக்குகிறார்கள்?’ என்பதே தெரியாத நிலையில் நூல் பிடித்த மாதிரி வந்து கொண்டிருந்த படை அவிழ்ந்த மணிச்சரம் போல் கலைந்து குலுங்கியது. ராஜேந்திரனும் பூனைக்கண்ணனும் அணிந்திருந்த வெள்ளையர் படையின் ஆடை அவர்களுக்கு மிக உதவியது. கலைந்து

ஓடும் வீரர்களுக்கு மத்தியில் இருவரின் புரவிகளும் புயலின் சீற்றத்தில் பீரங்கிப் படையை எட்ட விரைந்து கொண்டிருந்தன.

வானில் திடும்மென்று கருமேக வியாபிப்பு. காட்டுப் பூச்சிகளின் கால்களென மின்னலின் தோற்றம். இடியின் தாளகதி! இறங்கத் தொடங்கியது மழை!

"நண்பா, அதிசயத்தைப் பார்த்தாயா? இயற்கை நமக்கு ஒத்துழைக்க வந்திருப்பதை?" என்றான் பூனைக்கண்ணன்.

மழைத் தாக்கத்திலும், கள்ளர் கூட்டத்தின் அதிரடியிலும் யார் கட்டளையும் எட்டியிராத, எட்டமுடியாத நிலையாலும் குழம்பிப் போய் தத்தளித்துக் கொண்டிருந்த படையின் இறுதியில் உருக்குச் சக்கரங்களைத் தாங்கிய நிலையில் பீரங்கிகளின் அணிவகுப்பு.

பருத்த மல்லர்கள் புரவிகளைக் கட்டி இழுத்தபடி வந்து கொண்டிருந்தனர். திடீர் மழையை ஒட்டி ஒரு தனிவண்டியில் வந்து கொண்டிருந்த வெடி மருந்துகளை மெழுகுப் பாயைக் கொண்டு மூடுவதில் முனைப்பாக இருந்தனர்.

"துப்பாக்கிச் சத்தம் கேட்கிறதே...முற்பகுதியில் ஏதும் குழப்பமோ?"

மழைச் சடசடப்பில் ஒருவன் கேட்கிறான். இடையிடுகிறது ராஜேந்திரன் குரல்:

"ஆமாம்... பாளைய வீரர்களும், மலைக்கள்ளர்களும் படையையே கொள்ளையடிக்கத் துணிந்துவிட்டனர். ஜனாப் மாபூஸ்கான் உங்களை அழைக்கிறார். தாக்கத் தோதாக ஓடுங்கள்..."

உடனேயே சிலர் முன்னோக்கி கலைந்து ஓடத் தொடங்க, சில மல்லர்கைளை பீரங்கிகளை விட்டு அகலாமல் நின்று கொண்டிருக்க... அவர்களை ராஜேந்திரன் புரவியை விட்டு இறங்கி தாக்கத் தொடங்கினான்.

பூனைக்கண்ணனின் கட்டாரிகள் சிலர் தொப்புளில் குருதியை ருசிக்கத் தொடங்கியிருந்தது.

ராஜேந்திரன் அந்த வெடிமருந்து வண்டியின் மெழுகுப் பாயை நீக்குவதற்காக அதை நோக்கி ஓட... லேசாக ஒளி கொட்டிய தீப்பந்தங்களை இப்போது பெரிய மழை அணைத்துவிட்டிருந்தது.

“ஏய், யார் நீங்கள்...! என்ன செய்கிறீர்கள்!” கேள்வியோடு ஒரு ஐரோப்பியன் வாயைத் திறக்க, பதிலுக்கு ராஜேந்திரனின் கட்டாரி அந்த இருட்டிலும் குறி தவறாமல் சென்று அவன் நாவன்னத்தை நச்சென்று தாக்கியது.

பாயை இழுத்துக் கீழே போட்டான் ராஜேந்திரன். இரும்புப் பெட்டிகள்! உருக்குக் குண்டுகள் என்று தென்பட்ட அந்தப் பெட்டிகளைக் காலால் உதைத்தான். பெட்டிகள் திறந்து கொண்டு கந்தகக் கலவையைத் தரையில் சிதறிவிட...

பூனைக்கண்ணன் தரைப்பரப்பின் களிமண் சேற்றைக் குழைத்து பீரங்கிகளின் துவாரங்களில் குண்டுக்குப் பதில் திணிப்பாக திணித்துக் கொண்டிருந்தான்.

இதற்குள் ஒரு பெரும் குதிரைப் படை பாதுகாப்புக்காக பீரங்கிப் படையை வளைத்துக் கட்டி நிற்கத் தொடங்கி விட்டது. “சம்திங் ராங்... பீ அலெர்ட்” ஒரு ஐரோப்பிய கமாண்டரின் உரத்த குரல் கேட்டது.

படையின் முகப்பிலோ குழப்பம் நீங்கவில்லை என்பதற்குத் தோதாக துப்பாக்கி முழக்கம் கேட்டுக் கொண்டிருந்தது. ஆனால், சுற்றி வளைத்து நிற்கும் புரவிப் படையோ ஏந்திய துப்பாக்கியோடு ராஜேந்திரனையும் பூனைக்கண்ணனையும் குறி பார்க்கத் தொடங்கிவிட்டது.

நீண்ட குழலிலிருந்து சீறிப் பறக்கும் தோட்டாக்கள் தங்களை நோக்கி வருவதை அறிந்து தங்கள் புரவியின் பக்கவாட்டில் பிடரியைப் பிடித்தபடியே அதன் வயிற்றுப் பரப்பில் எட்டுக்கால் பூச்சிபோல் ஒட்டிக் கொண்டு ஒரு வெறும் புரவி மட்டும் ஓடும் பாவனையை உண்டாக்கினர்.

மழை வேகம் பௌர்ணமி சந்திரனை விழுங்கி இருட்டை இறையவிட்டிருந்தபடியால் படை வீரர்களின் கண்களில் ஏகக் கரிப்பு.

அப்படியும் ராஜேந்திரனை ஒரு தோட்டா தாக்கி விட்டது. அதிலும் ராஜேந்திரனை கத்திக்குத்து பட்ட அதே தோள் முனையை!

வலி பொறுக்க மாட்டாது தன் புரவியின் பிடரியை உடும்பென பிடித்தபடி அலறினான். ராஜேந்திரனின் புரவி சேணத்தை வலிந்து தன்வசப்படுத்திக் கொண்டு பக்குவமாக ஓட்டத் தொடங்கினான் பூனைக்கண்ணன்.

இருவரையும் ஒரு பெரும் புரவிக் கூட்டம் பின் தொடர்ந்து சுட்டது. பூனைக்கண்ணனின் முதுகிலும் ஒரு குண்டு பாய்ந்தது.

இடி ஒன்று குறுக்கிட்டு இறங்க... தொடர்ந்தவர்கள் ஸ்தம்பித்தார்கள். இதற்குள் வாழைத்தோப்பு ஒன்று குறுக்கிட அதற்குள் புகுந்து மறைந்துவிட்டது அந்த இரண்டு புரவிகளும்!

இரண்டு பேரைப் பின்தொடர்வதை விடத் தாக்கிக் கொண்டிருக்கும் கள்வர்களைத் திருப்பித் தாக்குவதுதான் புத்திசாலித்தனம் என்று அந்தக் கூட்டம் திரும்பி ஓட... அப்பாடா...

✲✲✲

ஒருவழியாகத் துப்பாக்கி அரவங்கள் தேயந்து அடங்க எங்கும் நிசப்தமான சூழ்நிலை. சிள் வண்டுகளின் ரீங்காரம். ஓய்ந்த மழையின் பின்விளைவாக குளுமையான காற்று!

இதையெல்லாம் ரசிக்கும் மனநிலை துளியும் இல்லாமல் மரத்தின் மேல் மல்லாந்து கிடக்கும் அங்கணத்தேவனின் செவியில் தொலைவில் இரண்டு புரவிகள் நிதானமாக வரும் குளம்படி அரவம் கேட்கவே விருட்டென்று நிமிர்ந்தான்.

பூனைக்கண்ணன் வலி முனங்கலோடு புரவியின் பிடரி மேல் சரிந்து கிடப்பதைக் கண்டு சூள் கொட்டினான்.

“வீரனே... என்னாயிற்று?” படபடப்பாகக் கேட்டான்.

“நீ யார்?” முனங்கலான எதிர்க்கேள்வி பூனைக்கண்ணனிடம்.

“நானொரு பாளைய வீரன்!”

“நல்லது... உடனே எங்களை ஒரு மருத்துவரிடம் அழைத்துச் செல். பாவம் என் நண்பன்! துப்பாக்கிக் குண்டு தாக்கி மயங்கிக் கிடக்கிறான்.” - ஈனகரத்தில் முனகியது பூனைக்கண்ணன் உதடு. கண்கள் திறக்கக்கூட முடியவில்லை.

ராஜேந்திரனோ முழுமயக்கத்தில் கிடந்தான்.

‘ஆகா! என்ன ஓர் அற்புதமான சந்தர்ப்பம்.’ விநாடியும் தாமதிக்காமல் அங்கணத்தேவன் தன் ஆலகால கட்டாரியைத் தலைக்கு மேல் உயர்த்தியபடி ராஜேந்திரனை நெருங்கினான்.

இன்று...

“டேய், என்னடா ஒண்ணையும் காணோம்?” சம்பத் கண்களைக் கசக்கியபடி புலம்பத் தொடங்கினான்.

“அட என்னங்க நீங்க... நல்லா பாருங்க! விஷயம் என்ன சின்ன விஷயமா? அதுக்குத் தகுந்த சிக்கல் இருக்கத்தானே செய்யும்?” திவாகர் எடுத்துக் கொடுத்தான்.

அந்தப் பளிங்கப் பெண் மரநிழலில் நின்றபடி இவற்றைப் பார்த்துக் கொண்டிருந்தாள். மார்பில் மலை ஆப்பிள் செழுமை. ஆணி அடித்து மார்பில் நிலைப்படுத்திய மாதிரி சேலை இடைவெளியில் அது தெரிவதை திவாகர் பார்த்துவிட்டு லேசாக ஜொள்ளுவிட்டான்.

சம்பத்திடம் எரிச்சலான எரிச்சல்.

“டேய், வந்த வேலையை விட்டுட்டு வழியாதேடா...” என்றபடி நகர்ந்தான்.

“ரத்தம் கேக்க மாட்டேன்னு சொல்லுதே...” என்ற திவாகர் சட்டென்று அந்த எழுத்துக்களைப் பார்த்து விட்டான்.

“ஆங் அதோ... அதோ... உங்க காலுக்குக் கீழே...” கத்தியபடி ஓடிப் போய்க் குனிந்தான்.

நீர்ப்போர்வையை நீக்கிவிட்டுப் பாரு வழி தெரியும்’ சம்பத்தும் படித்தான்.

“நீர்ப் போர்வையா? இதென்னடா கூத்து... கைத்தறிப் போர்வை, கம்பளிப் போர்வைனு கேட்டிருக்கேன். நீர்ப்போர்வைனு கேள்விப்பட்டதில்லையே” என்று தாடையைத் தடவினான்.

இதற்குள் அந்தப் பெண் மேலேறி அங்கு வந்தாள்.

“ஆமா, இங்க என்ன தேடறீங்க...? எதைப் பார்க்கறீங்க?” என்று கேட்டாள்.

தொலைவில் அருவி ஒன்று விழுந்து ஓடும் அரவம். திவாகர் சிரித்தபடியே அவளுக்குப் பதில் சொன்னான்.

“உனக்குத்தான் ஒரு நல்ல மாப்பிள்ளையை இங்க இருந்து தேடறோம்...” என்றான் சற்றுக் கிண்டலாக.

அவள் லேசாகச் சிவந்தாள்.

“டேய், அவளை நைஸா பேசி அனுப்பிச்சிட்டு வா...” என்று திவாகர் காதைக் கடித்தான் சம்பத். அவன் அவளை அனுப்பிவிட்டு சம்பத்தை நெருங்க, சம்பத்தின் பார்வை போட்டோக்களை மேய்ந்து கொண்டிருந்தது.

“ஏன் அவளை அனுப்பச் சொல்லிட்டீங்க...?”

“மடியில பூனையைக் கட்டிக்கிட்டா சகுனம் பார்ப்பாங்க முட்டாள்...?”

“சரி... சரி... இப்ப எதுக்கு போட்டோவைப் பாக்கறீங்க...?”

“இந்த நீர்ப் போர்வை விஷயம் ஒண்ணும் எனக்குப் பிடிபடலை. அதான் போட்டோவுல வேற எதாவது வழி தெரியுதான்னு பாக்கறேன்...”

“போட்டோவுல ஒரு விஷயம்தான் தெளிவாகத் தெரியுது. ஒரு சாமி சிலை... அது மடிமேல பொட்டி. அந்த சாமி சிலை எங்கே இருக்குன்னு தேடிப்பார்த்துடுவோமா?”

“தேடித்தானே தீரணும். பளிங்கக் குட்டியை வேற போகச் சொல்லிட்டீங்க. இதே மலையில புரண்டு வளர்ந்தவ! எங்கே எது இருக்குன்னு புட்டுப்புட்டு வெச்சுடுவா...”

“இப்ப என்ன கெட்டுப் போச்சு? நம்ம தொழிலுக்கு உதவற எவ்வளவோ பளிங்கனுங்க இல்லையா என்ன? ஆமா... முத்தங்கி இப்போ எங்கே இருப்பான்?...”

“யாரு... பாம்பு பிடிக்கற அந்தக் கிழவனா?”

“அவனேதான்!”

“ராஜநாகம் வேணும்னு மலையில் அலைஞ்சுக்கிட்டிருக்கான்...”

“அவனுக்கு எதுக்கு ராஜநாகம்?”

“அவனுக்கில்லீங்க. தென்காசியில் ஒரு சர்க்கஸ் கம்பெனி டேரா போட்டிருக்கு. வித்தை காட்டிப் பொழைக்க அவங்களுக்குத் தேவைப்படுதாம்...”

“நமக்கு ஏத்த சரியான ஆள் அவன்தான். அம்பது நூறுக்கு இப்படி உசுரை வெச்சு வேலை பாக்கறவனை உடனே நாம பார்த்து நம்மகூடச் சேர்த்துக்கணும்...”

“வாஸ்தவம்தான். இந்த மலையில் இருக்கற காக்கா குருவிகூட எல்லாம் அவனுக்குச் சிநேகம் உண்டு. நான் போய் தேடி அழைச்சுக்கிட்டு வரவா?”

“போ... சீக்கிரம் வா!” சம்பத்தின் கட்டளையைத் தொடர்ந்து திவாகர் ஓடத் தொடங்கினான். சம்பத் மெல்லப் பாறை ஏறி அந்த எழுத்துக்களை நெருங்கினான். பின்னர் கூர்மையான ஒரு கல்லை எடுத்து வந்து அந்த எழுத்துக்களைச் சிதைத்து கலைக்கத் தொடங்கினான்.

✻✻✻

ஜெயந்தியின் முகம் அழுது அழுது வீங்கிப் போய்விட்டிருந்தது. அவள் மடிமேல் கிடக்கும் பாஸ்கரின் உடலிலோ சிலுசிலுப்பு உடல் வெப்பத்தைத் தின்றபடி வளர்ந்து கொண்டிருந்தது.

தொலைவில் குரைத்தபடி ஓடிக்கொண்டிருந்த சாண்டியும் அதைப் பின் தொடரும் மாரிமுத்துவும் ஒரு மரத்தின் மேல் மல்லாந்துவிட்டிருந்த ஒரு கிழட்டு மனிதனிடம் போய் முற்றுப் பெற்று நின்றிருந்தார்கள்.

கண்களை இடுக்கிக் கொண்டு, மூக்கைச் சிலுப்பலாக உறிஞ்சியபடி மரத்தின் மேல் மல்லாந்திருந்த அவன் நாயின் குரைப்புச் சத்தம் கேட்டு கீழே பார்த்தான்.

அவனை மாரிமுத்துவும் பார்த்தான்.

"ஏய், பளிங்கா நீ?" மாரிமுத்துவிடம் கேள்வி தொடர்ந்து

"இறங்கி வா. ஒரு ஆள் உசுருக்குப் போராடுது..." அந்தப் பேச்சைக் கேட்ட உடனேயே, அவன் கிழட்டு உடல் மளமளவென்று கீழே இறங்கத் தொடங்கியது. ராட்சஸ வேகம்!

மாரிமுத்து வியந்துபோனான்.

"ஆரு... எங்கே?" இறங்கியவனிடம் பதைப்பு.

"மலைப் பலாப்பழத்தைச் சாப்பிட்ட எங்காளு ஒருத்தர் பேச்சு மூச்சு இல்லாம போயிட்டாரப்பா. எங்களுக்கு என்ன பண்றதுன்னு தெரியலை. அடிவாரத்துக்கு வேகமா தூக்கிப் போகணும்..." என்றான் மாரிமுத்து.

கழுத்தில் சிறிய ஒரு துண்டைச் சுற்றியிருந்த அந்தக் கிழவன், சாண்டியைத் தொடர்ந்து நடந்து பாஸ்கரை எட்டிவிட்டிருந்தான்.

பாஸ்கரின் கண்கள் செருகிக் கொண்டிருந்தன.

நாடியில் தளர்வு. கிழவன் தொட்டுப் பார்த்தான்.

"ஏய், ஆளைத் தூக்குப்பா...கீழே போகலாம். உனக்கு என்னத்த தெரியும். டாக்டர் மாதிரி நாடியெல்லாம் பார்த்துக்கிட்டு..."

மாரிமுத்து சலித்துக் கொண்ட இந்த சந்தர்ப்பத்தில் சாண்டி அவர்கள் வந்த வழியில் கீழே இறங்கத் தொடங்கியிருந்தது. அந்த வழித்தடத்தில் கலாதரன் வந்து கொண்டிருப்பது தெரிந்தது. கலாதரனைப் பார்த்த மாரிமுத்துவுக்கு ஏக மகிழ்ச்சி. ஜெயந்தியும் தெம்பு வந்தமாதிரி கண்ணீரைச் சுண்டிவிட்டு கொண்டாள்.

"தாயி... இது ஏதோ விஷத்தை முழுங்கிடுச்சு. முறி மருந்து என்கிட்ட இருக்கு. உடனே தூக்கிவிட்டு வாங்க. பக்கம்தான் என் குடிசைங்க..." அந்தக் கிழவனின் பேச்சு மாரிமுத்துவுக்கு எரிச்சலை மூட்டியது.

"ஏய், நீ போ... எங்களுக்கு ஆள் வந்தாச்சு! முறி மருந்து கொடுத்து எங்க ஆள் பிழைக்கவா? நல்ல கதையா இருக்கே..." என்றான்.

"அப்படிச் சொல்லாதீங்க... உங்க இங்கிலீஸ் வைத்தியம் ஒரு எல்லை முட்டும்தான். எங்க மூலிகை வைத்தியம் இரும்பைத் தங்கமாக்கற விஷயங்க தூக்குங்க ஐயா" அவன் பேசியபடி பாஸ்கரைத் தூக்கித் தோளில் போட்டுக்கொள்ள, ஜெயந்தி கதறினாள்.

நெருங்கிவிட்ட கலாதரனைக் கட்டிக் கொண்டாள்.

"என்ன ஆச்சு?"

"நீங்க அந்தப் பக்கம் போனவுடனே இந்தப் பக்கம் பலாப்பழம் பறிச்சு சாப்பிட்டான் பாஸ்கர். அது என்னடான்னா இப்படி ஆயிடுச்சு..." ஜெயந்தி படபடத்தாள்.

"யாரு இந்த ஆளு?"

"யாரோ மலைப் பளிங்கன்... முறிமருந்து தரப்போறதா சொல்லி,.."

கலாதரனுக்கு ஒரு விநாடி ஒன்றும் புரியவில்லை. அந்தக் கிழவனோ மளமளவென்று நடந்து கொண்டிருந்தான். தள்ளாத வயதில் எழுபது கிலோ எடையுள்ளவனைச் சுமக்கும் அவன் வலிமை அந்த நிலையிலும் கலாதரனைக் கவ்வியது.

“எங்களுக்கு வைரமும் வேண்டாம் ஒரு மண்ணும் வேண்டாம். எனக்கு இப்ப என் தம்பி வேணும். ப்ளீஸ் சேவ் ஹீம்...”

‘ஓ’ என்று அலறத் தொடங்கிவிட்டவளை எப்படிச் சமாளிப்பது என்றே கலாதரனுக்குத் தெரியவில்லை.

அவளை அணைத்தபடி அந்தக் கிழவனைப் பின் தொடரத் தொடங்கினான். மாரிமுத்துவும் வேண்டா வெறுப்பாகப் பின்தொடர...

* * *

குடிசையில் மூக்கின் வழியாக உள்ளே நுழைந்த ஒரு மூலிகைச் சாறை உள்வாங்கியபடியே கண் திறந்த பாஸ்கரை ஜெயந்தி கட்டிக் கொண்டாள். அப்படியே திரும்பி அந்தக் கிழவனையும் கட்டிக் கொண்டாள்.

“தாத்தா, ரியலி நீங்க கிரேட்...! கடவுள் மாதிரி வந்து என் தம்பியைக் காப்பாத்திட்டீங்க...” என்று அவன் கைகளைக் கண்ணில் ஒற்றிக்கொண்டாள்.

கிழவனிடம் புல்லரிப்பு.

“தாயி... உன்னை மாதிரியே எனக்கும் ஒரு பேத்தி இருந்தா! அசப்புல உன்னை மாதிரியேதான் இருப்பா! அநியாயமா பாம்புகளுக்கு அவளைப் பலி கொடுத்துட்டேன். காப்பாத்த அவகாசமே இல்லாம செத்துக் கிடந்தா. அதுலேருந்து யார் உசுருக்கு ஊசலாடுனாலும் எனக்குப் பொறுக்காது” என்ற கிழவன், “இந்தப் பளிங்கன் குடிசைக்கு வந்திருக்கிற உங்களுக்கு எதாச்சும் தரப் பிரியபடறேன். கொஞ்சம் இருங்க...” என்றபடி குடிசையைவிட்டு வெளியே கிளம்ப எத்தனித்தவனைக் கலாதரன் தடுத்தான்.

“அதெல்லாம் ஒண்ணும் வேண்டாம் தாத்தா... ஏழுகல் பாறை எங்கே இருக்கு? அதை முதல்ல சொல்லுங்க. அதுபோதும்...” என்றான்.

"ஏழுகல் பாறையா? அது இந்தப் பக்கம் எங்கே இருக்கு? இதுக்கு நேர் எதிர் திசைலல்ல இருக்கு..." என்று கிழவன் சொன்னபோது கண்விழித்த பாஸ்கர் உட்பட மூவரும் சுணங்கிப் போனார்கள்.

அதே சமயம் "முத்தங்கி இருக்கானாடா?" என்று கேட்டபடி குடிசைக்கு வெளியே திவாகர் ஒரு பளிங்கனிடம் கேட்டுக் கொண்டிருந்தான்.

* ——— *

24

அன்று...

குற்றுயிராகக் கிடக்கும் ராஜேந்திரனின் உயிரை நிர்மூலமாக்க முற்பட்ட அந்த தருணத்தில் எங்கிருந்தோ வந்த கட்டாரி ஒன்று அங்கணத்தேவனின் நடுமார்பைத் தாக்க, அவன் தரைமீது சுருண்டு விழுந்து ஒரு புழுவைப் போல் நெளிந்து உயிரிழந்தான்.

முகத்தைப் பாகைத் துணியால் மூடியபடி ஆகிருதியாய்த் தென்பட்ட - கட்டாரியை எறிந்த உருவம் ராஜேந்திரனை ஒரு பார்வை பார்த்துவிட்டு அங்கணத்தேவன் உயிர் நீத்ததையும் ஊர்ஜிதப்படுத்திக் கொண்டது. அருகில் பூனைக்கண்ணன் முனகிக் கொண்டேயிருந்தான்!

இருவரையும் தாங்கியிருந்த புரவிகள், நிலமதிர நடக்கும் அந்த உருவத்தைப் பின்தொடர்ந்தன.

"தேவர் பிரானே... வெள்ளையன் படை வேகமாக முன்னேறி வந்து கொண்டிருக்கிறது. விடியும்போது நிச்சயம் ஊரை வளைத்துக்கட்டி விடுவார்கள். வரும் வழியில் நம் பிராந்திய கள்ளர்கள் அவர்களை லேசாகத் திகைக்க வைத்துள்ளார்கள். அவர்களிடம் கைப்பற்றிய துப்பாக்கிகள் இப்போது நம் கோட்டையில்..."

நள்ளிரவை கடந்து விடியலை நோக்கி நகர்ந்து கொண்டிருந்த அந்த மத்திம நேரத்தில் ஒற்றர் பிரிவின் தளபதி ஒருவன் ஓடிவந்து தன் முன் சரணமிட்டுச் சொன்னதைக் கேட்டுப் புலித்தேவர் அதிகம் மகிழ்ந்து போல் தெரியவில்லை.

"நம் வீரனான பூனைக்கண்ணனும் நட்பு பாளையவீரன் ராஜேந்திரனும் சேர்ந்து வெடி மருந்துகளைப் பெருமளவில் நாசப்படுத்தித் திரும்பியுள்ளார்கள் என்றும் தெரிகிறது. ஆனால் அவர்கள் எங்கே என்று தெரியவில்லை."

ஒற்றர் படை தளபதி நகர்ந்து கொண்டான். புலித்தேவரின் சகதர்மணி லட்சிமி நாச்சியார் அருகே வந்து நிற்பதுகூடத் தெரியாமல் அளவுக்குத் தேவரிடம் சலனம்.

"அன்பரே... எப்போதும் எதற்கும் சலனப்படாத நீங்கள் இன்று இப்படிச் சலனப்பட காரணம் என்னவோ? வெள்ளையனை எப்படி வெல்வது என்றா, இல்லை வெல்லமுடியாத விஷயத்தில் இறங்கிவிட்டோம் எனக் கருதியா?"

"என்னைப் பார்த்து இப்படி ஒரு கேள்வி கேட்க எப்படி லட்சுமி உனக்கு மனம் வந்தது?"

"மன்னிக்க வேண்டும். வேறு காரணங்கள் எனக்குப் புலப்படவில்லை."

தேவர் உடனேயே அங்கிருந்து லட்சுமியை அழைத்துக் கொண்டு விடுவிடுவென்று நடந்தார். ஓர் அறைக்குள் நுழைந்தபோது அங்கே பூனைக்கண்ணனும் ராஜேந்திரனும் உயிருக்குப் போராடியபடி படுத்திருந்தார்கள். மருத்துவர்களின் பணி ஊடே நடந்து கொண்டிருந்தது.

"ஆ... நம் கண்ணன்...! கூட அது யார் இன்னொரு வீரன்...? என்னவாயிற்று இவர்களுக்கு?" பதட்டத்துடன் கேட்டார் வேலு நாச்சியார்.

"இளங்கன்றுகள் பயமறியாது என்பதற்கேற்ப வீரச்செயல் காட்டி இப்படி வீழ்ந்து கிடக்கிறார்கள். நல்லவேளை, மாறுவேடத்தில் வெளிச்சென்ற என் செயலால் பிழைத்தார்கள்."

"உங்கள் கலக்கத்துக்கு இதுதான் காரணமா?"

"ஆம் தேவி... நம் நாட்டைக் காப்பதில் என்னை விஞ்சும் வேகம் கொண்டவர்களாக நம்மில் பலர் இருக்கிறார்கள்.

அவர்களுக்கு இந்த நிலை. அதை நினைத்தால் நெஞ்சு வலிக்கிறது."

ஆறுதல் கூற வார்த்தைகள் இல்லாமல் நின்றிருந்தார் லட்சுமி நாச்சியார். சிறிது நேர மௌனத்துக்குப் பிறகு தேவரே பேசத் தொடங்கினார்.

"ஆயுதமின்றி நேரில் நின்று காட்டுப் புலியை அடக்கியவன் இந்தப் புலித்தேவன். வந்து கொண்டிருக்கும் நரிகளுக்குத்தானா அஞ்சுவேன்? அதிலும் இது போன்ற இளைஞர் படை என் வசம் இருக்கும்போது நான் எதற்காக கவலைப்பட வேண்டும்? முழங்கட்டும் போர் முரசு! ஒலிக்கட்டும் போர்க்குரல்!

மண்ணாசை பிடித்த ஆற்காட்டு நாவாபுக்கும் மமதை பிடித்த ஹெரானுக்கும் பாடம் புகட்டுகிறேன்"– என்று பேசியபடி வெளியேறிய புலித்தேவர், கோட்டை மண்டபத்தில் கூடியிருக்கும் பாளையத் தளபதிகளை அழைத்துப் பேசத் தொடங்கினார்.

நள்ளிரவிலும் நெல்கட்டும் செவல் கோட்டையைச் சுற்றி வளைத்து பாதுகாப்பாக நிற்கத் தொடங்கின பாளையப் படைகள். உள்ளே கோட்டை மதில் மேல் அங்குல இடைவெளிகூட விடாத நிலையில் வாள், வேல், கைக்கோல் சகிதம் வீரர்கள்...

ஒரு ரத்தக்களரியை வேடிக்கை பார்க்க கதிரவன்கூட ஆவலாகக் கிழக்கில் எட்டிப்பார்க்கத் துவங்கிவிட்டான்.

* * *

பண்பொழி ஆற்றின் கரைமேல் அம்பலத்தேவர் ஒரு சிலையென நின்று கொண்டிருந்தார். சலங்கை சப்திக்க அவரை நெருங்குகிறாள் மீனாட்சி.

"அப்பா..." அழைக்கிறாள்.

அம்பலத்தேவர் மெல்லத் திரும்புகிறார்.

"போரைப் பற்றிய குழப்பமா?" கேட்கிறாள்.

“குழப்பமில்லை... நினைப்புத்தான்.”

“நினைவுதானே குழம்புகிறது. போகட்டும்... போர் துவங்கிவிட்டதாகக் கேள்விபட்டேனே, உண்மையா?”

“பரவாயில்லையே... இதுபோன்ற விஷயங்கள் உங்கள் உப்பரிகை வரைக்கும் வந்து விழுகிறதே!”

“வரக்கூடாதா என்ன...?”

“வரலாம். தப்பே இல்லை! இந்தப் போரில்தானே உன் வாழ்வே இருக்கிறது?”

“என் வாழ்வு மட்டுமா? இந்த மண்ணின் மக்கள் அத்தனை பேருக்கும்தானே! அதற்காகத்தானே ஒற்றுமை என்னும் ஆயுதத்தைப் புலித்தேவர் மிகுந்த பொறுப்புடன் கையாண்டு வருகிறார்...”

“அதுமட்டுமல்ல மீனாட்சி... எனது மாப்பிள்ளை ராஜேந்திரனையும் அவர்தான் பொறுப்புடன் கவனித்து வருகிறார்...”

ராஜேந்திரனை தேவர் ‘மாப்பிள்ளை’ என்று விளித்தது. கேட்டு மயில் தோகை போல் நிமிர்ந்தாள் மீனாட்சி.

“அப்பா இதெல்லாம் உங்களுக்கு எப்படித் தெரியும்?”

“புலித்தேவரே எனக்குச் செய்தியை எழுதியனுப்பி விட்டார்... எதன் பொருட்டோ தளபதி வஜ்ரநாராயணன் போக்கு தடம்மாறிப் போய்விட்டது. அவனால் ராஜேந்திரனுக்கு தடம்மாறிப் போய்விட்டது. அவனால் ராஜேந்திரனுக்கு உயிர்ச்சேதமும் நேர இருந்திருக்கிறது. உடம்பெல்லாம் கண்படைத்த புலித்தேவர் அதைத் தானே முன்னின்று தடுத்திருக்கிறார். வஜ்ரநாராயணன் மேலும் ஒரு பார்வையை அவர் வைத்தாகிவிட்டது. ‘எதிரியின் இழப்புக்குத் துளிகூட வருந்தலாம். ஆனால் துரோகியின் இழப்புக்குத் துளிகூட வருந்தக்கூடாது. வருத்தப்படமாட்டீர்கள் என நம்புவதாக’ தேவரின் லிகிதம் கூறுகிறது.”

மீனாட்சியிடம் ஆழ்ந்த பெருமூச்சு. அப்போது ஜம்னாலாலின் பிரவேசமும் அங்கு நிகழ்ந்தது.

"வாருங்கள் நண்பரே! நல்ல ஓய்வு கண்டீரா?"

"நெடுநாட்களுக்குப் பிறகு நல்ல ஓய்வு கண்டேன். ஆமாம். போர் குறித்து ஏதும் தகவல் உண்டா?"

"போர் துவங்கிவிட்டது நண்பரே! இறுதி வெற்றி நமக்குத்தான் அதில் சந்தேகமில்லை."

"தசகண்ட வைரம் இந்த பாளையத்தை எட்டிய நேரம்... எல்லாம் நல்லவிதமாக நடப்பதாகக் கருதுகிறேன். அதை இன்றைய முகூர்த்த நாழிகையில் பெற்றுக்கொண்டு வெற்றியை ஊர்ஜிதப்படுத்துங்கள் தேவரே"

"நிச்சயமாக... என் மகளும் அதைக் காண விரும்புகிறாள். காட்டுகின்றீரா?"

"அவசரம் வேண்டாம். ஒரு வெள்ளிக்கிண்ணத்தில் பால் எடுத்து வரச் சொல்லுங்கள்..."

"எதற்கு?"

"வீரியம் மிகுந்த வைரம் அது. முதலில் நேரில் அதைப் பார்ப்பது நல்லதல்ல..."

"பின், பால் எதற்கு?"

"பாலுக்குள் அதைப் போட்ட பிறகு அது தோஷநிவர்த்தி அடைந்துவிடும். அதன் பிறகு பார்க்கலாம்..."

மீனாட்சி உள்ளே சென்று ஒரு வெள்ளிக்கிண்ணத்தில் கறந்த பசும்பாலை எடுத்து வந்தாள்.

கண்களை மூடி தியானித்தபடி சந்தனப் பெட்டியிலிருந்து அந்த வைரக் கட்டியை எடுத்து பாலுக்குள் போட்டார் ஜம்னாலால்.

"இஷ்ட தெய்வத்தை மனத்தில் பிரார்த்தித்துப் பெற்றுக் கொள்ளுங்கள். தீட்டு படக்கூடாது. வெறும் ஜடப்பொருள்தானே

என்று அறிவுப்பூர்வமாக இதற்குப் பொன்னால் மட்டும் விலைமதிப்பு போட்டு விடாதீர்கள். மீறினால் மிக மோசமான எதிர் விளைவுகளைக் காண்பீர்கள்...”

ஜம்னாலாலின் எச்சரிக்கையதைத் தொடர்ந்து அம்பலத்தேவர் கிண்ணத்தோடு வைரத்தைப் பெற்றுக்கொள்ள, அப்போது பார்த்து ஒரு வீரன் அங்கு ஓடி வந்து சேர்ந்திருந்தான்.

“அரசே... நமது படைகளின் தாக்குதலுக்கு வெள்ளையனால் ஈடுகொடுக்க முடியவில்லை. நெல்கட்டும் செவல் கோட்டையை நெருங்க முடியாமல் வெள்ளையன் திணறிக் கொண்டிருப்பதாகத் தகவல் வந்துள்ளது!”

அம்பலத்தேவர் அதைக் கேட்டு மார்பு நிமிர்த்தி “எல்லாம் இந்த வைரம் வந்த வேளை” என்று சிலாகிக்க, மீனாட்சி கண்மூடி நன்றியோடு திருமலை முருகனைத் தியானிக்க தொடங்கினாள்.

***

மீனாட்சியின் பிரார்த்தனைக்கு நல்ல பலன் ஏற்படும் விதத்தில் போர்முனையில் மறவர்களின் கை ஓங்கியே இருந்தது. கைக்கோலை சளைக்காமல் அவர்கள் சுழற்றும் நேர்த்தி வெள்ளையன் படைக்குக் கிலியை உண்டாக்கியிருந்தது.

துப்பாக்கிகளின் குண்டுகளுக்கு இடம் கொடுக்காமல் அவர்கள் குரங்கைப் போல் குதித்தும் தாவியும் சண்டையிட்ட விதம் ஹெரானைக் கலவரப்படுத்தியது.

முந்தைய இரவில் சேற்றுத்திப்பிகளால் செய்வதறியாது சுதம்பிவிட்ட பீரங்கிகளைச் சுத்தப்படுத்தி, குண்டுகளை இட்டு நிரப்பிக் கோட்டையை நோக்கிச் செலுத்தியும் பலனில்லை.

யூசுப்கான் ஒரு புரவிமேல் வாள் சகிதம் சுழன்று வந்து அலுத்துவிட்டிருந்தான். மாபூஸை அணுகி தனித்து வரும்படி சமிக்ஞை செய்து போர்க்கள எல்லையில் அவனைச் சந்தித்து கடூரமாகக் காதைக் கடித்தான்.

“இத்தனை தூரம் நாம் போராடியதற்குச் சராசரியாக அவர்கள் ஐந்நூறு பேராவது செத்து மடிந்திருக்க வேண்டும். கோட்டைச் சுவரில் ஒரு பகுதியாவது இடிந்து பொடியாகியிருக்க வேண்டும். எதுவுமே நடக்கவில்லை. நம் தரப்பில் தான் வீரர்கள் மடிந்து விழுகிறார்கள். இப்படியே போனால் நாம தாக்குப் பிடிப்பது கடினம். நாம் வேறு வழியைக் கையாண்டாக வேண்டும்.”

“என்ன சொல்கிறாய்?”

“ஒன்று இந்தப் போரில் நாம் வெற்றி பெற்றாக வேண்டும். இல்லாவிட்டால் வெற்றி தோல்வியின்றி போர் முடிய வேண்டும்.”

“அது எப்படிச் சாத்தியம?”

“இப்போதுகூட கெட்டுவிடவில்லை. துரை மூலம் யாராவது தூது அனுப்பி கப்பத் தொகையைக் கேட்போம். கப்பம் என்று ஒரு பொன் கொடுத்தாலும் போதும் என்போம்...”

“அதற்கு என்ன செய்யச் சொல்கிறாய்?”

“ஹெரான் துரையிடம் நீங்களே பேசிப் பாருங்கள். இந்தச் சந்தர்ப்பத்தில் துபாஷை, உள்ளனுப்பி சேதியைக் கூறச் சொல்லுங்கள்...”

யூசுப்பின் யோசனை மாபூஸ் மூலம் போய்ச் சேர்ந்த போது அது சற்று உசிதமாகப்பட்டது ஹெரானுக்கும்.

✲ ✲ ✲

அஸ்தமனம் வந்துவிட, கோட்டை மதில் மேல் கொம்புகள் ஊதப்படும் அரவம்.

மெல்ல போரின் வேகம் தணிந்தது.

கோட்டை வீரர்கள் உள்ளிறங்கித் தணிய, வெள்ளையன் படையும் களைத்து அப்படியே மண்டியிட்டது.

கோட்டைகுள் புலித்தேவர் செருக்கோடு தென்பட்டார். "முதல் நாள் யுத்தத்தில் நாம் எதிரியை யோசிக்க வைத்திருக்கிறோம்" என்றார்.

"உண்மைதான்... வெள்ளையனின் மொழி பெயர்ப்பாளன் துபாஷும் நம்பிக்கைக்குரிய ஒருவரும் அவனிடமிருந்து ஏதோ செய்தி எடுத்து வந்திருக்கின்றனர்."

"என்ன... மன்னித்துவிடு என்கிறானா ஹெரான்...?"

"இல்லை... ஏதோ நரித்தனம் செய்யப் போகிறான்."

"அழைத்து வாருங்கள் அவர்களை..."

இருவரும் பாதுகாப்பாக அழைத்து வரப்பட்டனர்.

"நீங்கள் வந்த விஷயம்?"

"போரிட்டு இருசாராரும் துன்பப்பட வேண்டாம். ஹெரான் துரை பெரிய மனது வைத்து உங்களை மன்னிக்க விரும்புகிறார்" என்று புலித்தேவர் எதிரே தயக்கமாக வாய் திறந்தனர் இருவரும்.

தேவர் மீசையை நீவியபடியே "ம்ம்... அப்புறம்..." என்று வினவ.

"நீங்கள் உரிய தொகையைக் கப்பமாகக் கட்டாவிட்டாலும் பரவாயில்லை. கைப்பிடி நெல்லைக் கப்பம் என்று கட்டினாலும் போதும்...உங்களை மன்னித்து பரங்கியர் படை பின்வாங்கும்" என்றார் அவர்கள் இருவரும்.

"யாரை யார் மன்னிப்பது? எங்கள் மண்மேல் நின்றுகொண்டு எங்களுக்கு மன்னிப்பளிக்க நீங்கள் யார்? இத்தனை தூரத்துக்கு வந்துவிட்ட உங்களைத் தண்டிப்பதா? இல்லை மன்னிப்பதா என்று நாங்களல்லவா முடிவு கட்ட வேண்டும்?"

"நல்ல வாய்ப்பை நழுவவிட்டு விடாதீர்கள். மற்ற பாளையங்கள் பணிந்துவிட்டதை எண்ணிப் பாருங்கள்."

"மற்ற பாளையங்களைப் போலவே நாங்களும் இருப்போம் என்று எண்ணிவிடாதீர்கள். அவர்களுக்கும் சேர்ந்து பதிலடி தர

எங்களால் முடியும். போய் உன்னால் ஆனதைப் பார். முடிந்தால் உன் பீரங்கிகளால் என் படையைச் சர்வ நாசப்படுத்திவிட்டு இந்த மண்மேல் அமர்ந்து கொண்டாட்டம் நிகழ்த்து!

பிறக்கும்போதே வாளும் வேலுமாகப் பிறந்த கூட்டம் இது. பாலைக் குடிப்பதைவிட குருதியைக் குடித்ததுதான் அதிகம். நல்லவர்க்கு நன்றிகாட்ட உயிரைக்கூடக் கொடுப்போம். முண்டா தட்டிவிட்டாலோ கதை முடிக்காமல் தலைசாய்க்க மாட்டோம். போ...நிற்காது ஓடி என் எண்ணத்தைத் துரையிடம் சொல். நல்ல ஆண்மகனாக இருந்தால் அவனை நேருக்கு நேர் போருக்கு வரச் சொல்..."

துபாஷும் தூதுவனும் புலித்தேவரிடம் சமாதானப்பேச்சில் தோல்விகண்டு தலையைத் தொங்கப் போட்டபடி வெளியேற, அவர்களைப் பதவிசாக அழைத்துக்கொண்டு மறவர் இருவர் உடன் சென்றனர். கோபச்சிவப்பில் கொழுந்துவிடும் தேவர் முன் ராஜேந்திரனும் பூனைக்கண்ணனும் பிரசன்னமாகயிருந்தனர்.

"வாருங்கள்! உபாதை இப்பொது எப்படி இருக்கிறது?" தேவரின் வினா முன் இருவரும் மௌனித்தனர்.

"மௌனத்துக்குக் காரணம்?" தேவர் கிண்டினார்.

"வாளேந்தி போரிட எங்களுக்கு அனுமதி அளியுங்கள்?"

"இந்த நைந்த நிலையிலோ? வேண்டாம் இப்போது. உங்களுக்கு ஓய்வளிக்கவே விரும்புகிறேன்."

"வீரர்களுக்கு ஓய்வு முதுமையில்தான். போரின் முன்னிலையில் அல்ல. நாளை நாங்கள் களத்தில் நிற்போம்" ராஜேந்திரன் உடைவாளை உருவி ஏந்திப் பிடித்தான். தேவரிடம் சிலிர்ப்பு!

அதே சமயம் அங்கணத்தேவன் இறந்துவிட்ட செய்தி கேட்ட வஜ்ரநாராயணன் தன் அடுத்த சதித் திட்டத்துக்குத் தயாராகிக் கொண்டிருந்தான்.

இன்று...

திவாகரின் கேள்வி முத்தங்கி காதிலும் விழ, குடிசைக்கு வெளியே வந்தான் முத்தங்கி.

"வரணும் ராசா... வரணும்.. இந்தக் கெழவனைத் தேடிக்கிட்டு ஏது இவ்ளோ தூரம்?" கேட்டபடியே சற்றுத் தொலைவில் நின்றிருந்த திவாகரை நெருங்கினான்."

"முத்தங்கி... நீ இங்கதான் இருக்கியா? ரொம்ப நல்லது... உடனே என்கூடக் கிளம்பு. உனக்கு ஒரு நல்ல வேலை வந்திருக்கு."

"ராசா, ஏதும் களவாணி சமாசாரமா?"

"முத்தங்கி, உன்னை எங்களுக்குத் தெரியாதா? இது அந்த மாதிரி விஷயம் இல்ல. வேற ஒரு விஷயம்."

"ரொம்ப அவசரங்களா?"

"ஏன், எதுக்குக் கேக்கறே?"

"இல்லை... உங்களைப் போலவே பட்டணத்துக்காரங்க ஒரு நாலு பேரைக் கொஞ்ச முந்திதான் பார்த்தேன். இப்ப என் குடிசையிலதான் இருக்காங்க. அதுல ஒருத்தர் விஷப்பலாவைத் தின்னுட்டு வைகுண்டம் போகத் தெரிஞ்சாரு. நம்ம கை மருந்தை கொடுத்து ஒருவழியாக காப்பாத்தினேன். அவங்களை அனுப்பிச்சிட்டு வந்துடறேனே..."

"ஏய், யாருப்பா அந்தப் பட்டணத்துக்காரங்க...?" அவசரமாகக் கேட்டான் திவாகர்.

"யாரோங்க... ஏழுகல் பாறையைத் தேடி வந்தவங்க... வழி மாறி நேர் எதிர் திக்குல வந்துட்டாங்க. பாவம்!"

முத்தங்கி சலித்துக்கொண்ட சமயம் கலாதரன் குடிசைக்கு வெளியே வரத் தொடங்க, திவாகர் பேச்சைக் கேட்டு சட்டென்று கதவுக்குப் பின்னால் ஒளிந்து கொண்டு அவர்கள் பேச்சைக் கேட்கத் தொடங்கினான்.

“கிழவா விவரங்கெட்டவனே... அந்த ஆள் மலைபோலீஸ்ய்யா, ஃபாரஸ்டரு, நோட்டம் போட வந்திருக்காங்க. நம்ம கூட்டத்துக்கு எதிரிய்யா!”

“அப்படியா?!”

“இப்ப நாமளே ஏழுகல் பாறைக்குத் தான் போறோம். நம்ம டவுன் முதலாளி தங்க மாணிக்கத்தோட உத்தரவு இது. ஓசைப்படாம கிளம்பு. மத்ததை நான் சொல்றேன்.”

“அவங்களை என்ன செய்ய?”

“இப்போதைக்கு எந்தப் பக்கமாவது கைகாமிச்சு அனுப்பிவிட்டுரு. மத்ததை நம்ம முதலாளி பார்த்துக்குவாரு.”

இதைக் கேட்ட கலாதரனுக்கு லேசான ரத்த உதறல். மெல்ல பூனைபோல் பதவிசாகத் திரும்பிவந்து குடிசைக்குள் உட்கார்ந்து கொண்டான்.

பின்னாலேயே முத்தங்கி உள்ளே வந்தான்.

“தம்பிகளா... ஒரு அவசர வேலையா நான் வெளிய போகவேண்டியிருக்கு. நீங்க மெல்ல அப்படியே கிளம்புங்க” என்றான் சோர்வாக. செயற்கையாக இப்படிப் பேச வேண்டியிருக்கிறதே என்கிற வருத்தம் அதில் நன்றாக இழையோடுவதைக் கலாதரன் காண முடிந்தது.

இயற்கையில் இவன் நல்லவன். பயன்படுத்திக் கொள்பவர்களைப் பொறுத்து மாறவேண்டியிருப்பதை நன்கு புரிந்து கொண்ட கலாதரன், “நீ கிளம்ப... நாங்களும் இதோ கிளம்பிடறோம்” என்றான்.

“கலாதரன், அந்த ஏழுகல் பாறை எங்க இருக்குன்னு தெளிவா கேட்டுப்போம்...” பாஸ்கர் இடையிட்டான்.

“நாம ஏழுகல் பாறைக்கும் போக வேண்டாம். எட்டுகல் பாறைக்கும் போகவேண்டாம். அடிவாரத்துக்குத் தான் போகப் போறோம். இப்போதைக்கு வீட்டுக்குப் போனா போதும்.

நமக்கெதுக்கு வீண் வேலை..."என்று கலாதரன் பாஸ்கரைப் பார்த்து சடக்கென கண்ணடித்தான்.

பாஸ்கர், ஜெயந்தி இருவருக்குமே அவன் நடிக்கிறான் என்பது உடனேயே புரிந்துபோனது.

ஒரு கம்பியை வளைத்துக்கட்டிய கழி ஒன்று, மூங்கில் கூடை ஒன்று என்று தன் சாதனங்களை எடுத்துக்கொண்டு குடிசைக்கு வெளியே வந்தான் முத்தங்கி.

தொலைவில் மறைவாக திவாகர் காத்துக் கொண்டிருக்க, அவனை நோக்கிச் செல்ல ஆரம்பித்தான்.

தான் கேட்ட விவரத்தை மற்றவர்களிடம் கூறிய கலாதரன், "இம்மீடியட்டா நாம ரெண்டு பேரும் முத்தங்கியை ஃபாலோ பண்ணியாகணும். கமான் பாஸ்கர்...நாம போகலாம். நீங்க ரெண்டு பேரும் முத்தங்கி குடிசைகிட்டேயே காத்திருங்க. என்னன்னு தெரிஞ்சுக்கிட்டு வந்துடறோம்" என்றவன் சாண்டியைச் சொடக்கு போட்டுக் கூப்பிட, அது பதுங்கி முத்தங்கி போன பாதையையே மோப்பம் பிடித்தபடி போகத் தொடங்கியது.

✻ ✻ ✻

"ஆமா, இந்த மலையில எங்கேயாவது காளிக்கோயில் இருக்காய்யா?" நடக்கும்போது திவாகர் கேட்டான்.

"காளிக்கோயிலா..? அப்படி ஒண்ணும் இல்லீங்களே.."

"நல்லா யோசிச்சு சொல்லு..."

"யோசிக்க ஆரம்பித்தான் முத்தங்கி. கிழட்டு முகத்தில் எண்ண ரேகைகளில் பந்தல். திடுமென்று சூள்காட்டியவன். "ஒரு கோயில் இருக்கு...ஆனா, காளிகோயில் இல்ல அது. சங்கிலியம்மன் கோயில்னு சொல்வோம்" என்றான்.

"அது எங்கய்யா இருக்கு?" திவாகரிடம் தீர்க்கமான துருவல்.

“என்னங்க நீங்க... சந்தனமரம் எங்க இருக்கு. ஜாதிக்கா மரம் எங்க இருக்குன்னு தான் நீங்க கேட்டு நான் பாத்திருக்கேன். இப்ப போய் அதிசயமா கோயிலைப்பத்தி கேக்கறீங்களே...?!”

“காரணமாதான்யா, அதுக்குத்தான் உன்னை சம்பத் ஐயா அழைச்சுக்கிட்டு வரச் சொன்னாரு...”

“சங்கிலியம்மன் ரொம்ப சக்திவாய்ஞ்சவன்னு கேள்வி. ஏதாவது நேர்த்திக்கடன் பண்ணலாம்னு இருக்கீங்களா?”

“ஆமா மொட்டை போட்டு பலி கொடுக்கலாம்னு. கோயில் எங்கே இருக்கு? அதைச் சொல்லு.”

“நாங்க சங்கிலியம்மனு சொல்ற அந்த சாமியை மத்த குடிமக்க வீரபத்ர காளின்னும் சொல்லுவாங்க. அந்தக் கோயிலுக்குப் போறது மிகவும் கஷ்டம். அந்தக் கோயிலே ஒரு குகைக்குள்ளாரல்ல இருக்குன்னு பேசிக்கிறாங்க...”

“பேசிக்கிறாங்களா... அப்ப உனக்கு தெரியாதா?”

“தெரியாதுங்களே...!”

“இந்த மலையில நீ சுத்தாயா காத்தையா... தெரியாதுங்கறியே...”

“நமக்குப் பொய் சொல்லிப் பழக்கமில்லீங்க. தெரியாதுன்னு சொன்னா தெரியாதுதாங்க.”

திவாகர் அவன் பதிலில் குத்துப்பட்டது போல் ஆகியிருந்தான். மலைப்பாதையில் விறுவிறுவென்று நடந்தார்கள் அவர்கள் இருவரும்.

கிழவன் முத்தங்கியின் நடையில் அசாத்திய வேகம். பின் தொடரும் கலாதரனால் அந்த வேகத்துக்கு ஈடுகொடுக்க முடியவில்லை.

வானில் சூரியன் நடுமைப்பட்டிருந்தான்.

செங்குத்துக் கதிர்களின் தாக்கம் வேறு!

“கலாதரன்... இவங்க யார், இவங்க எதுக்கு ஏழுகல் பாறைப் பக்கம் போறாங்க?” பாஸ்கர் கேட்டான்.

“அந்த முகமூடி கோஷ்டின்னு நினைக்கிறேன். எல்லாமே புதிரா இருக்கு. நெருங்கிப் போய்ப் பார்த்தால்தான் தெரியும். இந்த மலையில ஏறத்தொடங்கிவிட்ட நிமிஷத்துல இருந்தே நம்மளை இவங்க ஃபாலோ பண்ணியிருக்கணும். சரியான இடத்துக்கு நாம போகக்கூடாதுன்னு அந்த பளிங்கப் பெண் மூலமா தப்பா கைகாட்டி நம்மளைத் திசை திருப்பிட்டாங்க. நாமளும் ஏமாந்துட்டோம். இப்பதான் சரியான பாதையில போக ஆரம்பிச்சிருக்கோம்.”

இருவரும் பேசியபடியே இடையிட்ட மர நிழல்களில் ஊடுருவி பின்தொடர, ஏழுகல் பாறை மேல நின்றிருந்த சம்பத்துக்கு அவன் பைனாகுலர் மெல்ல முத்தங்கியையும் திவாகரையும் ஒரு கட்டத்தில் காட்டத் தொடங்கியது.

‘சபாஷ்... முத்தங்கி வந்துக்கிட்டிருக்கான்’ கையைச் சொடுக்கியவன் திரும்ப பைனாகுலர் வழியாக ஊடுருவியபோது அவர்களுக்குப் பின்னால் பதுங்கிப் பதுங்கி பாஸ்கரும் கலாதரனும் வருவதையும் பார்த்துவிட்டான். விலா எலும்பில் யாரோ தீக்குச்சியை உரசின மாதிரி ஒரு சிலிர்ப்பு அவனிடம்.

“ஐயையோ’ என்கிற பதைப்பு. ‘இப்போது என்ன செய்ய?’ கேள்விக்குள் நுழைந்தவன் பாக்கெட்டைத் தொட்டுப் பார்த்தான். ரிவால்வர் நெருடியது.

கலாதரன் இங்கே வந்துவிட்டால் காரியமே கெட்டு விடலாம் என்று எண்ணிய சம்பத் துணிந்து ரிவால்வரை எடுத்து ஒளிந்து ஒளிந்து பின்தொடரும் கலாதரனையும் பாஸ்கரனையும் குறிபார்த்துச் சுட்டான்.

* ——— *

25

அன்று...

பித்தளை லாந்தரின் பெரிய திரி ஒளியில் கடுகடுவென காணப்பட்டான் ஹெரான். அருகே படு விறைப்பாக துப்பாக்கி சகிதம் அவனது மெய்க்காவலர்கள்.

சமாதான தூதுபோன நபர்களிடம் புலித்தேவர் வீர முழக்கமிட்டதைத்தான் ஜீரணிக்கவே முடியவில்லை அவனால்.

ஒரு கைப்பிடி நெல்லைக்கூட கப்பமாகக் கட்டமறுக்கும் அளவுக்கா ஒரு மனிதனிடம் வீரமும் கர்வமும் இருக்கும்?

வெளியே வானில் நிலாத்துண்டு திக்கு மாறி நீந்திக் கொண்டிருக்க நிர்மலமான வானம்!

முகாமுக்கு வெளியே வந்து தன் இரு கைகளைப் பின்னால் கட்டி ஆக்ரோஷமாக நின்ற ஹெரான் ஆங்காங்கே நிற்கும் வீரர்களைப் பார்த்தான். நெடுந்தூரம் ஓடியவர்களைப்போல் அவர்களிடம் களைப்பு தெரிந்தது.

எதிலும் சாயாமல் முட்டுக் கொடுக்காமல் விறைந்தே நிற்க வேண்டிய வீரர்கள் பீரங்கிச் சக்கரங்களின் மேல் ஒருக்களித்தும் அருகாமை மரக்கிளைகளைச் சார்ந்தும் நிற்பதைப் பார்க்கையில் ஒரு ராணுவ அமைப்பின் நசிந்துவரும் தன்மை ஹெரானுக்குள் துல்லியமாகப் புலப்பட்டது.

திரும்பவும் முகாமுக்குள் நுழைந்தான் ஒரு வீரன் மதுக்கிண்ணத்தை நீட்டினான்.

அதை வாங்கிப் பருகிவிட்டு பெருமூச்சு விட்டபடி தன் சகாக்களை அழைத்தான். மாபூஸ்கானும் யூசுப்கானும்கூட வந்து இணைந்து கொண்டனர்.

நடுநாயகமாய்ப் பித்தளை லாந்தரின் தூக்கலான ஜொலிப்பு.

"கவனமாய்க் கேட்டுக்கொள்ளுங்கள். நாளை மதியம் வரை நாம் போரிடுவது போல் போக்கு காட்ட வேண்டும். அதன் பின்னர் போரை முற்றிலுமாக நிறுத்திவிட வேண்டும். இதற்குள் நமது படையின் பெரும்பகுதி திரும்பத் தொடங்கிவிடும்.

பீரங்கிப்படை மட்டுமே இறுதிவரை தன் தாக்குதலை நிகழ்த்த வேண்டும். பின்னர் அதுவும் திரும்ப வேண்டும்.

இதுவரை நமக்கு ஏற்பட்ட சேதம் போதும். இனி துளிகூடச் சேதப்படக் கூடாது. பின்னொரு சமயம் நாம் எல்லாவிதத்திலும் முன்னெச்சரிக்கையாக வந்து தாக்கி இந்தக் கோட்டையைக் கைப்பற்றிக் கொள்ளலாம்."

ஹெரான் பேசப்பேச அனைவர் முகமும் வெளிறிவிட்டிருந்தது. மாபூஸ்கான் மெல்ல வாய்திறந்தான்:

"துரை... இப்படிக் கோழைத்தனமாகப் பின்வாங்குவதைவிட நாம் போராடி இங்கேயே சாகலாம்..."

"யூசுப்... நீ என்ன சொல்கிறாய்?" ஹெரான் பார்வை யூசுப்கான் பக்கம் திரும்பியது.

"ஆழம் தெரியாமல் காலை விட்டுவிட்டோம். தப்பிக்க என்ன வழியோ அதைப் பார்த்துதான் விவேகம். முன்னே அடைந்த வெற்றி நம் கண்ணை மறைந்துவிட்டது. அதனால்தான் இந்தத் தோல்வி. தந்திரங்களும் நம்மிடம் குறைவு. அதனாலும் இந்தத் தோல்வியை நாம் தாங்கித்தான் தீர வேண்டும்."

"ஆமாம்... நாம் பாடம் கற்றோம். ஒன்றுபட்டவர்களை வீழ்த்துவது கடினம் என்ற பாடம் கற்றோம்... நாட்டுப்பற்று என்று வந்துவிட்டால் இந்த மண்ணில் கள்வன்கூட நல்லவனாகிவிடுகிற விந்தை இருக்கிறது. அதை உணர்ந்து கொண்டோம்."

“போரில் இம்முறை நாம் வெல்வது சாத்தியமில்லையென்றாலும் எப்படியாவது புலித்தேவரைக் கொல்வதைச் சாத்தியப்படுத்த விரும்பகிறேன்.”

“புரியும்படி பேச யூஷூப்!”

“புதிர் போடவில்லை துரை அவர்களே... உள்ளதைத் தான் சொல்கிறேன். ஒரு தந்திர நடவடிக்கையில் நான் இப்போது ஈடுபட்டுள்ளேன்...”

“தந்திர நடவடிக்கையா?”

“ஆமாம்... தேவருக்கு விசுவாசமிக்க ஒரு மறவன் தேவருக்கே நம் துப்பாக்கியால் குறிவைக்க உள்ளான்.போர் துவங்கி நடக்கும்போது அந்தக் களேபரத்தில் அவன் கைவரிசையைக் காட்டி விடுவான்.”

“ஈஸ் இட்?”

“இந்த யூசுப்கான் பற்றிப் போகப் போகப் புரிந்து கொள்வீர்கள் துரை அவர்களே.” நாளை எதற்காக இல்லாவிட்டாலும் புலித்தேவரைக் கொல்லவாவது நாம் தொடர்ந்து ஆக்ரோஷமாகப் போரிட்டே தீரவேண்டும்.

குண்டு மழை பொழியும் அந்தத் தருணத்தில் சத்தத்தோடு சத்தமாகப் புலித்தேவரின் அவலமும் கலக்கப் போவது உறுதி...!”

யூசுப்கான் பேசிவிட்டு ஆக்ரோஷமாக வெளியே சென்று ஒருவனை அழைத்து வந்து ஹெரான் எதிரில் நிறுத்தினான்.

அது – வஜ்ரநாராயணன்!

“யார் இவன்?” வஜ்ரநாராயணனை வெறித்தபடி ஹெரான் கேள்வி கேட்க, “கும்பினித் துரைக்கு என் கோடி வணக்கங்கள்” என்று தலைகுனிந்து நிமிர்ந்தபடி முன் வந்தான் வஜ்ரநாராயணன்.

யூசுப்கானின் இயற்பெயர் மருதநாயகம்பிள்ளை என்றும் கருதப்படுகிறது. இஸ்லாமிய மதத்தைத் தழுவியதோடு, மாசா என்னும் போர்ச்சுக்கீசிய பெண்ணைத் திருமணம்

செய்துகொண்டவனும்கூட! 1752-ல் ராபர்ட் கிளைவிடம் தொடங்கிய இவனது பணிக்கு 1755-ல் மேஜர் லாரன்ஸ் என்பவர் தங்க மெடலைப் பரிசாகத் தந்திருப்பது முக்கியமாகக் கருதப்படுகிறது. ஆங்கிலப் படையின் இந்திய சிப்பாய்களுக்குத் தலைவனான இவன், திருச்சி படை ஹெரானுடன் இணைந்தபோது சேர்ந்து கொண்டிருக்க வாய்ப்பிருந்தால் — புலித்தேவரை ஆரம்பம் முதலே எதிர்த்தவனாக இருக்க சந்தர்ப்பங்கள் மிகுதி.

ஆதாரம்: அ.கணபதி எழுதிய 'தமிழக வரலாறு' நூல்

"நான் பண்பொழியூர் பாளையத்துத் தளபதி. என் பெயர் வஜ்ரநாராயணன். உங்களோடு நட்புக்கொள்ள வந்திருக்கிறேன்!"

அவன் பேச்சு ஹெரானுக்குள் ஆச்சரியத்தைவிட அதிர்ச்சியை அதிகமூட்டியது.

"ஏய், என்ன நடிக்கிறாய்? அந்தப் புலித்தேவன் உன்னை உளவு பார்த்து வர அனுப்பினானா?" சினத்தோடு கேட்டான் மாபூஸ்கான்.

வஜ்ரநாராயணன் கவலையுடன் யூசுப்கானைப் பார்த்தான்.

"கவலை வேண்டாம்... விளக்கமாக நீங்களே சொல்லுங்கள்" என்றான் யூசுப்கான்.

"தவறு நண்பரே தவறு... இன்றைக்கு மறவர்கள் வெற்றி பெற்றாலும், எதிர்காலத்தில் அவர்கள் கிழக்கிந்திய கம்பெனிக்கு ஈடுகொடுக்க இயலாமல் தோல்வி அடைந்து கப்பம் கட்டப்போவது உறுதி என்பது தெரிந்த ஒரு தீர்க்கதரிசி தான்...

அதனால் ஆரம்பம் முதலே உங்களுக்கு செலுத்த வேண்டிய வரியை செலுத்திவிட்டு உங்களுக்கு நட்பாக இருப்பதையே நான் விரும்புகிறேன். ஆனால், சாதாரண படைத் தளபதியின் இந்தக் கருத்துக்கு இந்தப் பாளையத்தவர்கள் காது கொடுக்கத் தயாரில்லை. அதனால் அவர்களோடு சேர்ந்து அழிந்து போவதைவிட உங்களோடு நட்பாகி வாழ்த்து பார்க்க ஆசைப்படுகிறேன்..."

“இந்தக் கதையை நாங்கள் நம்பவா?”

“என்னை நீங்கள் நம்பத் தயாராக இல்லையா? சரி... நாளை நானே என் கரத்தால் எங்கள் வீரத் தலைவர் என்று நாங்கள் நம்பும் புலித்தேவரை சுட்டுக் கொல்கிறேன்... அதுமட்டுமா?

அந்த ராஜேந்திரன், பூனைக்கண்ணன் இருவரையுமே கூட சுட்டுத்தள்ள சித்தமாக இருக்கிறேன். அதற்கு இரண்டு துப்பாக்கியை மட்டும் தாருங்கள். என் ஆட்களைக் கொண்டு காரியத்தை ஒரே நேரத்தில் கச்சிதமாக முடிந்து விடுகிறேன். அதன்பிறகு என்னை நம்புங்கள்!”

வஜ்ரநாராயணனின் அந்தப் பேச்சு ஹெரான் உள்ளிட்ட சகலரையும் ஒரு நெம்பு நெம்பியது.

“இதற்கு நீ எதிர்பார்க்கும் கைம்மாறு என்ன?” ஹெரானிடம் கேள்வி.

“இந்த நெல்கட்டும் செவல் பாளையத்து அரச பதவி! உங்களோடு என்றும் நிலைத்த நட்பு!”

“நீ பேசுவதைப் பார்த்தால் எங்களை விட அவர்களை நீ பெரிய எதிரியாகக் கருதுவதுபோல் தெரிகிறதே...?” மாபூஸ்கான் பேச்சில் அவனைச் சுற்றிச் சுற்றி வளைத்தான்.

“ஆமாம். அந்த ராஜேந்திரன் இவருக்கு முதல் எதிரி. வீரத்துக்கு மட்டுமல்ல. காதலுக்கும் முதல் எதிரி. இந்தப் போரில் தேவர் வெற்றி பெற்றால் ராஜேந்திரன் பண்பொழியூர் பாளையத்தின் மாப்பிள்ளையாகிவிடுவான். பிறகு இவர் அவனுக்கும் சேர்த்து குற்றேவேல் புரிய வேண்டும்” நிலையை விளக்கினான் யூசுப்.

“ஓகோ... உள்ளே இப்படி ஒரு கதை இருக்கிறதா? வீரத்துக்கும் காதலுக்கும் சிக்கல் வந்தாலே துரோகம்தான் உடனடி நிவாரணியாகிவிடுகிறது. சரி...நீ இந்தப் பாளையத்துக்கு அதிபதியாவதை உன் அரசர் விரும்புவாரா?”

“புலித்தேவர் விழுந்தால் மேற்குப் பாளையத்தின் சகலமும் விழுந்துவிடும். அதன்பிறகு கும்பினியார் வைத்ததுதான் சட்டம்.

நான் ஒரு ராஜதந்திரி போல் உங்களைச் சந்தித்து பண்பொழியூரை மட்டும் நீங்கள் வளைக்காமல் இருக்க ஏற்பாடு செய்வதுபோல் நடிப்பேன். அதேசமயம் உங்களுக்கும் எங்கள் அரசருக்கும் இடையே ஒரு தூதுவன் போல் செயல்பட்டு நட்பை உண்டாக்கித் தருகிறேன்.

என் செயலுக்குப் பரிசாக நீங்கள் செவலுக்கே என்னை அதிபதியாக்குவேன். ஒரு அதிபதிக்கு இளவரசி மீனாட்சி தானே ஏற்ற ஜோடி? பிறகென்ன, எனக்குப் பெண் கொடுக்க அம்பலத்தேவருக்குக் கசக்கவா செய்யும்?"

"பலே... பேச்சில் இருக்கும் தீர்க்கமும் தெளிவும், செயலிலும் இருக்க வேண்டும். இருக்குமா?"

"இருந்தால்தானே எனக்கு வாழ்க்கை!"

ஆனால், அவனுக்கு அப்படி ஒரு வாழ்க்கை இல்லை என்பது அவனையே பின்தொடர்ந்து வந்திருக்கும் புலித்தேவருக்குத் தெரியாமலா போயிருக்கும்?

இன்று...

"இங்கே ஜெயந்திங்கறது யாருங்க?" முத்தங்கி குடிசை அருகே புதிதாக ஒருவன் முளைத்துவிட்டிருந்தான். மாரிமுத்து அவனை வெறிக்க, ஜெயந்தி 'நான்தான்' என்பதுபோல அவனைப் பார்க்க... அவன் தொடர்ந்தான்.

"நான் ஐயாவோட வேலை பாக்கறவங்க. வாட்ச்சர்! என் பேரு வேணு... ஐயா ஏழுகல் பாறைகிட்ட காத்துக்கிட்டிருக்காரு. உங்களை அழைச்சுக்கிட்டு வரச் சொன்னாரு..." என்றான் அவன்.

"அவரை நீங்க எங்க பார்த்தீங்க?"

"வழியில எதிர்பாரதவிதமான பாத்தேன். அதான்..."

"நீங்கள் வாட்ச்சர்தாங்கறதை நான் எப்படி நம்பறது?"

"நம்பி இஷ்டப்பட்டா வாங்க...இல்லேன்னா, நான் போய் 'வரப் பிரியப்படலை'ன்னு சொல்லிடறேன்..."

அவன் மிகச் சாதாரணமாகப் பேசினான். அவள் நெடுநேரம் தயங்கினாள். அப்போது ஒரு பளிங்கன் அவர்களைத் தாண்டினான்.

"யாரு. வாட்ச்சர் வேணு ஐயாவா.. சௌகரியங்களா?" என்று கேட்டுவிட்டுப் போய்க்கொண்டே இருந்தான். இப்போது ஜெயந்திக்குள் லேசாக நம்பிக்கை! இதுதான் அவளை "சரி, கிளம்புங்க..." என்று மாரிமுத்துவையும் அழைத்துக் கொண்டு அவனைப் பின்தொடர வைத்தது.

வாட்ச்சர் என்று சொல்லிக்கொண்டு வந்தவன், அந்த மலையில் கலாதரன் கால்வைத்த விநாடியிலிருந்தே அவர்களைப் பின்தொடர்ந்து கொண்டிருந்தவன். ஜெயந்தியை மட்டும் மற்றவர்களிடமிருந்து பிரித்துத் தன்னிடம் கொண்டு வந்து சேர்க்க வேண்டிய பொறுப்பைத் தங்கமாணிக்கம் அவனுக்குத் தந்திருந்தார். அது முடிந்துவிட்டதாகக் கருதி, அவன் திமிராக நடந்து கொண்டிருந்தான். துளிகூடப் பதட்டமில்லாத நடை! ஜெயந்திக்குள் மட்டும் அவ்வப்போது பயம் வந்து உதைபடத் தொடங்கியது.

ஒரு கட்டத்தில் ஏகமாய்ப் பளிங்கர்கள் தென்பட்டார்கள். அவர்கள் கால்மாட்டில் விறகுக்கட்டுகள். அவர்கள் இவனைப் பார்த்து இணக்கமாகக் கும்பிட்டார்கள்.

ஒருவன் மெல்ல வாய்திறந்தான்.

"ஐயா... ஏதாவது காக்கா, குருவியைச் சுட்டீங்களா?"

"ஏண்டா, எதுக்குக் கேக்கறே?"

"இல்லே... துப்பாக்கிச் சத்தம் கேட்டுச்சு. அதான்!"

"துப்பாக்கிச் சத்தமா! நான் எதையும் சுடலையே..."

"மிஸ்டர்... வளவளன்னு பேசாம ஏழுகல் பாறைக்குச் சீக்கிரமா நடங்க..." என்றாள் ஜெயந்தி அவனிடம்.

“அங்கதானே போய்க்கிட்டு இருக்கோம்...” என்றான் உடனே அவன்.

“ஐயா, என்னங்க நீங்க... ஏழுகல் பாறை எங்கியோ இருக்கு. நீங்க இந்தப் பக்கம் போறீங்களே...” என்றான். குறுக்கிட்ட ஒரு பளிங்கன்.

“டேய், சும்மாயிருடா... விறகுக்கட்டைத் தூக்கிட்டுக் கிளம்புங்கடா...” என்று சீறி விழுந்தவன், மேலே நடக்கத் தொடங்கினான்.

தயங்கியபடியே அவனைத் தொடர்ந்த ஜெயந்திக்கு நன்றாய்ப் புரிந்தது. ‘இவன் வேறு யாரோ... நம்மை வகையாய்த் தவிக்கவிடப் போகிறான்’ என்பது தெரிந்தது, மறுவிநாடி மாரிமுத்துவின் காதைத் தேடினாள்.

“மாரிமுத்து... ஏய், மாரிமுத்து...” அவன் அருகே நடந்தபடியே சென்று கிசுகிசுத்தாள்.

“என்னம்மா?”

“ஏய்... இவன் வாட்ச்சர் இல்லை. அந்த முகமூடிக் கோஷ்டியைச் சேர்ந்தவன்னு நினைக்கிறேன்...”

“அப்படியா?!”

அவர்கள் முணுமுணுப்பை அவன் கேட்டுவிட்டு நின்றான்.

“என்ன பேச்சு?” என்றான்.

“நாங்க என்ன பேசினா உங்களுக்கு என்ன?” என்று எதிர்க்கேள்வி கேட்டாள் ஜெயந்தி. அவனிடம் உடனே மிரட்சி.

“சரி சரி, சீக்கிரம் நடங்க. கலாதரன் காத்துக்கிட்டிருப்பார்...” என்றவன், ஒரு புதருக்குள் இறங்கினான். மரங்கள் ஏகமாய் மறைந்தன.

“மாரிமுத்து, திரும்பி ஓடு.... இதுதான் சந்தர்ப்பம்...” ஜெயந்தி, அவன் புதரில் இறங்கிய மறுவிநாடியே திரும்பி ஓடத் தொடங்கினாள்.

முதுகில் சுமையோடு அவளைப் பின்தொடர்ந்தான் அவன். ஓடமாட்டாத ஓட்டம். கால்போன போக்கெல்லாம் ஓடினார்கள்.

'வா... வா' என்று வரவேற்று மறைத்துக் கொண்டது தேக்குமரக் கூட்டம். பருத்த ஒரு மரத்தின் பின்னால் நின்று இளைப்பெடுக்க ஆரம்பித்தார்கள்.

இதற்குள் அந்த வாட்ச்சர் என்று சொல்லிக் கொண்டு வந்தவன் தேடி வருவது, சருகுகளின் சரசரப்புக் சத்தத்தில் தெரிந்து போயிற்று.

உடம்பு கிழிபடுவதைக்கூடப் பொருட்படுத்தாமல் பக்கத்து முட்புதருக்குள் நுழைய ஆரம்பித்தார்கள். உள்ளிருந்து ஒரு காட்டுப்பன்றி, அவர்கள் நுழைந்ததால் மறு பக்கமாகச் சீறிக்கொண்டு வெளிக்கிளம்பிற்று.

தேடி வந்தவனும், புதரின் அரவத்துக்கு அதுதான் காரணம் என்று கருதியபடி வேறுபக்கமாய்த் தேடிச் சென்றான்.

முட்புதருக்குள் நெளிந்து புரண்டு மறுபக்கம் வந்தபோது, ஒரு அருவிப் பாதையை அதிசயமாகப் பார்த்தாள் ஜெயந்தி.

பன்னீர் போல நீர்ப்போக்கு.

தொலைவில் எங்கோ அருவி கொட்டுவதுபோல் லேசான சத்தம். அந்த நீரில் முகம் கழுவியவள், மாரிமுத்துவைப் பார்த்தாள். அவன் சுமையை இறக்கிவிட்டுத் தண்ணீரை அள்ளி அள்ளிக் குடிக்க ஆரம்பித்தான்.

நீர்ப் பாதைக்கு அப்பால் லேசான ஈரப்பதமான நிலச்சரிவு. அதில் யாரோ நடந்து சென்றதற்கான அடையாளமாகக் கால்தடங்கள்!

"பாஸ்கர்... வலி இப்ப எப்படி இருக்கு?" பாஸ்கரின் காலில் தனது பனியன் துணியைக் கிழித்துக் கட்டிய இடத்தில் கைவைத்தபடி கேட்டான் கலாதரன்.

“பரவாயில்ல... நல்லவேளை துப்பாக்கிக் குண்டு உரசிக்கிட்டுப் போனதால கால் பிழைச்சது. ஆமாம், சுட்ட அந்தக் கோஷ்டி இப்ப எங்கே?”

“அந்த முத்தங்கியோட எந்தப் பக்கம் போனாங்கன்னு தெரியலே...”

“சரி, முதல்ல ஜெயந்தியை நாம போய்ப் பார்த்தாகணும். வாங்க, வந்த வழியே திரும்புவோம். அப்புறமா மேற்கொண்டு செய்ய வேண்டியதைப் பற்றிப் பேசுவோம்...”

பாஸ்கர் பேச்சோடு பேச்சாக எழுந்து நடக்க ஆரம்பித்தான். சாண்டி முன்னால் ஓடத்தொடங்கியது.

அவர்கள் ஒருவழியாக முத்தங்கியின் குடிசையை எட்டியபோது, அங்கே ஜெயந்தி இல்லை!

“எங்கே போனாங்க இவங்க?” கலாதரன் தவிக்கத் தொடங்க,‘வா... நான் வழிகாட்டுகிறேன்’ என்பதுபோல சாண்டி முன்னால் ஓடியது.

அந்தப் பாதச்சுவடு ஒரு பாறைமேல் முற்றுப் பெற்றிருந்தது. பாறைக்கு அந்தப் புறத்தில் மாபெரும் சரிவு. கயிற்றைக் கட்டிக்கொண்டு இறங்குவதுகூட முடியாத காரியம் என்கிற மாதிரியான சரிவு.

பாறை மேலிருந்து பார்த்தபோது, அருவிப் பாதைக்குக் காரணமான அருவியும்கூடத் தெளிவாகத் தெரிந்தது.

பட்டுக்குஞ்சரம் ஒன்று காற்றில் லேசாகச் சலசலப்பது போல ஆரவாரம் இல்லாத அருவி. நீரின் வழிசலில் அடக்கமான தன்மை.

ஓடிவந்த களைப்புத்தீரக் குளிக்கும் எண்ணம் ஜெயந்திக்குள் முட்டியது.

“மாரிமுத்து, ரொம்ப டயர்டா இருக்கு. நான் குளிக்கப் போறேன். அப்புறமா மத்ததைப் பேசிக்கலாம்...” என்றவள் சேலை

முந்தானையை இடுப்பில் செருகியபடி அருவியை எட்டி, அதன் நீர்ப்போக்கில் மூழ்கிப் போனாள்.

உடம்பில் உற்சாகச் சிலிர்ப்பு.

தலைமுடியை அவிழ்த்துக் கோதியபடி திளைத்தாள். அருவியின் உட்புறம் சற்று உள்ளடைந்து நிற்க... இப்போது அருவி அவளுக்கு அப்பால் சரிந்து கொண்டிருப்பது தெரிந்தது.

அருவிக்கு உட்புறம் குடை போன்ற பாறையின் அமைப்பு. அந்தப் பாறைச் சுவரில் ஏதோ வாசகம். அதே சமயம், குலைப்போடு அந்த இடத்தை எட்டிவிட்டிருந்தது சாண்டி!

* ——— *

26

அன்று...

கிழக்கே வானில் எட்டிப் பார்த்த சூரியனைப் புலித்தேவரின் போர்க்களம் வணக்கத்துடன் பார்த்தது.

விடிவதற்கு முன்பே கோட்டைச் சுவரையொட்டி இரும்பு வளையம் போல் கைக்கோல் சகிதம் திரண்டு விட்டிருந்தது படை. எல்லோருக்குள்ளும் அசாத்திய நம்பிக்கை. இன்றைய போரில் வெற்றியை ஊர்ஜிதப்படுத்திய தீர வேண்டிய வேகம் குமிழ்விட்டு கொப்பளித்துக் கொண்டிருந்தது.

கோட்டையை நோக்கி ஒரு அடிகூட எதிரி முன் வைக்கக் கூடாது. அவன் அடி வைக்கும் தரைப்பரப்பெல்லாம் அம்புகளின் வீச்சுகள் நிகழவேண்டும்.

ராஜேந்திரனும் பூனைக்கண்ணனும் பீரங்கியை இயக்குபவர்களை வீழ்த்துவதற்குத் தோதாகத் துப்பாக்கி ஏந்தியபடி கோட்டை உச்சியின் ஒரு மணல் மூட்டை மேல் சரிந்திருந்தார்கள். அவர்களின் குறியில் பீரங்கிச் சாரதிகள் மார்பில் குண்டுபட்டு சரிந்துவிழ, அவர்கள் இருவரையும் குறி வைத்தபடி படைக்குள் இருவர் மெல்ல முன்னேறிக் கொண்டிருந்தார்கள்!

வெள்ளையர்கள் படையோ வெளிறிக் கொண்டிருந்தது. ஒரு அங்குலம் கூட முன்னேற முடியாத தத்தளிப்பு அதனிடம்.

புலித்தேவரின் மார்பைக் குண்டு பிளந்த சேதி வராதா... வராதா... என்ற ஏக்கத்தில் ஹெரானும் யூசுப்பும் கோட்டையைப்

பார்த்துப் பெருமூச்சுவிட்டபடி புரவியை விரட்டிக் கொண்டிருக்க திடீரென்று கோட்டை வீரர்களிடம் தாக்குதல் முற்றிலுமாக நின்று போனது!

கோட்டை உச்சியின் நடுநாயகமான கொடிபீடம் அருகே யாரோ ஏறுவதுபோல் தெரிந்தது. உற்றுப் பார்த்தபோது ஏறிய நபரின் கம்பீரத்திலேயே அது பூனைக்கண்ணன்தான் என்பது தெரிந்து போயிற்று.

இதுதான் சாக்கு என்று ஒரு பீரங்கிக் குழல் அவனை நோக்கித் தன் மூக்கை நீட்டித் திரும்ப... திருப்பியவன் மார்பை ராஜேந்திரனின் துப்பாக்கிக் குண்டு தரையில் சாய்த்தது.

அதேசமயம் கைகள் கட்டப்பட்டு விலங்கிடப்பட்ட நிலையில் வஜ்ரநாராயணனும், இன்னும் சில வீரர்களும் கோட்டை முகப்பில் தூக்கி நிறுத்தப்பட்டார்கள்!

“பறங்கித் தரையே... நவாபுப் பிரதிநிதிகளே...” கோட்டை உச்சியிலிருந்து பூனைக்கண்ணன் உரக்கக் கத்தத் தொடங்கினான்.

“உங்கள் சூதும் வாதும் எங்களிடம் பலிக்காது. உங்கள் நரித்தனத்தை எங்கள் புலித்தனம் வேரறுத்து விடும். பார்த்தீர்களா நீங்கள் ஏவிய வீரர்களின் தலைகுனிவை...?...”

களம் மிக அமைதியாக அந்த குரலைக் கேட்கத் தொடங்கியது.

“வீணாக மோதிச் சாகாதீர்கள். நாங்கள் எங்கள் திறமையில் பாதியைக்கூடக் காட்டவில்லை. பேசாமல் ஓடிப்போய் உயிர் பிழைக்கப் பாருங்கள்.”

“புத்திசாலியாக இருந்தால் பின்வாங்கு...இல்லையேல் நீ பெற்ற அத்தனை வெற்றியையும் சர்வநாசமாக்கி விடுவோம்...”

பூனைக்கண்ணனின் பேச்சு ஹெரான் காதுக்குப் போய் சேர்ந்தபோது ஹெரானின் முகம் அவமானத்தாலும், சோகத்தாலும் பழுத்து வெடித்துவிடும் போல் தோன்றியது.

மாபூஸ்கானும், யூசுப்கானும் தங்கள் நரித்தனத்தின் போக்கில் ஏற்பட்ட தோல்விக்காகக் குனிந்த தலை நிமிரமாட்டாது கிடக்க... ஹெரான் சுதாரித்துக் கொண்டு நிமிர்ந்தான்.

"படை திரும்பட்டும்"[1] என்றான் ஒற்றை வரியில்!

வெற்றி... வெற்றி... வெற்றி...

"மாவீரர் புலித்தேவர்..."

"வாழ்க! வாழ்க!"

விண்ணதிர முழங்குகிறது வாழ்த்தொளி. புலித்தேவர் அருகே மகிழ்ச்சித் திளைப்பில் ராஜேந்திரனும், பூனைக்கண்ணனும்.

ராஜேந்திரன் ஏனோ சற்று சோர்வாகத் தெரிந்தான். புலித்தேவர் அதன் குறிப்பறிந்து பேசினார்:

"உனது தளபதியே ஒரு துரோகியாக மாறிவிட்டதை எண்ணி கலக்கமா?

களை இல்லாத வயலில்லை. பதர் இல்லாத கதிர்களும் இல்லை. உன் வீரமும், ஈடுபாடும் நாட்டுப்பற்றும் வஜ்ரநாராயணின் ஈனச்செயலை மூடி மறைத்துவிட்டது, இந்த வெற்றியில் உன் பங்கும் மிகப் பெரிதல்லவா!" பேசியபடி தன் கழுத்தின் முத்துமாலையை வெற்றிமாலையாக ராஜேந்திரனுக்கு அணிவித்தார் புலித்தேவர்.

ராஜேந்திரனின் சிலிர்த்துப் போனான்.

"உன் தளபதிக்கு அம்பலத்தாரே தண்டனை வழங்கட்டும். அவனையும் அவன் விசுவாசிகளையும் கைதிகளாக்கி உன்னுடன் அனுப்பி வைக்கிறேன். வெற்றிப் பயணம் மேற்கொள்க இனி..."

1 புலித்தேவர் பெற்ற இந்த வெற்றிதான் வெள்ளையர்களை வீறுகொள்ள வைத்தது. யாரை வெல்ல வேண்டுமானாலும் அவர்களைத் தனிமைப்படுத்த வேண்டும் என்பதைப் புரியவைத்தது. தனது மேலிடத்துக்கு ஹெரான், தன் தோல்வியை ஒப்புக்கொண்டு 1755 மே 14-ம் தேதி ஓர் அறிக்கையை அனுப்பி இதை ஊர்ஜிதப்படுத்தியுள்ளான். 1760 செப்டம்பர் 26..ல் யூசுப்கான் மீண்டும் தாக்கி புலித்தேவரை மடக்கும்வரை அவரது ஆதிக்கத்தை யாராலும் தவிர்க்க முடியவில்லை. ஆதாரம் A History Of Maravas பக்கம் - 111 மற்றும் அ. கணபதி எழுதிய 'தமிழக வரலாறு' நூல்.

படை நடுவே கைவிலங்குடன் இழுத்து வரப்படும் வஜ்ரநாராயணனுக்குள் கொந்தளிப்பு.

"ராஜேந்திரா... உன்னை நார்நாராகக் கிழிக்காமல் விடமாட்டேன். என் உயிர் உள்ளவரை அடங்கிப்போதல் என்பதே நடவாது இனி முழுவதுமாக மூழ்கி விட்டேன்... சாண் போனால் என்ன, முழம் போனால் என்ன?"

பண்பொழியூர் ஓர் இந்திரலோகம் போல உருமாறி விட்டிருந்தது. திருமலைக் கோயிலின் அடிவாரச்சருக்கத்தில் ஊரே திரண்டுவிட்டிருந்தது.

குடைராட்டினங்கள் வட்டமிட்டுச் சுழல... நாட்டிய மங்கையர்கள் நடனமாடித் திளைக்க...வீர இளைஞர்கள் சிலம்பத்தில் இன்பமோதல் நிகழ்த்த...எங்கும் திருவிழாக் கோலம்!

குதூகலம் என்ற சொல்லுக்குப் பொருளாகத் தெரிந்தாள் மீனாட்சி.

கழுத்தை நெருக்கிய வெள்ளையன் என்னும் இறுக்கம் நீங்கிய சுதந்திரக் காற்றைச் சுவாசிக்கும் உற்சாகம் ஒருபுறம் என்றால், தன் காதலில் சிறந்த ஒரு வீரனைக் கைப்பிடிக்கும் எண்ணத்தால் விளைந்த செருக்கு மறுபுறம்.

கனவு ததும்பும் நயனங்களோடு ராஜேந்திரனின் வருகைக்காக மீனாட்சி தவமிருக்கும் இன்பமான வேளையில் ஜம்னாலாலும் அம்பலத்தேவரும் அங்கு பிரவேசித்தார்கள்.

"நண்பரே, இனி என்ன... அடுத்து கெட்டிமேளச் சத்தம் கேட்க வேண்டியதுதானே?" மீனாட்சியைப் பார்த்தபடியே கேட்டார்.

"அதிலென்ன சந்தேகம் நண்பரே.... வெற்றி முழக்கம் கேட்டுவிட்டது! ராஜேந்திரனை நான் மாப்பிளையாக அடைய கொடுத்து வைத்திருக்கதான் வேண்டும்."

"முகூர்த்த நாள் எப்போது?"

ஜம்னாலாலின் அந்தக் கேள்வி முன் அம்பலத்தேவர் சற்று சோர்வாக முகம் தூக்கினார்.

"ஏன், நண்பரிடம் இந்தச் சோர்வு?"

"சோர்வுக்குக் காரணம் நானில்லை. மீனாட்சியின் ஜாதகம்... தோஷம் இருக்கிறதாம்."

"அப்படியா...! ஜாதகத்தைக் கொண்டு வாருங்கள். நான் கணித்துப் பார்க்கிறேன்..."

இருவரின் பேச்சும் மீனாட்சியைப் பெரிதும் சிந்திக்க விட்டிருந்தது.

'என் ஜாதகத்துக்கென்ன?' என்கிற கேள்வி அவளுக்குள் விசுவரூபமெடுத்து விட்டிருந்தது. அதற்குள் ஜாதக ஓலையும் வந்துவிட்டிருந்தன.

ஜம்னாலால் அதை உற்றுப் பார்த்து விரல்களை சொடுக்கி நீட்டி சில கணக்குகளைக் கூட்டிக் குறைத்துப் போட்டுவிட்டு இறுதியில் ஈட்டிக் குத்துப்பட்டது போன்ற ஒரு வேதனைக்குள் விழுந்தார். ஏனோ அந்த வேதனையைத் தன் முகத்தில் பரவவிடாமல் மிக செயற்கையாகச் சிரித்தார். பிறகு மீனாட்சியை நோக்கிக் கைகள் குவிந்தன. கண்களில் நீர்ப்பசை.

"என்ன இதெல்லாம்?" அம்பலத் தேவரிடம் பதட்டம்.

"தங்கள் குமாரி ஒரு கன்னித்தெய்வம் நண்பரே... அதனாலேயே வணங்கினேன். இனி இவளுக்கு ஜென்மமில்லை."

"அடுத்த ஜென்மத்தைப் பற்றி எனக்குக் கவலையில்லை... திருமணம் பற்றிக் கூறுங்கள்."

"விமரிசையாக நடக்கும். மிக விமரிசையாக நடக்கும் மற்ற ஜோதிடர்கள் கூறியதைப் போலவே தொண்ணூறு நாட்கள் கழித்து... ஆனால், அதுவரை..." மிடறி விழுங்கினார் ஜம்னாலால்.

"அதுவரையில்?"

"மீனாட்சி எக்காரணம் கொண்டும் ராஜேந்திரனைப் பார்க்காமல் இருப்பது மிக நல்லது. அதுமட்டுல்ல... மீனாட்சி மஞ்சள் வஸ்திரம் மட்டுமே இனி தரிக்க வேண்டும்..."

"உங்கள் கருத்து எனக்கு ஆச்சரியம் தருகிறது.."

"எல்லாம் நன்மைக்குத்தான் கூறுகிறேன், என் அன்பு வேண்டுகோள்கூட அல்ல இது. கட்டளை என்றே எடுத்துக் கொள்ளுங்கள். இந்த அன்புக் காதலர்கள் என்றும் நன்றாக இருக்கவேண்டும் என்பதில் நான் மிகுந்த சிரத்தை கொண்டவன். ராஜேந்திரன் என் மகனைப் போன்றவன்."

மீனாட்சி ஏனோ ஜம்னாலாலின் அந்தப் பேச்சால் உயிரிழந்தவள் போலாகிவிட்டிருந்தாள்.

'அன்புக் காதலன் வருவான். அவன் திண்தோளில் வெற்றிமாலை ஜொலிக்கும். அதைப் பரவசமாய்க் காணலாம். கலந்து மகிழ்ந்து பேசலாம் காலம் கரைவது தெரியாமல்... நேரம் நெகிழ்வது தெரியாமல்...'

என்ற கற்பனைக் கோட்டை மீது கனத்த காற்றுடன் மழை பெய்வதுபோல் உணர்ந்தவள் அப்படியே சோர்ந்து அம்பலத்தேவரை அணுகி அவர் மார்பில் சாய்ந்தாள்.

வெளியே வெற்றிச் சங்கு முழங்கும் அரவம்... துந்துபிகள் கூட்டமாகக் கொப்பளிக்கின்றன. வந்துவிட்டான் ராஜேந்திரன்! வரிசையாக அவன் பின்னால் பண்பொழியூரின் வீரப்புரவிகளின் அணிவகுப்பு. சின்னப் பாளையமானாலும் பெரிய வெற்றி பெற்ற வீர அணிவகுப்பு!

மங்கல ஆரத்தியோடு பெண்டிர் கூட்டம் ஒருபுறம் திரண்டிருக்கிறது. குலவை ஒலி எழுப்ப வேண்டி சங்கிலியாய்க் கைகோத்தபடி இன்னொரு கூட்டம்...

மீனாட்சியைச் சற்று தேய்ந்த பாவனையில் பார்த்தார் அம்பலத்தேவர்.

“மகளே... ஜம்னாலால் நமது அருமை நண்பர்! நம் நல்லதற்கே எதையும் கூறுவார்... செய்வார்! அதுகுறித்து இப்போது விவாதிக்க அவகாசமில்லை. நீ அவருக்கு மதிப்பளித்து ராஜேந்திரனைக் காணாதிருப்பாய் என்று நம்புகிறேன். எல்லாம் உங்கள் எதிர்கால நன்மைக்குத்தானே!”

அம்பலத்தேவரின் அந்தப் பேச்சைக் கேட்டு மீனாட்சியால் அங்கு நிற்கக்கூட முடியவில்லை. கண்களில் நீர் பிரவேசிக்க அங்கிருந்து விலகி ஓடினாள்.

தேவருக்கு அதைப் பார்க்க இதயம் வதைப்பட்டது.

ஜம்னாலாலுக்கும் வேதனை தாளவில்லை. எதையோ சொல்ல அவர் நாக்கு தவித்தது. ஆனால், பேசாதே என்று உள்ளுணர்வு தடுத்தது. கூடவே ஓர் எச்சரிக்கை உணர்வு எண்ணமாய் எழும்பி தேவர் முன் ஒரு அஸ்திரம்போல் நின்றது.

“நண்பரே... ராஜேந்திரன் வரவேற்ற மறுவிநாடியே நீங்கள் அவனை என் வசம் ஒப்படைத்து விடுங்கள். அவனோடு நான் திரிகூடமலைக்குப் போய்விட உத்தேசித்துள்ளேன். அவனை நீங்கள் ஒரு விநாடி தனித்துவிட்டாலும் அவன் மீனாட்சியைப் பார்க்க எந்தத் தடையையும் தாண்டி விடுவான்...”

“ஏன் இந்த அவசரம்?”

“மீனாட்சியின் கன்னிமைக்கு துளிப் பழுதுகூட வரக்கூடாது என்பது அவசியம்.”

“வந்தால்...?”

எதையோ கூற வந்தவர் அதிகம் பேசிவிட்டது போல் நாவை அடக்கிக் கொண்டு சுதாரிக்க, அம்பலத்தேவர் அதனால் பெரிதுமே பாதிக்கப்பட்டது போலானார்.

“நண்பரே... நீங்கள் எதையோ என்னிடம் மறைக்கிறீர்கள்” என்றார்.

“எதையுமில்லை. இன்னும் அரை நாழிகையில் நாங்கள் திரிகூடமலை கிளம்ப எல்லா ஏற்பாடுகளையும் செய்து விடுங்கள். அந்த மலைத்தலத்தில் நாங்கள் இருக்கும் இடம் மிகுந்த ரகிசயமாக இருக்க வேண்டும். எக்காரணம் கொண்டும் மீனாட்சிக்குத் தெரியக்கூடாது. இந்த சந்தர்ப்பத்தில் நானும் எனது மூலிகை ஆராய்ச்சியை ஒரு தனித்தன்மையோடு செய்ய விரும்புகிறேன்.”

அம்பலத்தேவர் மறுமொழி பேசாமல் நடக்க, பின் தொடர்ந்தார் ஜம்னாலால்.

அரண்மனை முன்னால் கம்பீரமாகப் புரவியிலிருந்து இறங்கினான் ராஜேந்திரன்.

“மீனாட்சி மீனாட்சி” என்று மனது எட்டுத்திக்கும் பார்வையைச் சுழலவிட்டது.

தேவர் அது புரிந்தும் காட்டிக் கொள்ளாமல் அவனை அணைத்து மகிழ இருகரம் நீட்டியபடி முன்வந்து கொண்டிருந்தார்.

கூட்டமே புளகாங்கிதத்தோடு அந்தக் காட்சியை உற்றுப் பார்க்க, ஒருவன் மட்டும் அனற்பழமாயத் தெரிந்தான். உற்றுப் பார்த்தபோதுதான் தெரிந்தது. – மாறுவேடத்தில் இருக்கும் ஒற்றைக் கண் கள்வன் காடகராயன்!

இன்று...

ஜெயந்தி பதுங்கியிருந்த புதர் அருகே சாண்டி நின்றுவிட்டு பம்மத் தொடங்கியது. ஒருவழியாக அங்கு வந்து சேர்ந்திருந்த கலாதரனும் பாஸ்கரும் சட்டை பட்டன்களைக் கழற்றிவிட்டுக் கொண்டு, அப்படியே அந்தப் புதர் அருகில் அமர்ந்து ஆசுவாசிக்க ஆரம்பித்தார்கள்.

இதற்குள் சாண்டி புதருக்குள் நுழைந்து, மறுபக்கம் சென்று ஒரு பாறை மேல் மாரிமுத்துவைப் பார்த்துவிட்டு உற்சாகமாய்

திரும்பி வந்து கலாதரனின் பாண்ட்டை கவ்வி இழுக்கத் தொடங்கியது.

"சாண்டி எங்கியோ கூப்பிடுது... வா, போவோம்..." என்றபடி புதருக்குள் நுழைந்து, மறுபக்க அருவிப்பாதையில் தலைநிமிர்த்தினார்கள். சற்று நடந்து மாரிமுத்துவைப் பார்த்துவிட்டு நிம்மதிப் பெருமூச்சு விட்டார்கள்.

"ஜெயந்தி எங்கே?" பதறினான் பாஸ்கர்.

"அருவியில தான் குளிச்சுக்கிட்டிருந்தாங்கய்யா..." என்றான் மாரிமுத்து. கலாதரன் அருவியையே உற்று உற்றுப் பார்க்க, வேகமாக வெளிப்பட்டாள் ஜெயந்தி, கலாதரனையும் பாஸ்கரையும் பார்த்துவிட்டுப் பரவசப்பட்டுப் போனாள்.

"ஏய், நீங்க எப்படி இங்கே?" – நெருங்கி வந்தபடியே கேட்டாள்.

"எல்லாம் சாண்டியால... ஆமா, நீ என்ன அருவிக்குள்ளிலிருந்து வர்றே?" – கலாதரன் வெகுவேகமாகக் கேட்டான்.

"வெளிப்பக்கம்தான் இது அருவி. உட்பக்கம் ஒரு குகையே இருக்கு கலாதரன், அதுமட்டுமல்ல... கும்பிடப் போன தெய்வம் குறுக்கே வந்த மாதிரி, அந்த அருவியோட உட்பக்கப் பாறைச் சுவர்ல அதிசயமா சில வாசகங்கள்..."

"என்ன வாசகம்?"

"ஏழுகல் பாறையை எட்டியவரே வணக்கம்'னு ஆரம்பிக்குது..."

"அப்படியா... அப்புறம்?"

"வாங்க, உள்ளே போய்ப் பார்ப்போம்..." அவர்கள் மூவரும் வரிசையாக அருவியை எட்டி நனைத்தார்கள்.

உடம்பு நரம்பில் பனிப்புயல் பரவின சுகம்.

நடந்த, ஓடிய களைப்பெல்லாம் அந்த நீரோடு அடித்துக் கொண்டு போவது போல் ஒரு பிரமை.

உள்ளே நோக்கியபோது பாசிபடிந்த பாறைச் சுவரில் வாசகங்கள் அவர்களை வரவேற்றன.

"ஏழுகல் பாறையை எட்டியவரே வணக்கம். ஏழுகர நாயகியையும் எட்டிவிடுங்கள். அவள் ஏந்திய பெட்டி உங்களுக்கு வழிகாட்டும். பின்னர் உலகுக்கே வழிகாட்டும். பாறை மேலிருந்து பயமின்றி அருவி போல் சரிந்து விழுங்கள். பாதை தெரியும்..."

"வாவ்..." வாய்பிளந்தான் கலாதரன்.

"இதுக்கும் ஏழுகல் பாறைக்கும் என்ன சம்பந்தம் கலாதரன்?" ஜெயந்தி ஈர மார்பை நிமிர்த்தியபடி கேட்டாள்.

"ஏழுகல் பாறையில இந்த இடத்தைப் பற்றிய துப்பு இருக்கணும். ஸோ, அங்கே போய் அதைத் தெரிஞ்சிருந்தா தான் இங்க வர முடியும்..."

"ஆனா, நாம என்ன ஏதுன்னே தெரிஞ்சுக்காமலே இங்கே வந்துட்டோமே!"

"அங்கதான் நாம அதிர்ஷ்டம் பண்ணியிருக்கோம்..." கலாதரனின் விளக்கம் முற்றுப்பெற்ற அதேசமயம், அருவிச் சரிவில் நனைந்தபடி மாரிமுத்து நெருங்கிவிட்டிருந்தான் சாண்டியுடன்.

"ஏய், என்னய்யா நீ... எதுக்கு உள்ள வந்தே... வெளியவே நிக்கறதுக்கென்ன?"

"வெளியே வேற யாரோ வர்ற சத்தம் கேக்குதுங்க..."

"அப்படியா?!" பாஸ்கர் நீர்சரிவுக்கு வெளியே தலையை நீட்டியபோது, எதிரே தெரியும் பாறை மேட்டின் மேல் முத்தங்கி தெரிந்தான். அவன் கால்மாட்டில் சோர்வாக சம்பத்தும் திவாகரும் உட்கார்ந்திருந்தார்கள்.

"இதோ பாருங்க... எனக்குத் தெரிஞ்சு இதுதான் இந்த மலைமேல் இருக்கற வத்தாத அருவி. சித்திரை, வைகாசியில கூட

நூலா தண்ணி கொட்டிக்கிட்டு இருக்கும். இந்தப் பக்கமாதான் அந்தக் கோயிலுக்குப் போகணும்…"

முத்தங்கி சொல்லிவிட்டுப் பெருமூச்சுவிட்டான். காய்ந்த கரைத்தண்டை எடுத்து ஒரு சிறுதுண்டு ஒடித்து. பீடியாக இதழில் செருகினான். சுச்காங்கல்லை எடுத்தப் பாறையில் உரசி, சிதறிய தீப்பொறியில் அநாயசமாகச் சுரை பீடியைப் பற்றவைத்தான்.

அப்போது திவாகர் பெரிதாகக் கத்தினான்.

"இந்தப் பக்கம் வேற யாரோ முந்தியே வந்திருக்காங்க. அதோ பாருங்க, ஏகமாக காலடித் தடங்கள்…"

சம்பத் சட்டென்று சுதாரித்தான். முகத்தில் கலவரத்தின் ஆடு புளியாட்டம். கைவசம் சட்டென்று துப்பாக்கியை எடுத்துக் கொண்டவன், அந்தத் தடங்களைப் பின் தொடர்ந்து அருவியை நோக்கி வரத் தொடங்கினான்.

ஒரு சிலை போல் மூச்சுவிடாமல் கலாதரனும் மற்றவர்களும் அருவிநீர்த் திரைக்குப் பின்னால் மறைவாக நின்று கொண்டிருந்தார்கள்.

சாண்டியின் விழிகளில் அசாத்திய வெறி

கலாதரன் அதன் கழுத்து பெல்ட்டில் தன் கையை வளைத்தபடி இழுத்துப் பிடித்துக் கொண்டிருந்தான். விட்டால் அது சம்பத்தைப் பிடுங்கிக் குதறத் தயாராக இருந்தது.

"டேய், இது அந்தக் கலாதரன் குரூப்போட காலடிகளா இருக்குமோ?"

துப்பாக்கி நுனி குழலால் தாடையைச் சொறிந்தபடி கேட்டவனை மிக நெருங்கி வந்த திவாகர் ஆமோதிப்பதாகப் பார்த்தான்.

"இருக்கலாம். ஆனா, அவங்க இந்த இடத்துக்கு வரச் சந்தர்ப்பமே இல்லீங்களே… நீங்க போட்ட போடுல, கால்ல

குண்டுக் காயத்தோட இந்நேரம் இந்த மலையில எங்கயாவது முனங்கிக்கிட்டுல கிடக்கணும்...”

“அதுமட்டுமில்லேடா... அந்தப் பொண்ணை நம்ம ஆளுங்க இந்நேரம் கடத்திவிட்டுப் போயிருப்பாங்க. ராமாயணத்து ராமன், சீதைக்காக ‘லோ...லோ’ன்னு அலைஞ்ச மாதிரி அவளுக்காக இந்த மலையில அவங்க அலைஞ்சாகணும், அலைஞ்சுக்கிட்டு இருக்கணும். வேறு யாருடா இங்க வந்திருப்பாங்க?!”

“பளிங்கனுங்களே யாராச்சும் குளிக்க வந்திருக்கலாம்...”

“யோவ்! முத்தங்கி...வாய்யா இங்க... உங்க ஆளுங்க இந்தப் பக்கம் சகஜமா வருவாங்களா?”

“இந்த தலைமுறைப் பசங்க தப்ப பண்றதுக்காகவே கண்ட இடங்களுக்குப் போகுதுங்க... இங்ககூட வந்திருக்கலாம்...”

“தப்பு பண்ணவா?”

“அட ஆமுங்க... புதர் கண்டா பொம்பளையாளுகளோட ஒதுங்கிவிடுவாங்க...” என்றான் சற்று வெட்கமாக.

வெளியே அவர்கள் பேசப் பேச, உள்ளிருக்கும் கலாதரன் காதில் லேசாகச் சில வரிகள் விழுந்தன. சில வரிகள் அருவிச் சத்தத்திலேயே அமுங்கிப் போயின.

இதுதான் சாக்கு என்று அவன் மார்பின்மேல் ஒரு புறாக்குஞ்சைப் போல் முண்டிக்கொண்டு அண்டியிருந்தாள் ஜெயந்தி.

அவனின் உஷ்ணமான மூச்சு அவள் ஈர மார்பைச் சலவை செய்வது போல் பரவிக் கொண்டிருக்க, மார்புப் பழங்கள் அவன் நெஞ்சின்மேல் தூக்கலாய் அமர்ந்துவிட்டிருந்தன.

பரபரப்பான அந்த நேரம் மிகப் பிடித்துப் போய்விட்டிருந்தது. அவனுக்கு இப்படிப்பட்ட அபாயமான இடங்களில் பெண்ணொருத்தி கூட இருந்தால், இப்படியெல்லாம் கூடச் சுகங்கள் கிடைக்க வழி இருப்பது புரிந்துபோயிற்று.

“இப்படியே நின்னுட்டா எப்படி? ‘நீர்ப் போர்வையை விலக்கிப் பார்த்தால் விஷயம் தெரியும்’கற ஏழுகல் பாறை வார்த்தைக்குத்தான் அர்த்தம் உங்களால் கண்டுபிடிக்க முடியலை அந்தக் கோயிலையாவது சட்டுபுட்டுன்னு கண்டுபிடிப்போம்...” இப்போது வெளியே திவாகர் பேசுவது துல்லியமாக உள்ளே நிற்கும் பாஸ்கர் காதில் விழ அவன் சிலிர்த்துப் போனான்.

“கலாதரன், அவங்க சொன்னதைக் கேட்டீங்களா? நம்மகிட்ட போட்டோ இருக்கு, நமக்குத் தெரியும்... அவங்ககிட்ட எதுவுமில்லையே, எப்படி வந்தாங்க இவ்வளவு தூரம்?!”

அப்போது பாஸ்கரின் கேள்விக்கு விடை தருவது போல, பாக்கெட்டில் கையைவிட்டு அந்த போட்டோக்களை வெளியே எடுத்து, அவற்றை வெறித்துப் பார்த்தபடி நிற்கத் தொடங்கிவிட்டான் சம்பத்.

“கலாதரன்... நம்மகிட்ட இருக்கற அதே போட்டோக்கள் அவன் கையிலயும் இருக்கு...”

கலாதரனும் ஜெயந்தியும் காலில் பூரான் ஓடியதுபோல் சிலிர்த்து நிமிர... பாஸ்கர் பார்வை உடனேயே மாரிமுத்து வைத்திருக்கும் பேக்கின் மேல் ஓடியது.

“யோவ், அந்த போட்டோங்க இதுலதானே இருக்கு...?”

மறுபேச்சு பேசாமல் ஜிப்பை விலக்கி, போட்டோ கட்டைச் சற்று ஈரக்கையோடு வெளியே எடுத்துக் காட்டினான் மாரிமுத்து.

“போட்டோக்கள், நெகடிவ்கள் எல்லாம் இப்ப நம்ம பேக்குல இருக்கும்போது அவன்கிட்ட எப்படிப் போனது போட்டோஸ்?”

கேள்வியோடு இவர்கள் மல்லுகட்ட, சம்பத் அங்கிருந்து நகர்ந்துவிட்டிருந்தான்.

திவாகர்கூடக் குளித்துவிட்டுப் போகலாம் என்றதற்கு சம்பத்திடம் இளக்காரமான சிரிப்பு.

“உங்களை பிக்னிக் போகவா மலைக்கு அனுப்பினேன்னு நம்ம பாஸ் போட்டுச் சாத்திடுவாரு...வாங்க, அந்தக் கோயிலைப் போய்த் தேடுவோம். எங்கே போயிடப் போவுது?” என்றபடி நடக்க ஆரம்பித்து. அந்தப் பாறை மீது ஏறினான்.

உள்ளே கலாதரன் கேட்டான்.

“ஜெயந்தி, நீ எப்படி இந்த இடத்தைக் கண்டுபிடிச்சே?”

நடந்தது முழுவதையும் அவள் சொல்ல,...அதே சமயம் சம்பத்தும் திவாகரும் முத்தங்கியும் தெரிந்தோ தெரியாமலோ அருவிப் பாறையில் எழுதியிருந்தபடியே மேலிருந்து கீழே அருவிபோல் சரிந்து இறங்கிப் கொண்டிருந்தார்கள்.

“போச்சுடா...” மெல்ல வெளியே எட்டிப் பார்த்த பாஸ்கர், அதைப் பார்த்துக் கத்தியே விட்டான்.

* —— *

27

அன்று...

அந்தக் கூட்டத்தில் காடகராயனை சற்றும் எவரும் எதிர்பார்த்திருக்க இயலாது. எதிர்பார்த்திருந்தாலும் அடையாளம் காணுதல் மிகவும் கடினம் என்பதற்கு உசிதமாக ஒரு மரமேறியைப் போல் உருமாறியிருந்தான். தீர்க்கமான ஒற்றைக் கண்ணிலோ கொலை வெறி!

கூட்டம் அம்பலத்தேவரும் ராஜேந்திரனும் கட்டித் தழுவுவதில் புளகாங்கிதம் கொள்கிறது.

நெடுநேரத்துக்கு திருஷ்டிக் கழிப்பாகக் குலவையொலி.

"பண்பொழியின் புலிக்குட்டி ராஜேந்திரன்..." என்கிறார் ஒருவர்.

"வாழ்க...வாழ்க..." பதில் எதிரொலிகளில் பண்பொழியூரே பரவசப்படுகிறது.

ராஜேந்திரன் நெகிழ்ந்து போகிறான். ஆனால், விழிமணிகளோ 'மீனாட்சி... மீனாட்சி' என்று தாவி அலைகிறது!

அம்பலத்தேவருக்கு அது புரியாமல் இல்லை. நல்லவேளை இப்போது ஜம்னாலால் அங்கு ஊடுருவினார்.

"வா ராஜேந்திரா, வா... வெற்றி வீரனாக நீ வந்ததில் அகமகிழ்கிறேன்."

"ஐயா...எல்லாம் உங்கள் ஆசியால்தான்" என்று ராஜேந்திரன் அவர் காலில் விழுகிறான்.

அப்போது நாராயணப்பிள்ளை அம்பலத்தேவர் காதில் எதையோ கிசுகிசுக்கிறார்.

தேவர் முகமும் அதைக் கேட்டு ஜிவுஜிவுக்கிறது.

கூட்டத்தை ஊடுருவி அணிவகுத்து நிற்கும் படைக்குள் நுழைகிறார் தேவர், வஜ்ரநாராயணன் முகத்தில் காறி உமிழ!

நீண்ட படையின் வரிசையில் இரண்டு கைகளும் விலங்கிடப்பட்ட நிலையில் வஜ்ரநாராயணன். கூடவே அவனது கைத்தடிகள்!

"வஜ்ரா... துரோகியே உனக்கு வெட்கமாயில்லையா?"

வஜ்ரநாராயணன் முகம் அதைக் கேட்டுத் துவண்டு போகிறது. சிரத்தை நிமிர்த்தும் சக்தியையும் தேகம் இழந்து போகிறது.

"ராஜேந்திரன் மட்டும் இல்லாது போயிருந்தால் உன் செயலால் நாம் கொத்தடிமைகளை விடக் கேவலமாகப் போயிருப்போமே. அடாதவனே... எங்கிருந்து வந்தது உனக்கு இந்த ஈனபுத்தி! நீ மறவனா? மாசற்ற தமிழை நாவால் உதிர்ப்பவனா? அடுக்குமா உன் செயல் அரசியலார்க்கு...?" அம்பலத்தேவர் அந்த அளவு கோபவயப்பட்டு யாருமே பார்த்ததில்லை.

"அரசே... ஆதங்கப்பட இதுவா நேரம்? இவர்களை என்ன செய்ய?" நாராயணப்பிள்ளை கேட்கிறார்.

"இந்த வெற்றிக் கூட்டத்தில் துரோகத்துக்கு தண்டனை தருவோம். மக்கள் மன்றம் எதிரே இது நடக்கட்டும். இதன் மூலம் எச்சரிக்கை எங்கும் பரவட்டும். துரோகம் என்ற சொல்லை இந்த மண்ணில் ஒரு ஈ எறும்புக்குக்கூட யாரும் செய்யக்கூடாது. என்ன சொல்கிறீர்கள்?"

மக்கள் கூட்டத்தைப் பார்த்து தேவர் கர்ஜிக்க, எங்கும் அங்கீகார எதிரொலி.

"இவர்களை என்ன செய்யலாம்?"

"சிரச்சேதம்... சிரச்சேதம்!" இது மக்கள் கூட்டம்.

“வேண்டாம். நாடு கடத்தி விடுங்கள்” இது ராஜேந்திரன்.

“அதுதான் நல்லது. மறவர் பாளையங்களின் பக்கமே இவர்கள் வசிக்கக் கூடாது. மார்பில் துரோக முத்திரையாகிய பன்றி முகத்தை பச்சை குத்திவிடுங்கள். பார்ப்பவர்க்கெல்லாம் தெரியட்டும்...” உடனே பச்சை குத்த ஆயத்தமாகியது ஒரு கூட்டம். எங்கும் அதைக் கண்டு எக்காளம்... பரிகாசம்.

வஜ்ரநாராயணன் தன் கௌரவம் இப்படிச் சிதைந்து போகும் என்று கனவில்கூட நினைத்துப் பார்க்கவில்லை. இதயத்தில் மின்னலுடன் இடி விழுந்தது போல் நிலை குலைந்து மண்ணில் மண்டியிட்டான்.

காடகராயனின் கழுகுப் பார்வை இதையெல்லாம் கூர்ந்து பார்த்துக் கொண்டேயிருந்தது.

அம்பலத்தேவரோ ஆசுவாசத்தோடு அங்கிருந்து அகன்றார்.

“வா ராஜேந்திரா... அரண்மனைக்குச் செல்வோம்” என்று அவனைத் தன்னுடன் அழைத்துச் செல்கிறார் ஜம்னாலால்.

ராஜேந்திரனுக்குள் திரும்ப மீனாட்சி விசுவரூபமெடுப்பது புரிந்து, ஜம்னாலால் அவன் தோளில் கைபோட்டு ஆறுதல் அளிக்கிறார். அமர்ந்து பேச வேண்டிய விஷயம் என்கிற அழுத்தம் அதில்.

பஞ்சணைக்கூடம் வருகிறது. பால் சொம்புகள், பழத்தட்டுகள், தினைமாவு, பணியாரங்கள் என்று அதன் மையத்தில் விருந்துப் பொருட்கள்.

“ராஜேந்திரா... அமர்ந்து சற்று ஓய்வு எடுப்போமே...” ஜம்னாலால் ஒரு பட்டுத் திண்டின் அருகில் அமர்ந்து காலை மடித்தபடி அவனை அழைக்கிறார்.

“ஐயா... எனக்கு ஒரு முக்கிய பணி இருக்கிறது... நான் உடனே இளவரசியாரைப் பார்க்க வேண்டும்.”

“நீயும் மீனாட்சியும் ஒருவரை ஒருவர் காதலிப்பதை நான் நன்கறிவேன். இந்த வெற்றிக்குப் பின் உங்களை இணைத்துப் பார்த்து மணம்முடித்து வாழ்த்த பெரிதும் விரும்புகிறார் தேவர். ஆனால், மீனாட்சியின் ஜாதகம் அதற்கு ஒரு பெரிய தடையை விதித்துவிட்டது.”

ராஜேந்திரன் உடனேயே சந்தேகத்துடன் நிமிர்ந்தான்.

“தம்பி... நான் கூறுவதைக் கேள். சந்தேகிக்காதே. நீதான் தேவரின் வருங்கால மருமகன்... அதில் எந்த மாற்றமும் இல்லை. ஆனால், இப்போது இல்லை...தொண்ணூறு நாட்கள் சென்றாக வேண்டும் அதற்கு...”

“அதென்ன தொண்ணூறு நாட்கள் கணக்கு...? எனக்கு எல்லாம் புதிராக இருக்கிறது. எங்கள் காதலை ஒப்புக்கொள்ள தேவர் மனம் இடம் தரவில்லை என்றால், நேரடியாகக் கூறிவிடுங்கள்” வெடுக்கென்று ராஜேந்திரன் வாயிலிருந்து துள்ளிவிழுந்தன வார்த்தைகள்.

“தம்பி... உன் காதல் துடிப்பில் வேகம் உள்ள அளவு விவேகம் இல்லை. மீனாட்சியின் ஜாதகத்தைக் கணித்தவனே நான்தான். மீனாட்சி தற்சமயம் பாவகிரகங்களின் பிடியில் உள்ளாள். நவகிரகங்களில் மங்களாதிபதியான குருவின் பார்வை துளியும் இல்லை. தொண்ணூறு நாட்கள் கழித்து அவளது ராசிக்கே குருவின் பெயர்ச்சி அமைகிறது. குரு பார்த்தால் கோடி புண்ணியம். அதுவரை பொறுக்கக்கூடாதா?”

“தாராளமாக... ஆண்டுக்கணக்கில் கூடக் காத்திருக்க நான் தயார். ஆனால் இப்போது நான் மீனாட்சியைப் பார்த்தாக வேண்டும்...சந்திப்பதால் என்ன கெடுதல்?”

“எல்லாவற்றையும் விளக்கமாகச் சொல்கிறேன். நீ என்னுடன் திரிகூட மலைக்குக் கிளம்பு...”

“வருகிறேன். ஆனால் மீனாட்சியைப் பார்த்துவிட்டு வருகிறேன். அதுவும் உங்களுக்காக.”

“சந்திப்பதானால் ஒரு நிபந்தனை?”

“என்ன நிபந்தனை?”

“அவள் வியாழ விரதம் மேற்கொள்ள உள்ளாள். எல்லாம் உனக்காக. எனவே, நீ அவளைத் தீண்டாமல் பேசித் திரும்ப வேண்டும்.”

“எனக்கு அவள் தரிசனம் ஒன்றே போதும்...விடுங்கள்” அவன் அங்கிருந்து சீறிக்கொண்டு கிளம்பினான்.

***

மீனாட்சியின் மஞ்சள் துவராடைகள் அவளைக் கேலியாகப் பார்ப்பது போல் ஒரு பிரமை. துவராடையையே ஒரு சுற்றாகச் சுற்றி உடுத்தியிருந்தாள்.

கண்களில் தான் பசலை என்றால், கருத்திலோ கடலளவு விசனம். காதலனின் மைதான மார்பில் மல்லாந்து கதை பேசி, இடையாபரணம் நசுங்க இழைந்து உடல்கூடி, இன்பக்கதை பேசப் போவதாக எண்ணியிருந்த கனவுக்கட்டங்களை யாரே மிளார்களைக் கொண்டு விரட்டி விட்டதைப் போல் ஒரு பிரமை அவளுக்குள்.

கவலை நெளிந்தது. விழிகளில் நீர்ப் புள்ளிகளின் அணிச்சேர்க்கை. அப்போது கதவு திறக்கப்படும் அரவம். திரும்பினால் சேடிப் பெண்ணுடன் ராஜேந்திரன்.

அந்தப் பெண் வெகுதொலைவில் அவர்கள் பேசுவது கேட்கமாட்டாத இடத்தில் நின்று கொண்டாள். ஆனால், பார்வையைத் தேவரின் ஆணைக்கேற்ப இவர்களிடமிருந்து திருப்பவில்லை.

ராஜேந்திரனைப் பார்த்த மீனாட்சி ஒரு விநாடி ஆடிப்போனாள். ஓடிப்போய் அவனை அணைத்துக்கொள்ளும் வேகம் உடம்பில்.

அருகே வரை ஓடியவள், ஜம்னாலாலுக்குக் கொடுத்த வாக்கைக் காப்பாற்ற சிலையென நின்று விட்டாள்.

விதிர்த்து விறைத்த நிலை! அந்த நிலையே அவள் தன் நினைவால் நைந்த நிலையை அவனுக்குள் உணர்த்தியது.

"மீனாட்சி..."

"அத்தான்..."

"இதெல்லாம் என்ன? நான் உன்னைத் தொடக்கூடாதாம்."

"நிச்சயம் சதியில்லை. விதி?"

"வெற்றி வீரனுக்கு இதுதான் பரிசா?"

"என்ன செய்ய... என் ஜாதகம் அப்படி!"

"நீயே என்ன அவர்களுக்கு வக்காலத்து?"

"எக்காலத்திலும் என் வக்காலத்து உங்களுக்கே. அவர்கள் தங்கள் கடமையைச் செய்கிறார்கள் - அனுசரிப்பதுதான் நம் இளமைக்கு அழகு."

"அப்படியானால் சரி... நான் போகிறேன்."

"போய் வருகிறேன் என்று சொல்லக்கூடாதா?"

"அவசரத்தில் வாயில் அப்படி வந்துவிட்டது. தொண்ணூற்றியோராம் நாள் சந்திப்பேன். ஊஹீம்... கட்டி அணைப்பேன்!"

"நானும் காத்திருப்பேன்!"

ராஜேந்திரனும் பல்லைக் கடித்துக் கொண்டு திரும்பி நடந்தான். சேடிப் பெண் 'அப்பாடா! அசம்பாவிதமாக ஒன்றும் நடக்கவில்லை...' என்று பெருமூச்செறிந்தாள்.

✲ ✲ ✲

ஓரிடத்தில் தீ மூட்டம். அதன்மேல் உரித்த ஆடு ஒன்று வேப்பங்குச்சியின் தாங்கியில் தீ ஜீவாலையில் கொழுப்பைச் சொட்டவிட்டுக் கொண்டிருந்தது.

சுற்றிலும் மலைப்பாறை மேலெல்லாம் கள்வர்களின் சயனம். பெரும் முரசு ஒன்றின் அருகே ஒற்றைக்கண் சகிதம் உக்ரமாக காடகராயன். கைசவம் கள்கலயம்!

நாடு கடத்தப்பட்ட வஜ்ரநாராயணனும் காடகராயன் அருகே கள் கலயத்தோடு கிடந்தான்.

"நன்றி காடகராயா... மிக்க நன்றி! எங்கு செல்வேன், எப்படி வாழ்வேன் என்று கலங்கியிருந்த என்னை ஆதரித்து அழைத்து வந்திருக்கிறாய். பாரதத்து கர்ணன் போல் உனக்கு நான் இனி நன்றி காட்டுவேன்!"

வஜ்ரநாராயணன் பேசப்பேச காடகராயன் அந்த மலைக்காடே அதிரும்படி சிரிக்கிறான்.

"வஜ்ரா... உன்னை நான் ஆதரிப்பதை விடு. என்னை அந்தகனாக்கிய ராஜேந்திரனை நாம் வீழ்த்தியாக வேண்டும். அதற்கு வழி சொல்" சிரிப்பைத் தொடர்ந்து வந்த கருத்தில் வஜ்ரநாராயணன் கரைந்த சமயம் ஒருவன் ஓடி வந்தான்.

"என்னடா?"

அவன் காடகராயனை அழைத்துச் சென்று ஒரு மலை உச்சியிலிருந்து கைகாட்டிய திக்கில்...

சந்தனப்பெட்டி சகிதம் ஜம்னாலாலும் ராஜேந்திரனும் புரவிகளை நடத்தியபடி திரிகூடமலைக்குள் வகிடெடுத்துக் கொண்டிருந்தார்கள். அடிவாரத்தில் ஒரு வீரன் அவர்களை வழியனுப்பி விட்டு நின்று கொண்டிருந்தான்.

அடுத்த விநாடியே தேர்ந்த இருபது புரவிகளின் மீது இருபது கள்வர்கள் ஏறிக்கொள்ள ஒரு வெள்ளைப்புரவியில் காடகராயன் தாவி ஏறினான். வஜ்ரநாராயணனுக்கு கறுத்த புரவி ஒன்று காத்திருந்தது.

கள்வர்கள் கைகளில் கட்டாரிகளை, வில்லம்புகளை, வடநார் கயிற்றை, வஜ்ர கோளத்தை, மரக் கோடாலிகளை என்று சகல ஆயுதங்களையும் அள்ளிக் கொண்டு விட்டிருந்தனர்.

காடகராயனின் இடுப்புக் கச்சில் கம்பீரமாகத் தென்பட்டது குண்டு நிரப்பப்பட்ட துப்பாக்கி.

குதிரைகளின் குளம்புகளில் புழுதிச் சந்தை ஜென்மமெடுக்க இடைப்பட்ட தாவரங்கள் ஜீவனை விட... ஆக்ரோஷ ஓட்டமெடுத்தது அந்தக் கூட்டம்.

“நாம் இப்போது எங்கு போய்க் கொண்டிருக்கிறோம்?” ராஜேந்திரனிடம் கேட்டார் ஜம்னாலால்.

“திரிகூடமலையின் உச்சிக்கு. தேனருவிக்குக் கிழக்கில் சித்தர் குகை ஒன்று உள்ளது. அங்கு.”

“அது பாதுகாப்பான இடமா ராஜேந்திரா...?”

“அகத்தியர் அமர்ந்து தவம் செய்த இடம் என்று கேள்வி. அமைதியை விரும்பும் யோகியர்க்கு ஏற்ற இடம்.”

“நல்லது! மிக நல்லது! நாம் இப்போது தாதுவளையைத் தேடுவோம்.”

“தாதுவளையா?”

“ஆம்! அபூர்வ மூலிகை. சாவியில்லாமல் இதன் சாற்றினால் பூட்டைத் திறக்கலாம். எப்பேர்ப்பட்ட இரும்பு வளையத்தையும் இளக்கலாம். தாதுக்களையே வளைப்பதால் தாதுவளை.”

“எப்படி இருக்கும்?”

“உனக்குச் சொன்னால் புரியாது. நான் தேடுகிறேன். அந்த அபூர்வ மூலிகையை மாலைச் சூரிய ஒளியால் தேடுவோம் வா. புரவிகள் சற்று இளைப்பாறட்டும்.”

பேசிக்கொண்டே ஜம்னாலால் சந்தனப்பெட்டி சகிதம் அந்த மலைத்தரையில் கண்களைத் துழவவிட, காதுகளில் தூரத்துக் குதிரைகளின் குளம்படிச் சத்தம் மெல்ல கேட்கத் தொடங்கியது.

முகத்தில் படமெடுத்த நாகத்தின் விருட்சிப்பு.

ராஜேந்திரனும் அதைக்கேட்டு விருட்சியடைந்தான்.

சட்டென்று ஒரு மரத்தின் மேலேறிப் பார்த்தபோது கள்வர்களின் தேர்ந்த புரவிகள் மலைப்புதர்களைக் குடைந்து மேலேறி வருவது தெரிந்தது.

“ஐயா.. காடகராயன் கூட்டம்தான் நம்மைச் சுற்றி வளைப்பதாகக் கருதுகிறேன். வந்துவிட்டது பேராபத்து. நம்மால் பாதிக்கப்பட்ட அவன் ஆக்ரோஷமாக வருகிறான். நாம் உடனே தப்பித்தாக வேண்டும்...”

ஜம்னாலால் அதைக் கேட்டு பதறிப் போனார்.

“உம், சீக்கிரம் தப்பிக்கும் வழியைப் பார்!”

“கவலைப்படாதீர்கள். இந்த மலையின் மர்மமான வழித்தடங்களை நானறிவேன்...”

பேசிக்கொண்டே இருவரும் புரவியை எட்டினார்கள்.

“ம்ம்... வேகமாக...” அந்தப் புரவிகள் அந்த மலையின் குறிப்பிட்ட ஒரு வழித்தடத்தில் சென்றன.

“ஐயா... அப்படியே பின்னால் திரும்பி புதர்களில் ஒளியுங்கள். இந்தப் பாதையில் மேலும் சென்றால் சேற்றுப் பள்ளத்தில் முடியும். ஆபத்தான பாதை. வருபவர்கள் இதில் சென்று விழுந்து சாகட்டும்...”

இருவரும் புரவியோடு கூடி அப்படியே பின்னால் திரும்பி அருகாமை ஆவாரம் புதரருகே பதுங்கினார்.

சுற்றி வளைத்த கள்வர் கூட்டமும் சரியாக அங்கு வந்து குளம்படிகளைப் பார்த்துவிட்டு அந்த ஆபத்தான பாதையில் பிரவேசிக்க...

✻✻✻

“**இ**ளவரசி இளவரசி... திரிகூடமலை நோக்கிச் சென்றுள்ள நம் ராஜேந்திரனாரையும், அந்த வடக்கத்திக்காரரையும்

காடகராயனின் கூட்டம் வளைத்துள்ளதாம். அவர்கள் உயிர் பிழைப்பது அரிதென்று தெரிய வந்துள்ளது...”

மீனாட்சி அதைக் கேட்டு இடி தாங்கியானாள்.

“உனக்கு யார் சொன்னது?”

“அவர்களை வழியனுப்பச் சென்று திரும்பியிருக்கும் நமது வீரன்...” அரண்மனைக்கு வெளியே மாடம் வழியாக அவள் காட்டிய திக்கில் அந்தப் புரவி வீரன் தென்பட்டான். மீனாட்சி அரண்மனை வளாகங்களில் அவனை நோக்கி ஓடிச் சென்றாள். இளவரசியைக் கண்டு கீழே இறங்கி நின்றான் வீரன்.

“வீரனே... இவர்கள் கூறுவது உண்மையா? என்னவர்க்கு ஆபத்தா?”

“ஆம் தாயே... எத்தனை பெரிய வீரனாக இருந்தாலும் இந்த முறை அந்த வெறிபிடித்த கூட்டத்திடம் இருந்து தப்பித்தல் சாத்தியமில்லை என்று அறிகிறேன்.”

“நம் படையை அனுப்பினால்...?”

“காரியம் கெட்டுவிடும். உங்களால் ஒருக்கால் முடியலாம். தளபதி வஜ்ரநாராயணன் இப்போது அவர்கள்பக்கம்! நீங்கள் சொன்னால் அவன் கேட்கக்கூடும். ஆனால், அதற்குள் எந்த அசம்பாவிதமும் நிகழ்ந்துவிடாமல் இருக்க வேண்டும்...”

மீனாட்சியோ சிவந்து விட்டிருந்தாள். கண்களில் கோபாக்னி. புரவியில் தாவி ஏறினாள். வீரர்களிடம் விதிர்ப்பு.

அந்த மஞ்சள் தேவதையின் மேலாடை காற்றில் சடசடக்க சிவந்த புரவி சீறத் தொடங்கியது. செய்தியறிந்து அம்பலத்தேவர் வருமுன் மீனாட்சியின் புரவி வெகுதூரம் சென்றுவிட்டிருந்தது.

எதிரே பிரமாண்ட திரிகூடமலைச் சரிவு...

இன்று...

அந்தப் பாறைமேட்டின் மேலே இருந்தபடி ஒரு அருவிபோல் சரிந்து விழுந்த சம்பத்தும் திவாகரும் முத்தங்கியும் முழிமுழி என்று முழித்தபடி சுற்றிச் சுற்றிப் பார்த்தார்கள்.

“இந்தச் சரிவுக்கு அப்பால போனா ஒருக்கால் அந்தக் கோயிலுக்கு வழி தெரியுமோ என்னவோ?” முத்தங்கி பேசியதைத் தொடர்ந்து சம்பத்தின் பார்வை சரிவைச் சளைத்தெடுத்தது.

ஒரு ஆளையே தலைக்குப்புறத் தள்ளிவிடக்கூடிய சரிவு. நடுவில் பிடித்துக்கொள்ள, ஊன்றி நிற்க இயலாத மாதிரி வழவழப்பான சரிவு!

கயிற்றைக் கட்டிக்கொண்டு இறங்க கைவசம் கயிறோ இதர சாதனங்களோ இல்லாமல் வந்துவிட்டது அப்போதுதான் தெரிந்தது.

ஏ முத்தங்கி... அப்படிப் போகணும்னா கயிறு கபடா எல்லாம் வேணுமேய்யா!”

“என் குடிசைல இருக்கு. போய்க் கொண்டு வரவா?”

“நாங்களும் வரோம். இங்க உக்காந்துக்கிட்டு நாக்கையா வழிக்க...”

அவர்கள் பின்னடைந்து வந்தவழி திரும்பத் தயாரானார்கள்.

அதுவரை அவர்களையே பார்த்துக் கொண்டிருந்த பாஸ்கரும் கலாதரனும் நிம்மதிப் பெருமூச்சு விட்டார்கள்.

“ஏன் திரும்பிட்டாங்க?” ஜெயந்தி கிசுகிசுப்பாகக் கேட்டாள். கலாதரன் மேல் சரிந்த நிலையை விலக்கிக் கொண்டிருக்கவில்லை.

“அவங்களால் அந்தச் சரிவுல இறங்க முடியலைன்னு நினைக்கிறேன். அதான் திரும்பியிருப்பாங்க...”

“நமக்குக் கவலையில்லை கலாதரன், கயிறு இருக்கு. எங்கிட்ட கிரானைட் ஷூவும் இருக்கு சேஃப்டி பெல்ட், கவரில் ரிங்குன்னு சகலமும் இருக்கு.

என்.சி.சி–யில மலை ஏறின அனுபவமும்கூட இருக்கு. நாம போய்ப் பார்த்துடுவோம்...” என்றான் பாஸ்கர்.

“அவசரப்படாதே... அவங்க பார்வையில பட்டுடக் கூடாது. திரும்ப அவங்க வந்தாலும் வரலாம்...” என்றான் கலாதரன்.

அவர்கள் புதரைக் குடைந்து மறுபக்கம் போய் விட்டிருப்பது ஊர்ஜிதமானவுடன் மூவரும் வெளிவரத் தொடங்கினர்.

தெப்பமாக நனைந்துவிட்ட ஈர உடலைப் பாறைமேல் சரித்து உஷ்ணம் தேடினர்.

சேலை முந்தானையை இறுக்கிப் பிழிந்தாள் ஜெயந்தி.

முன்புறத்து ரவிக்கையின் ‘வீ’ கட்டிங்கில் வலதும் இடதும் சண்டையிட்டுப் பொங்கி எழ, அதைப் பார்க்க கலாதரன் தீப்பற்றிய கந்தகமானான்.

கால்பாகத்து புடவைக் கொசுவத்தையும் ஒன்று சேர்த்து முழங்கால் வரை தூக்கிப் பிழித்தாள்.

பிரம்மன் அந்தக் காலை சிருஷ்டிக்க நிச்சயம் வெகு நேரம் எடுத்துக் கொண்டிருப்பான் என்னும் எண்ணம் கலாதரனுக்கு மேலோங்கியது.

பாஸ்கரும் மாரிமுத்துவும் அந்தப் பாறை மேட்டை எட்டிச் சரிவைக் கணக்கெடுத்துக் கொண்டிருந்தார்கள். எங்கே கயிற்றைக் கட்டி எப்படி இறங்குவது என்கிற மும்மரத்தில் மூக்கில் வியர்வை.

ஈரம் சொட்டச் சொட்ட நின்ற கலாதரனின் தலை முடியைத் தன் முந்தானையாலேயே துவட்டிவிட்டாள் ஜெயந்தி.

“இதுக்காகவே இன்னொரு தடவை தலையை நனைக்கப்போறேன்” என்றான் அவன்.

“எதுக்காக...?” என்றாள் அவள்.

"இவ்வளவு சமீபத்துல பார்க்கறதுக்காக..."

"எதை?"

தன் முகத்தருகே ஈர ரவிக்கைக்குள் இருந்த அழகுகளையே அவன் கண்கள்பார்த்துக் கொண்டிருந்தன.

அவள் அப்போதுதான் அதையே உணர்ந்தவளாக சட்டென்று விலகி சேலை முந்தானையை உதறி வேகமாக மூடிக்கொண்டாள். முகத்தில் சிவப்பு வர்ணத்தை இதயம் ரத்தத்தைக் கொண்டு பம்ப் செய்து 'வெட்கம் வெட்கம்', என்று சமிக்ஞை செய்தது.

ஊடே நுழைந்தது பாஸ்கரின் குரல்.

"கலாதரன்... கயித்தைக் கட்டிக்கிட்டு இறங்க ரொம்ப ரொம்பத் தோதா இருக்கு சூழ்நிலை. கமான்...காரியத்துல இறங்குவோம்."

கலாதரன் அவனை ஒரு கரடியைப் போல் பார்த்தான்.

பின்னர் அரைமனதாக அவனை நெருங்க, பாஸ்கர் கயிற்றுச்சுருளைக் கையில் எடுத்துக்கொண்டு ஒரு பாறைத் திண்டில் வளைத்துக் கட்டிவிட்டு கயிற்றைச் சுண்டி இழுத்த போது காத்திருந்த மாதிரி கண்ணில்பட்டது ஒரு சிகரெட் லைட்டர்.

வேகமாக அதை எடுத்துப் பார்த்த அவனுக்குத் தூக்கிவாரிப் போட்டது! லைட்டரில் ராம்நாத் என்கிற ஸ்டிக்கர்!

"கலாதரன் இதைப் பார்த்தீங்களா... இது அப்பாவோட லைட்டர். இது இங்க எப்படி வந்தது?" அவன் புருவத்தில் லேசான வளைசல், முகத்தில் புதிய எண்ணங்களின் விளைச்சல்.

"ஒருவேளை சம்பத் இங்க இருந்தப்போ அவன்கிட்டேருந்து விழுந்திருக்குமோ?"

"அப்படீன்னா சம்பத்கிட்ட இது எப்படி வந்திருக்கும்?"

"ஒரு யூகம்தான்... அதே சந்தர்ப்பத்துல புரொபசர் சாகாமகூட இருக்கலாம்."

"நிஜமாவா...?"

பாஸ்கர் துள்ளி எழுந்து கலாதரனை ஆசை ஆசையாகப் பார்த்தபடி கேட்டான்.

“ஜெயந்தி இங்க வா... ஒரு சர்ப்ரைஸ்” – அவளைத் கூவி அழைத்தான் பாஸ்கர். அவளும் நெருங்கினாள். லைட்டரைப் பார்த்துவிட்டுக் கண்களை அகட்டி விரித்தாள்.

“பாஸ்கர்... இது அப்பாவோட லைட்டர் தானடா. இங்க எப்படிடா!?”

“அதான் புரியலை.”

“அப்படின்னா அப்பா உயிரோட இருக்காரா?”

“இருக்கலாம்கறது கலாதரன் அபிப்பிராயம்.”

இதற்குள் கலாதரனுக்கு ஒரு எண்ணம் தோன்றவே சாண்டியை அழைத்து லைட்டரை அதன்முன் நீட்டினான். அது முகர்ந்து பார்த்துவிட்டு சம்பத் சென்ற பக்கம் போகாமல் பாறைச் சரிவுப் பக்கம் ஓடியது.

சரிவில் முடிந்த எல்லை வரை போன அது திரும்ப ஓடி வந்தது.

“என்ன சொல்லுது சாண்டி?”

“சரிவுப் பக்கமா அது போறதைப் பார்த்தா இந்த லைட்டருக்கு உரிய நபர் சரிவுப் பக்கம் போயிருக்கணும்.”

“ஐயோ... நீங்க போய்ப் பாருங்களேன். அப்பா ஒருவேளை சரிவுல இறங்கிப் போயிருக்கலாம்.”

“ஸ்டுப்பிட்! இறங்கிப் போக முடியற சரிவா இது...? எந்த ஆதரவும் இல்லாம் இறங்கினா மேலே போய்ச் சேர வேண்டியதுதான்.”

“கலாதரன் பேசாம நாம இறங்கித்தான் பார்ப்போமே.”

பாஸ்கர் கயிற்றைப் பிடித்துக் கொண்டு சர்வ ஆயத்தங்களுடன் இறங்க ஆரம்பித்தான்.

“ஜாக்கிரதைடா...” ஜெயந்தி கத்தினாள். மாரிமுத்து எழுந்து வந்து எட்டிப் பார்க்க, சாண்டி வாலைக் குலைத்தபடி வெறிக்க... கலாதரன் கயிற்று முனையில் கவனமாக நின்றுகொள்ள, தத்தித்தத்தி ஒரு தவளையைப் போல அவன் கீழே இறங்கத் தொடங்கினான்.

சற்று நேரத்தில் கலாதரனின் கண்களைவிட்டே பாஸ்கரன் மறைந்துவிட்டிருந்தான். கயிற்றின் அசைவில் அவன் தொடர்ந்து இறங்குவது மட்டும் தெரிந்தது.

பாஸ்கர் சரிவின் முடிவை எட்டியபோது இடுப்பளவு நீர் அங்கு தேங்கியிருந்தது. நீரில் நடந்து மேலேறி ஒரு புல்வெளியை எட்டியபோது அதிசயமாக அங்கு சில பூச்செடிகள்! புல்வெளி ஒரு குகைவாசல் வரை நீண்டிருந்தது. அங்கிருந்து பார்க்கும்போது அந்த மலையின் மற்ற பகுதிகள் பளிச்சென்று தெரிய, அங்கு வர வேறு வழிகள் இருப்பதும் அந்த வழித்தடங்களில் பாறைகள் உருண்டு மறித்துக்கொண்டு கிடப்பதும் தெரிந்தன.

குகை வாசலில் காட்டுச் செடிகளின் கும்மாளமான வளர்ச்சி. அவற்றை விலக்கிக்கொண்டு உள்ளே எட்டிப் பார்த்தபோது பாஸ்கருக்குப் புல்லரித்தது.

மிரட்டும் முட்டை விழிகளோடு சூலம் தாங்கிய காளி சோபையிழந்து தெரிந்தாள்.

பாஸ்கர் உடனேயே உற்சாகமானான். “கலாதரன்... நான் கண்டுபிடிச்சுட்டேன்... கமான், சீக்கிரம் வாங்க” கழுத்தை வளைத்து உயர்த்தி சத்தமாகக் கத்தினான். சத்தம் அநியாயத்துக்கு எதிரொலித்து கலாதரனின் காதுகளுக்குப் போய்ச் சேர்ந்தது. அவனும் துரிதமாக இறங்க ஆரம்பித்தான்.

——

28

அன்று...

விண்ணை முட்டும் திரிகூடமலையின் உச்சாணி விளிம்புகளில் மேகங்களின் விளையாட்டு. அழகுக்கான அணிவகுப்பாய்த் தென்பட்ட அந்த மலை மேடுகளில் ஆபத்தின் ஆடு புலியாட்டம் நடப்பதைப் புரவியில் விரையும் மீனாட்சியால் எண்ணிக்கூடப் பார்க்க இயலவில்லை.

'மீனாட்சி தேவியார் விரத காலத்தில் தன்னந்தனியாகத் திரிகூடமலைக்குக் கிளம்பிச் சென்றுவிட்டார்' என்கிற செய்தியோ அரண்மனையின் அத்துமெத்த இடமெல்லாம் பயணம் செய்து கொண்டிருந்தது.

செய்தியறிந்த அம்பலத்தேவர், தனது சிம்மாசனத்தின் மேல் பித்துப் பிடித்தவர்போல் வீழ்ந்துவிட்டார். செண்பகநாச்சியாரோ புலம்பலில் துடிக்கத் தொடங்கி விட்டார்.

ராஜேந்திரன் நினைத்தபடியே அந்தப் புதைகுழிக்கு இட்டுச் செல்லும் முதல் பாதையில் - பாதிக்கும் மேலான கள்ளர்கள் விரைந்து சென்று... அகண்ட புதைகுழி பள்ளத்தில் விழுந்து விட்டிருந்தார்கள்.

மறுபக்கமாக சுற்றி வளைக்கத் தொடங்கிய கூட்டத்தின் கண்களிலோ அப்போது கவிழ்ந்த இருட்டு கண்ணாமூச்சி ஆடத் தொடங்கியிருந்தது.

புரவியையும் மண்டியிடச் செய்து கள்ளர்களுக்குப் போக்குக்காட்டி பதுங்கி இருந்த ராஜேந்திரனும் ஜம்னாலாலும்

அந்த இருட்டினூடே... உற்சாகமாகக் கிளம்பிவிட்ட சிள்வண்டு சத்தத்தினூடே மெல்ல நிமிர்கின்றனர்.

புரவிகளின் குளம்படிச் சத்தம் அங்கும் இங்குமாகக் கேட்பது காதில் விழுகிறது.

"ஐயா... அடுத்து என்ன செய்ய?"

"இந்த இரவில் நாம் எப்படியும் இந்த மலையைவிட்டு நீங்கிவிட வேண்டும். இதன் மர்மமான பாதைகள்தான் உனக்குப் பரிச்சயமாயிற்றே... உம் கிளம்பு..."

"அப்படியானால் உங்கள் மூலிகை ஆராய்ச்சி?"

"முதலில் தற்காப்பு. பிறகுதான் ஆராய்ச்சியெல்லாம்..."

"கவலை வேண்டாம். இதே மலையில் ஒரு பாழடைந்த குகை இருக்கிறது. அது எனக்கு மட்டும்தான் தெரியும். அங்கு நாம் சென்றுவிட்டால் தப்பிவிடலாம்."

"அப்படியானால் முதலில் அதற்கு வழியைப் பார். இனி இந்தப் புரவிகளோடு நடமாட நம்மால் முடியாது. அதன் மேலுள்ள பொருட்களை எடுத்துவை. இவற்றை விட்டுவிட்டு வா..."

"அதுவும் நன்மைக்கே. மலையிலிருந்து இறங்கி விட்டால் என் புரவிக்குப் பண்பொழியூரின் வழித்தடம் நன்கு பரிச்சயமான ஒன்று. அதன் கடிவாளப் பட்டியில் ஓலையைக் கட்டி பண்பொழிக்கு நாம் இந்த இக்கட்டு குறித்து சேதியைக்கூட அனுப்பலாம்."

"முதலில் அதைச் செய். எப்படியாவது அடிவாரம் வரை சென்று விட்டுவிட்டு வா. எனக்கும் உடனடியாகக் சற்றுத் தனிமை தேவைப்படுகிறது."

"நடுவில் உங்களை எதிரிகள் தாக்கினால்...?"

"என் வர்மமும் தியானமும் என்னைக் காப்பாற்றும். நீ புறப்படு. நான் இதே புதரில் தியானத்தில் இருப்பேன்."

ராஜேந்திரன் நிமிர்ந்தான். புரவியைத் தட்டி எழுப்பி, ஜம்னாலாலின் புரவியைத் தன் புரவியோடு சேர்த்துக்கட்டி விட்டு மிக மெல்ல நடையிடத் தொடங்கினான்.

கள்ளர்கள் முற்றிலுமாக ஒழிந்துவிட்டதுபோல் ஒரு அமைதி. காட்டருவியாய் வந்து தாக்கியவர்கள் எப்படிக் காணாமல் போனார்கள்?

பதுங்கித் தாக்கும் உத்தேசமா?

இல்லை... புதைக்குழிப் பாதை அத்தனை பேரையும் பலிவாங்கி விட்டதா?

நடையிடும் ராஜேந்திரனுள் கவலை மிகுந்த எண்ணக்குமிழிகள். அடர்ந்த புதர்கள் ஓரமாகப் பதுங்கிப் பதுங்கி அவன் இறங்க, அந்த வாயில்லா ஜீவன்கள் அவனுக்கு மிகவும் ஒத்துழைத்தன.

ஒருவாறாக அடிவாரத்தின் சமதளத்தைத் தொட்டு விட்டது அவன் கால்கள். தேய்ந்து வரும் நிலவின் மெல்லிய ஒளியில் எதிரே ஓர் ஒற்றையடிப் பாதை. சாரைப் பாம்பாக வளைந்து அது பண்பொழியைக் குறிவைத்துப் படுத்துக் கிடக்க, அதன் கண்ணுக்கெட்டிய தொலைவில் ஆவேசமாக ஒரு புரவியும் அதன் மேல் யாரோ வருவதும் ராஜேந்திரனுக்குத் தெரிந்தது.

திடுக்கிட்டு ஒரு பாறையின் பின்னால் போய் ஒளிந்தவன், அந்தப் புரவி தன்னை வெகுவாக சமீபித்துவிட்டது கண்டு கூர்மையானான்.

மீனாட்சிதான் அதிலிருந்து கீழே இறங்கியவள்!

முதலில் தெளிவாகப் புலப்படாவிட்டாலும் பின்பு அவள் முகம் தீர்க்கமாகவே தெரிந்துவிட்டது. அந்த மங்கள முகத்தைப் பார்த்த மாத்திரத்தில் மின்னல் ஒன்று தன்னைத் தாக்கிவிட்டது போல் ஓர் உணர்வு ராஜேந்திரனிடம்.

“மீனாட்சி...” என்று கூவியபடி மறைவிலிருந்து நிமிர்ந்தான். அவளும் அங்கே ராஜேந்திரனை எதிர்பார்க்கவில்லை.

“அன்பே...” என்று ஓடி வந்து கட்டிக் கொண்டாள். இருவரும் காற்றுக்கூட புகமுடியாதபடியாகத் தழுவிக் கொண்டனர்.

“உன்னை நான் இங்கு எதிர்பார்க்கவில்லை மீனாட்சி... நீ எதற்கு ஆபத்து நிறைந்த இந்த மலைக்கு. அதிலும் இந்த இரவில் வந்தாய்? உன்னால் எப்படி வர முடிந்தது?”

“உங்களுக்கு ஆபத்து என்று சேதி வந்தது. தாங்க முடியவில்லை...கிளம்பி விட்டேன்”

“இப்போது ஆபத்து உனக்கும் சேர்ந்துவிட்டதே. தவறு செய்துவிட்டாய் நீ...”

“பேசாமல் நடங்கள், எங்கே ஜம்னாலால்?”

“பாதுகாப்பாக ஒரு புதரில் இருக்கிறார்.”

“சற்று மெல்லப் பேசுங்கள். இங்கு நம்மைச் சுற்றி எதுவும் எந்த நிமிடமும் நடக்கலாம்.”

பதுங்கிப் பதுங்கிச் சென்ற ராஜேந்திரன் மிக வேகமாக மலையேறத் தொடங்கினான். மீனாட்சி அவனுக்குச் சளைக்கவில்லை. ஒருவழியாக அடர்ந்த அந்தப் புதரை அடைந்துவிட்டார்கள். கற்சிலை போல் ஜம்னாலால் தென்பட்டார்.

என்ன அதிசயம்...!

பூமிக்கு ஒரு சாண் மேலே எழும்பி அந்தரத்தில் அமர்ந்த நிலையில் இருந்தது அவர் தேகம். அருகில் வேப்பெண்ணெய்க் குப்பியில் நனைந்த சருகு ஒன்று சிறிய தீப்பந்தமாய்த் திகுதிகுத்துக் கொண்டிருந்தது.

“ஐயா...ஐயா...” மெல்ல அழைத்தான் ராஜேந்திரன். கண் திறந்தார் ஜம்னாலால். அருகே மீனாட்சியைப் பார்த்து அந்த விழிகள் மேலும் விரிகின்றன. உடல் சொத்தென்று சாண் இடை வெளியை விழுங்கித் தரைமேல் விழுகிறது.

“மீனாட்சி... நீயா...?”

“ஆமாம்... நானேதானய்யா. உங்கள் இருவரையும் பேராபத்து சூழ்ந்துவிட்டதாகத் தகவல் வந்தது. என்னால் பொறுக்க முடியவில்லை...”

“பைத்தியக்காரப் பெண்ணே... இதுவரை வந்தது சாதாரண ஆபத்து. இனிதான் பேராபத்தே வரப்போகிறது...”

“நீங்கள் என்ன சொல்கிறீர்கள்?!”

“விளங்கச் சொல்லும் நேரமா இது.... ‘விதி வலியது’ என்பதை உன் மூலம் இந்த நிமிடம் நான் உணர்கிறேன். சரி...சரி முடிந்தவரை போராடிப் பார்த்துவிடுவோம். ராஜேந்திரா... முதலில் அந்தக் குகைக்குச் செல்லும் வழியைப் பார்...” ஜம்னாலாலின் விளக்கம் ராஜேந்திரனை லேசாகக் குழப்பியது.

“உங்கள் விளக்கம் புதிராக இருக்கிறது. புரியும்படி பேசுங்களேன்...”

“எல்லம் குகையில்... முதலில் அங்கு செல்லுங்கள்” என்ற ஜம்னாலால் பொடிப்போல் ஒரு வஸ்துவை எடுத்து இருவர் கைகளிலும் தந்தார்.

“இடைவழியில் எதிர்பாராமல் யாரும் தாக்க வந்தால் தயங்காமல் அவர்கள் முகம் நோக்கி இந்தப் பொடியை வாயினால் ஊதிவிடுங்கள். ஊதும்போது உங்கள் கண்களை மட்டும் இறுக மூடிக் கொள்ளுங்கள். இந்தப் பொடி அவர்களை அந்தகர்களாக்கி விடும். எச்சரிக்கை... தவறினால் நீங்கள் பார்வை இழக்க வேண்டிவரும்.”

மூவரும் எச்சரிக்கையாகக் கிளம்ப ஆயத்தமாயினர். மலைக்காற்று முகத்தில் பனியைப் பரப்பி சிலிர்ப்பேற்படுத்த, வழித்தடத்தை கூர்ந்து பார்த்து மிக மெல்ல முன்னேறினான் ராஜேந்திரன்.

குகையை நோக்கி விரையும் மூவரின் காதுகளையும் சில புரவிகளின் குளம்படிகள் நிமிர்ந்தன.

ஜம்னாலால் குளம்படிச் சத்தம் வந்த திக்கில் பார்வையைச் செலுத்த, தீப்பந்தம் தாங்கி மார்பில் உலோக கவசமெல்லாம் தரித்து ஒருவன் கூர்ந்து பார்த்துக் கொண்டிருக்க, பக்கத்தில் நான்கு கள்வர்கள்.

அப்போது வீசிய காற்றில் துளி வெளிச்சமும் புகை போல் ஒரு படலமும் அவர்களை நோக்கி எழும்பி வர, அதைப் பார்த்த அத்தனை பேர் கண்களும் ஒளியிழந்து காந்தத் தொடங்கின. உதட்டில் வலி தாங்காத எரிச்சலான கதறல்.

"ஏய்... என்ன இது? ஏதோ விஷப்புகை கண்களில் பட்ட மாதிரி தெரிகிறதே..." ஒருவன் புலம்ப, புரவிகளும் கூட தங்கள் பார்வையில் இருட்டின் ஆட்சி நேரிட்டது கண்டு குழம்பித் திகைத்தன.

ஜம்னாலால் அதுவரை தூவிய பொடியே போதும் என்பது போல் நிறுத்திக் கொண்டு நெடுநேரம் கழித்தே கண் திறந்து பார்த்தார். வியப்பான வியப்பில் ராஜேந்திரனும் மீனாட்சியும் விதிர்க்க, அவர்கள் பயணம் அந்தத் தடையை வெற்றி கொண்ட செருக்கில் தொடர்ந்து நடக்கத் தொடங்கியது.

ஒரு கட்டத்தில் மரக்கூட்டங்கள் முற்றிலுமாக நீங்கிப் பாறைகளாகத் தென்பட்டன. துண்டு நிலவின் ஒளி தங்கு தடையின்றி விழுந்து கொண்டிருந்தது.

"ஐயா, இதற்குப் பெயர் ஏழுகல் பாறை. இங்கிருந்து பார்த்தால் பண்பொழியூர், தென்காசி, குற்றால அருவி என்று சகல இடங்களையும் பார்க்க இயலும். இங்கிருந்து சொற்ப தொலைவுதான் அந்தக் குகை..."

"பேசாதே... முதலில் குகைக்குள் பதுங்குவோம்" ஜம்னாலாலின் தீவிரத்தைத் தொடர்ந்து குகையை ஒருவழியாக எட்டினார்கள்."

இரண்டு பாறை இடுக்கில் படுத்து நுழைய முடிந்த அளவு துளிஇடம். அதில் ஊடுருவி மறுபக்கம் நிமிர்ந்தபோது நீண்ட ஒரு பாறைச் சரிவு. அதில் அமர்ந்து சரிந்த நிலையில் கீழறங்க

காலை இடறியது பிரண்டைக் கொடிகள். அவற்றை பிடுங்கி எறிந்துவிட்டு பார்த்துப் பார்த்து நடக்க... முட்கொடிகள் வந்து

முகத்தில் மோதின.

ராஜேந்திரன் உடனே தாமதியாமல் தீப்பந்தத்தை ஏற்றினான். பாதை இப்போது நன்கு பளிச்சிட்டது.

"அத்தனை சுலபமாக யாரும் இங்கு வர முடியாது" என்ற அவன் கருத்தைத் தொடர்ந்து கால்களைப் பிசின் போன்ற நீர் பரப்பு ஜில்லிட வைத்தது. உடனேயே குனிந்து அதைத் தொட்டுப் பார்த்து முகர்ந்த ஜம்னாலால் மிக உற்சாகமாகக் கத்தத் தொடங்கினார்:

"ராஜேந்திரா...இது உதக நீர்! உதக நீர்!"

"ஐயா... உதகநீர் என்றால் என்ன? அதற்கு ஏன் இத்தனை பரவசம்?" ராஜேந்திரன் பந்தத்தைக் கை மாற்றியபடியே கேட்க, ஜம்னாலாலோ ஒரு புதையல் கிடைத்த சந்தோஷத்தில் வாய்திறந்தார்:

"உதகநீர்தானே ரசவாதத்தின் மூலப் பொருள்! களிமண்ணைக்கூட இந்த நீரில் கரைத்து காயவைத்தால் அது இரும்புக்குச் சமமான உலோகமாகி விடுமே, மலைமேல் இடி விழுந்தால், அதன் சக்தி வெளிச்செல்ல வழியின்றி ஊற்றுநீரில் இறங்கிவிடும். அந்த நீர்தான் உதக நீராக மாறும். இதை நான் தேடாத இடமில்லை. இதில் மின்னலின் சக்தி மிக உண்டு."

ஜம்னாலாலிடம் பிடிபடாத பரவசம். குகைக்குள் நுழைந்து பார்த்த போதோ அது பன்மடங்கு பெருகியது. "இன்னும் இரண்டு தீப்பந்தத்தை ஏற்று உடனே..." என்ற கட்டளையைத் தொடர்ந்து, குகை முழுக்க வெளிச்சம் சிதறிப் பரவியது. அதில் மினுமினுவென்று ஒரு மூலிகை தன் முகத்தைக் காட்டியது.

"ஆஹா... ஸ்வர்ண தாரை" என்று ஓடிச் சென்று அதைக் கும்பிட்டார்.

ஜம்னாலால் கண்களில் பரவசமான பரவசம்!

“ராஜேந்திரா... ரசவாதத்துக்கு முக்கியமாகத் தேவைப்படும் உதகநீரும், ஸ்வர்ண தாரையும் ஒரே இடத்தில் கிடைக்கும் அதிசயம் இங்குதான் நிகழ்த்திருக்கிறது. உள்ளபடியே இந்தத் திரிகூடமலை மந்திரமலை-மாமலை! மகத்தான மலை...” ஜம்னாலால் தன் குரலில் உச்சத்துக்குப் போக, அது குகைக்குள் எதிரொலிக்க... அந்தக் குகையின் மேல்தளத்தில் யதார்த்தமான வந்து சேர்ந்திருந்தனர் வஜ்ரநாராயணனும், காடகராயனும்!

இன்று...

நீண்ட அந்தக் கயிற்றைப் பிடித்துக்கொண்டு கலாதரன் லாவகமாக இறங்குவதை ஆவலாகப் பார்த்துக் கொண்டிருந்தாள் ஜெயந்தி. பாதி தூரம் இறங்கிய கலாதரன். ஜெயந்தியைப் பார்த்துக் கத்தினான்.

“ஜெயந்தி... நீங்க யாரும் இறங்க வேண்டாம். உன்னால புடவையோட இறங்க முடியாது. அங்கேயே நில்லு. நானும் பாஸ்கரும் என்னன்னு பார்த்துட்டு வர்றோம்.”

ஆமோதிப்பாய் மேலிருந்து தலையை அசைத்தாள் ஜெயந்தி. பக்கமாய் நிற்கும் மாரிமுத்துவுக்கு எல்லாம் விசித்திரமாக இருந்தது.

ஒருவழியாக நீர்ப்பரப்பைத் தொட்டு முழங்கால் நடந்து கரையேறி பாஸ்கரை நெருங்கினான் கலாதரன்.

பாஸ்கர் முகத்தில் அதீத மகிழ்ச்சி.

மரமும் செடியும் அடைத்துக் கொண்டிருந்த ஒரு இடத்தை விலக்கி உள்ளே அவன் கைகாட்டிய திக்கில்... எட்டுக் கைகளும் சிவந்த நாக்குமாய் முட்டைவிழி வெளித்தள்ள காளியின் உக்ர உருவம். அவளது மடிமேல் அந்தப் பெட்டி!

“நாம தேடி வந்த பெட்டி நிச்சயம் இதுதான்” என்றான் பாஸ்கர்.

“கமான், க்விக் உள்ளே போய்ப் பார்ப்போம்.”

வாசலை அடைத்த அந்தச் செடிகள் கொடிகளைத் தள்ளிக் கொண்டும் கழுத்தில் கால் பரப்பி நடந்த சிலந்தியை அறைந்து கொன்றும், உள்ளே கால் வைத்தவர்கள் சுற்றிச் சுற்றிப் பார்த்தார்கள்.

‘வாங்க சார்...’ என்று தலைகீழாக நின்று வரவேற்கும் ராட்சத வௌவால்கள் ஒருபுறமும் நூலாம் படையில் ஊஞ்சலாடும் ராட்சத சிலந்தி மறுபுறமும் அவர்களுக்குள் திகில் மூட்ட, மெல்ல அந்தக் காளியின் பாதம் நோக்கி நடக்க ஆரம்பித்தவர்கள் ஒரு கணம் விக்கித்து நின்று விட்டார்கள்.

கழட்டி விடப்பட்ட ஒரு ஜதை செருப்பு அங்கு தெரிந்தது.

“கலாதரன், இது யாருடைய செருப்பா இருக்கும்?”

“இங்கு, நமக்கு முன்னே யாரோ வந்திருக்க வேண்டும். யார் அது?” என்ற கேள்வியுடன் சுற்றும் முற்றும் பார்த்தான் கலாதரன். எங்காவது யாராவது தெரிக்கிறார்களா என்று தேடினான். எவரும் காணப்படவில்லை. காளியின் மடியிலோ மரப்பெட்டி கம்பீரமாகக் காட்சி தந்தது.

கலாதரன் அதைக் கவனித்தான்.

“பாஸ்கர், இங்கு யாராவது வந்திருந்தா அந்தப் பெட்டியை விட்டு வெச்சிருப்பாங்களா?”

“அப்ப இந்த செருப்பு இங்க எப்படி வந்தது?”

“எதாவது மிருகங்க இழுத்துக்கிட்டு வந்து போட்டிருக்கலாம்.”

“மிருகங்க என்ன இவ்வளவு சரியாவா கால்லேருந்து செருப்பைக் கழட்டி விடற மாதிரியா இழுத்து வந்துபோடும்...?”

“அப்படின்னா செருப்புக்குச் சொந்தக்காரர் எங்கே?”

அவர்கள் பார்வை சுற்றிச் சுற்றித் தேடியது. காளியின் பின்புறமெல்லாம் சென்று தேடினான் கலாதரன்.

இடப்புறமாய்ப் பெரிதாக ஒரு மரப்பெட்டி. அதைத் திறக்க முயற்சி செய்து பார்த்தான். துருவேறிய அதன் பட்சிகள் 'கீச் கீச்' என்று கத்தி 'நாங்கள் திறக்கப்பட்டு யுகங்களாகிவிட்டன' என்பதைச் சொல்லாமல் சொல்லின. அப்போது பார்த்து ஜெயந்தி பெரிதாக அலறும் சத்தம் கேட்டது. பாஸ்கருக்கு முதுகுத்தண்டில் சிலுசிலுப்பு.

"கலாதரன், ஜெயந்தி கத்தற மாதிரி தெரியுதே..."

இருவரும் அந்தக் கோயில் குகைப் பரப்பை விட்டு வெளியே வந்து அண்ணாந்து பார்த்தனர்.

"கலாதரன் அந்த முகமூடி கோஷ்டியோட வேலைன்னு நினைக்கிறேன்... கயிற்றைப் பிடிச்சு மேலே ஏறினால் நாமும் அவர்களிடம் மாட்டிக்குவோம். இப்ப என்ன பண்ண?" பாஸ்கர் சுற்றிச் சுற்றிப் பார்த்தான். குகைக்குப் பக்கத்தில் மிகச் சிறிய ஒரு பாதை. அதுவும்கூட போகமுடியாத சரிவுகளால் கீழ்நோக்கிக் கிடந்தது. மற்றபடி சரியான வழித்தடங்களைப் பாறைகள் மூடிக்கிடக்க ஒரு புதருக்குள் தலையைவிட்டு நோக்கியபோது ஈரக்குலையில் திராவகம் கசியத் தொடங்கியது. ஒரு சிறுத்தை பசியுடன் அவர்களைப் பார்த்தது.

மேலே சம்பத்தும் திவாகரும், ஜெயந்தியையும் மாரிமுத்துவையும் சுற்றி வளைத்திருந்தனர். ஜெயந்தியின் வாயை ஒரு துணியால் இறுகக் கட்டி அவள் கரத்தை தன் உடும்புப்பிடியில் நெரிப்போடு பிடித்திருந்தான் சம்பத். சாண்டி அவர்கள் பிடிக்கு அகப்படாமல் எங்கோ ஓடிவிட்டிருந்தது.

"எங்கடா அந்த ஃபாரஸ்டர்...?" சம்பத்தின் கேள்விக்குக் கீழே கைகாட்டினான் மாரிமுத்து.

"அந்த வைரப்பெட்டியைத் தேடி காளியாத்தா கோயிலுக்கு இந்த ரூட்ல போயிருக்காங்களா, பலே! இப்படித்தானே மேலே ஏறி வரணும்... வரட்டும்" என்று கையில் துப்பாக்கியை எடுத்துக் கொண்டான் சம்பத்.

“அண்ணே... அவங்க கோயிலைக் கண்டுபிடிச்சு அந்தப் பெட்டியை எடுத்திருந்தா?” திவாகரின் கேள்வியில் அர்த்தமிருந்தது.

“யோவ், இந்த வழியா இறங்கறவங்க வேற வழியில தப்பிப் போக முடியுமா?”

“இறங்கறதே கஷ்டம்... இதுல தப்பறது எப்படிங்க?”

“அப்ப வா... நாம இறங்குவோம்.”

முத்தங்கி தயங்கித் தயங்கி இறங்க... அவனைத் தொடர்ந்து சம்பத்தும் கீழே இறங்க ஆரம்பித்தான். உயிராக வாயில் துப்பாக்கியைக் கவ்விக்கொண்டான்.

சர்வ ஜர்க்கிரதையாக இறங்கியவர்களை ஹோவென்ற குகைச்சுவர் முறத்தைக் கட்டி தொங்கவிட்ட தினுசில வௌவால்கள் – அகஸ்மாத்தாக வலையில் அகப்பட்டுவிட்ட தும்பி ஒன்றைப் பிரியாணியாய்க் கருதிச் சாப்பிடும் சிலந்திகள் என்று சூழ்நிலை மிரட்டியது.

ஆனால் அவர்கள் எதிர்பார்த்து வந்த யாரையும் காணோம்.

“டேய் ஃபாரஸ்டர்...” கத்திப் பார்த்தான் சம்பத். நான்கு முறை சரியாக எதிரொலித்து வௌவால்களைக் கோபப்படுத்தியது அந்தக் குரல்.

“கீழே இறங்கினவங்க என்ன ஆனாங்க... எங்க போனாங்க?” குழம்பினான் சம்பத்.

கோயிலுக்கு வெளியே சம்பத்தும் முத்தங்கியும் சுற்றிச் சுற்றிப் பார்த்தபோது ஓரிடத்தில் பாறைமேடு ஒன்றில் ரத்தச் சிதறல்கள் தெரிந்தன. அந்தச் சிதறல் நெடுந்தூரம் போயிருந்தது. ஒரு தாழைப் புதர் அருகில் கலாதரனின் சட்டை கிழிந்த நிலையில் கிடந்தது.

சம்பத் முகம் மெர்க்குரி விளக்கானது.

“பசங்களை எதாவது மிருகம் தாக்கி இருக்கணும். பாத்தியா சட்டை எல்லாம் கிழிஞ்சு கிடக்கறதை...”

முத்தங்கி எட்டிப் பார்த்தான்! "புதருக்கு அப்பால அதலபாதாளங்க. அதுல ஒருக்கா விழுந்திருப்பாங்களா?"

"எட்டித்தான் பாரேன்" முத்தங்கியின் கால்களை சம்பத் பிடித்துக்கொள்ள, புதருக்குள் ஊடுருவி மறுப்பக்கம் தெரிந்த கொலைக்காரச் சரிவைப் பார்த்து வாயைப் பிளந்தவன் "ஐயா... கண்ணுக்கெட்டிய தொலைவு ஒண்ணுத்தையும் காணோம் இறங்கினவங்களை மிருகம் தான் அடிச்சிருக்கணும். அலறிப்புடைச்சு ஓடி இதுல விழுந்துருக்கணும்" என்றான்.

உற்சாகமாக அவனைப் பின்னுக்கு இழுத்த சம்பத்தின் முகத்தில் சந்தோஷ மின்னல், நிச்சயமாக யாரும் இல்லை என்பது ஊர்ஜிதமாகிப்போன அந்த நொடிகளில் கோயிலின் வாசலை எட்டியவன் கைவசம் துப்பாக்கியோடு உள்ளே எட்டிப்பார்த்தான். காளியின் மடிமேல் உள்ள பெட்டி அவனைச் சுண்டி இழுத்தது.

ஷூவைக்கூட கழட்டாமல் ஓடிச்சென்று காளியின் மடிமேல் ஏறியவன் பெட்டியைப் பார்த்து வாய்பிளந்தான். நல்ல வேலைப்பாடுள்ள சந்தன வாடை வீசும் பெட்டி! திறந்தபோது உள்ளே ஒரு சுவடி. அவனுக்குச் சப்பென்று ஆனபோதிலும் சுவடி அவனைக் கவ்வியது.

'சரம் சரமாய் வைரம் - அவ்வளவும் தாழியில்... தாழியோ பாழும் வீட்டில்! வைரம் மட்டுமா தாழியில்? வைத்திருந்தவனும் கூட இன்னொரு தாழியில்! அந்த ரகசியம் மட்டும் இந்தப் பெட்டியில்! இதை அறியப் போகிறவருக்கு எங்கள் வாழ்த்துக்கள்!'

இப்படிக்கு
ராஜேந்திரன் - மீனாட்சி

* ——— *

29

அன்று...

மலையின் அந்தக் குகையின் மேல் தளத்தில் சோர்ந்து போய் வஜ்ரநாராயணனும் காடகராயனும் ஒரு பாறையில் மெல்ல சாய்ந்தும் விட்டனர்.

"காடகா... இந்த இரவில் இதற்குமேல் தேட எனக்கு வலு இல்லை. விடிந்து பார்த்துக் கொள்ளலாமே..." வஜ்ரநாராயணனின் அலுப்பில் காடகராயனும் பங்கு கொள்கிறான்.

"அவர்கள் எங்காவது பதுங்கித்தான் இருக்கவேண்டும். இந்த இருட்டில் இந்த மலையைக் கடப்பது அசாத்தியம். உன் கருத்துப்படியே விடியட்டும். ஒருகை பார்த்துவிடுவோம். நமது கூட்டத்தையும் துணைக்கு அழைக்க வசதியாக இருக்கும்."

தங்கள் தலைக்கு மேலேயே இப்படி ஓர் அபாயம் தேங்கியிருப்பது துளிக்கூடத் தெரியாத நிலையில்'வெற்றி... வெற்றி' என்று கூச்சலிட்டார் ஜம்னாலால். நல்ல வேளையாக சத்தம் உள்ளேயே எதிரொலித்தது.

"உங்கள் மகிழ்ச்சி மிகையாகத் தெரிகிறதே..."

"மிகை இல்லை, உண்மை... சத்தியமான உண்மை. மூலிகை மகத்துவம் தெரிந்தவர்களுக்குத்தான் இதெல்லாம் புரியும். தெய்வம் இந்த மண்ணுக்குத் தந்த மகத்தான செல்வம் இந்த மூலிகைகள். இதன் குணம் அறிந்து, தன்மை அறிந்து பயன்படுத்தத்

தெரியவேண்டும். அதற்கு அனுபவமும் பக்குவமும் வேண்டும். அது இல்லாவிட்டால் எல்லாம் பாழ்!

என் வசம் சகல வியாதிகளையும் நீக்க வல்ல மூலிகைகள் உண்டு. இந்தப் பெட்டிக்குள் உதகநீரைப் பற்றியும் ஸ்வர்ணதாரை பற்றியும் ஏற்றிவிட்டால் இதுவே குபேரசம்பத்து..."

"அப்படியானால் இந்தப் பெட்டியில் வைரங்கள் இல்லையா? வெறும் குறிப்புகள் மட்டுமேவா?"

"அப்படியில்லை... புற்றுநோய்க்கான மருந்து முதல் சில வைரங்களைக்கூட நான் இதில்தான் வைத்திருக்கிறேன். ஆனால், குறிப்புகள்தான் மிக முக்கியம்."

"அதைத் திறந்துகாட்டக் கூடாதா?"

"வேளை வரும்... காட்டுகிறேன். இந்தப் பெட்டி சந்தனம் அல்ல. சந்தனம் போல வாசம் தரும் இமாசலத்து ரோகிணி மரத்தாலானது. வெயில், பனி என்று சர்வத்தையும் தாங்கவல்ல மரம் ரோகிணி. இதில் வைக்கும் எந்த ஒரு பொருளும் கெடாது. குறிப்பாக இதில் உள்ள பிரேத பவித்ரி தைலம்."

"பிரேத பவித்ரியா?"

"ஆமாம்... இறந்தவர் உடம்பில் இதைப் பூசினால் ஆயிரம் ஆண்டுகள் ஆனாலும் அவர்கள் உடல் கெடாது."

"உண்மையாகவா?"

"ராஜேந்திரா... நான் கூறும் விஷயங்கள் அசாதாரணமானவை மானுட சமூகத்துக்கு எந்தக் காலமும் பயன்படக் கூடியவை. என் மகனை என்னால் இதில் ஈடுபடுத்த முடியவில்லை. எனது இந்த ரகசியங்களை நான் உனக்கு கற்றுத் தருகிறேன். தலைமுறை தலைமுறையாக உன் வம்சம் இதைக் கொண்டு மனித சமூகத்தின் பிணியைப் போக்கட்டும். எங்கும் நோயே இல்லாத சூழ்நிலையை இதனால் உருவாக்கலாம்."

ஒரு நீண்ட பிரசங்கத்தையே நிகழ்த்திவிட்டார் ஜம்னாலால். மீனாட்சியிடம் ஓர் உறைந்துபோன நிலை. அவர் பேச்சில் உலகையே மறந்துவிட்டிருந்தாள்.

“ஐயா... நீங்கள் மிகப் பெரிய ஞானி. உங்களை நான் சந்தித்ததை பாக்கியமாகக் கருதுகிறேன்.”

“தெய்வ சித்தத்தை யாராலும் மாற்ற முடியாது. ராஜேந்திரா... நான் கூறும் விஷயங்களை நீ உன் தாய்மொழியில் எழுதத் தொடங்கு. நாளைய பொழுது எப்படியும் விடியலாம்... எப்படியும் முடியலாம். நான் ஒருக்கால் மரணித்தால் பல ரகசியங்கள் என்னுடன் மரணித்துவிடும். அதனால்தான்...”

“என்ன பேச்சு இது... உங்களுக்கு ஏன் இத்தனை அவநம்பிக்கை?”

“அவநம்பிக்கை இல்லை ராஜேந்திரா. நமபிக்கை. நான் மித்திர நாடி படித்தவன். முக்காலமும் காட்டும் ஜோதிடம் அது. அதன்படி எனக்கு ஆயுட்காலம் இன்னும் சில மணி நேரங்கள்தான்! சற்றுமுன் தியானத்தில் அமர்ந்தபோது அதை நான் தெளிவாக உணர்ந்தேன்.”

“சற்று விளக்கமாகக் கூறுங்கள்...”

“விளக்கம் வேண்டாம். உங்களையாவது காப்பாற்றினால், அதுவே நான் விதியை மதியைக் கொண்டு ஜெயித்தது போலாகும். நீங்கள் வாழவேண்டிய காதலர்கள். மீனாட்சி... மகளே! எனக்குப் பெண்குழந்தை கிடையாது. உன்னை மகளாக நினைத்துச் சொல்கிறேன். நீ சகலகலாவல்லி. ஏனோ இறைவன் உனக்குத் தாம்பத்ய வாழ்க்கை என்னும் வரத்தைத் தரவில்லை. என் மரணத்துக்குப் பிறகு நான் கூறிய விரதத்தை நீ தடையின்றி துவக்கிச் செய். நிச்சயம் வெற்றி பெறுவாய். அவன் அருளால் நீங்கள் வாழ்வீர்கள். உன் ஜாதகத்தில் உன் மரணத்தை என்னால் உணரவே முடியவில்லை. உனக்கு உன்னால் மரணம் நேரிட்டால்தான் ஆயிற்று போலும்...தெய்வீக ஜாதகங்களை

மனிதர்களால் உணர்வது மிகக் கடினம்" - அந்தக் குகைக்குள் ஜம்னாலால் உணர்த்திய செய்திகள் இருவரையும் திக்பிரமை பிடிக்க வைத்திருந்தது.

"ஒரு வேண்டுகோள்" என்று ஜம்னாலால் பீடிகை போடவும். இருவரும் அவரைத் தீவிரமாக ஏறிட்டனர்.

"நான் மரணித்தபின் என் உடலை எப்பாடுபட்டாவது என் மகனிடம் சேர்ப்பித்துவிடுங்கள். அவன் மூலம் கொள்ளிப் பெற்று நான் நரகம் தவிர்க்க விரும்புகிறேன். திருவிதாங்கூரில் அவன் மன்னரின் விருந்தாளியாக உள்ளான். பெயர் ரத்தன்லால்! கடந்த இரண்டு தினம் முன்புகூட அவனிடமிருந்து ஒரு கடிதம். என்னை உடனே புறப்பட்டு திருவிதாங்கூர் வரச் சொல்லியிருந்தான்" என்று தோல் பையிலிருந்து ஓர் ஓலையை எடுத்து அவர்கள் முன் காட்டினார் ஜம்னாலால்.

இருவரும் அந்தக் கடித ஓலையைப் பார்க்காமல் அவரையே பார்த்தனர். கண்களில் நீர்த்திரை.

'ஏன் அழுகிறீர்கள்? எல்லாமே இந்த பிரபஞ்சத்தில் நியமப்படிதான் நடக்கின்றன. எதுவும் நம்மால் நடப்பதில்லை. இன்று நான் இப்படிப் பேசுவது முதல் நீங்கள் இதைச் செவிமடுப்பது வரை எல்லாமே ஏற்கெனவே தீர்மானிக்கப்பட்டவை.

கவலையை விடுங்கள். கடமையைச் செய்யுங்கள். ராஜேந்திரா... அந்த ஓலைக்கட்டை எடுத்து நான் கூறுவதை எழுது... முதலில் தன்வந்திரி நமஸ்காரம்..."

ராஜேந்திரன் எழுதத் தொடங்கினான். கைகள் அலுக்கும்வரை எழுதினான். ஓலைச்சுவடிகள் சாரி சாரியாக எழுதித் தள்ளப்பட, அதை ஒரு ஒழுங்கில் அடுக்கி புரியினால் கட்டத் தொடங்கினாள் மீனாட்சி.

ஒருவழியாக தீப்பந்தத்தின் உதவி போதும் என்று சூரியன் தன் கதிர்களை அந்தக் குகைக்குள் அனுப்பினான்.

"அடடா விடிந்துவிட்டதா..." ஜம்னாலால் சூரியனின் ஊடுருவல் கண்டு மகிழ்ந்து குகைக்கு வெளியே வந்து சூரியனைப் பார்த்து கைக்கூப்பினார். "கதிரவனே! உனக்கு என் இறுதி உதய நமஸ்காரம்" என்றார். ராஜேந்திரன் அதைக் கேட்டு அப்படியே மீனாட்சியின் மேல் சோர்வாகச் சாய்ந்தான்.

அதே வேளையில் மேலே பாறைத் திண்டின் மேல் வஜ்ர நாராயணனும் காடகராயனும் கண்விழித்திருந்தார்கள்.

லேசான பேச்சுக்குரல் வருவது கேட்டு எங்கு என்று சுற்றுமுற்றும் பார்த்தார்கள். சரிவுக்கு அப்பால் குகை வாயிலில் ஜம்னாலாலும் ராஜேந்திரனும் தெரிந்தனர். அடுத்த விநாடியே துப்பாக்கியை எடுக்க முனைந்தபோது சிறிய கல்துண்டு ஒன்றில் கைப்பட அது 'எச்சரிக்கை எச்சரிக்கை' என்றபடி கீழே சத்தத்துடன் உருண்டது.

சத்தம் கேட்டு திரும்பிய ராஜேந்திரன், துப்பாக்கியை ஏந்தப்போகும் காடகராயனைப் பார்த்துட்டு ஜம்னாலாலைப் பிடித்துக் குகைக்குள் தள்ளினான். துளியும் தாமதிக்காமல் காடகராயனை நோக்கி இடுப்புக் கட்டாரியை எறிய, அது அவனது இடது மணிக்கட்டில் பட்டு ரத்தத்தைச் சிலிர்ப்பி எலும்பை ஒடித்தது.

அந்தத் தருணத்தில் ராஜேந்திரன், மீனாட்சியையும் ஜம்னாலாலையும் அழைத்துக் கொண்டு குகையின் அபாயமான பக்கவாட்டுப் பாதையில் ஓடிக் கொண்டிருந்தான்.

"வஜ்ரா... அவனைத் தப்பவிடாதே பிடி. இந்தா துப்பாக்கி. குண்டுகளால் அவன் உயிரைக் குடி... விடாதே... போ"

காடகராயனின் ஆணையைத் தொடர்ந்து வஜ்ரநாராயணன் அவர்களைப் பின்தொடரத் தொடங்கிவிட்டான்.

ராஜேந்திரன் கவனம் மலை அடிவாரத்துக்குச் செல்வதிலேயே குறியாக இருந்தது. வளைவான சரிந்த பாதைகளில் மூவரும் அசுர வேகம் காட்டினார்கள்.

அதோ அடிவாரத்தின் செழுமையான நிலப்பரப்பு... அற்புதமான வயல்வெளி. அதையொட்டி அரண்மனை போல் ஒரு வீடு. அதன் பின்னால்கூட அகண்ட மாட்டுத்தொழுவம். ராஜேந்திரனுக்குள் நம்பிக்கை நட்சத்திரம் சுடர்விட்டது.

மூவரும் அடிவாரச் சருக்கத்தைத் தொட்டு முடிக்க... வஜ்ரநாராயணன் துப்பாக்கியை நிமிர்த்தி ராஜேந்திரனுக்குக் குறிவைத்தபடி நின்று விசையை அழுத்தினான். வெளிக்கிளம்பிய குண்டு ராஜேந்திரனை அடையுமுன் காத்திருந்ததுபோல், முன்விழுந்து அதைத் தன் மார்பில் வாங்கிக்கொண்டார் ஜம்னாலால்! அப்படியே துவண்டு விழத்தொடங்கியது ஜம்னாலாலின் சரீரம். அடுத்த குண்டைச் செருகிக் குறிபார்க்குமுன் ராஜேந்திரன் எறிந்த விஷக் குறுவாள் வஜ்ரநாராயணனின் இடக்கழுத்தில் தைத்து வலக்கழுத்தில் நுனிக்காட்டி அவனைக் கீழே சாய்த்தது. உயிரை மிகுந்த உபத்திரவத்துடன் வானுக்கு ஏற்றிவிடத் தொடங்கியது.

கீழே சரிந்துவிட்ட ஜம்னாலாலை மீனாட்சி தாங்கிப் பிடித்திருந்தாள்.

"தாயே மீனாட்சி... இந்தப் பெட்டியை உன் வசம் ஒப்படைக்கிறேன். பல ரகசியங்களுக்கு இது பதில் சொல்லும். என் அத்துமெத்த சித்த வாழ்க்கையே அதில்தான் சாரமாக உள்ளது. உன் உயிரைவிட மிகவும் இது மேலானது. ராஜேந்திரா... எப்பாடுபட்டாவது என் உடலை என் மகன் வசம் சேர்த்துவிடு... வருகிறேன். வாழ்க நீங்கள். வாழ்க... வாழ்க... ஹரிஓம்! ஹரிஓம்! ஹரிஓம்..."

ஜம்னாலாலின் உயிர்ப் பறவை ராஜேந்திரனையும் மீனாட்சியையும் கதறவிட்டு மேலெழும்பியது. மீனாட்சி அந்தப் பெட்டியைத் தன் நெஞ்சோடு அணைத்துக் கொள்ள, ராஜேந்திரன் ஜம்னாலாலின் உடலைத் தூக்கி தன் தோள்மேல் போட்டுக்கொண்டு அரண்மனைப்போல்காட்சியளித்த அந்த வீட்டினுள் நுழைந்து கதவைத் தாழிட்டுக் கொண்டார்கள்.

“இப்போது என்ன செய்யப்போகிறீர்கள்? எப்படி இவருடைய உடலை ரத்தன்லாலிடம் ஒப்படைப்பது?” மீனாட்சியின் கேள்வி ராஜேந்திரனைக் குடைந்தது.

யோசித்தபடியே நடந்தான். அங்கிருந்த நெற்தாழி ஒன்று அவன் கவனத்தைக் கவர்ந்தது.

“திருவிதாங்கூர் வரை இந்த உடலை எடுத்துச் செல்வது அசாத்தியம். ஆனால், ரத்தன்லாலை இங்கு அழைத்து வருவதோ சாத்தியம். அதுவரையில் இந்த உடலை இந்தத் தாழியில் போட்டு வைக்கலாம் அல்லவா?”

‘நல்ல யுக்தி’ என்று சிலிர்த்த மீனாட்சி உடனேயே, “உடல் கெட்டுப்போகாமல் இருக்க பிரேத பவித்ரி தைலத்தைத் தடவி வைப்போம்” என்றாள்.

உடனே ஜம்னாலாலின் பெட்டியைத் திறந்து அந்தத் தைலத்தை எடுத்து ஜம்னாலாலின் ஆடைகளைக் கழற்றி மேனி முழுக்கப் பூசினான் ராஜேந்திரன். காது துவாரத்திலும் மூக்கின் வழியாகவும் சில துளிகள் உள்ளே போகும்படி செய்தான். மீண்டும் ஆடையை அணிவித்து அவரது ஆசைக்குரிய மகனின் கடிதம் தாங்கிய தோல்பையையும் உடன் வைத்துத் தாழிக்குள் அவரை இறக்கி அதன் வாயை, மூடினான்.

மேல்மூச்சு கீழ்மூச்சு வாங்கியது.

“இதை இப்படியே வெளியே வைப்பது ஆபத்து. குழியைத் தோண்டிப் புதைத்துவிடுங்கள்.”

மீனாட்சியின் கருத்துக்கு மறுபேச்சு பேசவில்லை. அவள் விருப்பப்படியே தாழி உள்ளடங்கியது. மேலே மண்ணை மெத்தி மூடிவிட்டு துவண்டும் போய் உட்கார்ந்தாள்.

ஆறுதலாக அவன் அருகே, சென்று அமர்ந்தாள் மீனாட்சி. தீர்க்கமாக அவனைப் பார்த்தாள்.

“எனது காதலால் உங்களுக்குத்தான் எத்தனை சிரமங்கள்?” – அவளது இதழ்களில் சோகமான வார்த்தைகள்.

"நானல்லவா உனக்குச் சொல்ல எண்ணினேன்."

"நம் எண்ணம் எப்போதும் ஒன்று போலவே இருக்கிறதே?"

"அதனால்தான் பேதத்தை மீறிக் கலந்துவிட்டோமோ?"

அப்போது காடகராயனின் கள்வர் கூட்டம் அந்த வீட்டைச் சுற்றி வளைத்துக்கட்டி நின்றது.

"ஒருவனை தோளில் சுமந்தபடி இந்த வீட்டில் இருவர் நுழைந்ததை நான் மறைந்திருந்து பார்த்தேன் தலைவா" என்றான் ஒருவன்.

"இந்தப் பேய் வீட்டிலா...? இங்கே கள்வர்களாகிய நாம்கூடத் தங்கி இளைப்பாறியதில்லையே..." காடகராயனிடம் எக்காளமான பதில். கூடவே ஒரு கட்டளை.

"அடேய் கோட்டைச்சாமி! உள்ளே எட்டிப் பார்டா..."

கோட்டைச்சாமி என்பவன் புரவியை விட்டு இறங்கி வீட்டின் கொல்லைவாயில் வழியாக உள்ளே நுழைந்தான்.

இன்று...

சுவடியைப் படித்த சம்பத்தின் கண்களில ஆர்வத் தீ குபீரென்று பிடித்தது.

"டேய் முத்தங்கி... வைரம் இருக்கற இடம் தெரிஞ்சு போச்சுடா. வைரம் இருக்கற இடம் தெரிஞ்ச போச்சு..."

"எக்கீங்க...?"

"அடிவாரத்து பாழும் வீட்லதாண்டா இருக்கு. அங்க தான் அந்தக் காலத்து மனுஷனோட பிணம் கிடைச்சது. இப்ப அங்கதான் வைரமும் இருக்காம்.

எந்த ராஜேந்திரன் - மீனாட்சி கதையை ஊர் சொல்லுமோ அதே ராஜேந்திரனும் மீனாட்சியும் எழுதி வெச்ச சுவடி இதோ..."

“எல்லாம் சரி... அந்த ஃபாரஸ்டரும், இன்னொரு பட்டணத்து தம்பியும் என்னங்க ஆனாங்க? ஒருவேளை அவங்களும் இதைப் பார்த்திருப்பாங்களோ...?”

முத்தங்கியின் கேள்வியின் முன்னால் சிறிது நேரம் மௌனித்த சம்பத் “நிச்சயம் பார்த்திருக்க மாட்டாங்க” என்றபடி வாய்திறந்தான்.

“எப்படிச் சொல்றீங்க?”

“பார்த்திருந்தா இந்த தடயத்தை அப்படியே விட்டு வெச்சிட்டுப் போவாங்களா? அப்படியே பார்த்திருந்தாலும் கவலையில்லை. அவங்கதான் உயிரோடு இல்லியே!”

தங்கமாணிக்கம் தன் கழுத்தில் சவரன் சவரனாக அப்போதே நகைகளை அணிவித்துக் கட்டிப்பிடித்து வாழ்த்தப்போவது சம்பத்திடம் ஒரு மினி கற்பனை.

“சரி, சரி வா... மேலே ஏறுவோம். அந்தப் பொண்ணைப் பார்த்துச் சொல்லு. வைரம் இருக்கற இடம் மட்டுமா இப்ப தெரிஞ்சிருச்சு. இரண்டு இடைஞ்சலும் ஒழிஞ்சிருச்சு. இன்னிக்குதான்டா எனக்குத் தீபாவளி.”

அப்போதே வைரம் கிடைத்துவிட்ட சந்தோஷத்தோடு கயிற்றைப் பிடித்துக் கொண்டு மேலேறத் தொடங்கினான். அந்தப் பெட்டியும் சுவடியும் மிக பாதுகாப்பாக மேலேறின.

திவாகர் ஆவலாகப் பெட்டியைப் பார்த்தான்.

“கிடைச்சிடுச்சா?” தன் முப்பத்திரண்டைக் காட்டிக் கேட்டான்.

“கிடைச்சா மாதிரிதான்!”

“மாதிரின்னா... ஆமா, எங்க அந்தத் தடிப்பசங்க?”

“பாவம்டா அவங்க. எந்த மிருகத்துக்குப் பலியானாங்கன்னே தெரியலை...”

“என்ன சொல்றே?”

“அட, ஏண்டா அந்த செத்த பயலுங்களைப்பத்திப் பேசிக்கிட்டு. இனி இந்த பொண்ணு நம்ம முதலாளிக்குத் தான். முதலாளி யோகமான ஆள்தான். வைரமும் கிடைக்கப்போவுது. வைரம்போல் இந்தப் பொண்ணும் கிடைக்கப் போவுது அவருக்கு...”

சம்பத்தின் பேச்சு ஜெயந்திக்குள் கிலியை மூட்டியது. கண்களில் நீர் கொப்பளித்தது. அதுவரை நீர்த்துப் போயிருந்த முகம் மேலும் சோபையிழந்து மயங்கும் போல தோன்றியது.

அவர்கள் அங்கிருந்து புறப்பட ஆரம்பித்தார்கள்.

தங்கமாணிக்கத்தின் காரும், அதைப் பின்தொடர்ந்து ஒரு வேனும் அந்த ஆளரவமற்ற பிராந்தியத்தில் நுழைந்து புழுதிப்புயலைக் கிளப்பியபடி அந்தப் பாழடைந்த வீட்டை நோக்கி விரைந்து கொண்டிருந்தன.

வேனில் ஜெயந்தியும் மாரிமுத்துவும் மட்டும் பின்னால் இருந்தார்கள். அவர்களுக்கு காவலாக தங்கமாணிக்கத்தின் கையாள் ஒருவன் முன்னே உட்கார்ந்திருந்தான்.

மாரிமுத்துவை ஜெயந்தி பார்த்தாள். ரகசியமாகக் கூப்பிட்டாள்.

“ஏய், மாரிமுத்து... இங்கேருந்து எப்படியாவது தப்பணும்?” என்றாள் அவன் காதோரம்.

அதைக் கேட்டு அவன் லேசாகச் சிரித்தான்.

“என்னய்யா சிரிக்கிறே... கலாதரனும் பாஸ்கரும் என்ன ஆனாங்க? நிஜமாலுமே மிருகம் அடிச்சிடிச்சா?” அவளிடம் கேள்வியில அழுத்தம் கூடிக்கொண்டே போனது. மாரிமுத்து அதைப் பார்த்துப் பெரிதாகச் சிரித்தான்.

“ஏய், நீ என்ன இப்படிச் சிரிக்கிறே...?”

“தங்கமாணிக்கம் ஐயாகிட்ட கேட்டுப் பாருங்க... நான் சிரிக்கிறதுக்கான காரணத்தைச் சொல்லுவாரு...” என்று புதிர் போட்டான் மாரிமுத்து.

“ஏய், என்னய்யா சொல்றே?!”

“இவங்க இவ்வளவு தூரம் இந்தக் கோயிலைத் தேடி வரக் காரணமே நான்தான். ராத்திரியோட ராத்திரியா அந்த போட்டோக்களோட நெகடிவை நான் மட்டும் தங்க மாணிக்கத்துக்கிட்ட கொடுத்து வாங்காம இருந்திருந்தா இவங்க தொல்லையே உங்களுக்கு இருந்திருக்காது!”

“நிஜமாவா?” ஜெயந்தியிடம் ஆச்சரிய மின்னல்.

“எங்களைவிட சாமர்த்திமா அந்த ஃபாரஸ்ட் ஆபீஸர் நடந்துகிட்டு ஒருக்கால் வைரத்தை எடுத்துட்டா அப்பதான் நான் என் கைவரிசையைக் காட்டணும்னு என்னை உங்க கூடவே இருக்கச் சொல்லி தங்கமாணிக்கம் ஐயா எனக்குப் பத்தாயிரம் ரூபா தந்தாரு! அதுவரை வாய் திறக்கக் கூடாதுன்னு சொல்லியிருந்தாரு. இப்பதான் எல்லாம் முடிஞ்ச போச்சே...”

மாரிமுத்துவின் பேச்சில் ஜெயந்தி விதிர்த்தே போய் விட்டிருந்தாள்.

அந்த வீட்டின் முன்னிருந்த வாதா மரத்தின் மேல் ஒரு காக்கை.

வண்டிகளின் அணிவகுப்பைப் பார்த்து சடைந்துபோய் முறைக்க கம்பிக் கதவு கிறீச்சிட்டு திறந்தது.

கிறீச்... கிறீச்... கிறீச்...

பூட்டியிருந்த வீட்டின் முன் கைவசம் மண்வெட்டி, கடப்பாரை என்று ஒரு கூட்டம் காத்திருந்தது. தங்கமாணிக்கம் மைனர் செயினை நெகிழ்த்தியபடி இறங்கினார்.

“ஆமா, எங்கடா அந்தப் பெட்டியும், ஓலையும்...?” தங்கமாணிக்கத்தின் கேள்விக்குப் பதிலாக இரண்டும் மீண்டும் அவர் எதிரில் வந்தன. பல தடவைகளில் ஒரு தடவையாக அதைத் திரும்பப் படித்தார். அந்தக் கால பழைய ஓலைதானா என்று சோதித்துப் பார்த்தார். போட்டோவில் தென்பட்ட

பெட்டியோடு இதை ஒப்பீடு செய்துகூடப் பார்த்தார். எல்லாமே திருப்தியளித்தன.

"ஆமா... அந்தப் பசங்க ரெண்டு பேரும் நெஜமாலுமே அவுட்டாடா?" சம்பத்தைப் பார்த்து தன் சந்தேகத்தைக் கேள்வியாக்கினார்.

"அதுல எனக்குச் சந்தேகமேயில்லை. திட்டுதிட்டா ரத்தத்தையும், கிழிஞ்ச சட்டையையும் பார்த்தேனே..."

"டெட்பாடியைக் கண்ணால பாத்தியா?"

"ஏகாண்ட பள்ளத்துல எங்கங்கே போய்ப் பாக்கறது?"

"உன் வார்த்தையை நான் நம்பறேன். ஆனா, அவங்க உயிரோட திரும்பினாங்கன்னு தெரிஞ்சா நீ உயிரோட திரும்ப முடியாது. அதுமட்டும் நிச்சயம்...சரி, பூட்டைத் திற..."

சம்பத் துப்பாக்கியுடன் முன் சென்று பூட்டைத் தாக்கினான்... டுமில்...!

ஆவி பறக்க அவிழ்ந்து விழுந்தது.

திறந்த கதவுக்கு அப்பால் கண்களைக் கரித்தது இருட்டு.

"இன்னும் எலெக்ட்ரிக் கனெக்ஷன் வர்லியா?" கேள்வியோடு பிரவேசித்தார்.

"டேய் எல்லோரும் பின்பக்கம் வாங்கடா..." சம்பத் மற்றவர்களை விரட்டினான்.

ஜெயந்தி மெல்ல வேனிலிருந்து இறக்கபட்டாள். கண்ணீருடன் அந்த வீட்டை வெறுப்பாகப் பார்த்தாள்.

"வாங்க மேடம்...நீங்க வந்திருக்கறது எனக்குக் கொஞ்சம் சேஃப்டிகூட. யாராவது பார்த்தாலும் வீட்டுக்காரங்க கூட இருந்தா சந்தேகப்பட மாட்டாங்க பாரு..."

அவளை இழுத்துக்கொண்டு அவரும் பின்பக்கமாகச் சென்றார். இதற்குள் மாரிமுத்து முன்பு ஜம்னாலாலைத்

தோண்டி எடுத்த இடத்துக்கு மிக சமீபத்தில் கடப்பாறையைச் செருகியிருந்தான். கூட வந்தவர்களும் சேர்ந்து கொண்டார்கள்.

"டேய், வேகமா மண்ணை வெட்டிப் போடுங்கடா. இதுக்காக எவ்வளவெல்லாம் பாடுபட்டிருப்போம். எல்லாத்தையும் நினைச்சா எனக்கே கிர்ர்ரடிக்குது..."

அவரது அந்த ஸ்டேட்மெண்டுக்கு எங்கிருந்தோ கைதட்டல் ஒன்று அங்கீகாரமாக வந்தது. நிமிர்ந்து பார்த்தபோது தங்கமாணிக்கத்தின் கண்களில் மின்னல் தாக்கினதுபோல் அதிர்ச்சி...!

கலாதரன் கைதட்டிக் கொண்டிருந்தான். தன் உத்தியோக உடுப்பில் மிடுக்காக இருந்தான். பக்கத்தில் மௌனமாக பாஸ்கர்.

பின்னால் மிகப் பெரிய ஒரு போலீஸ் வட்டம்!

"கொஞ்சம் மேல பாருங்க சார்..." என்றான்.

வீட்டின் மாடித்தளத்தின் மேலெல்லாம் துப்பாக்கியும் கையுமாக போலீஸ்...!

நடுநாயகமாக டி.எஸ்.பி. சந்திரகாந்த், டெபுடி கலெக்டர் விஷ்ணுவர்தன். அவர்களைப் பார்த்துவிட்டு ஓடிப்போய் கலாதரனிடம் சேர்ந்து கொண்டாள் ஜெயந்தி.

"நாங்கள்லாம் துப்பறியும் புலிகளா அலைஞ்சு கண்டுபிடிச்ச ஒரிஜனல் வைரப் பெட்டி அதோ..."

கலாதரன் கைகாட்டிய திக்கில் ஜம்னாலாலின் அந்த வைரப் பெட்டியோடு புரொபசர் ராம்நாத்!

* ——— *

30

அன்று...

மீனாட்சியும் ராஜேந்திரனும் வைக்கோல் போரைத் தஞ்சம் அடைந்து அதனுள் ஒளிந்து கொண்டார்கள்.

கோட்டைச்சாமியின் பார்வையில் மாட்டுக்கொட்டகை வெறிச்சிட்டது. குஞ்சம்போல் வால் கொண்ட இரண்டு அணில் மட்டும் எட்டிப் பார்த்துவிட்டு ஓடிப்போனது.

உள்ளே போய் சுற்றிச் சுற்றிப் பார்த்தான். கண்களில் கள் குடித்த வெறிச்சிவப்பு. கறுத்த தூண்போன்று கைவசம் வீச்சரிவாள்!

சுற்றிச் சுற்றிப் பார்த்தவன் வெளியே வந்து காடகராயனைப் பார்த்து சலிப்பாக பேசினான்.

“இரண்டே இரண்டு அணில்தான் இருக்கிறது...பிடித்து வரவா?”

காடகராயனிடம் கடூரமான சிலிர்ப்பு.

“இந்தப் பகல் பொழுதில் அவனை விடவே கூடாது. இந்த மலையின் ஒரு மூலையைக்கூட விடாதீர்கள்” என்றவன் புரவியின் பின்தொடையை நிமிண்ட அது புழுதியைக் கிளப்பி ஓடத் தொடங்கியது.

திபுதிபு என்று பின்தொடர்ந்தது கூட்டம். நூற்றுக்கணக்கில் புரவிகள்.

திக்குக்குப் பத்துப் புரவிகள் பிரிந்து சென்றன.

மலையில் தாவரங்கள் நடுவே வகிடெடுத்து சீறின.

புரவிகள் அகன்றதைத் தொடர்ந்து மெல்ல எட்டிப் பார்த்த ராஜேந்திரன் ஒரு விநாடி விக்கித்துப் போனான். அடிவாரத்திலேயே ஒருவன் வட்டமடித்துக் கொண்டிருந்தான். நல்ல ராஜகளையுள்ள அஷ்டமங்கலப் புரவி அவன் வசம் சிக்கித் திணறிக் கொண்டிருந்தது. அது மலைப்பாதை மேல் ஏறாமல் கீழே இறங்கிவந்து அவனைச் சடைத்துக் கொண்டிருந்தது. மற்ற புரவிகள் வெகுதூரம் போய்விட்டன. அவனுக்கும் அதை அடக்கி இயக்கத் தெரியவில்லை.

ராஜேந்திரனுக்குள் வேகமான ஒரு எண்ணம் அவனைப் பிடித்து வெளியே தள்ளியது. அந்தப் புரவிக் கள்ளனை நோக்கி ஓடினான். நிராயுதபாணியான தோற்றம்.

எதிர்பாராமல் ராஜேந்திரனைப் பார்த்த கள்ளனுக்குத் தூக்கிவாரிப் போட்டது. ஆவேசத்துடன் கைவசத்து வீச்சரிவாளைச் சுழற்றிகொண்டு ராஜேந்திரனை நோக்கிப் புரவியைச் செலுத்தத் தொடங்கினான்.

அருகில் வரவும் வீச்சரிவாளைச் சுழற்றியெறிந்தான். அதற்காகவே காத்திருந்த ராஜேந்திரன் லாவகமாகத் தப்பித்து அதைத் திரும்ப எடுத்து நிமிர... அவனைத் தாண்டிச்சென்ற புரவி இப்போது அதே ஆவேசத்தோடு திரும்பிவரத் தொடங்கியது.

வரும் அந்தக் கள்ளனின் மார்பில் இளநீரைத் தைத்தது போல் ராஜேந்திரன் எறிந்த அரிவாள் தைத்துச் சாய்க்க... அந்தப் புரவி தனிமையில் திணறி சிறிது தூரம் ஓடியது. தேங்கி நின்று வாலைக் குழைத்தபடி முன்னிரண்டு கால்களைத் தூக்கி கனைத்தது.

ராஜேந்திரன் ஓடிச்சென்று அதன்மேல் ஏறினான்.

வீட்டின் கொல்லைத்கதவின் வெளியே மீனாட்சி கைவசம் பெட்டியுடன் கவலை தோய காத்திருந்தாள். புரவி மீது அமர்ந்து

கம்பீரமாய் வரும் ராஜேந்திரனைப் பார்த்து நிம்மதிப் பெருமூச்சு விட்டாள்.

அவன் அவளை நெருங்கி அவள் இடுப்பில் லாவகமாகக் கைகொடுத்துத் தூக்கி முன்னால் தன் தொடை மீது அமர்வித்துக் கொண்டான். லகானைச் சுண்டி பண்பொழிக்குச் செல்லவேண்டி அதை விரட்டினான்.

இதற்குள் மேலேறிக் கொண்டிருந்த ஒரு கூட்டம் இதைப் பார்த்துவிட்டு தங்கள் போக்கை மாற்றி கீழே இறங்கத் தொடங்கியது.

“ஐயையோ... அவர்கள் எதிரில் வருகிறார்கள். நீங்கள் துணிச்சலாக செல்கிறீர்களே...?” மீனாட்சி அலறினாள்.

“கவலைப்படாதே... இந்த மலைத் தடத்தின் மர்மமான ஐந்து வழித்தடங்களில் அவர்களைச் சிக்க வைப்பேன். ஐந்து வழிகளிலும் இன்று நமது புரவி பாயப்போகிறது.

மூன்றுக்குத்தான் வெளியேறிச் செல்லும் வாசல்கள். அதிலும் ஒன்றுத்தான் மறுபுறத்துக்கு நம்மை இட்டுச் செல்லும். அது எது என்று எனக்கு மட்டுமே தெரியும். இவர்களைக் கூண்டோடு அழிக்க இதுதான் நல்ல சந்தர்ப்பம். நமது பாளையங்களும் கள்வர் பயமே இல்லாமல் திகழும்.”

ஆக்ரோஷத்துடன் புரவியைச் செலுத்தியபடியே அவன் பேசிய பேச்சு மீனாட்சியைக் கலவரப்படுத்தியது.

முதல் பாதை மரணப் பள்ளம் பக்கமாக இட்டுச் சென்றது. செடிகொடிகளைக் குடைந்து அதில் பிரவேசித்த தன் புரவியின் பின்னால் ஆவேசமாக ஒரு கூட்டம் திமுதிமு என்று வருவதைப் பார்த்தான்.

குறிப்பிட்ட தூரம்வரை சென்றவன் லகானைப்பட்டென்று வளைத்துப் பக்கவாட்டில் திரும்பினான். வந்தவர்களோ அந்தத் திருப்பத்தைச் சற்றும் எதிர்பார்க்காமல் குழம்ப, வேகமாக வந்த அந்தப் புரவிகள் சட்டென்று நிற்க முடியாமல் ராஜேந்திரன்

திரும்பிய இடத்தைத் தாண்டிச் சென்று அங்கே சரியத் தொடங்கி விட்ட நிலப்பரப்பில் நிதானமின்றி இறங்கி தலைகுப்புற விழத் தொடங்கின. இதற்குள் இன்னொரு கூட்டம் வெறித்தனமாகத் துரத்தத் தொடங்கியது.

மலைச்சரிவின் மரக்கூட்டங்களில் ஆவேச நுழைவு காட்டியது. குளம்படிச் சத்தத்தால் மலைப்பிராந்தியமே நடுங்கத் தொடங்கியது. மரக்குரங்குகளை இதயம் நடுங்க வேடிக்கை பார்த்தன.

ஒரு தனிப் பாதையில் மேலேறிக் கொண்டிருந்த காடகராயன் உயரமான மேட்டின் மேல் நின்று இவ்வளவையும் பார்த்து கையைப் பிசைந்து கொண்டிருந்தான். ஒருவழியாக ஐந்து பாதைகளில் மாறிமாறிச் சென்று போக்குகாட்டி சகலரையும் துவட்டிப்போட்டு விட்டு பிரதானமான வழிக்குத் திரும்பி மேலேறிடத் தொடங்கிய ராஜேந்திரன் ஒரு கட்டத்தில் அப்படியே திமிறி புரவியை நிறுத்தினான். எதிரே கடுஞ்சிரிப்போடு கைவசம் நீண்ட குழல் துப்பாக்கி சகிதம் காடகராயன்...!

“ராஜேந்திரா...சாவதற்கு முன் ஓடி விளையாடுவோமே என்று விளையாடிப் பார்க்கிறாயா?” அவனிடமிருந்து எக்காளமான கேள்வி.

ராஜேந்திரன் அவனை முறைக்க, மீனாட்சியின் கைப்பெட்டியைப் பார்த்து காடகராயன் விழிகள் ஆவலாய்ப் பிரகாசித்து விரிந்தன. “அடடே இதுதான் அந்த வடக்கத்தியன் வைத்திருந்த வைரப் பெட்டியா? ஆமாம் அவன் எங்கே...?”

கேள்வியோடு துப்பாக்கியை ஏந்திப் பிடித்தபடியே அவர்களை நெருங்கத் தொடங்கினார்ன்.

ராஜேந்திரனுக்குள் எச்சரிக்கை படுவேகமாகச் செயல்படத் தொடங்கியது. சட்டென்று புரவியை உதைத்து திருப்பி ஓடத் தொடங்கினான்.

“ஓடாதே நில்... சுட்டுவிடுவேன்...” காடகராயனின் புலம்பலைப் பொருட்படுத்தாமல் ராஜேந்திரனின் புரவி வேகமெடுத்தது.

காடகராயன் முகம் சிவந்துபோனது.

கைகள் மேலே உயர்த்தி துப்பாக்கியின் விசையை அழுத்த... அது ராஜேந்திரனின் நடுமுதுகினைச் சென்று தாக்கியது.

“அம்மா...” புரவிப் பயணத்தின் ஊடே அவன் உதட்டில் தீனமான அலறல். முன்னால் இருக்கும் மீனாட்சி திகைத்துப்போய் கதற, புரவியைப் பிடித்த அவனது பிடிதளர்ந்துபோனது. வாயில் நுரை ததும்ப புரவியும் சோர்ந்து நின்றது.

கீழே குதித்த மீனாட்சி முதுகில் குருதி வழிய புரவிமேல் வலியுடன் வெறித்தவனைப் பார்த்துப் பதறத் தொடங்கினாள்.

“மீனாட்சி, என்னைக் கைத்தாங்கலாய்க் கீழே இறக்கு” என்றான் அவன்.

கீழே இறங்கியவன் சுற்றுமுற்றும் பார்த்துவிட்டு முனங்கலோடு வாய் திறந்தாள்.

“மரணக்குகைக்கு இட்டுச்செல்லும் நான்காவது பாதை இது. பள்ளத்தின் மேல் லிங்கக்குறி அடையாளத்துக்காக பொறிக்கப்பட்டிருக்கும். சில சித்தர்கள் மட்டும் அதில் எப்படியோ இறங்கி ஏறுவதைப் பார்த்திருக்கிறேன். அவர்கள் ஒளிந்தும் ஒதுங்கியும் வாழ ஏற்ற இடம். மற்றவர்கள் அத்தனை சுலபத்தில் அதில் இறங்கி ஏற முடியாது. உடனடியாக நாம் அங்கு செல்வோம். விரைவாக நட....” என்று அவள் தோள்மேல் சரித்தபடி நடக்கத் தொடங்கினான். காடகராயன் பின்தொடர்ந்து வருவது தெளிவாகக் காதில் விழுந்தது.

“சீக்கிரம் மீனாட்சி... அவன் வசம் சிக்கினால் நம் எண்ணம் அவ்வளவும் பாழாகிவிடும்...”

மீனாட்சி வேகவேகமாக நடந்தாள்.

அரண்மனையின் சாந்து பூசிய வழவழப்பான நிலப்பரப்பில் நடந்தே பழக்கப்பட்ட மீனாட்சியின் கால்கள் கல்லிலும் முள்ளிலும் நிரடி நடந்தன.

கண்களில் நீர் அலை.

"உங்களை நினைக்க கவலையாக இருக்கிறது. முதுகில் ரத்தம் ஆறாய்ப் பெருகி வழிகிறதே...என்ன செய்யட்டும்?"

"முதலில் பள்ளத்தில் பதுங்குவோம். மற்றதை என் உயிர் நிலைப்பட்டால் பேசிக்கொள்ளலாம்."

"அப்படிச் சொல்லாதீர்கள்..." அவன் வாயைப் பொத்தியவள் பள்ளத்தின் விளிம்பை எட்டிவிட்டிருந்தாள். லிங்கக்குறி பளிச்சென்று தெரிந்தது.

ராஜேந்திரன் துளியும் தாமதிக்காமல் அவளைக் கட்டிக்கொண்டு பள்ளத்தில் குதித்தான்.

உடம்பை புதர்களின் கிளைகள் குத்திக் கிழித்து காயப்படுத்த ஒரு உச்சியில் இருந்து பெயர்ந்து விழும் கல்போல் இருவரும் கீழே விழ... காலை நனைத்தது அருவி ஒன்றின் நீர்ப்போக்கு.

அங்கங்கே சூரியக் கதிர்களின் நுழைவு. அதில் அந்தப் பள்ளத்தின் உட்பகுதி பார்க்கக்கூடிய விதத்தில் தெரிந்தது.

கீழே விழுந்த ராஜேந்திரனால் நிமிர்ந்துகூடப் பார்க்க முடியவில்லை. உடம்பின் குருதி முழுக்க வெளியேறி உயிர்ப்பந்து துடிக்கத் தொடங்கியிருந்தது.

மீனாட்சி தன் கைவசம் இறுகப் பற்றியிருந்த மரப்பெட்டியை நல்ல வேளையாக இழக்காமல் இருந்தாள். அதை ஒரு திண்டின் மேல் வைத்துவிட்டு அவனைத் தொட்டுத் தூக்கியவள் அவன் கண்கள் செருகுவதைப் பார்த்து கதிகலங்கிப் போனாள்.

"ஐயோ... என்ன செய்கிறது உங்களுக்கு – எனக்குப் பயமாக இருக்கிறது."

பதறினாள்.

"மீனாட்சி... ஒரே தாகமாக இருக்கிறது எனக்கு. துளி தண்ணீர்..." அவன் வறண்ட குரலில் பேசுவது ஈனகரத்தில் வெளிப்பட்டது. உடனேயே காலை நனைந்து ஓடும் அருவிப் பாதையில் கைகளால் நீரை அள்ளி அவன் வாயில்விட அவன் ஆவலாக விழுங்கினான்.

"மீனாட்சி என் கண்கள் இருளுகின்றன. என்னால் இனி அசையக்கூட முடியாது..." அவன் பேச்சு அத்தோடு முற்றுப்பெற அப்படியே மீனாட்சியின் தோள்மேல் சரிந்தான்.

வளைவான அவள் கழுத்தில் தன் உதடுகளை அழுந்த பதித்தான். அப்படியே அந்த நிலையிலேயே சக்தியைத் திரட்டி அவளை இறுக்கமாக அணைத்தான்... அந்த அணைப்பு மெல்ல அவிழ... அவன் உயிரும் அவனை விட்டுப்பிரிய... மீனாட்சி அதை உணர்ந்து 'ஓ'வென்று அலறினாள். அந்தப் பள்ளத்தின் அந்தகாரத்துக்குள் குடியிருக்கும் வௌவால்கள்கூட அந்தச் சத்தம் கேட்டு அலறிப்புடைத்து குறுக்கும் நெடுக்குமாகப் பயணிக்க, அவளது அலறல் சத்தம் அந்த மரணப்பள்ளத்தை விட்டு எதிரொலியோடு மேலேறி அந்த மலைப்பிராந்தியத்தின் மூலை முடுக்கெல்லாம்கூட சென்று முட்டியது.

சத்தம் கேட்டு அங்கு வந்த காடகராயன் பள்ளத்தின் வாயிலில் ஒரு கொடியைப் பற்றியபடி எக்காளச் சிரிப்போடு மீனாட்சியைப் பார்த்தான். மெல்ல கீழே இறங்கி அருவிப்போக்கில் காலை வைத்து நடந்துவரத் தொடங்கினான்.

"அதலபாதாளத்துக்கே நீங்கள் சென்றாலும் விடமாட்டேன்" என்று மீசையை நீவினான்.

"ஆமாம். எங்கே அந்தப் பெட்டி...?"

நிலைகுலைந்து நிற்கும் மீனாட்சியை அந்தக் கேள்வி நெருப்பாகச் சுட்டது. அவள் கண்களில் நீர் சட்டென வற்றி கோபாக்னி கொழுந்துவிடத் தொடங்கியது.

உடம்பெங்கும் ஆவேசம் திமிறி வழிய ஆரம்பித்தது. தன் கட்டாரியைச் சட்டென்று உருவி எடுத்தவள் மின்னல் வேகத்தில் காடகராயனின் தொப்புளைக் குறிவைத்து எறிந்தாள். துளியும் தவறாமல் அது அந்த உயிர்த்துடிப்பான இடத்தை ஆழமாகச் சென்று தைக்கவும். அப்படியே நின்ற இடத்தில் மேலும் ஒரு அடிகூட எடுத்து வைக்க முடியாமல் தடுமாறியவன் முன் பக்கமாக விழ... கட்டாரி மேலும் உள்ளே ஏறி முதுகுப் பக்கமாக தன் முனையைக் காட்டி நின்றது.

அருவி நீரின் போக்கில் அவனது குருதி கலந்து ஓடத்தொடங்கியது.

நிலையாக நின்றுவிட்ட மீனாட்சிக்கு பிரக்ஞை திரும்ப வெகுநேரமாகியது.

பிரக்ஞை திரும்பியபோது காதலன் சடலம் அவளைக் கண்ணீருடன் வரவேற்றது. அவனை நெருங்கியவள் உடலை அள்ளிச்சுமந்தபடி சற்று உள்ளே செல்ல... சமதளமான நிலப்பரப்பு தென்பட்டது.

அதில் அவனைக் கிடத்திவிட்டு அவன் மார்பின்மேல் முகம் புதைந்து அடக்கமாட்டாத துக்கத்துடன் அழத்தொடங்கினாள். அவன் தலைமுடியை அழற்றி கன்னத்தில் முத்தமிட்டாள்.

கண்களைத் திறந்த நிலையில் ஒரு வீரனாய் மரணித்து விட்டிருந்த அவனது பால் முகம் அவளைப் பிசைந்தது. 'உங்களை நான் பிரிந்து இந்த உலகத்தில் வாழ்வதா?' மனதில் கேள்வி விஸ்வரூபம் எடுத்தது.

'அன்பே உங்களோடு நானும் வருகிறேன்.... என்னால் இந்த உலகில் வாழ இயலாது.'

ஆவேசத்துடன் எழுந்தவள் காடகராயனின் சடலத்தை இழுத்து வந்து ஒரு பாறைமேல் கிடத்திவிட்டு அவன் வயிற்றில் பாய்ந்திருந்த கட்டாரியைத் தனது தற்கொலைக்கான ஆயுதமாகக் கருதி உருவி வெளியே எடுத்தாள்.

அப்போது காலை இடறியது அந்தப் பெட்டி.

'என்னை என்ன செய்யப்போகிறாய்?' என்று அது கேட்பதுபோல் பட்டது.

இன்று...

அந்த ஆடிட்டோரியம் ஜனத்திரளால் நிரம்பித் தளும்பிக் கொண்டிருந்தது. ஆலிவ் கிரீன் திரைச்சீலைக்கு முன்பாக அலங்காரமா ன மேடை. அதில் நடுநாயகமாக ராம்நாத்.

பக்கத்து நாற்காலி மட்டும் கவர்னருக்காகக் காத்துக் கொண்டிருந்தது மற்ற நாற்காலிகளில் துணைவேந்தர்கள் அறிஞர்கள், எழுத்தாளர்கள் என்று ஒரு நீண்ட வரிசை.

காமிரா ஃபிளாஷ் இடைவிடாமல் இயங்கிக் கொண்டிருந்தது. டி.வி. காமிராமேன் கோணம் பார்த்தபடி நகர்த்திக் கொண்டிருந்தார்.

சூரியனை மிகச் சமீபித்துவிட்ட மாதிரி ஒரு வெளிச்சம்.

மேடைக்கு முன்னால் முதல் வரிசையில் பாஸ்கரும் ஜெயந்தியும் அமர்ந்திருந்தனர். கலாதரன் இன்னும் வந்திருக்கவில்லை.

ஏறத்தாழ இருநூற்று நாற்பது ஆண்டுகளுக்கு முன்பு ஜீவனுடன் நடமாடிக் கொண்டிருந்த ஜம்னாலாலின் கெட்டுப்போகாத அந்தச் சடலம் ஆடிட்டோரிய வளாகத்தில் கண்ணாடிப் பெட்டியில் வைக்கப்பட்டிருந்தது. அது பார்ப்பவர்களை வியப்புக்குள் தூக்கிப் போட்டுப் புரட்டிக் கொண்டிருந்தது. பக்கத்திலேயே ஃபோகஸ் செய்த லைட் வெளிச்சத்தில் பாதுகாப்பாக அந்த 'வைரப்பெட்டி!'

"நான்கூட இந்தப் பக்கம் வரும் சந்தர்ப்பங்களில் ராஜேந்திரன் – மீனாட்சியின் சோகமயமான காதல் கதை பற்றிக் கேள்விப்பட்டிருக்கிறேன். திரிகூடமலையின் நெடிய சருக்கங்களில் எங்கோ ஓரிடத்தில் வைரப் பெட்டி இருப்பதாகவும், அதைப் பலர் தேடிப் போவதுண்டு என்றும் அறிந்திருக்கிறேன்.

காலகாலமாகப் பேசப்பட்ட அந்தக் கதை இன்று உண்மையாகிவிட்டதைப் பேராசிரியர் ராம்நாத் மூலம் பார்க்கிறேன்" சரித்திரப் பேராசிரியர் ஒருவர் தன் நண்பரிடம் சொல்லிக் கொண்டிருந்தார்.

'கலாதரன் எங்கே?' ஜெயந்தி அடிக்கடி அவனுக்காக வாசலைப் பார்த்துக் கொண்டிருந்தாள். அவன் துணையால்தானே இத்தனை தூரம் இதைப் பாதுகாப்பாகக் கொண்டு வர முடிந்தது!

சீரியல் விளக்குகளால் இந்திரசபைபோல உருமாறிவிட்டிருந்த ஆடிட்டோரிய முன்வாசலில் வாகனங்களின் திமுதிமுப்புகள்.

பிரபலங்களின் படையெடுப்பை உத்தேசித்த பலமான போலீஸ் காவல்!

நோட்டுப் புத்தகமும் கையுமாக நிருபர்களின் ஊடாடல்கள்.

லேசாக இருட்டத் தொடங்கிவிட்ட அந்த மாலை வேளையில், அங்கே கலாதரனின் ஜீப் லாவகமாக உள் நுழைந்திருந்தது.

டிபார்ட்மெண்ட் உடுப்பில் கம்பீரமாக இறங்கியவனைப் பார்த்த மாத்திரத்தில் நிருபர்களிடம் பாய்ச்சல்.

போலீஸ் அதிகாரிகளோ அவனைச் சிநேகமாகப் பார்த்துச் சிரித்தார்கள்.

நிருபர்களின் கேள்விகளிலும் காமிராக்களின் ஃபளாஷிலும் திணறினான் கலாதரன். அவனுடைய மணிக்கட்டில் சிறிய அந்த பேண்டேஜை மீறிச் சிவந்த ரத்தமும் ஆவலாக எட்டிப் பார்த்தது.

"சார்.. என்ன இது ரத்தம்? எனிதங் சீரியஸ்...?" நிருபர் ஒருவர் கேட்கிறார்.

"நோ நோ... எங்க அட்வென்சரோட ஞாபகச்சின்னம் இது."

"சார்... செத்துப்போயிட்டதா நினைச்ச ராம்நாத்தை நீங்க எங்கே பார்த்தீங்க? எப்படி பார்த்தீங்க...? இந்தப் பெட்டியை எப்படிக் கண்டு பிடிச்சீங்கங்கறதை இன்னும் நீங்க தெளிவா சொல்லலை... ப்ளீஸ் கொஞ்சம் விரிவா..."

ஜிப்பா நிருபர் ஒருவரின் கெஞ்சலில் கலாதரனுக்கு லேசாகச் சிரிப்பு வந்தது. கூடவே திகைப்பும் வந்தது.

ஃபங்ஷனுக்குப் பிறகு உங்ககூட விரிவான ஒரு டிஸ்கஷனுக்கு நான் தயார் ஒரு பிரஸ்மீட் ஏற்பாடு செய்வோம். இப்ப வேண்டாம். கவர்னர் வர்ற நேரம்...” அவன் உள்ளே நுழைந்து முன்வரிசைக்குப் போக, ஜெயந்தி இழுத்துத் தன் பக்கத்தில் அமர்த்திக் கொண்டாள்.

‘ஏன் லேட்?’ என்று பாஸ்கர் பார்வையாலேயே கேட்டான்.

மேடை திரும்பவும் முழங்க ஆரம்பிக்க ராம்நாத்தையே பார்த்தான் கலாதரன்.

வெறும் கற்பனை என்று கருதப்பட்டிருந்த ஒன்றை, விடாப்பிடியாகவும் மிக புத்திசாலித்தனமாகவும் அவர் நிஜப்படுத்திவிட்டதை நினைத்துப் பிரமிப்பாக இருந்தது.

ஆடிட்டோரியக் கூடத்தின் கைதட்டலுக்கிடையே கவர்னர் வந்து தன் இடத்தில் அமர்ந்தார். வந்தவர்களை வாழ்த்திப் பேசிய துணைவேந்தர், பொன்னாடை போர்த்தி ராம்நாத்தைக் கௌரவப்படுத்த கவர்னரைக் கேட்டுக் கொண்டார். கண்களில் துளிர்ந்த நீரோடு ஜெயந்தியும் மற்றவர்களும் நிகழ்ச்சியைப் பார்த்துப்பரவசப்பட்டுப் போனார்கள். கைதட்டல் வானையெட்டியது.

ராம்நாத் தன் நன்றி உரையைத் தொடங்கினார்.

“எல்லோருக்கும் வணக்கம்” என்று எளிமையாகப் பேச்சைத் துவக்கினார்.

“இது எனக்கு மூன்றாவது ஜென்மம். இப்படியெல்லாம் எனக்குக் கௌரவம் கிடைக்கணும்னு இருக்கு. அதனாலதான் புதைகுழியில விழுந்த நான் சாகப்போற கடைசி நிமிஷத்துல ஒரு பளிங்கச் சிறுவனால் காப்பாத்தப் பட்டிருக்கேன் போலிருக்கு. அந்த மலைப் பளிங்கனின் அன்பு என்னுடைய இந்தச் சாதனைக்கு முக்கிய காரணம், அவர்களாலதான் என்

வேட்டையை நான் செம்மையா செய்ய முடிஞ்சது! எந்த மரணப் பள்ளத்துல நான் விழுந்தேனோ அதுல திரும்பவும் உட்புகுந்து ஆராய முடிந்தது.

இதுல ஃபாரஸ்ட் ரேஞ்ச் ஆபீஸர் கலாதரனின் பணியும் மகத்தானது. கடைசி கட்டத்துல வந்த ஒரு பேராபத்துல இருந்து அவர்தான் என்னையும், நான் கண்டெடுத்த பெட்டியையும் காப்பாத்தினார். சாண்டிங்கற நாய்க்குக்கூட கடமைப்பட்டிருக்கிறேன்.

என்னோட தேடல் விறுவிறுப்பான ஒரு மர்மநாவலைப் போன்றது. நான் கண்டெடுத்த ஜமீனாலால்ங்கற மனிதரின் பிரேதம் உங்களுக்கெல்லாம் அதிசயமா தெரியலாம். எனக்கு அவர் வாழ்க்கையே ஒரு அதிசயம். வைரப் பெட்டி என்று மற்றவர்களால் கருதப்பட்டும் அழைக்கப்பட்டும் வந்த அவரது அந்தப் பெட்டிக்குள் வைரம் இல்லை என்பது ஒரு திடுக்கிடும் உண்மை!

ஆனால், வைரத்தைவிட விலைமதிப்பான... ஏன், விலைமதிக்கவே முடியாத விஷயங்களை அதன் மூலம் நாம் பெற்றிருப்பதை நினைக்கும்போது பெருமகிழ்ச்சியடைகிறேன். இன்றைய இந்திய மருத்துவ உலகின் பார்வை அந்தப் பெட்டி எடுத்துத் தந்திருக்கும் சுவடிகளில்தான் இருக்கிறது.

உங்களுக்கெல்லாம் என்னோட ஒரு பணிவான வேண்டுகோள்...

ஒரு சிறு புல்லைக்கூட இனி உங்கள் கைகள் பிடுங்கி எறியக்கூடாது. அதுகூட ஒரு மூலிகையா பயன்படலாம். கண்டெடுத்த சுவடிகளில் நோய்ங்கற ஒண்ணை இந்த உலகத்தை விரட்ட வழிகள் காட்டப்பட்டிருக்கு.

ஆனா, அதுல குறிப்பிட்டிருக்கிற பல மூலிகைகளை இனி நாம் பார்ப்போமான்னு சந்தேகமா இருக்கு!

காடுகளை அழித்து மிருகங்களை வேட்டையாடி இயற்கையைக் கொஞ்சங் கொஞ்சமா கொன்னுட்டோம். இப்ப

அதனால நோய் தீர்க்க வழி தெரிஞ்சும் மூலிகைகளை இனம் காண முடியாம தவிக்கக்கூடிய ஒரு சூழ்நிலை.

ஒரு வைரப் பெட்டியாதான் முதல்ல நான் அதை நினைச்சேன். ஆனா, அது வைரங்களைவிட விலைமதிப்பில்லாத பெட்டி. ஜம்னாலால்ங்கற சித்தன் விட்டுச்சென்ற சமூக சொத்து அது!

கையில வெண்ணெய வெச்சுக்கிட்டு நாம இப்ப நெய்க்கு அலையறோம். இந்த நிலை மாறணும். நாம மாத்தணும். இந்த நிகழ்ச்சியோட மெஸேஜ் அதுதான். என் அட்வென்சர் எனக்குப் புரியவெச்ச அடிப்படை விஷயமும் அதுதான்."

ராம்நாத்தின் அந்தப் பேச்சு கவர்னர் உட்பட சகலரையும் பெரிதும் கவர்ந்து கைதட்ட விட்டது.

அரங்கமே அதிரும்படியான கைதட்டல்!

ராம்நாத் தலைக்குமேல் கையை உயர்த்திக் கும்பிட்டபடியே தன் இருக்கையை நோக்கி நடந்தார்.

ஏ.ஸி. செய்யப்பட்டிருந்த அந்த ஓட்டல் அறையில் நடந்த நிருபர் கூட்டத்தில் ராம்நாத் நடுநாயகமாக உட்கார்ந்திருந்தார். அவருக்குப் பக்கத்தில் கலாதரன், அவனுக்கு மிக அருகாமையில் ஜெயந்தி. ராம்நாத்துக்கு இடது பக்கத்தில் பாஸ்கர். அவன் முகத்தில் நிம்மதிப் பரவசம். ஓர் ஓரமாக வாலைச் சுருட்டிக் கொண்டு சாதுவாக சாண்டி உட்கார்ந்திருந்தது.

காமிரா ஃப்ளாஷ்கள் மின்னிக் கொண்டிருந்தன. நிறைய 'குளோசப்'களில் ராம்நாத் பதிவாகிக் கொண்டிருந்தார்.

"தங்கமாணிக்கமும், மாரிமுத்து, சம்பத் உள்பட அவருடைய கைத்தடிகளும் சேர்ந்து பத்துப்பேர் இப்போ கைதாகியிருக்காங்க..." என்றார் ஒரு நிருபர்.

புன்முறுவலுடன் அதை ஆமோதிக்கும் வகையில் தலையாட்டினான் கலாதரன்.

"அவங்களோட வாக்குமூலத்தில் உங்களையும், பாஸ்கரையும் அவங்க பின்தொடர்ந்து இறங்கி வந்ததைச் சொல்லி இருக்காங்க... உங்களைத் தேடிப் பார்த்தாங்களாம்... புதர்கள்ல ரத்தக்கறையும், கிழிந்த சட்டையும்தான் பார்க்க முடிஞ்சுதாம். நீங்க இறந்துவிட்டதா தீர்மானிச்சு காளி கையிலே இருந்த பெட்டியை எடுத்துக்கொண்டு வந்திருக்காங்க... அவங்க பார்வையிலேருந்து நீங்க எப்படித் தப்பிச்சீங்க?"

பாஸ்கர் ஸ்லாக் நிருபர் ஒருவர் புலன்விசாரணையில் இறங்கினார்! அவருடைய துறுதுறுப்பு கலாதரனுக்குப் பிடித்திருந்தது.

"சொல்றேன்..." என்றான்.

* ——— *

31

அன்று...

துளியும் சுயநலமின்றி ஜம்னாலால் மானுட சமூகத்துக்கு அளிந்திருக்கும் மகத்தான அந்தப் பொக்கிஷம் 'என்னை அநாதையாக்கி விடாதே' என்று அவளைப் பார்த்தது. கண்ணீரோடு அதைத் தொட்டு எடுத்தாள். 'தகுந்த மனிதன் வசம் அந்தப் பெட்டி சென்று சேர்ந்து மனித சமூகமே பலனடைய வேண்டும்' என்று ஜம்னாலால் சொன்னது அவளுக்குள் ஓடி அடங்கியது.

மிகப் பெரிய கடமை தனக்கிருப்பதை நினைத்தவள் மனத்தைத் தேற்றிக்கொண்டு நிமிர்ந்தாள். பள்ளத்திலிருந்து உச்சியை அண்ணாந்து நோக்கினாள். மேலே ஏறுவது அசாத்தியம் என்று தோன்றியது. ஆயினும் மனோவெறி பிடித்துத் தள்ளியது.

ஒரு நெடிய போராட்டத்துக்குப் பின் அங்குல அங்குலமாக மேலேறி பெட்டியுடன் வெளிப்பட்டவளுக்குப் பிரண்டைச் செடிகள் பெரிதும் உதவின. அங்கு ஒரு புதரின் அருகே பன்றி வேட்டைக்கு வந்திருக்கும் இரண்டு பளிங்கர்கள் தென்பட்டார்கள்.

மீனாட்சி அவர்களருகே சென்று நின்றாள். கொடிய அந்த மலைத்தளத்தில் கொடிபோல் ஒரு பெண்ணைப் பார்த்த அவர்களுக்குத் திகைப்பு.

"ஆரு தாயி நீ...?" அவர்களிடம் கேள்வி.

"அதை நான் மெல்லச் சொல்லுவேன். என்னை ஏழுகல் பாறை தாண்டி சங்கிலியம்மன் கோயிலுக்கு அழைத்துச் செல்லுங்கள்."

“வேண்டாம் தாயி. எங்க சனங்களே இப்ப அங்கபோக முடியறதில்லை...”

“நான் போக விரும்புகிறேன். உங்களுக்கு உங்கள் தெய்வத்தின்மேல் நம்பிக்கை இல்லையா?”

அதற்குமேல் அவர்கள் பேச விரும்பவில்லை. முன்னால் நடக்கத் தொடங்கினார்கள். பேச்சும் தொடங்கியது.

“நீ ஆரு தாயி...? சொல்லலையே...”

“நானா... நான் ஒரு அநாதை!”

“நம்பமுடியலையே... பாத்தா இளவரசி மாதிரி இருக்கியே...?”

“அப்படிகூட வைத்துக்கொள்ளுங்கள்.”

“ஆமா ஏன் சோகமா இருக்கே... வாடுன பூ மாதிரி...?”

“வாடிய பூவைவிட மோசமாக என்று சொல்லுங்கள்.”

அழுகை அவளிடம் பீறிட்டது. அவர்கள் முன்னே செல்ல, வழித்தடங்களைக் கூர்ந்து நோக்கியபடியே அவர்களுடன் தொடர்ந்தாள். முன்னே ராஜேந்திரன் அறிமுகப்படுத்திய ஏழுகை பாறை நல்ல பகல் வெளிச்சத்தில் தலை காட்டியது.

அசுரனின் ஏழு தலைகளை வெட்டி வைத்த மாதிரி...

“தாயி, இங்கேருந்து அதோ தெரியுது பார் பாறை மேடு... அதுக்கு அப்பாலதான் இருக்குது சங்கிலிச்சிகோயில், போறது ரொம்பக் கஷ்டம்...”

“இந்த உலகில் வாழ்வதை விடவா கடினம்? ஆமாம்... முறையான பாதையே கிடையாதா?”

“இருந்துச்சி... இடி மழைல தூர்ந்து போச்சு... ஆத்தாளும் ரொம்ப சக்தியானவ. எங்க சனங்ககிட்டயும் தப்புதண்டா பெருகிட்டதால அவதான் இப்படி வழியை அடைச்சுட்டதா பேசிக்கறாங்க...”

அவர்கள் அப்பாவித்தனமாகப் பேசுவதை அவள் உணர்ந்து கொண்டாள். நெடிய பாறை மேட்டின்மேல் எட்டிப் பார்த்தாள். அப்பால் ஏகாண்ட சரிவு.

அந்த வேளை பார்த்து அந்தச் சரிவில் சிறுத்தைகள் இரண்டு ஒன்றையொன்று துரத்திக்கொண்டு ஓடின. அவர்களுக்குக் குலை நடுங்க தொடங்கியது.

"தாயி, இதுக்கு மேல வேணாம். வா போயிடலாம்..."

அவர்களைப் பார்த்து மிக மந்தமாகச் சிரித்தாள் மீனாட்சி. அவர்களுக்கு அதன் பொருள் புரியவில்லை.

முதன்முறையாகப் பெட்டியைத் திறந்தாள். சில வைரங்கள், சில மருந்துக் குப்பிகள்...சில மூலிகைத் தண்டுகள். மற்றபடி ஜம்னாலாலும் ராஜேந்திரனும் எழுதிய ஓலைக்கட்டுகளால் அது நிரம்பி வழிந்தது.

வைரக்கற்களை எடுத்து அவர்கள் வசம் தந்தாள்.

"என்னா இது?"

"விவரம் தெரிந்தவர்களிடம் காட்டிக் கேளுங்கள்... வைரம் என்பார்கள்."

"வைரமா?" – அவர்கள் திறந்த வாயை மூடவில்லை.

"இனி நீங்கள் போகலாம்" என்றாள்.

"நீ கூப்பிட்டாலும் நாங்க கோயிலுக்கு வரமாட்டோம். சிறுத்தையைப் பார்த்துட்டு வர நாங்க என்ன முட்டாளா...?" அவர்கள் திரும்பி ஓடினார்கள்.

பெட்டியை மீண்டும் பார்த்தாள்.

ஒரு மித்திர நாடிக்குறிப்பு பளிச்சிட்டது. செயலோடு செயலாக ஜம்னாலால் சொல்ல ராஜேந்திரன் எழுதியிருந்தான். அப்போதுதான் அது அவள் கவனத்துக்கே வந்தது.

'ஒரு பிரஜோத்பத்தியில் ஒரு நாளில் நாங்கள் சேர்வோம்! அதுகாறும் அம்பிகையின் மடிமேல் அடைக்கலமாவோம்.

அடைக்கலமாய் அங்கயற்கண்ணி எம்மைச்சேர்த்திடுவாள். சேர்த்ததைக் குறி சித்திரமாய் வார்த்திடுவாள்! வார்த்தவள் வாழ்க்கையோ வாடிப் போகும்... சரித்திரமோ அவளை வாழ்த்திப் பேசும்.'

அதைப் படித்த மீனாட்சிக்குப் புல்லரித்தது. 'ஜம்னாலால்தான் எத்தனை தீர்க்கமான ஒரு தீர்க்கதரிசி. நடக்கப் போவதை இப்படியா முன்கூட்டியே உணர்ந்து இறந்தும் வழிகாட்டுவார்?'

சோகம் இறுக்கிப் பிசையும் அந்த வேளையிலும் இயற்கையின் அந்த அதிசயங்கள் அவளை நெகிழ்த்தின.

இந்தப் பெட்டி பாதுகாப்பாக அம்பிகையின் வசம் இருப்பதுதான் நல்லது. உரியவர்கள் வரும்வரை அவள்தான் நிலையான பாதுகாப்பைத் தரமுடியும்.'

துணிவுடன் சரிவில் இறங்க ஆரம்பித்தாள். அருகாமை மரத்துக் கொடிகளும் விழுதுகளும் துணை செய்தன.

சரிவின் முடிவில் நீர்ப்பள்ளம்.

பாறைச் சரிவில் பெய்யும் மழை அங்கே தேங்கிக் கிடப்பது புரிந்தது. நீர்ப்பள்ளத்தை நீந்திக கரையேற தென்பட்டது - அகோர சங்கிலியம்மனின் குகைக்கோயில். உள்ளே திருக்காளியின் ஊர்த்வ நாட்டியக் காட்சி!

பூஜைகள் கண்டு ஆண்டு பலவாகிவிட்டதை ஆலயத்தை அணி செய்யும் சிலந்திக் கூட்டினால் அறிய முடிந்தது. உள்ளே மிருகக்கழிவின் வாடை. அவை தங்களின் சயன அறையாக அதைத் தூக்கிக்கொண்டுவிட்டது தெரிந்தது. காளி தன் கரங்களால் நாட்டிய சொரூபம் காட்டி சிவந்த நாக்கை வெளித்தள்ளி 'வா மகளே வா' என்று கூறுவது போல்பட்டது. பெட்டியை ஏந்திக் கொள்வதற்காகவே ஒரு கரம் பெரிதாக இருப்பது போல்பட்டது. காலடியில் குங்குமமும் விபூதியும் கலந்து கிடக்கும் அஞ்சரைப் பெட்டி.சற்றுத் தள்ளி காளியின் வஸ்திராபரணப் பெட்டி. அதன்

பிடிகள் துருவேறியிருந்தன. வஸ்திராபரணப் பெட்டியைத் திறந்தாள்.

அந்தப் பெட்டிக்குள் தான் கொண்டு வந்த பெட்டியை வைத்தவள், குங்கும மரப்பெட்டியின் மேல் தனது கட்டாரியால் ஒரு நட்சத்திரக் குறி பொறித்தாள். வஸ்திராபரணப் பெட்டியின் மேலும் பொறித்தாள். குங்கும மரப்பெட்டியைக் காளியின் மடிமேல் வைத்தாள்.

சற்றுநேரம் நின்று அந்த ருத்ரதேவதையையே வெறித்தவள் கட்டாரியை இடுப்பில் செருகியபடி திரும்பி நடக்கத் தொடங்கினாள்.

எதற்கோ கட்டுப்பட்டதுபோல் எந்த மிருகமும் அப்போது அங்கு தென்படாமல் ஒதுங்கியிருந்தன. விழுதுகளால் திரும்பவும் பாறைச்சரிவின் மேலேறியவள் அருவிவரை ஆழ்ந்த யோசனையுடன் நடந்தாள். பின்னர் அருவியில் நனைந்து துளைத்து அதன் குடைவுக்குள் நுழைந்தவள் கட்டாரியால் அதன் சுவரில் எழுதத் தொடங்கினாள். “ஏழுகல் பாறையை எட்டியவர்க்கு என் வந்தனங்கள்...”

செய்திகள் முடிவில் அருவிச்சாரலை விட்டு வெளியே வந்தவளின் கால்கள் ஏழுகல் பாறையில்தான் முடிந்து நின்றன.

திண்டுதிண்டான பாறை முகட்டில் ஓரிடத்தில் கட்டாரி தன் அடுத்த செய்தியைப் பொறிக்கத் தொடங்கியது. 'நீர்ப்போர்வையை நீக்கிவிட்டுப் பாருவழி தெரியும்...'

படிப்படியாகத் தடங்களைப் பொறிப்பதில் ஒரு சுவாரஸ்யம் அவளுக்குள் இழையோடியது.

இதைச் சரியாக இனம் கண்டு வரமுடிந்த புத்திசாலி கொடுத்து வைத்தவன், காலத்தால் புகழப்படப் போகிறவன் என்று ஆழ்மனது சொன்னது. மனத்தில் ராஜேந்திரனின் திருமுகம் அழைப்பது போல் ஒரு பிரமை. அவன் இறந்துவிட்டதை நினைக்கவே அவளுக்குப் பிடிக்கவில்லை.

நிர்மலமான வானத்தை அந்தப் பாறை மேட்டின் மேலிருந்து நோக்கினான்.

பட்சிகளின் ஊர்வலம்!

இரண்டு பட்சிகள் மட்டும் தனியாய் இழைந்து கொண்டு... 'பட்சிகளே நீங்கள் மானுடப் பிறப்பெடுக்காதீர்கள். என்போல் கையறு நிலை கொள்ளாதீர்கள்' என்று பிரார்த்தித்துக் கொண்டாள்.

பின் அங்கிருந்து லிங்கக்குறி உடைய அந்த மரணப்பள்ளத்தை முடிந்த வேகத்துடன் எட்டினாள்.

அந்தப் பள்ளம் அவளை வா வா என்றது.

பக்குவமாக இறங்கினாள்.

காலை நனைத்த நீரைச் சலித்து நடந்தாள்.

பாறைத்திண்டில் காடகராயன் உடல் அவளை வரவேற்றது. இறந்துவிட்டான் என்று தெரிந்தும் நெஞ்சம் குமுற மீண்டும் மீண்டும் அவன் மார்பில் தன் கட்டாரி கொண்டு தைத்தான்.

கண்களில் நீரின் பிரவாகம்.

ராஜேந்திரன் உட்பரப்பில் சடலமாகக் கிடந்தான்.

நெருங்கி மண்டியிட்டவள் நெடுநேரம் அவனையே உற்றுப்பார்த்தாள்.

சித்திரசபையில் நாட்டியமாடும் சமயம் அவன் உற்று உற்றுப் பார்த்ததிலிருந்து இறுதிவரை தனக்காக குண்டடிபட்டு போராடியது வரை மனத்தில் அவன் ரூபங்கள் ஓடின.

கண்களில் நீர் தனது சாம்ராஜ்யத்தைத் துவக்கியது.

'அழுதது போதும்...கடமையைச் செய்' என்றது உள்ளுணர்வு.

மரப்பெட்டியைப் பற்றிய செய்திகளை ஏற்க உட்புறச்சுவர் காத்திருந்தது.

ஏழுகல் பாறை மேல் பொறித்த செய்திக்கு ஒரு தொடர்பினைக் கொடுக்கத் தொடங்கினாள்.

'வில்வ நிழலில் லிங்கப் பாறைக்குத் தெற்கில் ஏழுகல் பாறை மேல் ஏறி வந்தால் மீதம் சொல்வேன்...'

மனத்தில் ஜம்னாலாலின் நினைவு ஊர்வலம் வரத் தொடங்கியது.

'பெரியவரே...'

உங்கள் எண்ணத்தை எங்களால் ஈடேற்ற முடியவில்லை. யாராவது வந்து ஈடேற்றட்டும். அதற்கு இந்தத் தடயங்கள் உதவட்டும். என் விருப்பப்படி நான் என் காதலன் போன வழிநோக்கிப் போகிறேன்...

அவர் எனக்காக வான்வெளியில் காத்திருக்கக்கூடும்! இங்குதான் இணைய முடியவில்லை. அங்காவது இணைவோம். ஆனால், எந்த நாளும் இந்த மண்ணில் பிறக்க மாட்டோம். இந்த மூலிகைச் செல்வங்களை எங்கள் ஆன்மா காவல் காக்கும்."

கண்களை மூடிய மீனாட்சி, ராஜேந்திரனை இழுத்து தன் மடிமேல் போட்டுக்கொண்டாள். சற்றைக்கெல்லாம் அவளாலேயே அவள் வயிற்றில் கட்டாரி நுழைந்தது. குருதிப் பெருக்கினூடே காதலன் மேலேயே பிணமாகச் சரிந்து விழுந்தாள். வெளியே திரிகூட மலை முழுவதுமாக மெல்லக் கவிழத் தொடங்கியிருந்த மேகங்கள் அவளுக்காக அழத் தொடங்கிவிட்டன.

அந்த மலை ராஜ்யம் மிக அமைதியாக அந்த மழையை அங்கரீக்க. இரண்டு வெண்ணிறப் பறவைகள் அந்த மழையிலும் நனைந்தபடி நெருக்கமாக மேலேறிக் கொண்டிருந்தன.

பின்குறிப்பு:

இறுதிவரை அம்பலத்தேவருக்கு மீனாட்சியும் ராஜேந்திரனும் என்ன ஆனார்கள் என்றே தெரியவில்லை. ஜம்னாலாலின் நிலையும் தெரியாமலே போனது. ஆனால், வைரத்தைப் பெற்றுச்

சென்ற பளிங்கர்கள் மூலம் மீனாட்சி ஒரு பெட்டியோடு மலையில் எங்கோ இருப்பதாக நெடுங்காலம் ஒரு நம்பிக்கை நிலவியது.

அவர்களுக்காகப் பல தான தர்மங்களை அம்பலத்தேவர் செய்துகொண்டேயிருந்தும் பலனில்லை. மலை முழுக்க பலர் அலைந்து தேடியும் அவர்களால் எதையும் அறிய முடியவில்லை.

ஐந்து வழிகளின் மூன்று வாசல்களில் கள்ளர்களின் பிணங்களைத்தான் பார்க்க முடிந்தது.

அபாயகரமான சில வழித்தடத்தில் குறிப்பாக அந்த லிங்கக்குறி மரணப் பள்ளத்தினுள் இறங்கிப் பார்க்க ஒருவருக்குக்கூடத் தோன்றவில்லை.

மீனாட்சியும் ராஜேந்திரனும் எங்கோ உயிரோடு இருப்பதாகவே நம்பினார்கள்.

மலையில் வைரம் இருப்பதாகக் கருதி பலரும் தேடிச் செல்வதும் பின்னர் மடிவதும் வாடிக்கையாகி விட்டது.

காலம் அனைத்தையுமே முற்றிலுமாக மாற்றிவிட்டது. திரிகூடமலை மட்டும் மீனாட்சி விட்டுச்சென்ற தடயங்களுடன் தகுந்த மனிதருக்காகக் காத்திருந்த தொடங்கிவிட்டது.

✲✲✲

இன்று...

கலாதரனின் நினைவுகளில் பின்னோட்டம். உடம்பு முடிகளில் எல்லாம்கூட தொண்ணூறு டிகிரி விறைப்பு.

நிருபர்கள் கூர்மையாகிறார்கள்.

பிடிபடாத அந்த மர்மத்தைக் குறித்துக்கொள்ள அவர்களது நோட்புக்கின் வெள்ளைப் பக்கங்கள் தயாராகின்றன.

ராம்நாத்துக்கும், பாஸ்கரும்கூட அந்த அட்வென்சரில் மூழ்க ஆரம்பிக்கிறார்கள்.

✲ ✲ ✲

ஊதலான காற்று சம்பத் வசம் ஜெயந்தி அகப்பட்டு விட்டதை அவள் கூக்குரலில் சுமந்து வந்து கொடுத்துவிட்டு இப்போது வெறும் ஊளைவீச்சாகக் காதோரம் குசுகுசுக்கிறது.

"கலாதரன், அந்த முகமூடி கோஷ்டியோட வேலைன்னு — நினைக்கிறேன்... கயிற்றைப் பிடிச்சு மேலே ஏறினால் நாமும் அவர்களிடம் மாட்டிக்குவோம். இப்ப என்ன பண்ண?" பாஸ்கர் சுற்றிச் சுற்றிப் பார்த்தான்.

குகைக்குப் பக்கத்தில் மிகச் சிறிய ஒரு பாதை. அதுவும்கூட போகமுடியாத சரிவுகளால் கீழ் நோக்கிக் கிடந்தது. மற்றபடி சரியான வழித்தடங்களைப் பாறைகள் மூடிக்கிடக்க ஒரு புதருக்குள் தலையைவிட்டு நோக்கியபோது ஈரக் குலையில் திராவகம் கசியத் தொடங்கியது. ஒரு சிறுத்தை பசியுடன் அவர்களைப் பார்த்தது.

நாடி நரம்பில் உடனேயே பனிப்புயல் வீச ஆரம்பித்து விட்ட மாதிரி பிரமை. பாஸ்கர் கலாதரனை நெருங்கிக் கட்டிக்கொண்டான்.

அவர்கள் சிறுத்தையையே வெறித்தபடி மெல்ல அடிகளைப் பின்னோக்கி வைக்க சிறுத்தை பேசியது:

"பாஸ்கர்!"

அந்தக் குரல் கேட்டு பாஸ்கர் உறைந்து போக ஆரம்பித்தான். 'இந்த மலையில் மிருகங்கள்கூட பேசக்கூடச் செய்யுமா என்ன?' அவனுக்குள் கேள்வி கரடிக் காலாய்ப் பிறாண்ட சிறுத்தை முகம் தெரிந்த இடத்தில் சட்டென்று இப்போது ஒரு மனித முகம். உற்றுப் பார்த்தபோது உடம்பில் ரத்தத்துக்குப் பதில் தேன் ஓடுவதுபோல் ஒரு புல்லரிப்பு.

புரொபசர் ராம்நாத்தான் தெரிந்தார்!

“டாட்...” பாஸ்கர் உரக்கக் கத்த வாயெடுத்தான். கலாதரன் சட்டென்று பொத்தினான். தாமதிக்காமல் இருவரும் புதரை நெருங்கி ராம்நாத்தைக் கட்டிக் கொண்டார்கள். அவர் கைகளில் மிரட்டும் முகத்தோடு கூடிய சிறுத்தையின் தோல்!

“ஏய்... நீங்க எப்படி இவ்ளோ தூரம்?” ராம்நாத் கேட்கத் தொடங்கி விட்டிருந்தார்.

“சார், நீங்க உயிரோடதான் இருக்கீங்களா...?” கலாதரனிடம் பாறைச் சரிவைப் பார்த்தபடியே கேள்வி.

“உயிரோட மட்டுமில்ல... அந்த வைரப்பெட்டியோடயும்... இதோ வைரப்பெட்டி...” புதருக்குள் அவர் காட்டிய இடத்தில் அந்தப் பெட்டி இருவரையும் பார்த்து ‘ஹலோ’ சொன்னது.

பக்கத்திலேயே பாடம் செய்த முகத்தோடு கூடிய ஒரு சிறுத்தைப் புலியின் தோல்!

“உயிரைப் பணயம் வெச்சு சரிவுல உருண்டு விழுந்தேன். நல்லவேளை கீழே இருக்கிற தண்ணீர் தேக்கம் என்னைக் காப்பாற்றியது. ஒருவழியா காளியை நெருங்கி பெட்டியையும் எடுத்துட்டேன். எடுத்துட்டு வெளியே வந்தப்பதான் சரிவுல கயிறு வந்து விழுந்தது. யாரோ இறங்கறாங்கன்னு நெனச்சு ஒளிஞ்சா நீங்களா...”

புரொபசர் பேசிக் கொண்டிருக்கும்போது பாறையைச் சார்ந்து கிடக்கும் நீண்ட கயிறு மெல்லிய அசைந்து நெளிந்து யாரோ மேலிருந்து கீழே இறங்கப்போவதைச் சொன்னது.

“பேச அவகாசமில்ல சார்... மேல ஜெயந்தி ஒரு திருட்டு கூட்டத்துக்கிட்ட...! அவங்க இந்த வைரப்பெட்டிக்காக பேயா அலையறாங்க. இப்ப சரிவுல இறங்கிட்டிருக்காங்க. நாம முதல்ல அவங்க பார்வையிலேருந்து தப்பணும். பெட்டியைக் காப்பத்தணும்.”

ராம்நாத் அதைக் கேட்டு மிடறு விழுங்கினார். பாஸ்கர் பாறைச் சரிவைப் பார்த்தான். சரிந்த பாறையின் உச்சி மேற்பரப்பில் இப்போது முத்தங்கியின் கால் தெரிந்தது. பாறைத் திண்டில் கால்பதிக்க திண்டைத் துழாவிக் கொண்டிருந்தான். இந்த வேகத்தில் இவன் இறங்கினால் கீழே வர எப்படியும் ஏகநேரம் ஆகும் என்று ஒரு அத்தியாவசிய மின்னல் கலாதரனுக்குள்.

"கலாதரன் இப்ப ஏதாவது பண்ணனும். வர்றவங்களை ஒளிஞ்சிருந்து தாக்குவோமா?" – பாஸ்கரின் கேள்வி கலாதரன் பக்கம் திரும்பியபோது கலாதரனின் கைகள் பெட்டியைத் திறந்துவிட்டிருந்தன.

பெட்டியிலிருந்து கும்மென்ற மருந்து நெடி! கூடவே கட்டுக்கட்டாய்ச் சுவடிகள்.

ஆனால், வைரக்கல் ஒன்றுக்கூடத் தென்படக்காணோம்.

"என்ன சார் இது... ஒரு வைரக்கல்லைக் கூட காணோம்..." ஆவலாகக் கேட்டான்.

"எனக்கும் ஒண்ணும் புரியலை. இந்தச் சுவடிகள்ல ஏதோ பெரிய விஷயம் இருக்கறது மட்டும் நிச்சயம். இதையெல்லாம் நாம பிறகு பேசிக்கலாம். வர்றவங்களைச் சமாளிக்கற வழியைப் பாரு. ஜெயந்தியைக் காப்பாத்தணும். அதுக்கு என்ன பண்ணலாம்னு சொல்லு...?"

முத்தங்கியைத் தொடர்ந்து சம்பத்தும் இறங்குவது தெரிந்தது. மலை ஏறி இறங்குவதில் சம்பத் பரிச்சயமில்லாதவன் என்பது அவன் தடுமாறுவதில் தெரிந்தது.

"சார்... காளி மடியில இப்ப ஒரு பெட்டியைப் பார்த்தோமே... அது இந்தப் பெட்டி இல்லையா?"

"நான் சொல்றது என்ன, நீ கேக்கறது என்ன...மேல ஜெயந்தி ஆபத்துல இருக்கா..."

"காரணமாகத்தான் சார் கேக்கறேன். காளி மடியில ஒரு பெட்டி இருக்கே அது என்ன?"

“அது குங்குமப் பெட்டி, அது மேலே இருக்கிற நட்சத்திரப் பொறியை அடையாளமா வெச்சுதான் பக்கத்துலஇருக்கிற பெரிய பெட்டியைத் திறந்தேன். அதுலதான் இந்த ஒரிஜனல் பெட்டி இருந்தது. கூடவே இந்தப் புலித்தோல் - லொட்டு, லொசுக்கு எல்லாம் பெட்டிக்குள்ள... ஒரே குமட்டல்!”

“எமகாதக செட்டப்பா இருக்கே. நாங்க அதுதான் வைரப்பெட்டின்னு நினைச்சுட்டோம்.”

“அப்ப வர்ற கோஷ்டியும் அப்படித்தான் நினைப்பாங்க...”

இப்போது முத்தங்கி ஏறத்தாழ முக்கால் தூரம் இறங்கிவிட்டிருந்தான். ஒளிந்திருந்து இவர்களால் முத்தங்கியைப் பார்க்க முடிந்தது. ஆனால் அவர்களால் கீழே பார்க்க முடியவில்லை. அதற்குள் இடையிட்ட மலைக்கொடி ஒன்று கலாதரனுக்கு அவகாசம் தரத் தோதாக முத்தங்கியின் காலில் சிக்கிக்கொண்டு அவனைத் திணறவிட.... சம்பத் அதை எடுத்துவிடும் முயற்சியில் ஈடுபட ஆரம்பித்திருந்தான்.

கலாதரனின் மூளை மின்னல் வேகத்தில் ஒரு கணக்கை போட்டு விட்டிருந்தது.

பெட்டியில் கிடந்த ஓலைக்கட்டில் முதல் ஓலையாக ‘தன்வந்திரி நமஸ்காரம்’ என்று மட்டும் எழுதப்பட்ட ஓலையை எடுத்தவன், அதைப் பதமாகப் பெட்டி மேல் வைத்து பேனா கத்தி முனையால் அதில் எதையோ எழுதத் தொடங்கினான்.

“என்ன எழுதறீங்க கலாதரன்!”

“நம்ம தலையெழுத்தை பாஸ்கர். அந்த ஓலைதான் நம்ம தலையெழுத்தைத் தீர்மானிக்கப் போவுது. வரப்போறவனைத் திசை திருப்பிக் கூண்டோட பிடிக்க உதவப் போகுது...”

“புரியலை எனக்கு.”

“புரியவைக்க நேரமில்லை எனக்கு...” ஓலையை எழுதி எடுத்துக் கொண்ட கலாதரன் விறுவிறுவென்று குகையை நோக்கிப் பதுங்கலாக ஓடினான்.

காளியின் மடிமேல் ஏறிப் பெட்டியில் ஓலையைப் போட்டுவிட்டு எண்ணி இருபது நொடியில் புதருக்கே திரும்ப வந்தான்.

அணிந்திருந்த சட்டையை உடனேயே கழற்றித் தாறுமாறாகக் கிழித்துப் புதருக்கு வெளியே போட்டவன், பேனா கத்தியால் தாமதிக்காமல் மணிக்கட்டைக் கீறினான்!

முண்டியடித்து எட்டிப்பார்த்த ரத்தத்தைச் சிறிது தூரம் நடந்து தரையில் சிந்தியவன் பாறை மேலெல்லாம் தெளித்துவிட்டு புதருக்கே திரும்பினான்.

“பெட்டியோட நாம இம்மீடியட்டா கீழே இறங்கணும்” என்றான் இருவரையும் பார்த்து.

“கீழே அதலபாதாளம்...” அலறினான், பாஸ்கர்.

“வேற வழியில்லை... தனித்தனியா பதுங்குவோம். பல்லியைப் போல் பாறையோட ஒட்டிப் பதுங்கணும். எதிரியோட பார்வையை ஏமாத்தணும். இப்ப அதுலதான் எல்லாம் இருக்கு...”

“இரண்டு பேர்தான் வர்றாங்க. நாமளோ மூணு பேர் இருக்கோம். அவங்களை எதிர்த்துத் தாக்கறது சுலபம் கலாதரன்...” ராம்நாத் புரியாமல் பேசினார்.

“தாக்கினா சுதாரிச்சுடுவாங்க சார். எனக்கு இவங்க மட்டுமல்ல இவங்களை ஏவின கூட்டமே தேவை. இவங்களுக்கு கீழ ஏதாவது ஆனா மேல ஜெயந்தியை அது பாதிக்கும்.”

“அதுல அப்படி என்னத்தை எழுதிப் போட்டிருக்கே?”

“சொல்றேன்... மொதல்ல அவங்களுக்குக் கடுக்கா கொடுக்கணும்... க்விக்... மறையுங்க...” கலாதரன் சொல்லி முடிக்கவும் முத்தங்கியும், சம்பத்தும் நீர்ப் பரப்பில் தொபேர் என்று விழவும் சரியாக இருந்தது.

அதன் பிறகு எல்லாமே எதிர்பார்த்தபடியே நடந்து விட்டது. அவர்கள் புதரைச் சுற்றி வந்து தேடியபோதும்... சந்தேகித்த

போதும் துளி அசந்தால் பாதாளத்தில் விழுந்துவிட வேண்டிய பாறைகளின் பின்னால், அவர்களுடைய தேடலுக்கு ஏற்ப வளைந்து கொடுத்துப் பதுங்கித் தப்பித்து மூவரும் உயிரோடு இல்லை என்பதை ஊர்ஜிதப்படுத்தி...

"ரியலி... இப்ப நினைச்சாலும் எனக்கு ஒரே புல்லரிப்பா இருக்கு..." கலாதரன் சொல்லிச் சிலிர்க்க...நிருபர்களிடம் ஒரு பிரமிப்பான மௌனம்.

"உங்களுக்கு அந்த ஸ்பாட்ல ஓலையில் எழுதிப்போடற ஐடியா எப்படி ஸ்ட்ரைக் ஆனது?"

ஒரு நிருபர் மெல்லக் கேட்டார்.

"இதுக்கு என்னோட ஒரே பதில்-விதி!"

"விதியா?"

"ஆமாம்... அவங்க மாட்டணும்னு இருக்கு, நாங்க தப்பிச்சு இப்படிப் பேரும் புகழும் அடையணும்னு இருக்கு..."

"இந்த வருடம்தான் பெட்டி கிடைக்கணும்னு அந்தப் பெட்டியில இருக்கற ஒரு சுவடிக்குறிப்பு சொல்லுதாமே?"

ஒரு நிருபரின் கேள்விக்கு ஜெயந்தி ஆமோதிப்பாய் சுவடிக்குறிப்பின் ஜெராக்ஸ் பிரதியைத் தன் பேக்கிலிருந்து எடுத்து வெளியே வைத்தான்.

"ஒரு பிரஜோத்பத்தியில் ஒருநாளில் நாங்கள் சேர்வோம்! அதுகாறும் அம்பிகையின் மடிமேல் அடைக்கலமாவோம். அடைக்கலமாய் அங்கயற்கண்ணி எம்மைச் சேர்த்திடுவாள். சேர்ந்ததைக் குறி சித்திரமாய் வார்த்திடுவாள்! வார்த்தவள் வாழ்க்கையோ வாடிப்போகும்... சரித்திரமோ அவளை வாழ்த்திப்பேசும்."

அந்தக் குறிப்பை வாசித்த ஒரு நிருபர் "வாவ்! ரியலி இட் ஈஸ் கிரேட்! இப்படி ஒரு பிரஜோத்பத்தி வருடத்தில் தான் இந்த ஓலைகள் உலகுக்குத் தெரிய வரும் என்று அன்றே ஒருவர்

கணித்திருப்பது அதிசயம் சார்" என்றார். கலாதரன் தோளைக் குலுக்கி ஆமோதிப்பாய்ச் சிரித்தான். நடுவே ராம்நாத் சாண்டியை வாஞ்சையாகப் பார்த்தார்.

"இந்த வாயில்லா ஜீவன் சாண்டி மட்டும் இல்லேன்னா நாங்க கீழேயிருந்து மீண்டு வந்திருக்கவே முடியாது. 'கீழேயாராவது உயிரோட இருந்தாலும் சாகட்டும்' என்று மேலே ஏறிப் போனவங்க கயிற்றையும் மேலே இழுத்துப் போட்டுட்டாங்க. அவங்கபோன கொஞ்ச நேரத்துல இதுதான் எங்களுக்குப் புது வழியைக் காட்டி நாங்க கீழேயிருந்து தப்பிக்க உதவி செய்தது. மோப்பம்பிடிச்சு அது கீழே இறங்கின வழியிலே எங்களை மேலே அழைச்சிக்கிட்டுப் விவரிக்கவே முடியாது. மேலே வந்தவுடனேயே கலாதரன் டி.எஸ்.பி-கிட்டே விஷயத்தைச் சொல்லவும் டிபார்ட்மெண்ட் ஒரு மணி நேரத்துல அலர்ட் ஆயிடிச்சு!

கலாதரன் சுவடில எழுதிப் போட்டபடியே வைரப்பெட்டி பாழடைந்த வீட்லதான் இருக்கறதா நினைச்சு தங்கமாணிக்கம் குரூப் அங்க வரவும் வசமாக மாட்டிக்கிட்டாங்க..."

நிருபர்கள் ராம்நாத்தின் பேச்சைப் பதிவெடுத்துக் கொள்ளும் அந்த விநாடிகளில் ஜெயந்தியின் பார்வை கலாதரன் மேலேயே இருந்தது.

அவனையே விழுங்கிவிடுவதுபோல் பார்த்துக் கொண்டிருந்தாள்.

காக்கி உடுப்பில் ஜெயந்திக்குள் அவன் டூயட் பாடிக்கொண்டிருந்தான். ஒரு நிருபர் அவர்கள் பார்வையைக் கவனித்துவிட்டு ராம்நாத்தை காரணத்தோடு பார்க்க... ராம்நாத் புரிந்தது போல் சிரித்தார்.

"ஒரு சந்தோஷமான விஷயம்...

நேற்றுவரை கலாதரன் என்னோட மாணவன் இனி மருமகன்..." என்று அந்தக் கூட்டத்திலேயே அவர்கள்

காதலுக்கான பச்சைக்கொடியை அவர் உயர்த்திக் காட்டவும், பாஸ்கர் வேகமாக எழுந்திருந்து கலாதரனை நெருங்கி கண்கள் பனிக்கக் கட்டிக்கொண்டான்.

ஜெயந்திக்குள் நாணம் தட்டாமாலை சுற்றத் தொடங்கியது. நிருபர்கள் மகிழ்ச்சியோடு இருவரையும் பார்த்துக் கைகுலுக்கத் தொடங்கினர்.

ஃபளாஷ்கள் அவர்களை ஃபிலிம் சுருளில் பதிவெடுக்க ஆரம்பித்தன. வெட்கத்துடன் எழுந்து, அந்த ஏ.ஸி. அறையைவிட்டு ஜெயந்தி வெளியே வந்தாள்.

கலாதரனும் மெல்ல நழுவ ஆரம்பித்தான்.

“ஆல் த பெஸ்ட்...” என்று கட்டை விரலைக் காட்டி ஒரு குறும்புக்கார நிருபர் சிரித்தார்.

“ஜெயந்தி... ஏன் எழுந்து வந்துடுட்டே?” கலாதரன் கேட்டான்.

“மனசு ரொம்ப லேசா இருக்கு கலாதரன். ஏகப்பட்ட நாளைக்குப் பிறகு எனக்குள் ஒரே சந்தோஷத் திக்குமுக்காடல். காலாற நடக்கணும்போல இருக்கு.”

“நடப்போமா?”

“அப்பா. பாஸ்கர்”

“அவங்க என்ன குழந்தைங்களா, வீட்டுக்கு வந்து சேர்ந்துடுவாங்க. நாம நடக்கலாம்...”

அவர்கள் இருவரும் மெல்லிய இரவின், ஆளரவமில்லாத நியான்விளக்குப் பாதையில் இழைவாக நடக்கத் தொடங்கினார்கள். வாழ்த்துவது போல் வானிலிருந்து லேசான தூறல்.

ஜெயந்தி தன் சேலைத் தலைப்பை கலாதரனுக்குக் குடையாக்கினாள். ‘சுகம்...சுகம்...’ என்று அவனும் அவள் தோளை இறுக்கிக் கட்டியபடி நடந்தான்.

தூறல் வானில் இப்போது இரண்டு வெண்ணிறப் பறவைகள்!

மேலிருந்து தாழ்வாகக் கீழிறங்கிக் கொண்டிருந்தன.

வரலாற்றில் தோற்றுப்போன ஒரு காதல், நிகழ்கால வெற்றி பெற்றுவிட்டதை அறிந்து அந்த இரவிலும் வாழ்த்துவதற்காக அவை இறங்குவதுபோல் தோன்றியது.

தோளை வளைத்துப் பிடித்திருக்கும் கலாதரனின் வலது கை மேல் ஜெயந்தி ஓசைப்படாமல் உதட்டைப் தித்தெடுக்கிறாள்.

'பச்ச்ச்ச்!'

— முற்றும் —

www.ingramcontent.com/pod-product-compliance
Lightning Source LLC
LaVergne TN
LVHW100431051026
849518LV00004B/1454